'अतिशय महत्त्वाकांक्षी आणि ताकदीची लेखिका'

"वैश्विक दुर्घटना व इतिहास एकापाठोपाठ कसे घडत जातात आणि त्यामध्ये सापडलेली माणसं स्वतःच्या विनाशापासून कशी बचावू शकतात, याची कमिला शामसी यांना उत्तम जाण आहे. तसंच, ही माणसं भयावहतेच्या केंद्रस्थळी असतानाही स्वतःचं मनुष्यपण कशी शोधू व टिकवू शकतात, याचंही उत्कृष्ट चित्रण शामसी करतात. वाचकाची शक्तिशाली अशी संवेदनात्मक व वैचारिक प्रतिक्रिया उद्दीपित करणारी अशी ही 'बर्न्ट शॅडोज' कादंबरी फारच चित्तवेधक आहे."

– सलमान रश्दी

"कमिला शामसींची कल्पनाशक्ती काळ व खंडांची बंधनं झुगारून, उत्तुंग भराऱ्या घेते."

– मोहसीन हमीद

"'बर्न्ट शॅडोज' म्हणजे धीट महत्त्वाकांक्षेचं व उदात्त व्याप्तीचं, उद्देश्यांचं, कल्पनाशक्तीचं व कौशल्याचं थक्क करणारं मूर्तिरूप आहे. नव्याने उद्‌भवलेल्या वैश्विक तणाव समजण्यासाठी व वाचकाला समजावण्यासाठी लेखिका शामसी यांनी मारलेली मजल, खरंच कौतुकास्पद आहे."

– अनीता देसाई

"या उत्कृष्ट कादंबरीमध्ये कमिला शामसी, आपले सगळे नुकत्याच अनुभवून पार पाडलेल्या शतकाकडे एका कवडशातून डोकावतात– त्यातील भयानकता व रंजकता चित्रित करतात. इतकंच नव्हे, तर शामसी इतक्या कुशल लेखिका आहेत, की त्या आपल्याला चालू शतकाच्या भवितव्याबद्दलही सूचित करतात– त्यातील छुपी आव्हानं व सौंदर्य, दोहोंकडे निर्देश करत."

– *नदीम अस्लम*

"मी या कथेत पूर्णपणे गुंग झाले- इतकी की मला वाटलं की मी स्वतः हिरोको आणि तिच्या कुटुंबीयांसमवेत सहा दशकांचा आणि कैक खंडांचा प्रवास करून आले आहे. वर्तमान जगताचं हे अतिशय स्पष्ट व प्रखर चित्रण आहे. एक अप्रतिम कादंबरी!"

– *तहमीमा अनाम*

हिरोकोच्या आयुष्यभराच्या सोबतीणी

बर्न्ट शॅडोज

लेखक
कमिला शामसी

अनुवाद
रेश्मा स. कुलकर्णी

मेहता पब्लिशिंग हाऊस

Please contact us at **Mehta Publishing House,** Pune 411030.
✆ +91 020-24476924 / 24460313 / Mob. No. 9545000513
Email : production@mehtapublishinghouse.com
Website : www.mehtapublishinghouse.com

- *या पुस्तकातील लेखकाची मते, घटना, वर्णने ही त्या लेखकाची असून त्याच्याशी प्रकाशक सहमत असतीलच असे नाही.*

BURNT SHADOWS by Kamila Shamsie

First Published in Great Britain 2009
Translated into Marathi language by Reshma S. Kulkarni

बर्न्ट शॅडोज / अनुवादित कादंबरी

अनुवाद : रेश्मा कुलकर्णी

Email : author@mehtapublishinghouse.com

मराठी अनुवादाचे व प्रकाशनाचे हक्क : मेहता पब्लिशिंग हाऊस, पुणे

प्रकाशक : सुनील अनिल मेहता, मेहता पब्लिशिंग हाऊस,
१९४१, सदाशिव पेठ, माडीवाले कॉलनी, पुणे – ४११ ०३०

मुद्रक : पार्कसन्स ग्राफिक्स

मुखपृष्ठ : चंद्रमोहन कुलकर्णी

प्रथमावृत्ती : नोव्हेंबर, २०१०

किंमत : ₹ ३२०

P Book ISBN 9788184981803
E Book ISBN 9789387319356
E Books available on : amazonkindle Apple Books Google Play Books

---

आयेशा रहमान आणि दीपक साठेंसाठी

...एक समय
 स्मरण्यासाठी
प्रत्येक सावली, पृथ्वीपासून लुप्त होणारं सर्व काही
पृथ्वीने व मी हरवून टाकलेलं सर्व काही
सर्व काही...
जे मी हरवणार आहे, जे मी हरवतो आहे

– आगा शाहिद अली,
अ नॉस्टॅल्जिस्ट्स ट्रिप टू अमेरिका

पूर्वीच्या युद्धांमध्ये फक्त घरं जळत, पण ह्या वेळी
एकटेपणाही प्रज्वलित झाला तर आश्चर्य मानू नका
पूर्वीच्या युद्धांमध्ये फक्त शरीरं जळत, पण ह्या वेळी
सावल्याही प्रज्वलित झाल्या तर आश्चर्य मानू नका.

– साहिर लुधियानवी
परछाईयाँ

अनुक्रम

उपोद्घात

कोठडीत आणल्यानंतर त्याला बंधमुक्त करतात आणि सगळे कपडे उतरवायला सांगतात. तो तत्परतेने आपला करड्या रंगाचा हिवाळी कोट उतरवतो आणि मग सगळ्यांच्या देखतच– संथ गतीने बेल्टचे बक्कल, शर्टाची बटणं उघडायला लागतो. एकही शब्द न उच्चारता, छातीवर हात दुमडून त्याचं निरीक्षण बघे करीत राहतात. त्यांची नजर त्याला कमालीची अस्वस्थ बनवते; घाबरवते.

त्याने आपल्या देहावरचा एकन्एक कपडा उतरवल्यावर, बघे त्याचे कपडे उचलून निघून जातात.

परत आपला देह झाकू, तो बहुतेक केशरी जम्पसूटनेच, असं त्याच्या मनात येतं. स्टीलच्या बाकड्याचा मृतवत् गारवा त्याच्या अंगाला शिसारी आणतो.

शक्य तितका वेळ तो उभंच राहायचं ठरवतो.

'असं का घडलं?'... तो संभ्रमात पडतो.

अजाणती दुनिया

नागासाकी, ९ ऑगस्ट १९४५

नंतरच्या काळात जो कोणी जिवंत राहील, त्याला तो दिवस करड्या रंगाचा म्हणून स्मरणात राहील. पण ९ ऑगस्टच्या सकाळी जेव्हा बर्लिनचे नागरिक असलेले दोघेही– कोनरॅड वेइस व शाळेत शिक्षिका असलेली हिरोको तानाका– घरातून निघतात, तेव्हा त्यांच्या नजरेत भरते आकाशाची मोहक निळाई व त्यात मिसळून जाणारा शस्त्रास्त्र कारखान्याच्या चिमणीमधून निघणारा शुभ्र धूर!

कोनरॅडच्या मिनामियामातेमधल्या घरातून काही त्या चिमण्या बघता येत नाहीत; पण गेले काही महिने त्याचे मन त्या कारखान्याकडे वारंवार भरकटत जाते. तिथे हिरोको तानाका स्टीलची सूक्ष्म जाडी मोजण्यात गर्क असते, शाळेतील वर्गांचे डोक्यात घोंगावणारे विचार बाजूला सारत! एखाद्या पंख तुटलेल्या पक्ष्याच्या मनात आभाळाला घातलेल्या गवसणींच्या आठवणींप्रमाणेच ते विचार, त्या आठवणी हिरोकोसाठी तितक्याच क्लेशकारक आहेत! परंतु, त्या सकाळी जेव्हा कोनरॅड आपल्या घरमालकाच्या लाकडी घराचा दरवाजा सरकावून धुराच्या दिशेला पाहतो, तेव्हा तो कारखान्यात सुरू असलेल्या कंटाळवाण्या दृश्याचा मुळीच विचार करत नाही. हिरोकोला आज कामातून मोकळीक आहे. कारखान्याचा पर्यवेक्षक जरी त्याला सुट्टी म्हणतो, तरी खरं कारण सर्वांनाच ठाऊक आहे. कारखान्यात मोजण्यासाठी स्टील उरलेलंच नाही आणि तरीही नागासाकीतील कित्येक लोकांना अजूनही असं वाटतं की, जपान हे युद्ध जिंकणारच. कारखान्यातील कमतरता गुप्त ठेवण्यासाठी ढगांना सक्तीने आभाळातून खेचून सकाळी कारखान्याच्या चिमण्यांमधून 'धूर' म्हणून सोडलं जातंय, असा एक मजेशीर विचार कोनरॅडच्या मनात चमकून जातो.

कोनरॅड घराच्या परसदारी येतो. त्या भल्यामोठ्या अंगणात हिरवी-तपकिरी पाने विखरून पडलेली त्याला दिसतात, जणू काही रणभूमीवर मृत्यू समोर ठेपला असताना एकमेकांच्या जवळिकीत सुख मानणारे सैनिकच!

कोनरॅड अनाहूतपणेच अझालिया मॅनोरकडे जाणाऱ्या चढणीकडे बघतो. तिथे राहात असलेल्या कागावा कुटुंबाने पूर्ण जाम्यानिम्यासकट अझालिया मॅनोरमधून पळ काढल्यापासून ते घर खूपच पडकं व उदासीन दिसू लागलं आहे. त्या घराच्या एका खिडकीची झडप किंचित उघडी राहिली आहे. वारा वाहू लागला की, ती खिडकीच्या चौकटीला आपटून बरीच खडखड करते. वाटत असूनही कोनरॅड ती झडप बंद करत नाही. त्या घरातून येणारा हा जरासा आवाज त्याला बराच दिलासा देऊन जातो.

अझालिया मॅनोर. १९३८ मध्ये जेव्हा कोनरॅड प्रथम ते सरकते दरवाजे सारून, संगमरवर व व्हेनेशियन शेकोटीने सजवलेल्या त्या भव्य दिवाणखान्यात उभा राहिला. तिथल्या भिंतींवरील छायाचित्रांनी त्याचे लक्ष वेधून घेतले. अझालिया मॅनोरच्या भव्य प्रांगणात उत्साहात चाललेल्या पार्टीची ती चित्रं होती. त्यामध्ये जपानी व इंग्रज लोक अत्यंत समाधानाने व आनंदाने एकमेकांत मिसळून पार्टीची मजा लुटत होते. त्या छायाचित्रांमधून चमकणाऱ्या आशेच्या किरणांवर कोनरॅडने इतका आंधळा विश्वास टाकला होता की, ''तू आता बर्टन कुटुंबामध्ये नकोसा पाहुणा आहेस,'' असं त्याला गोड शब्दांत सुचवणाऱ्या मेहुण्याप्रती त्याला चक्क कृतज्ञता वाटू लागली.

जेम्स बर्टन हा दिल्लीमध्ये राहणारा कोनरॅडचा मेहुणा. कोनरॅडचा वावर त्याला जाचक ठरू लागल्यावर एके दिवशी जेम्सने कोनरॅडला सांगितले, ''नागासाकीमध्ये एक सुंदर घर आहे. जॉर्ज यांच्या मालकीचे. ते माझे विक्षिप्त ब्रह्मचारी काका, काही महिन्यांपूर्वीच ते निर्वतले. काकांचे जपानी शेजारी सतत तार पाठवून विचारतायत की, त्या घराचं काय करावं? तू का नाही राहात तिथे थोडे दिवस?'' कोनरॅडला नागासाकीबद्दल काहीच माहिती नव्हती. इतकंच ठाऊक होतं की, ते युरोप नाही व तिथे जेम्स आणि इल्से राहात नाहीत. पण वर्तुळाकार प्रेक्षागृहाप्रमाणे बांधलेल्या व जांभळ्या कौलांची घरे असलेल्या ह्या शहराच्या बंदरात जेव्हा कोनरॅड पोहोचला, तेव्हा तो पुरता हरखून गेला! सात वर्षांच्या वास्तव्यानंतरही ती मोहकता तशीच कायम होती. हिवाळ्यातील बर्फाच्या फुलांचं काचेसारखं सौंदर्य, उन्हाळ्यातील अझालियाच्या निळ्या फुलांच्या तांड्यांमधून पाझरणारं सौंदर्य; समुद्रकाठी वसलेल्या युरो-जपानी स्थापत्यशैलीने बांधलेल्या घरांचं सौंदर्य – सगळं काही अजूनही कोनरॅडला तितकंच मोहून टाकत होतं. पण शेवटी युद्ध प्रत्येक सौंदर्याला भंग करतं किंवा त्याला पूर्णपणे झाकोळूनच टाकतं. पूर्वी युद्धकाळी टेकड्यांवर फेरफटका मारणाऱ्या लोकांना, खाली वाकून बघण्यास सक्त मनाई केली होती. कारण खाली एका जहाज कारखान्यामध्ये 'मुसाशी' ह्या युद्धनौकेच्या निर्मितीचं काम जोरात सुरू

होतं. ते काम इतकं महत्त्वाचं व म्हणूनच गोपनीय होतं की, तिच्या आजूबाजूला जाड पडदे उभे केले होते; जेणेकरून कुणाचीही नजर त्या नौकेवर पडू नये!

'कामचलाऊ!' हिरोको तानाका आपल्या मनात पुटपुटते. उराकामीतील आपल्या घराच्या अंगणात, पुढच्या उतरणींकडे नजर खिळवून नागासाकीचे निरीक्षण करण्यात हिरोको गुंतली आहे. किड्यांच्या किरकिरण्याने सकाळ जागी होत आहे – अशा प्रहरी हिरोको ह्या निरीक्षणात गुंग आहे. युद्धाने नागासाकीला काय बनवून ठेवलंय, ह्या प्रश्नाचं उत्तर म्हणून तिला एकच शब्द सुचतो– 'कामचलाऊ'!

प्रत्येक गोष्टीचा विपर्यास होऊन, फक्त त्या गोष्टीची उपयुक्तता तेवढी शिल्लक ठेवलेली आहे. काही दिवसांपूर्वी घरासमोरील उतारावरून जाताना तिला वाटलं होतं जणू धरणी गोंधळून तिला विचारते आहे, 'अझालियाच्या जागेवर बटाटे का निपजले जात आहेत? जमीन कसण्यामागील प्रेमाची भावना लुप्त होऊन त्या ठिकाणी उपयुक्ततेची भावना का दिसते आहे?' हिरोको कसं समजावणार होती ह्या धरणीला, की युद्धकाळात तिचा उपयोग फुलबागेपेक्षा शेत म्हणून अधिक होता! तसंच ज्याप्रमाणे शाळांपेक्षा कारखान्यांचा उपयोग अधिक होता; किंवा मुलांचा उपयोग मनुष्य असण्यापेक्षा 'शस्त्र' असण्याचा जास्त होता.

एक वयोवृद्ध माणूस हिरोकोच्या बाजूने चालत जातो. त्याची त्वचा इतकी शुष्क आणि सुरकुतलेली असते की, जणू एका कागदी कंदिलावर त्या माणसाचे चित्रच रेखाटले असावे. 'आपण त्या माणसाला कसे दिसत असू? किंवा आपण कुणालाही कसे दिसतो? कोनरॅडला?' हिरोको आपल्याच मनातील विचाराने चमकते. 'कदाचित अगदीच सामान्य – इतर लोकांसारखीच, मळकट कपड्यांमधील वाळलेल्या देहाची व भकास नजरेची मुलगी.' ती स्वत:च आपल्या अखेरच्या प्रश्नाचं उत्तर देते आणि नकळत तिच्या मनात तिची व कोनरॅडची पहिली भेट चमकून जाते. त्या दिवशी हिरोकोने आता ल्यायल्यासारखाच शुभ्र अंगरखा व करड्या रंगाचा 'मोनपे' घातला होता. कोनरॅडने छानसं स्मित करत तिचं चित्र रंगवण्याची इच्छा व्यक्त केली होती... 'तिचं व्यक्तिचित्र नव्हे', त्याने लगेच खुलासा केला. 'पण कागावांच्या देखण्या हिरवळीच्या पार्श्वभूमीवर तिचं शुभ्र करडं रूप जसं उठून दिसत होतं, ते चित्र!' दहा महिन्यांपूर्वीच्या ह्या पहिल्या भेटीत कोनरॅडला तीव्र इच्छा झाली होती की, हिरोकोवर चमचमत्या गाढ रंगांच्या बादल्या रिकाम्या कराव्यात, तिच्या अंगरख्यावर निळ्या नद्या वाहाव्यात, पायाशी नारंगी तळं साचावं आणि हातावर हिरव्यागार झऱ्यांनी नक्षी रेखाटावी! तिचं अवघं अस्तित्वच 'रंगीन' बनवावं!

''तू असं केलं असतंस तर बरंच झालं असतं.'' एके दिवशी कोनरॅडचा हात आपल्या हातात घेत हिरोको म्हणाली होती. ''तुझ्या शांत-क्लांत चेहऱ्यामागचा

वेडसरपणा मला तेव्हाच समजला असता.'' नजरेनेच तिला नर्म ताकीद देत व तिची मूक क्षमा मागत कोनरॅडने आपला हात हलकेच सोडवला होता. सैनिकी-पोलीस कुठल्या क्षणी पुढे येऊन ठाकतील ह्याचा नेम नव्हता.

सुरकुतलेल्या त्वचेचा तो वृद्ध हलकेच मागे वळून हिरोकोकडे बघतो. तसं करताना स्वत:च्या चेहऱ्यावर जरासा हात फिरवतो – जणू त्यापाठी लपलेल्या तरुण माणसाचा शोध घेतोय! त्याने ह्या शेजारच्या पोरीला – 'गद्दाराच्या पोरीला' बऱ्याचदा बघितलंय. आता त्याच्या मनात येतं गेल्या काही महिन्यांत तर ती जास्तच सुंदर दिसू लागली आहे. सगळ्यांनाच आपल्या विळख्यात पकडलेल्या भुकेने तिला अधिकच गोडवा बहाल केलेला दिसतोय. चेहऱ्याची गोलाई विरघळून तिच्या गालाची हाडे अधिक उठावदार झाली आहेत. त्यामुळेच तिच्या चेहऱ्याला एक अनोखा आकार प्राप्त झालेला आहे. तिच्या गालावरील तिळाने त्या सौंदर्यात अधिकच भर घातली आहे. हाडं उठावदार होऊन येणाऱ्या तीव्रतेने मात्र तिच्या चेहऱ्याला योग्य तीच बगल दिली आहे. तिच्यातील नाजूक गोडवा अजूनही कायम आहे आणि ओठांना हलकेच मुरड घालून जेव्हा ती स्मित करते, तेव्हा तर तो अजूनच उठून दिसतो. आपण ह्या मुलीकडे निरखून पाहण्यात काय मूर्खपणा करत आहोत, ही जाणीव होऊन तो वृद्ध हलकेच मान डोलवत चालू लागतो. पुढे जाता-जाता, जगात अजूनही आपल्याला असला मूर्खपणा करण्यासाठी भाग पाडणारी काही गोष्ट शिल्लक आहे, ह्याबद्दल जाताना कृतज्ञ होतो.

किड्यांच्या किरकिरण्याला भोंग्याचा कर्कश आवाज बुडवून टाकतो. तो कर्णकर्कश आवाजही आता किड्यांच्या आवाजाइतकाच परिचयाचा झाला आहे. 'नवीन बॉम्ब' ह्या भीतिदायक विचाराने ग्रासलेला तो वृद्ध, सगळा मूर्खपणा विसरून जवळच्या सुरक्षा छावणीकडे धाव घेऊ लागतो. हिरोको मात्र करवादल्यासारखी होते. 'आधीच उकाड्याचे दिवस. त्यात माणसांनी ठासून भरलेल्या सुरक्षा छावण्यांमध्ये तर मरणाचं गरम होतंय. त्यातही सुरक्षेसाठी घालायला लागणाऱ्या भरताडलेल्या टोपीमुळे तर काय हाल होतील, देवच जाणे!' ह्या विचाराने हिरोको कमालीची अस्वस्थ झाली. पण स्वत:च्या रक्षणासाठी छावणीत लपणं तर गरजेचंच होतं आणि उराकामीच्या मैत्री संघटनेच्या अध्यक्षांची बोलणी खायची नसतील, तर तो भरताडलेला 'मुकुट'ही घालणं भागच होतं!

अखेरीस तो भोंगा फसवी आरोळी ठरतो – नेहमीच ठरतो तसा! आकाशी हल्ल्यांमुळे जपानमधील बरीच शहरं उद्ध्वस्त झाली आहेत, पण नागासाकी अद्यापही सुरक्षित आहे. काही दिवसांपूर्वीच हिरोकोने कोनरॅडला म्हटलं की, नागासाकी सुरक्षित आहे, कारण त्यात सर्वाधिक ख्रिश्चन लोक वसलेले आहेत. त्यावर कोनरॅडने तिच्या लक्षात आणून दिलं की, नागासाकीपेक्षाही ड्रेस्देनमध्ये अधिक

ख्रिश्चन आहेत. तेव्हापासून हिरोको ह्या भोंग्यांना जराशा गंभीरतेने घेऊ लागली आहे. 'पण खरंच किती गरम होईल त्या छावण्यांमध्ये! त्यापेक्षा घरीच का राहू नये? हा पण नक्कीच खोटा इशारा ठरेल.' असं तिच्या मनात आल्यावाचून राहत नाही.

'धोका कशाला पत्करायचा?' असा विचार करीत कोनरॅड मात्र घरातून शिरस्त्राण घेऊन कागावांनी मागच्या बागेत बांधलेल्या सुरक्षा-छावणीकडे झपाझप चालू लागतो. मध्येच तो थबकतो आणि दुभाजक भिंतीकडे निरखून पाहतो. तिकडे ठेवलेल्या पक्ष्यांकडे त्याने बऱ्याच दिवसांत लक्ष दिलं नाही, हे ध्यानात येताच कोनरॅड ते शिरस्त्राण गवतावर फेकून देऊन भिंतीवर चढू लागतो. वाटसरूंनी किंवा सैनिकी पोलिसांनी पाहू नये, ह्यासाठी भिंतीवर अंग घसटून चढू लागतो.

पाहणाऱ्याला त्याचं ते रूपडं हास्यास्पदच वाटलं असतं. लांब-सडपातळ हातापायांचा गोरा मनुष्य – ज्याचे डोळे अर्धोन्मिलित आहेत व चेहऱ्यावर तांबूस रंगाची विचित्र पद्धतीची दाढी राखलेली आहे, असा मनुष्य धडपडत भिंतीवर चढताना जितका हास्यास्पद दिसेल, तसाच कोनरॅड दिसत होता. त्याचं ते रूपडं जपानमध्ये इतकं विसंगत वाटत होतं की, हिरोकोला सुरुवातीला वाटायचं की, वृद्धत्वाकडे झुकताना युरोपियन लोकांचे केस शुभ्र बनवण्यापेक्षा तपकिरी होत जात असावेत. कालांतराने हिरोकोला हे समजून बरेच आश्चर्य वाटले की, कोनरॅड केवळ २९ वर्षांचा आहे, तिच्यापेक्षा फक्त आठ वर्षांनी मोठा.

कोनरॅडच्या पायाखालचं वाळलेलं गवत कडकडत मोडू लागलं. जणू कुठल्यातरी सूक्ष्म जीवांचे मणकेच मोडत असावेत! त्या गवतावरून झपाझप ढांगा टाकून कोनरॅड त्या भल्यामोठ्या कापराच्या वृक्षाखाली येऊन ठाकतो, ज्यावर ते पक्षी लटकून हवेच्या संथ झोतासोबत झुलत आहेत. हिरोकोनेच त्या जांभळ्या वह्यांना 'पक्षी' असं नाव बहाल केलं आहे– ती एकच वेळ होती जेव्हा हिरोको कोनरॅडच्या घरी आलेला होती. त्याच्या टेबलावर उघडून ठेवलेली वही आपल्या हातात घेऊन हिरोको त्या खोलीभर तरंगली होती. तिच्या स्पर्शाच्या चैतन्याने त्याच्या शब्दांच्या निष्प्राणपणात अधिकच भर घातली. त्याला प्रकर्षाने जाणवलं की, त्याची ती कागदांवरील वाक्यं म्हणजे निव्वळ एक बहाणा होता– त्याचा तिथे असण्याचा; जगण्यापासून निखळून एका अशा ठिकाणी राहण्याचा की, ज्याच्या कुठल्याच गोष्टीशी त्याचं कुठलंच नातं नव्हतं. ती वाक्यं म्हणजे ह्या बहाण्यांचं समर्थन करणारी साधनंही होती.

परंतु, नुकताच त्याच्या ह्या निष्प्राण वाक्यांना एक वेगळाच धारदार व जरासा असुरक्षित असा दर्जा प्राप्त झाला होता. जर्मनी शरण आल्यानंतर कोनरॅडचा नागासाकीतील दर्जा एका मित्रापासून कुठल्यातरी विचित्र संदिग्ध स्थितीत बदललेला होता; ज्यामुळे सैनिकी पोलिसांनी त्याच्यावरची नजर अधिकच करडी बनवली होती.

ह्या स्थित्यंतरामुळे त्या निष्प्राण वाक्यांमध्ये कोनरॅडला कैदेत पाठविण्याइतपत जीव आला होता. साम्राज्यवादी जपानच्या मनोविकृतीबद्दल हा बदल बरंच भाष्य करून जात होता. विश्वबंधुत्वाची भावना जपणाऱ्या आपल्या परिसराबद्दल कोनरॅडने लिहिलेली वाक्यं जिथे गद्दारपणाचा पुरावा ठरू लागली, त्याबद्दल अजून काय म्हणावं?

जर्मनी शरण येण्याची चिन्हं दिसू लागताच योशी वातानाबेने कोनरॅडला सावध केलं होतं, "तू परकीयांनी भरलेल्या नागासाकीबद्दल लिहीत आहेस, ते पण प्रेमाने किंवा चांगल्या भावनेने. हे म्हणजे अमेरिकन कार्याचा उदो-उदो केल्याप्रमाणेच ठरेल!" आणि म्हणूनच, जर्मनी शरण आलं त्या रात्री कोनरॅडने एक बळकट तार टाकून शेजारच्या अंगणातील झाडावर त्याच्या आठ जांभळ्या वह्या टांगून ठेवून दिल्या होत्या चांदण्या रात्री हवेसोबत झुलताना त्या वह्या अगदी पक्ष्यांसारख्या दिसत.

कोनरॅडला खात्री होती की, त्याच्या 'गद्दारपणाच्या' खुणा शोधायला कुणी शेजारच्या ओसाड अंगणात, पानांमध्ये डोकवायला जाणार नाही. त्याला ठाऊक होतं की, त्या खुणा शोधायला त्याच्या घरातील कानाकोपरा पिंजून काढणाऱ्या पोलिसांना ह्या युक्तीमुळे चांगलाच गुंगारा मिळणार होता.

त्या झाडाकडे जात खाली वाकलेल्या फांदीला चुकवून, कोनरॅड एका 'पक्ष्याला' खाली काढतो. वही अजूनही कोरडी व सुरक्षित आहे, हे बघून त्याला हायसं वाटतं. 'पण जरासा रंग उडाल्यासारखी दिसतेय...' त्याच्या मनात येतं. झाडाच्या सुरक्षित छत्रीकडे कृतज्ञतेने पाहत असतानाच त्याला एका जांभळ्या वहीवर एक पांढरा फराटा दिसतो – एका खऱ्या पक्ष्याने ह्या कागदी पक्ष्यांच्या वास्तव्यावर केलं भाष्य!

झाडापासून माघारी फिरत असतानाच कोनरॅडला आकाशी-हल्ल्याची वर्दी देणाऱ्या भोंग्याची शोकाकुल व थोडीशी भ्रमिष्ट भासणारी बांग ऐकू येते. 'इथे बॉम्ब टाकण्यात काय फायदा?' असा विचार करीत कोनरॅड संथपणे अझालियाच्या सुरक्षा छावणीकडे पावलं वळवतो. पूर्वाश्रमीची 'परकीय वसाहत' असलेली ही जागा आज भकास व उजाड पडली आहे. "एका माणसाला काय करायचीय एवढी जागा? उराकामीमध्ये एवढ्या जागेत दहा कुटुंबं राहिली असती!" हिरोको म्हणाली होती. आणि मग "हं! श्रीमंत माणसं आणि त्यांची खुळं!" असं पुटपुटत तिने अगदी नि:संकोचपणे कोनरॅडला विचारलं होतं, "तू ह्या भाषांतराच्या कामासाठी मला किती पैसे देणार?"

त्यांच्या मैत्रीची वीण जरा घट्ट झाल्यावर कोनरॅडने हिरोकोला हसत-हसत त्याच्या अपराधीपणाच्या भावनेचा आधार घेऊन मोठीच वसुली केल्याबद्दल खूप चिडवलं होतं. हिरोकोनेही ठाम प्रत्युत्तर दिलं – "तत्त्व आणि उपासमार कधीच मैत्री करू शकत नाहीत!" मग तिने आपले हात लांब पसरून दुसरं एखादं जग रेखाटत

असल्यासारखे डोळे गच्च मिटून घेतले होते आणि म्हणाली होती, ''हे युद्ध संपलं ना, की मी पुन्हा खूप चांगली बनेन,'' आणि डोळे उघडून शांतपणे पुढे म्हणाली होती, ''माझ्या आईसारखी.'' कोनरॅडच्या मनात विचार आल्यावाचून राहिला नव्हता की, हिरोकोच्या आईला तिचे एका जर्मनासोबतचे प्रेमसंबंध नक्कीच खटकले असते. प्रेमसंबंधच काय, तिचा नुसता त्याच्यासोबत नागासाकीच्या टेकड्यांवरील फेरफटकाही... त्यांचा – किंबहुना त्याचा– आनंद हा हिरोकोच्या आईच्या नसण्याशी इतका निगडित आहे, ह्या विचाराने कोनरॅड अस्वस्थ झाला होता. पण मग हिरोकोने कोनरॅडचा हात आपल्या हातात घेतला आणि कोनरॅडला खात्री पटली की, हिरोकोची आईसुद्धा तिला स्वत:च्या मर्जीविरुद्ध वागायला भाग पाडू शकली नसती. ''युद्धामुळे केवळ जीवनाचे नीतिनियमच बदलल्याशिवाय का राहावेत?'' तिने त्याला एकदा विचारलं होतं. पूर्वीचं सगळंच मागे राहून गेलेलं.

डोक्यावरील टोपी काढून तिला लाथेने दूर भिरकावत कोनरॅड अझालिया मॅनोरच्या उतरणीवर बांधलेल्या त्या ऐसपैस सुरक्षा छावणीत शिरला. तिथल्या हवेत दमटपणा व तितकाच कडवटपणा दाटून राहिला आहे. इथे जवळच पडून आहे तो पत्त्यांचा पुडका– जो खेळण्यात रममाण होऊन कोनरॅड, योशी वातानाबे व केईको कागावा हे भोंग्यातून झिरपणाऱ्या भीतीपासून विचलित होत असत; एक खुर्ची, ज्यावर आरूढ होऊन कागावा-सान त्याच्या परिवारातील सदस्यांचं, शेजाऱ्यांचं व नोकर-चाकरांचं निरीक्षण करीत असत (जेव्हा कधी ते छावणीत न लपता घरीच राहणं पसंत करत तेव्हा). कागावा लहानग्यांसाठी ठिकरीचा खेळ खेळण्यासाठी कोनरॅडने आखून दिलेले चौकोन, आचाऱ्याने लपवलेली साकेची बाटली, किशोरवयीन कागावांनी लपवलेली अजून एक साकेची बाटली– जिच्या शोधात एका रात्री ते दबकतच छावणीत आले होते. त्यांना ठाऊक होतं की, कोनरॅड त्यांना खालच्या घरातून पाहू शकत होता. पण सात वर्षांनंतरही आपल्या ह्या घरमालकाशी कसे नाते सांगावे ह्याबद्दल संमिश्र व संदिग्ध भावना असणाऱ्या त्यांच्या पालकांपेक्षा ही मुलं कोनरॅडला दोस्तच समजत होती. आपली उंचीपुरी काया दुमडून त्या छोटेखानी घरात राहणाऱ्या कोनरॅडला त्यांनी आपल्या 'ओल्या' पार्ट्यांमध्ये नक्कीच सामावून घेतलं असतं. अर्थात, त्याने तशी इच्छा दाखवली असती, तर.

आता मात्र कोनरॅड समोरून येताना दिसला की, सगळे कागावा रस्त्याच्या दुसऱ्या बाजूला पळतात. सैनिकी पोलिसांनी त्यांच्या ह्या तथाकथित 'गद्दार' घरमालकाबद्दल काढलेली चौकशीची एकच फेर कागावांना अझालिया मॅनोरपासून पळवून लावायला पुरेशी होती.

कोनरॅड आपलं शिरस्त्राण गुडघ्यावर खेळवत, कागावा-सानच्या लाकडी खुर्चीत बसून असतो. आपल्या खेळात तो इतका गर्क असतो की, दाराशी उभी

राहिलेली व्यक्ती वर्तमानातील आहे, हे समजायला त्याला अंमळ उशीरच होतो. बघतो तर, योशी वातानाबे उभा असतो.

एखाद्या खासगी पार्टीत येण्याची परवानगी विचारावी त्याप्रमाणे योशी इंग्रजीत विचारतो, ''मी आत येऊ शकतो काय? तू नाही म्हणालास तर मी समजून घेईन.''

कोनरॅड प्रतिसाद देत नाही, हे पाहून योशी क्षमा मागत माघारी फिरतो. तेवढ्यात कोनरॅड ओरडतो, ''मूर्खासारखं वागू नकोस जोशुआ. तुझ्यावर बॉम्ब पडला, तर मला आनंद होईल काय?''

योशी आपला चष्मा घालत, डोळे मिचकावत आत शिरतो. ''मला काय माहीत?'' तो उत्तरतो.

जवळच पडलेले पत्ते उचलून जमिनीवरच बसत पत्ते पिसून स्वत:ला दहा व समोरच्या रिकाम्या जागेत दहा पत्ते वाटतो.

योशी वातानाबे म्हणजे जॉर्जकाकांचा शेजारी– ज्याच्या तारेबद्दल जेम्स बर्टनने कोनरॅडला सांगून त्याला नागासाकीला पाठविले होते. त्याचे आजोबा, श्रॉपशायरचे पीटर फुलर, हे जॉर्ज बर्टनचे शेजारी व सर्वांत जवळचे मित्र. कोनरॅड नागासाकीला आल्यावर योशीनेच त्याचे बंदरावर स्वागत केले होते; त्याला अझालिया मॅनोर दाखवला होता; त्याच्यासाठी जपानी भाषेचा शिक्षक गाठून दिला होता. कोनरॅडने मालकाच्या बंगलीत राहण्याचा निर्णय घेतल्यानंतर काही तासांतच भाडेकरू म्हणून कागावा कुटुंबाला पेश केला होतं– इतकं लीलया की, जणू तो पाठीमागे दडवून ठेवून पेश केलेला फुलांचा गुच्छच असावा! कोनरॅडला नागासाकीच्या बदलत्या वैश्विक रूपाबद्दलच्या कहाण्या सांगितल्या होत्या– अगदी त्याच्या सगळ्या मुग्ध करण्याच्या बारकाव्यांसकट. उदाहरणार्थ– तेथील इंग्रजी-जपानी वर्तमानपत्रे, तिथे असणारा 'इंटरनॅशनल क्लब', इंग्रजी पुरुष व जपानी स्त्रियांमधील छुपे प्रेमसंबंध व विवाह– सगळं काही! इतकंच नव्हे, तर जेव्हा कोनरॅडने आपण लिहीत असलेल्या विश्व नागरिक जगाबद्दलच्या पुस्तकासाठी जपानी पत्रं भाषांतरित करण्यासाठी दुभाष्या मागितला, तेव्हा योशीनेच त्याची भेट हिरोको तानाका ह्या जपानी वंशाच्या जर्मन शिक्षिकेशी घालून दिली होती. ती योशीच्या पुतण्याची जर्मन शिक्षिका होती.

तर, योशी आणि कोनरॅडची दोस्ती ही अशी– अपहिरार्य, अतूट. आणि तरीही त्या दिवशी एका मिनिटभराच्या संभाषणामध्ये ती मैत्री लुप्त झाली– नव्हे, नष्ट झाली होती. *''ते आता वारंवार आमच्या घरी चौकशीला येऊ लागले आहेत कोनरॅड. माझ्या आईचे माहेरचे नाव फुलर. तुला तर त्याचा मथितार्थ ठाऊकच आहे. पण त्याशिवाय मी आता त्यांना आम्हाला गद्दार ठरवू शकणारं एकही कारण हाती लागू देणार नाही. युद्ध संपेपर्यंत मी नागासाकीतील सगळ्या पाश्चिमात्यांपासून दूर राहणार आहे. पण फक्त युद्ध संपेपर्यंतच हं! त्यानंतर सगळं पुन्हा व्यवस्थित*

होईल.''

ह्यावर कोनरॅड उत्तरला होता, *''जोशुआ, हेच जर तू जर्मनीत असतास, तर तुझ्या ज्यू मित्रांना म्हणाला असतास, माफ करा– मी तुम्हाला माझ्या घराच्या माळ्यावर लपायला जागा देऊ शकत नाही; पण नाझी राज्य पडलं की, एकदा घरी जेवायला या जरूर. जंगी बेत करू! असंच ना?''*

''तू इथे का आला आहेस?''

योशी पत्त्यांतून डोकं वर काढून बघतो.

''भोंगा वाजला तेव्हा मी घरी होतो. सगळ्यात जवळची सुरक्षा-छावणी हीच आहे.'' कोनरॅडच्या उंचावलेल्या भुवया पाहून पुढे म्हणतो, ''मला माहितेय, गेले काही आठवडे मी शाळेमधल्या छावणीत लपत होतो; पण ह्या नव्या बॉम्बची खबर आल्यापासून... मला तितकी काही मिनिटंसुद्धा उघड्यावर घालवायची नव्हती.''

''अच्छा! तर, एका जर्मनाशी संबंध ठेवण्यापेक्षाही जगात मोठा धोका आहे तर? बरंय! कसला नवा बॉम्ब? हा काय प्रकार आता?''

योशी आपले पत्ते खाली ठेवून विचारतो, ''तू ऐकलं नाहीस? हिरोशिमाबद्दल? तीन दिवसांपूर्वीचं?''

''तीन दिवस? गेले तीन दिवस माझ्याशी कुणीच बोलायला आलेलं नाही!''

उराकामीच्या सुरक्षा-छावणीत हिरोको आजूबाजूच्या गर्दीत इतक्या दाटीवाटीत कोंबली गेली की, कपाळावरून निथळणारा घाम पुसायलाही तिला आपला हात उंचावता येत नव्हता. पूर्वी तर ह्या छावण्यांमध्ये इतकी गर्दी कधीच व्हायची नाही. असं काय कारण असेल की अध्यक्षांनी अक्षरशः रस्त्यावरून प्रत्येकाला खेचतच ह्या छावणीमध्ये कोंबलं असेल? तोंडातून निःश्वास सोडत हिरोको शेजारीच बसलेल्या अध्यक्षांच्या पत्नीकडे मान वळवते. त्या चटकन दुसरीकडे नजर वळवतात. अपराधीपणाने, की तिरस्काराने; माहीत नाही– समजायला मार्गही नाही.

अध्यक्षांची पत्नी हिरोकोच्या आईची खास मैत्रीण होती. युद्धकाळात बंद पडलेल्या 'सुताईरू' मासिकातील लेखांवर चर्चा करून खिदळत बसलेलं हिरोकोने त्यांना अनेकदा बघितलं होतं. युद्धकाळात मात्र अशा मासिकांना काय स्थान, ज्यात स्त्रियांना पाश्चिमात्य पोषाखांखाली कुठले अंतर्वस्त्र घालावे, ह्याबद्दल उपदेशपर लेख असत!

मरणशय्येवर असताना हिरोकोच्या आईने अध्यक्षांच्या पत्नीला बोलावून एकच विनंती केली होती, ''माझ्या पतीला स्वतःपासून वाचवा!'' युद्धकाळच्या जपानमध्ये सुधारक समजुतीच्या चित्रकारांना थिल्लर मासिकांपेक्षाही कमी स्थान होते. पुढे बराच काळ अध्यक्षांच्या पत्नीने आपले वचन पाळलेदेखील होते. सम्राट व जपानी सेनेविरुद्ध मात्सुई तानाकांचे उद्रेक हे त्यांच्या अतीव शोकातून निर्माण झालेल्या

नाजूक मन:स्थितीचे परिणाम आहेत, असं समजावून तिने अध्यक्षांना बऱ्याचदा थोपावून धरलं. पण अखेरीस एकदा वसंत ऋतूत मात्सुई तानाकांनी शेजारच्या घरातील चेरीच्या झाडाला कामिकाझे हल्ल्यांमध्ये 'शहीद' झालेल्या पंधरा वर्षांच्या मुलाच्या स्मरणार्थ सजवलेलं पाहताच, शेजारी चाललेल्या हिरोकोला काही न सांगता धाव घेऊन खिशातील काडेपेटी काढून ते झाड पेटवून दिले होते!

त्यानंतर मात्सुई रक्ताळलेल्या अवस्थेत क्षणार्धात जमिनीवर पडून राहिलेले दिसले होते. शेजाऱ्यापाजऱ्यांनी कसेबसे त्या मृत मुलाच्या वडिलांना आवर घातला होता. हिरोको अखेर जेव्हा वडिलांपाशी पोहोचू शकली आणि त्यांच्या जवळ बसू लागली होती, तेवढ्यातच अध्यक्षांच्या पत्नीने तिला मागे ओढलं होतं आणि सांगितलं होतं.

"तू स्वत:च त्यांची वर्दी दे, एवढाच सल्ला देईन मी आता– तुझं रक्षण करण्यासाठी." तिला मावशीप्रमाणे असलेल्या त्या स्त्रीने तिला 'हा' सल्ला दिला होता!

अर्थात, हिरोकोने तो सल्ला धुडकावला होता– युद्धातील हलाखीने तिच्या तत्त्वांना ढासळवलं असलं तरी तिच्या इमानाला धक्का लावू शकले नव्हते. पण त्यामुळेच दुसऱ्याच दिवशी तीन गोष्टी घडल्या होत्या. सैनिकी पोलिसांनी मात्सुईला तुरुंगात डांबलं; ती ज्या शाळेत जर्मन शिकवायची, तिथल्या प्राचार्यांनी 'एका गद्दाराच्या मुलीला इकडे स्थान नाही आणि तसंपण मुलांना परदेशी भाषा शिकण्याची गरजच नाही', असं सांगून हिरोकोची नोकरीवरून हकालपट्टी केली (पण हे करताना त्यांची होणारी घालमेल हिरोकोच्या नजरेतून सुटली नाही) आणि ती घरी पोहोचताच तिची वाट पाहत बसलेल्या अध्यक्षांनी, 'तुझी शस्त्रास्त्र कारखान्यामध्ये सक्तमजुरीसाठी नियुक्ती झाली आहे,' अशी हिरोकोला वर्दी दिली.

आता ह्या छावणीत बसल्या-बसल्या हिरोकोला अध्यक्षांच्या पत्नीला इशारे करून सांगावसं वाटतंय की, तिने त्यांच्यासाठी बरंच केलं; पण खरं सांगायचं तर, नुसतीच कृतज्ञता म्हणून नाही, पण तिला थोडी शरम वाटावी म्हणूनसुद्धा हिरोकोला हे करायचं आहे.

अजून कुणीतरी इसम त्या छावणीत कोंबला जातो. खचाखच भरलेल्या त्या जागेत मग अजूनच गैरसोय होते. पण त्या विरोधात एकही 'ब्र' निघत नाही. ऐकू येतात फक्त काही मूक क्षमायाचना– दुसऱ्याच्या बगलेत वा जांघेत आणखीनच रुतायला लागल्याबद्दल. अनाहूतपणे निर्माण झालेल्या एका खळग्यात हिरोको ढकलली जाते व दोन तरुण पोरांमध्ये घुसमटलेल्या स्वत:ला पाहते. ती १३, कदाचित १४ वर्षांची पोरं. ती ओळखते ह्या दोन पोरांना. म्हणजे, अगदी ह्यांनाच नाही, पण एकंदरीत ह्या नागासाकीच्या तरुण मुलांना. 'ओळखून आहे', असं

म्हणणं अधिक योग्य ठरेल. त्यांतील एका विचित्र धिटाईने मान कलवलेल्या उंच मुलाला, तरुण मुलींची मनधरणी करण्याची नक्कीच सवय असावी किंवा तरुण शिक्षिकांचीही. लवकरच घडणाऱ्या अमेरिकन विमानातील एकतर्फी प्रवासात येणारे चंट विचार, आताही त्याच्या मेंदूत घोंगावत असतील– कदाचित शेजारी बसलेल्या तरुणीला कथानकाच्या केंद्रस्थानी ठेवून.

"थापा मारतोयस तू!" बुटका मुलगा कुजबुजतो. उंचाड्या मान हलवतो.

"जे जवळ होते, त्यांची पूर्ण कातडी सोलवटून फक्त हाडांचा सापळा उरला. जे दूर होते, ते द्राक्षासारखे सोलले गेले. आता हा नवीन बॉम्ब त्यांना गवसल्यानंतर ते अमेरिकन आपल्या सगळ्यांना सापळे किंवा द्राक्ष बनविल्याखेरीज राहणार नाहीत."

"गप्प बसा!" हिरोकोने त्यांना खास शिक्षकी शैलीत दटावलं. "ह्या अफवा पसरवणं थांबवा!"

"त्या अफवा..." असं म्हणायचा त्याचा प्रयत्न हिरोकोच्या उंचावलेल्या भुवयांमुळे तिथेच रोखला गेला.

तिच्या एका जुन्या विद्यार्थ्याने – जोसेफने – खरोखरीच आपला 'ओहका' अमेरिकी विमानामध्ये धडकवला होता. त्याने तिला एकदा सांगितलं होतं की, अखेरच्या उड्डाणावेळी तो स्वत:सोबत दोन फोटो नेणार होता. एक– चेरीच्या झाडापाशी उभ्या असलेल्या त्याच्या आई-वडिलांचा, दुसरा मिर्ना लॉयचा. ती संभ्रमात पडली होती. "अमेरिकन युद्धविमान उद्ध्वस्त करताना मिर्ना लॉयचा फोटो?" हिरोकोने जोसेफला तसं विचारलंही; पण त्याला त्यात कुठला विरोधाभास दिसेना.

जोसेफ तोच मुलगा होता – ज्याच्या स्मरणार्थ ते चेरीचं झाड सजवलेलं होतं – तेच, जे तिच्या वडिलांनी पेटवून दिलं होतं. कदाचित त्यांनी ती कृती हिरोकोसाठी केली असावी. तिला ठाऊक नव्हतं; समजायला मार्गही नव्हता. पण हिरोकोला वाटत होतं की, तिच्यातील दु:ख व त्वेषाची त्यांना जाणीव आहे, ही अव्यक्त भावना व्यक्त करण्यासाठी मात्सुईंनी तो मार्ग स्वीकारला असावा.

हिरोकोला समजत नाही की, कशाचं जास्त आश्चर्य करावं– तिचा हा कयास खरा असेल ह्याचं, की तिला हे आधी सुचलं नाही, ह्याचं. आईच्या मृत्यूनंतर हिरोकोने आपल्या वडिलांच्या मौनाला 'मुलीप्रतीच्या भावनांना शब्दांनी सजवण्यासाठी बायको अस्तित्वात नसल्यामुळे पडलेला खंड' समजण्यापेक्षा 'संभाषण करण्यासाठी काही विषय असण्याचा अभाव' असंच अभिप्रेत केलं होतं.

"सापळा की द्राक्षं?" उंचाड्या पुन्हा कुजबुजला. हिरोकोला त्याच्या श्वासातील ओशटपणा गुदमरून टाकतो.

बाहेरचे डोंगर, वृक्ष, मोकळी हवा तिला अधिकच हवीहवीशी वाटू लागते. त्यासाठी कुठलाही धोका पत्करण्याची तिची तयारी आहे.

एका विचित्रशा प्रेरणेने हिरोको हिरीरीने दरवाज्याची वाट शोधू लागते. त्या भाऊगर्दीत सभ्यपणाने जास्त लोकांना समावून घ्यायला तयार असलेली जनता, हिरोकोच्या ह्या प्रयत्नाने मात्र प्रक्षुब्ध होते.

"काय करतेयस तरी काय तू?... इथे इतकीशी तरी जागा दिसतेय का?... मागे जा, आधी मागे हो!" तिच्या बरगड्यांमध्ये कुणाचे तरी कोपर लागते.

"माझे वडील-" ती कशीबशी ओरडते, "मला माझ्या बाबांना शोधायला हवंऽऽ" छावणीतील काही स्त्रिया लहान मुलांना आपल्या हातात घेत, तिला वाट करून देऊ लागतात.

एक आवाज येतो- "हिचे वडील म्हणजे तो गद्दार मात्सुई तानाका." छावणीत कटुतेची लाट पसरते. जास्तीत जास्त लोक तिला जायला वाट मोकळी करून देऊ लागतात; पण त्यातून त्यांना ती तिथे नकोय, हे सुचवायचं असतं.

तिला आता पर्वा नाही. ती आता बाहेर आली आहे ताज्या हवेत- जी तुलनात्मकदृष्ट्या थंडही आहे.

छावणीपासून लवकर दूर जायला ती झपाझप चालू लागते आणि काही अंतरावर तिला जाणवते आसपासची विचित्र शांतता; वेगळाच मोकळेपणा. तिची चाल मंदावते. एका फिक्या पानांच्या झाडाखाली ती आपले हात पुढे करून त्याचं निरीक्षण करू लागते. उन्हाचे नाचरे ठिपके आणि वृक्षाच्या डोलणाऱ्या फांद्यांच्या सावल्यांमध्ये तिला आपले हात दिसतात- जखमी, फोड आलेले. बांबूच्या भाल्यांच्या तालमींमुळे व कारखान्यातील कामामुळे तिच्या सुंदर हातांची अशी दयनीय अवस्था झालेली असते. आपलं एकविसावं वर्ष असं असेल, असं हिरोकोला मुळीच वाटलं नव्हतं. तिने तर स्वप्नं बघितली होती टोकियोची. एकवीस वर्षांची हिरोको तानाका त्या मोठ्या शहरात सुंदर-सुंदर 'ड्रेस' घालून, जॅझ क्लबमध्ये वाइनच्या चषकांवर आपल्या लिपस्टिकच्या खुणा सोडत, तिचे केस अगदी कानापर्यंत बारीक कापलेले, १९२० च्या दशकातील 'मॉर्डन मुलीची' जीवनशैली जगत; जिचा परिणाम ३०च्या दशकातील 'सुताईरू'मध्ये तितक्याच प्रभावीपणे जाणवत होता.

पण अर्थात हे एक बालिश स्वप्न होतं किंवा खरं म्हणजे 'उधाराचं स्वप्न' म्हणू या. हिरोकोला आठवत होती तिची आई- जी ह्या 'मॉडर्न मुलींच्या' कथांवर कधी हसायची, कधी निःश्वास टाकायची. तिच्यानुसार त्यांचं मॉडर्न जगणं म्हणजे सामान्य स्त्रियांच्या जबाबदाऱ्यांनी वाकून गेलेल्या दुनियेपासून सुटकेचा एक सुंदर मार्ग होता. पण जशी हिरोको मोठी होत गेली, तिला समजू लागलं की, आईला तो सुटकेचा मार्ग स्वतः कधीच पडताळावासा वाटला नाही. तो तसा वाटूही शकत नव्हता;

इतकी ती आपल्या संसारात रममाण होती. केवळ असा कुठलातरी एक मार्ग अस्तित्वात आहे, ह्याचं तिला भारी अप्रूप वाटे आणि इथेच हिरोको व तिच्या आईमधील फरक ठळकपणे जाणवायचा. हिरोकोसाठी एखाद्या गोष्टीची माहिती असणं म्हणजे त्याची मागणी असणं. पण आता हिरोकोसाठीही मासिकांमधली ती दुनिया फारच कमी परिचयाची उरली होती. त्यापेक्षा अधिक परिचित होती ही दुनिया, जिची तांबुस मुळं ती आरामात आपल्या हातात पकडू शकत होती.

आता बालपणाची स्वप्नं भूतकाळात विरून गेली आहेत. आता आहे कोनरॅड. युद्ध संपल्यावर असणार आहेत ती आणि कोनरॅड. युद्ध संपल्यावर असेल मुबलक खाद्य व सिल्क. ती पुन्हा कधीही करड्या रंगाचे कपडे घालणार नाहीये; गाळलेल्या चहाच्या पानांचा पुन्हा चहा बनवणार नाहीये; बांबूचे भाले तर हातातही घेणार नाहीये कारखान्यांमध्ये तर मुळीच पाऊल ठेवणार नाहीये अन् सुरक्षा छावण्यांमध्ये तर अजिबातच नाहीये. युद्ध संपल्यावर तिला व कोनरॅडला एक मोठ्ठं जहाज येऊन जबाबदाऱ्या नसलेल्या जगात घेऊन जाणार आहे.

कधी संपणार हे युद्ध? छे बाबा, वेळ सरता सरत नाहीये.

तो अझालिया मॅनोरमधून झपाझप पावलं टाकत बाहेर पडतो– नव्हे, धावायलाच लागतो. त्याला योशीची हाक ऐकू येतेय. तो त्याला सगळं स्थिरस्थावर होईपर्यंत थांबवण्याची विनंती करतोय; पण कोनरॅडच्या डोक्यात एकच विचार घोंगावतोय, नवा बॉम्ब पडलाच, तर तो उराकामीच्या कारखान्यांवरच पडेल, जिथे माणसं खच्चून भरलेली आहेत. योशीने वर्णन केलेल्या तिथल्या छावण्या काही त्यांचा बचाव करू शकणार नाहीत आणि मग जर तो बॉम्ब हिरोकोवर पडणार असेल, तर तो आपल्यावरही पडावा.

त्याची चाल गती पकडते. तिच्या आठवणी मनात पिंगा घालू लागतात. योशीच्या पुतण्याने कोनरॅडचे पत्र पोहोचविल्यावर ती त्याच्या शोधात पहिल्यांदा आली तो दरवाजा (कोनरॅडने तिला आपल्या पुस्तकासाठी जपानी पत्रं व रोजनिश्या जर्मनमध्ये भाषांतरित करण्याबद्दल विचारलं होतं); ते शाळेचं प्रांगण– जिथे ते पहिले काही महिने दर आठवड्याला भाषांतरित केलेले साहित्य व पैशांची देवाणघेवाण करायला भेटायचे; ट्रामगाडीपर्यंत जाणारा तो रस्ता– जिथे कोनरॅडच्या अपुऱ्या शिधावाटपाबद्दलच्या तक्रारींना हिरोकोने "येस, वुई हॅव नो बनानाज" गाऊन हसरं प्रत्युत्तरही दिलं आणि तिला जर्मनइतकंच अस्खलित इंग्रजी बोलता येतं, हेसुद्धा दाखवून दिलं; तो चिनी बराक– जिथे कोनरॅडने त्याला अगदीच विचित्र दिसणाऱ्या भाज्यांना त्याने दिलेल्या नावांची यादी वाचून दाखवून, हिरोकोला पहिल्यांदाच खदखदून हसायला लावलेलं. वाऱ्याने झोडपलेला कोबी (विन्डस्वेप्ट कॅबेज),

पृथ्वीच्या गाठी (नॉट्स ऑफ अर्थ), फुलांचे अवशेष (फॉसिलाइझ्ड फ्लॉवर), किडकिडीत बटाटा (लॅन्की पोटॅटो) असली नावं; 'मेगाने बाशी' किंवा चष्मेवाला पूल ज्यावरून ते पाण्यात बघत असताना एक चंदेरी रंगाचा मासा कोनरॅडच्या प्रतिबिंबित छातीवरून हिरोकोच्या प्रतिबिंबित छातीवर 'डुबकला' होता. ते पाहून हिरोकोने 'ओह्!' असं उच्चारत मंत्रमुग्धपणे पाऊल मागे घेतलं आणि तिचा तोल गेला होता. तो सावरण्यासाठी कोनरॅडला तिच्या कमरेला हलकासा विळखा घालायला लागला होता.

एके ठिकाणी तो थांबतो. त्याला जाणवते वातावरणातील नीरव शांतता; धोका टळला आहे, हे सांगणारी – ओउराचा किनारा – जिथे त्याने तिला नागासाकीतील आपल्या पहिल्या हिवाळ्याबद्दल सांगितलं. ते ओउरा नदीच्या किनाऱ्यावरून चालले होते, जेव्हा कोनरॅडने हिरोकोला सांगितलं की, त्या हिवाळ्यात ही नदी पूर्णपणे गोठून गेली व त्याला गोठलेल्या पाण्याखाली रंगांचे शिंतोडे दिसले होते.

"मी जवळ जाऊन बघितलं तर काय... एका स्त्रीचं नाव लिहिले होते – हाना– लाल शाईने ते नाव चितारलं होतं. देव जाणे कोण असेल– कुणी निपुण चित्रकार की त्या स्त्रीचा प्रेमी... पण त्याला पाणी गोठून त्याचं बर्फ होण्याच्या आत त्यावर चितारण्याची अनोखी कला अवगत होती खरी!"

त्याच्या विधानावर कसलंसं व्यवहारी प्रत्युत्तर देण्याऐवजी हिरोकोने कपाळावर आठ्या आणीत विचारलं, "तुझा इथला पहिला हिवाळा ३८ मध्ये होताना? मग आपण ह्याआधीच का भेटलो नाही? काय अपव्यय म्हणायचा हा वेळेचा!"

ती पहिली खूण होती की हिरोको – विलक्षणरीत्या – कोनरॅडच्या भावनांना थोडातरी प्रतिसाद देऊ लागली होती.

विचारांची तार तोडत कोनरॅड भीतीपेक्षा कसल्याशा निर्धाराने पुन्हा चालू लागतो. जर्मनी शरण आल्यापासून तो हिरोकोला सतत सांगत आलेला आहे की, तिचा – एका गद्दाराच्या मुलीचा – त्याच्यासोबत जास्त मैत्री ठेवण्यात, वेळ घालवण्यात शहाणपणा नाही; ते तिच्यासाठी धोकादायक आहे. म्हणून आता ते आठवड्यातून फक्त दोनदा भेटतात, ते सुद्धा फक्त तासाभरासाठी आणि कुठल्यातरी सार्वजनिक ठिकाणीच. कधी कधी सैनिकी पोलीस त्यांचा पाठपुरावा करतात. अशा प्रसंगी ते मोठ्या आवाजात जपानी भाषेतून, जपानच्या देदीप्यमान इतिहासाच्या चर्चा करीत चालतात. कोनरॅडने आपल्या ग्रंथालयातून हिरोकोसाठी जर्मन व इंग्रजी पुस्तकं आणणं सोडून दिलंय. पूर्वी यीट्स, वॉ, मॅन्न ह्यांची पुस्तकं बघून हिरोकोच्या चेहऱ्यावर पसरणारा आनंद बघणं, ही कोनरॅडसाठी पर्वणी असे. ती एका आठवड्यात सगळ्या पुस्तकांचा फन्ना उडवत असे. कधी कधी दोनदा. पण कोनरॅडने आता ह्या पर्वणीवरही पाणी सोडलंय.

प्रत्येक वेळी भेटल्यावर हिरोको वाढणाऱ्या तुटवड्याबद्दल कुरकुर करते. त्यावर युद्ध संपल्यावर सगळं पुन्हा सुरळीत होईल, असा दिलासा तिला कोनरॅड देतो– प्रत्येक वेळी. योशीच्या विचारांचा आपल्यावर किती परिणाम झालाय, हे मग कोनरॅडला जाणवतं– प्रत्येक वेळी. दरी पार करत जाताना कोनरॅड मान उंचावून बघतो, तर त्याला दिसतं, 'उराकामी कॅथिड्रल' (उराकामीचं चर्च)– आपल्या दगडी भिंती घेऊन निळ्या आभाळासमोर दिमाखात उभं राहिलेलं. कधी कधी ते निळं आभाळ करड्या ढगांनी भरून जातं. असं वाटतं की ते ढग, त्यांना मूर्तिरूपात बदलून टाकण्यासाठी, मूर्तिकाराच्या प्रतीक्षेत उभे आहेत. कोनरॅडच्या मनात विचार येतो, आपणही कधीतरी ह्या ढगांसारखे होतो– इथे-तिथे भटकणारे, आयुष्याला मूर्तरूप येण्याच्या प्रतीक्षेत. पण आता नाही. जपानला तो ज्या गोंधळलेल्या मन:स्थितीत आला, ती लुप्त होऊन कोनरॅडला आता समजलंय की, जपान म्हणजे त्याच्या आयुष्याला मूर्तरूप देणारा मूर्तिकार. तो आता इथे का आहे, हे त्याला पुरतं समजलंय– त्याच्या 'असण्यासाठी' हीच जागा का आहे, हेसुद्धा समजलंय.

पुढे चालत-चालत कोनरॅड आता हिरोकोने वर्णन केलेल्या उतारापर्यंत पोहोचतो. निष्पर्ण असलेल्या, चंदेरी वल्कलं असलेल्या पण चंद्राच्या प्रकाशात ते चमकून शत्रूचे लक्ष वेधून घेऊ नये म्हणून काळ्या रंगाने रंगवलेल्या (आणि वर कागदी चांदण्या डकवलेल्या) झाडाची खूण त्याच्या लक्षात होती. तिचा आधार घेत कोनरॅड पोहोचतो त्या ठिकाणी– जिथे जांभळ्या छतांची घरं उभी आहेत. तिला ही छतं त्याच्या वह्यांची– त्या 'पक्ष्यांची'– आठवण करून देतात म्हणे. कारखान्यातून दमून-भागून आल्यावर ती ह्याच पक्ष्यांच्या पंखांच्या उबेत झोपते.

"कोनरॅड-सान?" हिरोको घराच्या ओसरीवर उभी राहून आश्चर्याने व जराशा काळजीयुक्त कुतूहलाने उद्‌गारते. असं काय काम असेल की, हा उराकामीपर्यंत आला; सगळ्या शेजाऱ्यांच्या नजरेत भरेल असा?

कोनरॅड हलकेसे स्मित करत अगतिकशी खूण करतो. काही महिन्यांपूर्वी त्याने हिरोकोला त्याला फक्त 'कोनरॅड' असं संबोधायला सांगितलं. त्यावर ती म्हणाली होती, "नाव छान आहे; पण एकट्यानेच घेतलं, तर जरा नग्नसंच वाटतं!" मग एक खट्याळ स्मित करत पुढे म्हणाली, "कदाचित एक दिवस ती एक समस्या बनून राहणं थांबेल!"

"तुझे बाबा घरात आहेत का?"

"नाही, टेकडीवर फिरायला गेले आहेत. आत ये ना."

ती दरवाजा सरकावून उघडते. तो आत जाण्यापूर्वी आपले बूट काढायला विसरत नाही. तो आत येण्याआधीच ती घरातील जिना चढून वर जाऊ लागली आहे. तिच्या मागे जाण्याआधी तो खोलीभर नजर टाकतो. त्याच्या नजरेत भरतं शाई

व कुंचल्याने काढलेलं नागासाकीच्या समुद्राचं चित्रं– तिच्या वडिलांनीच काढलं असावं, हे तो बरोबर हेरतो. तिच्या वडिलांच्या विचाराने काहीसा अस्वस्थ होतो.

हिरोकोने एकदा कोनरॅडला सांगितलं होतं की, जगाच्या नियमांना प्रतिप्रश्न विचारणं ती आपल्या वडिलांच्या सूचनेपेक्षा त्यांच्या उदाहरणांमधून अधिक शिकलेली. कोनरॅडला आता असं वाटल्यावाचून राहवत नाही की, मात्सुईचं हे मुक्त संगोपन त्याच क्षणी थांबेल, ज्या क्षणी हिरोको त्यांची ओळख करून देईल एका जर्मन व्यक्तीशी, जिच्यावर ती... काय... प्रेम करते?

अखेर तो वरच्या मजल्यावरच्या एका खोलीत पोहोचतो. एक गादी गुंडाळून ठेवली आहे, पण तिथेच पडलेली आहे. तो तिच्या गादीकडे न पाहण्याचा विफल प्रयत्न करतो.

हिरोको बाल्कनीत उभी राहून दूरवर डोकावून पाहू लागते. त्यांचं घर उताराच्या खूप वरच्या बाजूला आहे आणि जरी आजूबाजूला घरं असली, तरी ह्या बाल्कनीतून बघितल्यावर दिसतात फक्त सुंदर वृक्ष व डोंगरदऱ्या.

"तू मला सांगितलं नाहीस, की तू ह्या 'पानांच्या समुद्राच्या' अगदी काठावर राहतेस ते?"

ती त्याच्या बाहीला हळूच हात लावते.

"तू ठीक आहेस ना? जरा वेगळासाच दिसतोयस. आणि इथे कसा काय आलास?" नेहमीप्रमाणेच त्यांचं संभाषण जर्मन, जपानी आणि इंग्रजी अशा तिन्ही भाषांचा खो-खो खेळत सुरू असतं. त्या दोघांमधील ही एक गुप्त भाषाच बनली आहे ह्या तिन्ही भाषांची खिचडी– जी बाकी कुणाला समजणं अशक्यच होतं.

"मला तुला काहीतरी विचारायचंय– आणि त्यासाठी मला युद्ध संपण्याची वाट बघावीशी वाटत नाहीये." कोनरॅड हे म्हणत असतानाच त्याला आपल्या इथे येण्याचा हेतू उमगत जातो. "तू माझ्याशी लग्न करशील?"

तिची प्रतिक्रिया तातडीची असते. कमरेवर हात रोवत, ताठ उभी राहत हिरोको गरजते, "तुझी हिंमत कशी झाली?"

कोनरॅड दचकून मागे सरकतो– त्याचा अंदाज इतका कसा चुकला असेल?

"तुझी हिंमत कशी झाली ह्या विचाराला प्रश्नामध्ये गुंडाळायची! मागच्या भेटीत जेव्हा आपण युद्धानंतर एकत्र जग फिरण्याच्या गप्पा मारल्या, तेव्हा मी कुठल्या नात्याने तुझ्यासोबत येणार आहे, असं समजलास तू– बायको नाही तर?"

हिरोको ज्या जोशात वाक्य सुरू करते, तो वाक्याअखेरीस पुरता विरघळून गेलेला असतो, कारण तोपर्यंत ती कोनरॅडच्या बाहुपाशात झुलत असते.

'शांती...' ती निःश्वास सोडत विचारत करते, 'ह्याला म्हणतात खरी शांती.'

"दिल्ली नाही हं हिरोको!" कोनरॅड उद्‌गारतो.

ते बाल्कनीत बसले आहेत बोटं गुंफून.

"पण मला भेटायचंय इल्सेला. ती बहीण आहे तुझी; तिला भेटायला नको का?"

"सावत्र बहीण." तो हिरोकोची चूक सुधारत म्हणतो, "आणि तसं पण तिला इल्से वेइस असून बराच काळ लोटला आहे. आता ती फक्त एलिझाबेथ बर्टन आहे आणि मी तुला तिला भेटवीन; फक्त आपल्या हनीमूनदरम्यान नाही. "खरं सांगायचं तर 'बंगल-ओह'मध्ये भेटण्यालायक एकच व्यक्ती आहे– सज्जाद. अर्थात तो अजून तिथे असेल तर. जेम्ससाठी काम करणारा एक मस्तच मुस्लीम छोकरा आहे तो. त्यानेच तर मला इस्लाममधल्या कोळ्याची गोष्ट सांगितलेली. आठवतंय?"

ती त्याच्या खांद्यापासून डोकं दूर सारत विचारते, "बंगल-ओह?"

"बंगलो ह्या शब्दाचा फिरकी आहे तो शब्द बंगल-ओह, सिव्हिल लाइन्स, देल्ही. खरं म्हणजे, तू म्हणतेस ते बरोबर आहे. तिथे जायला हवं. असला पत्ता कुणाला आकर्षक वाटणार नाही?"

"आता तू गंभीरपणे घेत नाहीयेस हं माझं बोलणं!" ती कुरकुरते.

"अरे! ही नवीनच तक्रार आहे!" तिच्या कपाळाचं चुंबन घेत कोनरॅड मग तिला मनवायचा प्रयत्न करतो.

मग, गंभीर आवाजात पुढे बोलतो "इल्सेला आपण तेथे गेलेलं आवडणार नाही. तुला माहितीच आहे की, तिला आपल्या जर्मन लाग्याबांध्यांची किती लाज वाटते ते. तेवढेच उरलोय मी आणि आमचे वडील तिच्यासाठी लागेबांधे. आणि हे पण मी सांगतोय ते युद्धापूर्वीचं. आता तर ती मला ओळख तरी दाखवेल की, नाही कुणास ठाऊक? मला तर कधी कधी असं वाटतं की, ती सगळ्यांना सांगत असावी की, ती आपल्या इंग्रज आईच्या कपाळातून निपजली आहे!"

"बरं, समजलं; दिल्ली नको. मग न्यूयॉर्क कसं वाटतं?"

तो संभ्रमात पडतो, की तिला ह्या नवीन बॉम्बची काही माहिती आहे की नाही? त्या विचाराने तो तिला अधिक जवळ ओढतो.

ती त्याच्या निदर्शनास आणून देत नाही की, इतक्या शारीरिक जवळिकीसाठी दिवस तसा बराच उष्ण आहे. त्या विचारामुळे तिचं मन धाव घेतं लग्नानंतर साहजिकच येणाऱ्या शरीरसंबंधांकडे. हिरोकोच्या मनात विचार घुटमळतो की, लग्नाच्या पहिल्या रात्री काय होतं ह्याबद्दलचं कोनरॅडचं ज्ञान तिच्यापेक्षाही कमी असेल काय? तिच्या मनात ह्याबद्दलचं गूढ कायम आहे.

"तुझे बाबा परत येतील आता." असं म्हणत, कोनरॅड जराशा निराशेनेच उभा राहात तिलाही आपल्या पायावर उभा करतो. "त्यांनी आपल्या भावी जावयाची पहिली भेट अशा रीतीने घ्यावी, असं मला वाटत नाही."

"मग रात्री जेवायला ये. मी तुला अख्ख्या उराकामीमध्ये प्रसिद्ध असं माझं 'मिसोचं पाणी' वाढीन!"

"मस्तच बेत आहे!"

तो आता तिच्याकडे अशा प्रकारे पाहतोय की, तिला वाटतं– तिच्या चेहऱ्यावर काहीतरी लागलंय, ते पुसायला ती चेहऱ्यावर हात फिरवते. कोनरॅड हलकेच हसून हिरोकोच्या कमरेभोवती हात टाकून तिला जवळ ओढतो आणि तिचं चुंबन घेतो.

त्याने ह्यापूर्वीही तिचं चुंबन घेतलंय– बऱ्याच वेळा; पण तो सगळाच झटपट मामला असायचा– कुणी पाहण्याच्या आत उरकायचा. पण ह्या वेळी सगळं वेगळंच भासलं. हिरोकोला काहीतरी ओलसर जाणवतं; बघते तर, त्याची जीभ असते. खरंतर तिला किळस वाटली पाहिजे, पण तसं काहीच होत नाही. उलट, काहीतरी सुंदरसं जाणवून जातं. तिला आपल्या शरीराची कमाल वाटते. त्याला समजलं तरी कसं की, योग्य तो प्रतिसाद कसा द्यावा? हे सगळं फार विचित्रसुद्धा व अनोळखीसुद्धा वाटतंय आणि खूप ओळखीचंसुद्धा.

अखेर कोनरॅड तिच्यापासून मागे सरू लागतो, तेव्हा ती पुटपुटते, "राहा ना" आणि त्याच्यावर अधिक रेलते.

तो हळूच मान डोलवून सुचवतो, "नाही, अजून तरी नको."

"थांबच."

पण तो ऐकत नाही. त्याला जाणवतं की, तिच्या ह्या निरागस आग्रहात कुठलं वादळ भरलेलं आहे ह्याची हिरोकोला कल्पनाच नाहीये. ते वादळ त्या दोघांपासून काही क्षणच दूर होतं– हिरोकोच्या आग्रहाला बळी पडून त्याला त्या दोघांना त्यात सध्यातरी अडकवायचं नव्हतं.

"मी रात्री जेवायला येईन." हिरोकोच्या चेहऱ्यावरून नजर न हटवता कोनरॅड मागे सरत म्हणतो आणि त्याच पद्धतीने पायऱ्या उतरू लागतो. ते पाहून हिरोकोला खदखदून हसू फुटतं. सिनेमाचं रीळ उलट्या दिशेने फिरतंय, असंच तिला वाटत राहतं!

"कुठे निघालायस तू?"

"माहीत नाही... कदाचित उराकामी कॅथिड्रलला जाईन."

"ओह! आपण तिथे विवाहबद्ध होणार आहोत का?" आवाजात नाराजी आणत हिरोकोने विचारलं.

"काहीतरीच काय! मुळीच नाही. तू तर कॅथलिकसुद्धा नाहीयेस!"

"म्हणून नाही विचारलं मी; मला डोंगराच्या माथ्यावर समुद्राकडे बघत विवाहबद्ध व्हायचंय."

"मी तर केवळ तुझ्याकडेच बघत असेन!" असं म्हणताना कोनरॅड असं काही

दात विचकून हसतो की, त्या वाक्याला भावनेपेक्षा लैंगिक संदर्भ येतो. कोनरॅडची ही बाजू हिरोकोला सर्वस्वी नवीन होती आणि जणू काही त्यातील तिला वाटलेलं वैचित्र्य झटकायला ती हवेत हात झटकते.

आता कोनरॅड ओसरीपर्यंत पोहोचला असतो.

"मग तू कॅथिड्रलला जातोयस तरी का?"

"फादर आसानो मला काही पुस्तकं देणार होते. मला खरं म्हणजे ती पुस्तकं नको आहेत; पण ज्या थोड्या व्यक्ती अजून माझ्याशी नातं ठेवून आहेत, त्यापैकी एक आहेत फादर आसानो आणि म्हणूनच मला त्यांना दुखवायचं नाहीये."

"आपण ह्या सगळ्यांना सोडून... आपली वेगळी दुनिया बसवू या कोनरॅड. आपण एक असं बेट शोधू या की, ज्यावर आपण दोघंच राहू या एकांतात."

आयुष्यात पहिल्यांदाच हिरोकोने कोनरॅडचं नाव घेतलं, त्या 'सान' ह्या पदवीशिवाय. तो झटक्यात पुढे होतो आणि हिरोकोच्या ओठांवर आपले ओठ ठेवून तिचं दीर्घ चुंबन घेतो– शेजारचे बघत असतील, ह्याचीही पर्वा न करता.

तो गेल्यावर हिरोको धावून वरच्या खोलीच्या खिडकीपाशी उभी राहते. तिला त्याला उतरणीवरून जाताना बघायचं असतं; पण छपरांच्या गर्दीत तिला तो दिसत नाही. तिला अचानकपणे आपल्या शरीराची निराळ्याच प्रकारे जाणीव होते. शरीराला आलेला जडशीळपणा आणि तितकाच हलकेपणाही. तिची गात्रं एका निराळ्याच सुखाने भरून आलेली, त्यामुळे बोजडशीही झालेली आणि तरीही तिला पंख फुटल्यागत वाटत होतं– जणू ती कुठल्याही क्षणी आकाशात भरारी घेऊ शकेल!

तिच्या ह्या खोलीच्या कोपऱ्यात एक मोठ्ठी पेटी आहे, ज्यात हिरोकोच्या वडिलांनी आपल्या बायकोच्या काही अमूल्य आठवणी जतन करून ठेवलेल्या आहेत. हिरोको त्या पेटीत हात घालते आणि काही शंख-शिंपले व पत्रांनी भरलेल्या पाकिटांच्या खाली दडलेला रेशमी किमोनो बाहेर काढते.

किमोनो बाहेर काढून हिरोको तो जोरात झटकते. रेशमी सळसळ होऊन किमोनो उलगडायला लागतो. ती पुन्हा एकवार तो झटकते– इतक्या जोरात की तो उंच लावलेल्या कंदिलाला जरासा स्पर्शून तिच्या बाहूत विसावतो. ती किमोनोला आपल्या बाहुपाशात घेते जणू ती एखाद्या धबधब्याखाली उभी आहे आणि तिच्या बाहुपाशात कोनरॅड आहे... नग्न!

ती पटकन आपले कपडे काढते तो अप्रिय करड्या रंगाचा मोनपे आणि एकेकाळी शुभ्र पांढरा असलेला व बऱ्याच धुण्यानंतर फिक्कट पडलेला शर्ट काढून फेकून देते. बाकीची वस्त्रंही तसल्याच अधाशीपणाने काढून फेकते. तिला समजतंय की, आपल्या शरीराला कसल्याशा अनामिक, परंतु हव्याहव्याशा वेदनेचा दंश होतोय; पण तिचा त्यावर आक्षेप नाहीये. किंबहुना, तिला ती वेदना हवी आहे!

अंतर्वस्त्र घालण्यात वेळ न दवडता, हिरोको त्या किमोनोच्या बाहीत एक हात घालते. ते रेशीम तिच्या त्वचेला गोड झटका देतं.

कोनरॅड उराकामी दरीच्या पार चालत आहे– त्याचं हृदय एक सुंदरशा भावनेने उड्या मारत आहे.

हिरोको ओसरीवर येते. तिचं मानेखालचं शरीर रेशमी झालंय. तिच्या शुभ्र रेशमी पाठीवर तीन काळे बगळे झेपावत आहेत. ती दूरवरच्या डोंगराकडे पाहते आणि सारी सृष्टी तिला सकाळपेक्षा कैक पटींनी अप्रतिम भासते आहे. पूर्ण नागासाकीला तिच्या नजरेत सौंदर्याचं वेगळंच आवरण चढलेलं आहे.

हिरोको मान वळवून बघते आणि तिला दिसतात उराकामी कॅथिड्रलचे मनोरे. त्याच क्षणी कोनरॅडही तेच मनोरे न्याहाळत असतो– तेवढ्यात त्याला ढगांमधून भेग पडताना दिसते. तुफान वेगाने त्या भेगेतून सूर्यप्रकाश उराकामीवर झेपावतो.

"हिरोको ऽऽ!"

आणि मग सारा आसमंत पांढरा शुभ्र बनतो!

त्या प्रकाशाला जणू स्वत:चा जीव असावा, इतक्या जोरात हिरोको त्यामुळे जमिनीवर अस्ताव्यस्त आदळते. तिच्या नाका-तोंडात धूळ जाते आणि त्यामुळे तिच्या अंगाची विचित्र जळजळ व्हायला लागते. जराशी भानावर आल्यानंतर हिरोकोच्या मनात पहिली भीती उठते ती आईचा किमोनो फाटला असेल, ह्याची. ती धडपडत उभी राहत किमोनो चाचपडते. किमोनोला धूळ व कसलेसे डाग लागून तो खराब झालेला आहे; पण फाटला नाहीये. पण तरीसुद्धा काहीतरी विचित्र वाटतंय. हिरोको संभ्रमात पडली असता तिला तिच्या पाठीवर हवेचा गरम झोत जाणवतो– पाठीवर जाणवतो म्हणजे थेट पाठीवरच्या कातडीवर जाणवतो. ती कुठल्याशा अंत:प्रेरणेने आपली पाठ चाचपडायला हात मागे नेते... तर जिथे रेशीम लागायला हवं, तिथे फक्त उघडी कातडी जाणवते. जराशी घाबरतच ती आपला हात जरा अजून खाली नेते, तर तिला जाणवते ना कातडी, ना रेशीम; पण दोघांचं मिश्रण असलेलं काहीतरी. ती संभ्रमात पडते. खाली पडत असताना काहीतरी भाजल्यासारखं वाटत होतं, त्यामुळे तर असं वाटत नसेल ना? ती पुन्हा चाचपडून बघते; पण आता तिला तिथे काहीच जाणवत नाही. कसलीच संवेदना जाणवत नाही!

तिची शेजारीण आपल्या ओसरीवर येऊन विचारते, "हे काय होतं?"

हिरोकोच्या डोक्यात एकच विचार घोंगावतोय– आपल्या कपड्याच्या चिंध्या झाल्या आहेत आणि आपल्याला लवकरात लवकर आत जाऊन ते बदलले पाहिजेत. हिरोको घरात जायला वळते तशी तिला आपल्या शेजारणीची रडवेली आरोळी ऐकू येते. हिरोको पायऱ्या चढत जात पुन्हा आपली पाठ चाचपडते– त्याच पायऱ्या, ज्यावरून काही मिनिटांपूर्वीच ती कोनरॅडसोबत खालच्या ओसरीवर आलेली. तिला पाठीवर जराशी संवेदना जाणवते; मग काहीच जाणवत नाही. कुठे

कातडी आहे, असं वाटतं आणि कुठे वाटतं, वेगळंसंच काहीतरी डकवले आहे. जिथे कातडं आहे, तिथे संवदेना आहे; जिथे ते वेगळंसं काहीतरी आहे, तिथे कसलीच संवेदना उरली नाहीये. तिची बोटं आता कसल्यातरी चिंध्या उपटण्यात व्यग्र आहेत– कसल्या चिंध्या, मांसाच्या की रेशमाच्या; समजत नाहीये. ती किमोनो काढायला खांद्यांना हलकासा झटका देते. किमोनो खांद्यापासून वेगळा होतो, पण जमिनीवर घरंगळून पडत नाही. काहीतरी त्या किमोनोला तिच्या अंगाशी जोडून ठेवतंय.

'असं काय? विचित्रच आहे!' हिरोको मनातल्या मनात पुटपुटते, आपल्या किमोनोच्या बाह्यांना छातीखाली बांधत.

कोनरॅडला जाताना पाहण्यासाठी ती ज्या खिडकीत उभी होती, तिथे हिरोको पुन्हा येऊन उभी राहते– अदमास घेत, काय घडलंय ह्याचा शोध घेत. तिला दिसतात घरं, वृक्ष, लोकांचे जमलेले तांडे– एकमेकांना प्रश्न विचारणारे, उद्विग्नतेने माना डोलावणारे, वारं हुंगणारे.

मग...

आपण अर्ध्यापेक्षा अधिक नग्न आहोत, हे विसरून हिरोको खिडकीबाहेर रेलते. तिच्या डोळ्यांत काहीतरी बिघाड वाटतोय. तिला उतरणीच्या खालच्या भागांपर्यंत व्यवस्थित दिसतंय आणि मग काहीच दिसत नाहीये. तिला विचित्र भास होतायत. तिला दिसतेय फक्त आग आणि धूर चहूबाजूला! धुरामधून जी जमीन नजरेस पडते, ती तिच्या पाठीवरील संवेदनाहीन जागेसारखी दिसतेय– ओसाड, भकास, मृतवत्. हिरोको पुन्हा आपल्या पाठीवरील तो भाग चाचपडते. तिच्या बोटांना तो भाग जाणवतोय; पण त्या भागाला तिची बोटं जाणवत नाहीयेत. जळकं रेशीम, भाजकं मांस... कसं शक्य आहे? तिची कातडी म्हणजे उराकामीची दरी झाली आहे आणि उराकामीची दरी तिची कातडी बनली आहे! ती पुन्हा एकवार आपल्या कातडीरून अंगठा फिरवते आणि त्याच्या कच्च्या निर्जीवपणाने शहराते!

आयुष्यात किती शिकण्यासारखं असतं; नाही का? मृत कातडीच्या स्पर्शाची जाणीव– भाजलेल्या मांसाचा वास... तिला नुकतंच समजलंय, तो दर्प भाजलेल्या मांसाचा आहे ते. अग्नीचा आवाज... हो, कुणाला माहिती होतं की, अग्नी रागावला की इतक्या मोठ्याने ओरडतो; इतक्या जोराने अंगावर धावून येतो ते? आता पण अग्नी धावतोच आहे, उराकामी दरीच्या वर. ह्या गतीने तर तो सगळंच नष्ट करेल. तिची पाठच नाही, तर अख्खी उराकामीची दरीच नष्ट होईल. कोळशातून हिरा– तिला क्षणभर आपण आपणच नाही, तर पूर्ण नागासाकी हिरा आहे, असा भास होतो. पृथ्वीला चीर देऊन नरकात जाणारा हिरा!!

हिरोको अजून पुढे झुकून उराकामी कॅथिड्रलचे मनोरे दिसतायत का, ते पाहू

लागते. इतक्यात तिला एका शेजारणीची किंकाळी ऐकू जाते.

हिरोकोची नजर खाली वळताच तिला आपल्या घराकडे सरपटत येणारा कुठलासा किळसवाणा प्राणी दिसतो. मग तिला उमगतं– पृथ्वी तर कधीच उघडी पडली आहे– आपण आता नरकात आहोत. तिच्या शेजारणीची मुलगी त्या प्राण्याला मारायला बांबूचा भाला घेऊन धावत येतेय– पण तिची पकड सैल आहे. त्या प्राण्याने आता आपलं डोकं वर केलंय. घाबरून त्या मुलीच्या हातातून भाला खाली पडलाय आणि ती मात्सुईंना हाक मारतेय. 'आता हिला बाबांची मदत कशाला हवी आहे?' असा विचार हिरोको करत असतानाच ती मुलगी आपल्या चेहऱ्यावर घबराटीचे भाव आणत "तानाका-सान", "तानाका-सान" म्हणत राहते.

जो काही उजेड होता, तो फक्त अग्नीचाच होता. तिची शेजारीण हिरोकोच्या नावाचा सतत पुकारा करतेय, कुठेतरी जवळच. शेजारीण आता हिरोकोच्या घरात आलीय. तिची पावलं वाजतायत पायऱ्यांवर. 'पण मला त्याच्याशी काय देणं-घेणं? हा कॅथिड्रल कुठे दडून बसलाय? त्याचे मनोरे दिसत का नाहीयेत?' हिरोको करवादून हवेत हात फिरवते– जणू कुठलासा पडदा दूर होऊन तिला कॅथिड्रल दिसेल. पण नाही... पण नाही. 'कुठे गेला तरी कुठे हा कॅथिड्रल?...'

'आणि कोनरॅड कुठे आहे?'

'मी खाली का पडतेय?'

"**त्या** तिथे... बघितलंस? दिसतोय तुला... बघ ना तिकडे."
"तुला नक्की कसं माहीत की तो तोच आहे?"
"पूर्ण नागासाकीत ह्याच्याइतकी मोठी सावली कुणाचीच पडायची नाही."

पडदानशीन पक्षी

दिल्ली, १९४७

१

यमुनेच्या तीराकाठून सायकल रेटत नेताना सज्जाद अली अश्रफ ह्याचे डोळे अस्मानाकडे लागलेले होते. तो वेध घेत होता त्या 'दिव्य' क्षणाचा– जेव्हा 'दिल्ली'चं परिवर्तन 'देल्ही'मध्ये झालं. दिल्ली : त्याचं शहर, गल्ली-बोळांनी दाटलेलं, बुद्धिबळाच्या खेळासारखं कावेबाज, सांस्कृतिक भारताचं धडधडणारं हृदय (सज्जादला परस्परविरोधी दृष्टिक्षेपांचं वावगं नव्हतं; त्याचं फक्त असं मानणं होतं की, ती मस्करी होती), ती जागा जिथे त्याचे पूर्वज सात शतकांपूर्वी तुर्कीहून कुतुबुद्दीन ऐबक नावाच्या माम्लुक राजाच्या सैन्यात भरती व्हायला दाखल झाले. आणि... आता त्याचं लक्ष दुसरीकडे असल्याने हे घडणारच होतं. सायकलीच्या पेडलवरून सज्जादचा पाय निसटला. ती 'देल्ही' होती. ब्रिटिशांचं शहर, जिथे प्रत्येक ठिकाणी नजरेत भरत होते त्यांचे सुबक बंगले– फुलांच्या लाल कुंड्या मांडलेल्या नेटक्या बागांनी सजवलेले. ब्रिटिश इंडियाबद्दलचे सज्जादचे चिंतन इथेच थांबत असे. फुलांच्या कुंड्या– ह्यातच सगळी गोम होती. इंग्रजांकडे नाही सापडणार अंगणात फोफावणारी झाडं आणि त्यांच्याभोवती बांधल्या जाणाऱ्या खोल्या. त्यांचं सगळं कसं नेमकं, नेटकं, आखणीनुसार आणि सगळ्यात महत्त्वाचं म्हणजे, विभक्त! सज्जादच्या ओठांवर हसू फुलतं. बस! जेम्स बर्टनबरोबरच्या आजच्या चर्चेचा विषय हाच. कुंड्या नव्हे– विभक्तीपर मनोवृत्ती. अर्थात, पुढचा रस्ताभर ह्याबाबतची घोकंपट्टी सज्जादच्या मनातच विरून जाते, बर्टनसमोर इतकं घडघडीत बोलण्याच्या धाडसाअभावी. पण जेम्स म्हणतो त्याप्रमाणे 'तयारी असणंही काही कमी नाही.'

विभक्तीच्या विषयावर... सज्जाद पुन्हा वर बघतो आणि सायकल थांबवून एका बाजूला उभा राहून निरीक्षण करू लागतो. हो, निश्चितच दिल्ली आणि देल्हीमध्ये सीमारेषा होतीच. तिथे, जिथे आभाळ रिक्त असतं– तिथे काचमांजांनी बांधलेले पतंग

एकमेकांवर हल्लाबोल करीत नाहीत आणि जिथे सज्जादच्या जुन्या दिल्लीमधल्या मोहल्ल्यातील एखादंच कबूतर कधीतरी धाडस करून ह्या आकाशात सैर करून येतं.

'मीसुद्धा त्या धाडसी, पण एकट्या कबुतरासारखाच आहे– दिल्लीत रमणारा, पण कधीतरी देल्हीच्या कुतूहलाने इथे खेचून येणारा.' तो पुन्हा सायकलीवर स्वार होऊन विचार करू लागतो की, कबुतरं आणि इंग्रजांसाठी काम करणाऱ्या भारतीयांबद्दल कुठलं पद (कविता) आहे का? लगेचच तो त्या विचाराने अधीर होतो; त्याच्यात ना कविता रचण्याचे गुण आहेत, ना ते समजण्याचे. देल्हीमध्ये असताना जरी तो उर्दू शेरोशायरीचे गोडवे गात असला, तरी त्याच्या घरचे जेव्हा शायरीमध्ये रमत तेव्हा सज्जादचं मन त्याच्या व बर्टनमध्ये सुरू असलेल्या बुद्धिबळाच्या खेळाच्या पटावर रमत असे. प्रामाणिकपणे सांगायचं, तर जेव्हा बुद्धिबळाऐवजी बर्टन सज्जादसोबत वकिली कागदपत्रांबाबत चर्चा करायला बसे, तेव्हा सज्जादला खेळाची फार आठवण येई; पण त्याला खात्री असे की, थोड्या दिवसांनी पुन्हा खेळ सुरू होईल. जेम्स बर्टननी तसं सांगूनच ठेवलंय की!

काही मिनिटांतच तो सिव्हिल लाइन्सवरील बर्टन ह्यांच्या बंगल्यावर पोहोचतो. सायकल कडेला लावून, कुंड्यांनी सजवलेल्या रस्त्यावरून चालत बंगल्याच्या दारापर्यंत येतो. मध्येच तो बेंटलीच्या खिडकीच्या काचेसमोर आपलं प्रतिबिंब न्याहाळायला थांबतो; पण काचेतून त्याला फक्त कारमधील सजावट दिसते. हार न मानता, तो गाडीच्या बॉनेटवर जाऊन डोकावतो– आता त्याचं प्रतिबिंब लखख दिसतं. त्याच्या आईला सज्जादच्या ज्या गोष्टींची नजर उतरवावीशी वाटे, त्यावर सज्जादने कधी फारसं लक्ष दिलं नव्हतं– त्याचे भुरे पण भरघोस केस, नाकाचा काही भाग सोडल्यास त्याच्या चेहऱ्याची सुबक ठेवण, नेटकी ठेवलेली मिशी, त्याच्या तुर्की पूर्वजांनी बहाल केलेला गोरापान रंग, कधी अपयश न बघितलेल्या २४ वर्षांच्या तरुणाला साजेसा आत्मविश्वास. आताही ह्यापैकी कशाकडेही लक्ष न देता सज्जाद आपल्या प्रिय सॅव्हिल रोच्या कॅश्मियर जॅकेटवरून अभिमानाने हात फिरवतो.

"तुमचा मोर आला बघा!" बेडरूमच्या खिडकीतून सगळं दृश्य पाहत असलेली एलिझाबेथ बर्टन आपल्या नवऱ्याला उद्देशून उद्गारते. तिला वाटतं की, सज्जाद आपल्या जॅकेटपेक्षा, ठेवणीतील शरीरयष्टीचंच आत्मकवन गात आहे. ती सज्जादला आपल्या नर्म, गुलाबी ओठांकडे जॅकेटची बाही आणताना बघते आणि जराशा वैतागूनच नजर हटवते.

"बोल ना काहीतरी?" जेम्स दरवाज्यातून म्हणतो.

"तू त्याला तुझे कपडे देत जाऊ नकोस रे जेम्स!" जेम्सकडे न बघता

एलिझाबेथ करवादते. "तो तुझ्या देऊ केलेल्या कपड्यांना स्वत:ची जहागीर समजायला लागलाय. काल बघितलंस ना– तू तुझ्या शर्टावर शाई सांडलीस, तर सज्जाद किती अस्वस्थ झाला? त्याला अस्वस्थ वाटण्याचं काय कारण?"

"टाकून दिलेले कपडे हे मावळणाऱ्या ब्रिटिश साम्राज्याचे अलंकार आहेत! हं, हे छानच जमून आलं! एलिझाबेथ, सज्जाद माझ्या शर्टाकडे कुठल्या दृष्टीने बघतो ह्याच्याशी मला काही देणं-घेणं नाही. किमान, माझा शर्ट त्याचा होईल तो क्षण ठरविण्याचा अधिकार जोपर्यंत माझ्या हातात आहे, तोपर्यंत तरी नाही!"

जेम्सच्या ह्या वक्तव्यावर एलिझाबेथ नि:श्वास सोडत खिडकीच्या गजांना डोकं टेकवून उभी राहते. जेम्स तिच्याकडे निरखून पाहू लागतो. खांद्यापर्यंत ऐटीत रुळणारे तांबूस केस, ठेवणीतला बांधा, अर्धोन्मिलित डोळे– वयाच्या सदतिसाव्या वर्षी ती विझायला न लागता, जरा अधिकच प्रखर होऊ लागली आहे, असं वाटतं त्याला. त्यांचं शेवटचं मीलन कधी घडलं, हे आठवताना जेम्सला आठवतो तो भयावह आवेग– ज्याने कोनरॅडच्या मृत्यूनंतर त्यांच्या कित्येक रात्री गिळंकृत केलेल्या आणि म्हणूनच, तो ओसरल्यानंतर त्या दोघांनी टाकलेला सुटकेचा नि:श्वास. ("अच्छा, म्हणजे जनावरांना संभोग करताना असं वाटत असेल, तर!" त्या काळातल्या एका रात्री जेम्स तिच्यात समरस झाला असताना, एलिझाबेथ पुटपुटलेली. त्यानंतर आठवडाभर जेम्स तिच्याशी नजर मिळवू शकला नव्हता– किमान दिवसाच्या प्रकाशात तरी.)

एलिझाबेथने खिडकीच्या कठड्यावरून चहाचा कप उचलून हातात धरला अन् तिला वाटलं की, आपण एखाद्या चित्रकारासमोर त्याचा विषय बनूनच उभे आहोत– 'दि कलोनियल वाइफ लुक्स अपॉन हर गार्डन' पण ती बाग बघण्यासारखीच होती... तिच्या मनात आलं. फेब्रुवारीच्या उन्हामध्ये पुढील महिन्यात उद्भवणाऱ्या तीव्रतेचा अंशही नव्हता. म्हणूनच त्याच्या प्रेमळपणाला भरभरून दाद देत बागेने स्वत:ला निरनिराळ्या रंगांत बुडवून टाकलेलं. बागेकडे कटाक्ष टाकत एलिझाबेथने शिरगणती सुरू केली : गुलाब, फ्लॉक्स, व्हर्बिन, रानटी गुलाब, लार्क्सपूर, स्वीट पी... आणि ही तर फक्त भिंतीलगतच्या फुलांची यादी होती. ब्रिटिशकालीन देल्हीमध्ये बायकांच्या संभाषणात बागांचं तितकंच महत्त्व होतं, जितकं पुरुषांच्या संभाषणात क्रिकेटचं! संभाषणाची गाडी अप्रिय, अस्वस्थ गोष्टींकडे वळू लागण्याची चिन्हं दिसू लागली की, ग्लॅडिओलाय किंवा ब्रॅडमन ही बचावणीची हत्यारं असत. आणि फेब्रुवारी महिना– जेव्हा क्रिसॅन्थीनमच्या जागी गुलाबाचे ताटवे फुलायला लागतात– तो तर बागायतदारांसाठी पर्वणीचा काळ असतो आणि फॅशनेबल 'लेडीज लंचेस'साठीही!

कदाचित ह्या वर्षी तरी ती सर्वांना सांगेल (नव्हे, गौप्यस्फोट करेल) की ती

वर्षभर ज्या फुलांची आतुरतेने वाट बघत असते, ती हिवाळ्यातील फुलं नसून दिमाखदार पॉइन्सियाना आहे– ज्याला भारतीयांनी गुलमोहोर असं लाडिक नाव दिलंय. आपल्या ह्या गौप्यस्फोटामुळे साहेबी स्त्रियांच्या वर्तुळात किती तिरस्कारयुक्त आश्चर्य पसरेल ह्याचं चित्र एलिझाबेथच्या डोळ्यांसमोर चटकन तरळून गेलं. देल्हीच्या हिवाळी फुलांना– जी इंग्लंडची उन्हाळी फुलं असतात, त्यांना– त्यागून ह्या 'बटबटीत' लाल-सोनेरी फुलांच्या रोपट्यावर प्रेम करायचं म्हणजे जरा जास्तीच झालं! गुलमोहोरावर त्यांचा राग अधिक असण्याचं हे सुद्धा कारण होतं की, तो एकच असा वृक्ष होता, जो देल्हीच्या उन्हाला यशस्वी टक्कर देत दिमाखाने उभा राहू शके आणि तसं करताना हिवाळी फुलांचा नाजुकपणा अधिकच अधोरेखित करत असे.

"माझे काल्पनिक बंड दिवसेंदिवस जास्तच दयनीय होत चालले आहे..." ती म्हणाली. अर्थात, असं म्हणताना जेम्स तिथे असेल, अशी आशा तिने मुळीच केली नाही. एकमेकांची प्रत्युत्तरं ऐकण्यासाठी थांबून राहण्याची सवय त्या दोघांनी कधीच सोडली होती. तरीसुद्धा एक क्षण असा आलाच– जिथे तिला वाटून गेलं की, जेम्स तिथे हवा होता ती असं का म्हणाली, हे विचारायला. पण जेम्स कधीच पायऱ्या उतरू लागला होता– लंगडत. दोन महिन्यांपूर्वी घोड्यावरून पडून त्याचा पाय जायबंदी झाला होता, तो अजूनही बरा झाला नव्हता.

जिन्याच्या पायथ्याशी जेम्सची वाट बघत सज्जाद उभा होता. त्याचं जॅकेट रुबाबदारपणे घालून उभ्या असलेल्या सज्जादकडे जेम्सने हसरा कटाक्ष टाकला.

"तुझ्या कुठल्या बिचाऱ्या भावजयीला रात्रभर जागून ते जॅकेट तुला होईलसं बनवून द्यायला लागलं?" आपल्या कमजोर पायावर जोर पडणार नाही ह्याची काळजी घेत उतरत जेम्सने विचारलं.

"कुडसिया." जेम्सला हात देत सज्जाद उत्तरला.

"तुझ्या धाकट्या भावाची बायको?"

सज्जादने ह्यावर होकारार्थी वाटेलसा इशारा केला. तो खरंतर त्याच्या भावंडांमध्ये सगळ्यात धाकटा आहे, हे जेम्सला समजावण्यात त्याला गम्य वाटेना.

चौकड्या असलेल्या फरशीवरून चालत दोघेही ओसरीवर येतात. तिथे दोन टेबलं मांडून ठेवली आहेत– एकावर अर्धवट खेळून सोडलेला बुद्धिबळाचा पट मांडलेला आहे आणि दुसरं टेबल रिकामं आहे.

रिकाम्या टेबलावर त्याने आणलेल्या फायलींचे गठ्ठे टाकत सज्जादने पटकन बागेवरून नजर फिरवली. "तुमच्या हॉलिहॉकच्या रोपट्यावर सनबर्ड बसलेला दिसतोय जेम्ससाब!"

"जा, घालवून ये मग त्याला; नाहीतर रोपट्याचा फन्ना उडवायचा. मी तोपर्यंत

ह्या कागदांवर नजर टाकतो.'' जेम्स उत्तरला.

सज्जाद एका झटक्यात ओसरीवरून हिरवळीवर उडी मारत निघाला. जेम्सने ओळखलं की, एलिझाबेथ त्याच्या कृतीतही काहीतरी वावगं पाहणार. तिला नक्कीच वाटणार की, जेम्सच्या हतबलतेच्या पार्श्वभूमीवर सज्जाद मुद्दाम ऐट करतोय. जेम्सला मात्र त्याचं वेगळ्याच गोष्टीसाठी कौतुक वाटलं. आठ वर्षांपूर्वीच्या त्यांच्या भेटीमधला अवघडपणा विरून, सज्जाद आता त्याच्यासमोर निर्धास्तपणे वावरू लागला होता.

सज्जादचा प्रथम शोध कोनरॅडला लागला होता. (''तू तर असं म्हणतोयस, जणू सज्जाद कुठलासा खंड असावा!'' एलिझाबेथ म्हणाली होती.) देल्हीच्या त्याच्या एका भेटीत एका सकाळी प्रेक्षणीय स्थळं बघायला म्हणून बाहेर पडलेला कोनरॅड परतताना ह्या देखण्या मुलाला सोबत घेऊन आलेला.

''तुम्ही त्याला कुठलीच नोकरी मिळवून देऊ शकणार नाही का?'' त्या वेळी नुकतंच चालायला शिकलेल्या हेन्रीला खेळवत बसलेल्या जेम्सकडे जात कोनरॅडने विचारलेलं. ''त्याला छान इंग्रजी बोलता येतं– फक्त जरा त्याच्या उच्चारांची सवय करून घ्यावी लागेल... काय आहे ना, त्याला त्याच्या खानदानी हस्ताक्षरकलेच्या व्यवसायात रस वाटत नाही.''

''कोनरॅड, तू असं रस्त्यावरून कुठल्याही असभ्य पोरट्याला उचलून घरी आणू शकत नाहीस!'' दरवाज्याशी उभ्या असलेल्या सज्जादकडे पाहत जेम्स म्हणाला.

त्याने 'असभ्य' हा शब्द वापरल्यावर सज्जादने क्षणभरासाठी उचललेली दुःखी नजर जेम्सला सांगून गेलेली की, त्याला तितकं चांगलं इंग्रजी येत होतं आणि त्या बिरुदाने तो बराच दुखावलेला होता.

जेम्सने सज्जादकडे एकवार नीट बघितलं. नाही, तो असभ्य नक्कीच वाटत नव्हता. त्याचा शुभ्र मलमली कुर्ता मळलेला असला तरी त्याच्याकडे कपड्यांचा एकच जोड असेल, म्हणून त्याने तो घातला असेल, असं नक्कीच वाटत नव्हतं. तसंच, जेम्सचा नोकर लाला बक्ष ह्याने सज्जादला हुसकावून बाहेर थांबायला सांगितलं नव्हतं, हेही विशेष. गेल्या वर्षभराच्या अनुभवांती लाला बक्षला भारतीयांमधल्या सुप्त आणि गुप्त सामाजिक मतभेदांबद्दल किती बारकाईने माहिती आहे, हे जेम्सला माहिती होतं.

त्याने इशाऱ्यानेच सज्जादला जवळ बोलावून विचारलेलं, ''तू काय करू शकतोस?''

''मी मौल्यवान होऊ शकतो!'' सज्जाद उत्तरलेला. मग एलिझाबेथने मुश्किलीने दाबलेलं हसू लक्षात आल्यावर जराशा संकोचाने म्हणाला, ''म्हणजे,

मला म्हणायचं होतं, अमौलिक. मी अमौलिक ठरू शकतो.''

त्यावेळी, कुणाला वाटलं असतं की, एक दिवस सज्जादची उपयुक्तता वर्णन करण्यासाठी अमौलिक हा शब्दही थिटा पडेल?

इथे सज्जाद हळुवारपणे त्या लालबुंद हॉलिहॉकजवळ दबा धरून बसला आणि आपली चमचमती लाल-काळी-हिरवी पिसं नाचवत फुलांतील मध चाखणाऱ्या पक्षाकडे पाहू लागला. सज्जादचं स्वप्न होतं– त्याचं लग्न झाल्यावर तो आणि त्याची बायको त्याच्या कुटुंबीयांनी गजबजलेलं घर सोडून नवं घर बांधणार. त्यात मधोमध एक छान अंगण असेल– ज्यात फुलांनी बहरलेली बाग असेल आणि त्यातील अमृत चाखायला दिल्लीतले सगळे पक्षी त्यांच्या अंगणात येतील.

बायकोचा विचार मनात येताच, सज्जाद विचारात पडला की कोण असेल ती, जिला आपली आई व मावश्या-काक्या मिळून आपल्यासाठी निवडतील? त्यांनी पहिल्या दोन भावांसाठी छानच बायका निवडलेल्या, पण तिसऱ्याची बायको म्हणजे... इक्बाल ह्या त्याच्या तिसऱ्या भावाच्या निस्तेज, निर्बुद्ध बायकोचा विचार येताच सज्जादने खिन्नपणे मान डोलावली.

मग जेम्स पाहत नाही ह्याची खातरजमा करून सज्जादने मान पुढे करून, जिभेने हॉलिहॉकचा रस पिण्याचा विफल प्रयत्न केला. ठीक आहे, त्याची बायको कुणी का असेना, तो आता तिच्याशी लवकरच लग्न करणार होता... ओसरीकडे चालत जात, सज्जादच्या मनात विचार सुरू होतो. त्याच्या वडिलांच्या आजारपणामुळे व मृत्यूमुळे आईच्या शोधमोहिमेची पहिली फेरी मध्येच बंद पडली होती आणि त्यानंतरची दुसरी फेरी निरुपयोगी ठरली होती. त्याने पसंत केलेल्या त्याच्या भावजयीच्या चुलत बहिणीला दुसऱ्या कुणासोबत पळूनच जायचं होतं ना! त्या अनुभवामुळे घरचे बरेच गलितगात्र झाले होते; पण गेले काही आठवडे घरातील बायकांनी पुन्हा जोर लावला होता.

कधीमधी सज्जादच्या मनात स्वतःच मुलगी पसंत करण्याचा विचार येई; पण मग त्याच पाठोपाठ बर्टन पती-पत्नीचा विचार येई.

''चल, बुद्धिबळ खेळू या.'' सज्जाद परतल्यावर आपल्या आयुष्याबद्दलच्या विचारांना दूर झटकत जेम्स म्हणाला.

''दिल्लीच्या गल्ल्या बुद्धिबळाच्या खेळासारख्याच कावेबाज आहेत.'' जेम्स-समोर बसत, चेहऱ्यावरचे काल्पनिक परागकण झटकत सज्जादने विचारलं, ''तुम्हाला काय वाटतं?''

''चल, काहीतरीच काय!'' सज्जादला आपला रुमाल देत त्याच्या नाकावर बसलेल्या परागकणाकडे निर्देश करीत जेम्स पुढे म्हणाला, ''चेस् कावेबाज नसतोच मुळी. माझी चाल होती ना आता?'' शेवटच्या प्रश्नात एक नर्म विनोद दडलेला

होता. जेव्हा ते बुद्धिबळ खेळू लागले, तेव्हा सुरुवातीला आपसांतील सामाजिक स्तरांतील फरकामुळे सज्जाद इतका बुजलेला असे, की जेम्सच्या कुठल्याच गोष्टीला तो विरोध दर्शवीत नसे. आता ते जेव्हा खेळत आणि सज्जादची पहिली चाल असे, तेव्हा जेम्स मिश्किलपणाने ती चाल आपल्याकडे ओढू पाहत असे.

"हो, घ्या तुम्ही–" नाकावरचा परागकण पुसत सज्जादने अनुमती दिली. त्याला उमजत होतं की, ह्या छोट्या-छोट्या मित्रत्वाच्या कृती जेम्सला त्यांच्यातील भेद मिटवायला बऱ्याच उपयोगी ठरायच्या. अर्थात, भेद मिटवणं किंवा प्रतिपादित करणं, हे केवळ जेम्सच्याच हातात आहे, ह्यावर कधी ना सज्जादने मल्लिनाथी केली, ना जेम्सने विरोध दर्शविला.

"नाही, तू सुरू कर. तुझी चाल होती ना?" जेम्सने भुवया उंचावत म्हटलं.

"हो, मिस्टर बर्टन." पटाकडे फारसं लक्षही न देता, आपला घोडा जेम्सच्या प्याद्याच्या मार्गात घालत सज्जाद पुटपुटला.

"का तू असं लहान मुलाप्रमाणे वागतोयस सज्जाद? चल, तो घोडा मागे घे. वेड्यासारखं करू नकोस."

"मग बुद्धिबळ कावेबाज का नाहीये, सांगा बरं?"

"त्या फालतू पुस्तकाचाच परिणाम आहे ना? तू परत त्या जळळ्या मेल्या पुस्तकातून उचललेली वाक्यं माझ्या तोंडावर मारतोयस ना?"

ते 'फालतू पुस्तक' म्हणजे युद्धाच्या वेळी होगार्थ प्रेसने छापलेलं, अहमद अली लिखित 'ट्वाइलाईट इन देल्ही' होय. जेम्सच्या आईने त्याला ख्रिसमस भेट म्हणून ते पुस्तक पाठवलेलं. जेम्सने दोनच पानं वाचून त्याला अतिरंजितपणाचा उत्कृष्ट नमुना ठरवून सज्जादला दिलं– भारतीय लेखनाचा उत्कृष्ट नमुना म्हणून कसलं टुकार लेखन नाचवलं जात आहे, हे दाखवायला. "व्हर्जिनिया वुल्फ आणि ई.एम. फॉरेस्टर ह्यांच्या आश्रयदातेपणाच्या देखाव्याचं उत्तम उदाहरण आहे हे पुस्तक. ह्यापेक्षा चांगलं लेखन तर तू करशील!" जेम्स म्हणाला. पण सज्जादला ते पुस्तक फारच आवडलेलं आणि जेम्सला त्यातील सौंदर्य उमजावं म्हणून त्याने आपल्या संभाषणामध्ये त्यातील वाक्यं वापरण्याचा जणू विडाच उचललेला.

सज्जादने निमूटपणे आपला घोडा मागे सारून प्यादं पुढे सरकवलं.

"तुम्हाला वाटतं, की कधी कुणी इंग्रज, उर्दूमध्ये उत्तम लेखन करू शकेल?"

"नाही." जेम्सने मान डोलवत म्हटलं. "तसंच करायचं असतं– तुमच्या प्रांतात तशाच प्रकारे शिरायचं असतं– तर आम्ही इतका वेळ दवडला नसता आणि तसा प्रयत्न केलाच असता, तर तुम्ही हतबल झाला असता!"

सज्जादला जाणवलं की, ह्या आणि अशा गोष्टी इतक्या वेळा बोलल्या जात की, त्यांच्या सततच्या भडिमाराने तर्काचं रूपांतर सत्यात होई. त्याला माहिती होतं

की, एखाद्या इंग्रजाने उर्दूत लेखन केलं असतंच, तर त्याने (सज्जादने) त्याचं काय केलं असतं– ते वाचलं असतं! उगाच त्या गोष्टीचा घोळ घालून तिला अधिक क्लिष्ट बनविण्याची गरजच काय, हे त्याला उमजेना.

"जाऊ दे तो विषय; व्हायचं असतं तर ते कधीच झालं असतं. तसंपण ह्या गोष्टींना आता फारसा अर्थ नाही. नवा व्हॉईसरॉय लवकरच इथे येतोय. ब्रिटिशांच्या परतण्यावर देखरेख करायला." सज्जाद व पलीकडे पसरलेल्या बागेकडे पाहत जेम्स पुढे पुटपुटला, "सगळ्याच चांगल्या गोष्टींचा कुठेतरी अंत होतोच म्हणा!" सज्जाद जेम्सकडे टक लावून पाहत स्मित करत असताना जेम्स म्हणाला, "या गोष्टींची खबर असणारे लोक म्हणत आहेत की, पाकिस्तान नावाचं राष्ट्र अस्तित्वात येणं अटळ आहे. काहीतरीच मूर्खासारखं!"

सज्जाद ह्या वक्तव्यावर जेम्सला 'भारतीय बेपर्वाई' म्हणून परिचित असलेली हाताची खूण करत म्हणतो, "तसा पण मला काही फरक पडत नाही. मी दिल्लीतच मरणार– त्याआधी मी दिल्लीतच जगणार. मग ती ब्रिटिश दिल्ली असो, हिंदुस्तान-पाकिस्तान– मला त्याच्याशी काही देणं-घेणं नाही."

"असं तर तू नेहमीच म्हणतोस. आणि मला वाटतं की, तू मूर्खासारखी विधानं करतोयस."

"मूर्खासारखं काय आहे त्यात? ब्रिटिशांच्या अस्तित्वाने माझ्या मोहल्ल्यातील आयुष्यावर काही फरक पडलाय का?" जेम्सच्या गोंधळलेल्या चेहऱ्याकडे पाहत सज्जादने जराशा अधीर रागानेच 'मोहल्ला' ह्या शब्दाचं वस्ती ह्याअर्थी भाषांतर केलं. 'इतक्या वर्षांनंतरही ह्या इंग्रजाला उर्दूतील इतका महत्त्वाचा शब्द समजत नाही, म्हणजे कमालच म्हणायची!' त्याच्या मनात आलं.

"ते पूर्वीसारखं जसं चालत आलंय, तसंच आजही चालतंय. हां, अधे-मधे काही व्यत्यय येतात– १८५७ चा एक होता, आता ब्रिटिश गेल्यावर अजून एक येईल कदाचित– पण विश्वास ठेवा, पुढचं शतकभर तरी दिल्ली तशीच राहील– हळुवार, उदासीन गतीने अस्तंगत होत!"

ब्रिटिशांचं निर्गमन हे एका व्यत्ययापेक्षा अधिक काही नसेल ह्यावर जेम्सचा विश्वास बसला नाही; पण तसं न म्हणता तो बोलला, "मग तसं असेल, तर तू इथेच जगशील आणि इथेच मरशील, हे तर मला नक्कीच खरं वाटत नाही. कारण, तू अस्तंगत होत चाललेल्या जगासाठी बनलाच नाहीयेस!"

जर सज्जादचं जेम्सशी नातं खरंच त्याच्या कल्पनांमधल्याप्रमाणे मोकळं-ढाकळं असतं, तर त्याने आता हसत-हसत विचारलं असतं, 'काय? ह्याला तू भरभराटीचं आयुष्य म्हणतोस? तुमच्यासोबत असे बुद्धिबळ खेळत दिवस घालवणं? मला वाटतं, आपण परत कार्यालयात जावं; नाही का मिस्टर जेम्स बर्टन?' पण

प्रत्यक्षात त्याने फक्त पटावर नजर खिळवून मान डोलावली.

"तुला खरं नाही वाटत?"

सज्जादने ह्यावर जेव्हा फक्त एक हलकंसं स्मित केलं, तसं जेम्सने त्याच्या हातावर आपला हात ठेवत म्हटलं, "मला तर तुझ्यापेक्षा जास्त लायक माणूस माहिती नाही!"

अशा क्षणी सज्जाद जेम्सच्या प्रेमात पडत असे. त्याच्या स्तुतीसाठी नाही; सज्जादला त्याची गरज नव्हती, कुणाकडूनच; पण भावनांच्या क्लिष्ट जाळ्यातून वाट काढत, निर्मळ कौतुक करण्याच्या त्याच्या शैलीसाठी.

इतक्यात मुख्य दरवाजा उघडण्याचा आवाज येतो आणि त्यापाठोपाठ लाला बक्षचा आवाज. तो कुणालातरी सांगतो, "जरा थांबा हं, मी मिसेस. बर्टनना सांगून येतो." मग त्याच्या वजनामुळे पायऱ्या किरकिरण्याचा आवाज येतो.

"कोण आहे, कुणास ठाऊक?" म्हणजे जेम्स खुर्चीतून उठून पुढच्या खोलीत दाखल होतो. त्याच्या पाठोपाठ सज्जाद.

तिथे एक स्त्री उभी होती, आपल्या विजारीच्या खिशात हात घालून, भिंतीवर लावलेल्या जेम्स, एलिझाबेथ आणि हेन्रीच्या चित्राचे निरीक्षण करीत. गुडघ्याखाली जरा पसरट असलेल्या निळ्या विजारीवर तिने कोपरापर्यंत बाह्या दुमडलेला क्रीम पुल-ओव्हर घातला होता. तिचे काळेभोर केस कानापर्यंत कापलेले होते. त्यांच्याकडे पाठ असूनसुद्धा जेम्सने ओळखलं की, ही त्यांच्या माहितीतली नक्कीच नव्हती.

"तुम्ही माझ्या पत्नीला भेटायला आला आहात का?" जेम्सने विचारलं.

तशी ती वळली... आणि आपल्यासमोर एका जपानी स्त्रीला पाहताच जेम्स उद्गारला "गुड लॉर्ड!"

"मी हिरोको तानाका. तुम्ही जेम्स बर्टन आहात ना!"

२

ती ह्या घरात आली, तेव्हा हिरोको तानाकाला जेम्स बर्टनबद्दल तीनच गोष्टी ठाऊक होत्या– तो कोनरॅडचा मेहुणा होता, त्याच्या जॉर्जकाकाने अझालिया मॅनोर बांधलं होतं आणि त्याच्याकडे एक मुस्लीम नोकर होता. त्यामुळेच, जेव्हा लाला बक्षने दार उघडून तिला आत घेतलं तेव्हा भिंती व फरशांच्या काळ्या-पांढऱ्या कोलाहलात तिच्या नजरेत भरलं ते दिमाखदार तैलचित्र– पाहुण्यांवर प्रभाव टाकण्यासाठी, फार हुशारीने तिथे लावलेलं. आणि त्या चित्राचं निरीक्षण करताना तिच्या नजरेत भरला तो जेम्स; इल्से नव्हे. कोण असेल तो माणूस, ज्याच्याबद्दल बोलण्यासारखं कोनरॅडकडे काहीच नसेल? तिला कुतूहल होतं. पण त्या चित्रामध्ये महागडा सूट घालून, एक हात आपल्या पत्नीच्या खांद्यावर, तर दुसरा खेळांमध्ये पटकावलेल्या चषकांची आरास मांडलेल्या छोट्या कपाटावर ठेवून उभ्या असलेल्या जेम्सकडे पाहताना हिरोकोला जाणवला त्याचा सर्वसाधारणपणा आणि त्याहीपेक्षा त्याची आत्मसंतुष्टी. आणि मग तिला समजलं की, त्याच्याबद्दल बोलण्यासारखं कोनरॅडकडे काहीच का नव्हतं!

जेम्ससमोर ती उभी होती. तो अजूनही आपल्या संभ्रमात, अभिवादनासाठी तिने पुढे केलेल्या हाताकडे लक्ष न देता तसाच स्तिमित उभा असतो. तिला तर तो चित्र काढण्यापूर्वी सरावासाठी काढून फेकून दिलेल्या रेखाटन-चित्रासारखा दिसत होता. चित्रात गडद तपकिरी रंगवलेले केस प्रत्यक्षात बरेच भुरे होते, सोनसळी रंगवलेली त्वचा खरंतर फिक्कट आणि पिंगटसर ठिपके मारल्यासारखी होती आणि चित्रकाराने काढलेल्या चित्रापेक्षा जेम्सचे हिरवे डोळे बरेच जास्त एकमेकांजवळ होते.

आणि तरीसुद्धा, आश्चर्याचा बहर ओसरल्यावर शिष्टाचारांची आठवण होते. जेम्सने हिरोकोचा हात धरून जेव्हा असं स्वागत केलं की जणू तो तिची वाटच पाहत होता, तेव्हा तिला चित्रामधील व जेम्समधील साम्य लक्षात आलं– सहजतेशी

सहजपणे वागू शकणारा असा माणूस होता जेम्स.

"तुला माझं नाव कसं माहिती?" जेम्सने विचारलं आणि तिच्या उत्तराची वाट न पाहता सळसळत्या उत्साहाने विजयश्रीची मुद्रा लेवून ओरडला, "कोनरॅड!"

हिरोकोच्या पाठी तिच्या नकळत उभा राहिलेला सज्जाद दचकला.

एलिझाबेथने ऐकलं ते असं : लाला बक्षचा आवाज– तिला वर्दी देणारा– की तिच्यासाठी जपानहून कुणी पाहुणी आलीय आणि मग ती पायऱ्या उतरत असताना जेम्सची उत्साही आरोळी– 'कोनरॅड'! तिची बुद्धी नाही, पण हृदय मात्र अशक्यप्राय अशा निष्कर्षावर पोहोचलेलं; पण जेव्हा ती पायऱ्या उतरून खाली येते, तेव्हा तिला दिसते एक सर्वस्वी अनोळखी व्यक्ती, तिच्याकडे पाठ करून उभी असलेली.

जेम्सची नजर तिच्याकडून जिन्याकडे वळताना बघून, हिरोको मागे वळून बघते आणि तिथे दिसणारं दृश्य तिच्या दुःखाला निराळी किनार देऊन जातं.

पायऱ्या उतरणारी व्यक्ती म्हणजे कोनरॅड– फक्त स्त्रीचा चेहरा ल्यायलेली आणि जरा अधिक सुंदर. सोनेरी केस तांबूस झालेले; झोपाळलेल्या डोळ्यांच्या जागी मादक डोळे आणि किडकिडीतपणाच्या जागी चवळीच्या शेंगेचा बांधा असलेली काया– इतकाच काय तो फरक!

हिरोको भानावर आली तेव्हा जेम्स ओळख करून देत होता– "माझी पत्नी, एलिझाबेथ आणि डार्लिंग, ह्या मिस... टॅन्कर?"

"तानाका!" जेम्सच्या मागून कुणी पुरुष म्हणाला, पण हिरोकोने काहीच प्रतिक्रिया दिली नाही. ती अजूनही पायऱ्यांवरील व्यक्तीकडे टक लावून बघत होती.

गेल्या अठरा महिन्यांत असा एकही दिवस गेला नव्हता, जेव्हा हिरोकोला कोनरॅडची आठवण आली नव्हती. मागे चालत जाणारा, राहण्यासाठीचा तिचा आग्रह नाकारणारा कोनरॅड– पण कुठल्याशा क्षणी त्या आठवणी भावनिक उद्रेकाच्या सोबतीने येण्याऐवजी, त्यांच्याशी संलग्न झाल्या होत्या. काही महिन्यांपूर्वीच टोकियोमध्ये एका अमेरिकन जी.आय.सोबत नृत्य करताना त्याच्या एका विशिष्ट प्रत्यंगाने तिला कोनरॅडच्या निर्गमनाची आठवण करून दिली होती आणि तिने नृत्याचा एकही ठेका न चुकवता ते पूर्णत्वाला नेलं होतं. मात्र, त्यानंतर वॉशरूममध्ये निसटून स्वतःच्या निर्दयपणावर ती धाय मोकलून रडली होती आणि मग पुन्हा दुसऱ्या नृत्यात समरस झाली होती! नाही, मानवी हृदयाच्या 'स्थितिस्थापकत्वाबद्दल' हिरोकोला फारसं शिकण्यासारखं काही उरलं नव्हतं; पण एलिझाबेथला पाहून कोनरॅड अगदी कालच तिच्यापासून दूर गेलाय, इतकं दुःख हिरोकोला जाणवलं.

"मिस तानाका?" आपल्याकडे इतक्या अस्वस्थ करणाऱ्या नजरेने रोखून पाहणाऱ्या स्त्रीसमोर आपला हात पुढे करत एलिझाबेथ म्हणली. तिला लागलीच जाणवलं की, ही व्यक्ती कोनरॅडशी त्याच्या सावत्र बहिणीशी असलेलं साम्य बघून,

प्रचंड हेलावून जाण्याइतपत त्याच्या जवळची होती.

हिरोको कुठलीच प्रतिक्रिया देईना, हे बघून शेवटी एलिझाबेथने पुढे होऊन हिरोकोचा हात आपल्या हातात घेतला. तिच्या अनोळखी स्पर्शाने, त्यातील थंडपणाने त्यांच्यामध्ये तरंगत असलेले कोनरॅडचे भूत दूर केले. तशी हिरोको अखेर तंद्रीतून जागी झाली आणि एलिझाबेथचा हात घट्ट कवटाळत उद्गारली, "इल्से!"

तिच्या लक्षात आलं की 'मिसेस बर्टन' म्हणायला हवं होतं; पण कोनरॅडच्या बोलण्यात नेहमी 'इल्से' हेच नाव येई.

"एलिझाबेथ–" हिरोकोची चूक सुधारत एलिझाबेथ म्हणाली खरी; पण तसं करताना तिच्या चेहऱ्यावर अपराधी भाव दाटून आले; आपलं बालपणीचं लाडिक नाव त्यागल्याबद्दलचे.

"आणि, मी तुला काय म्हणू?"

"हिरोको."

"तुम्ही चहा घेणार का मिस टॅन्कर?" जेम्स मध्येच बोलला. "ओसरीवर बघा कसं छान वाटतंय! तिथे बसून चहा पिण्याची मजा काही औरच!" एलिझाबेथ माझ्या अशिलांच्या बायकांशी इतक्या प्रेमाने का वागू शकत नाही? "लाला बक्ष, चाय." जिन्यावर उभ्या असलेल्या तांबूस केसांच्या माणसाकडे पाहत जेम्सने आरोळी ठोकली. मग ओसरीकडे इशारा करीत, त्या दोघींना तिथे येण्याची विनंती केली.

एलिझाबेथच्या प्रतिक्रियेची वाट बघत हिरोको थांबली. सज्जादच्या मनात आलं, घरातील कुठल्या व्यक्तीशी लागेबांधे जोडायचे, हिने ठरवलंसुद्धा? एलिझाबेथने स्मित करत मान डोलावल्यावरच हिरोको ओसरीकडे चालू लागली. ओसरीकडे जाताना हिरोकोची नजर एका कोपऱ्यात उभ्या असलेल्या त्या भारतीय माणसावर रेंगाळली.

"सज्जाद, आपण त्या फायलींकडे नंतर बघू; तोपर्यंत बघ तुला काय करायचंय ते."

"सज्जाद?" हिरोको त्या माणसासमोर थबकली.

"काय?" सज्जादला तिच्या गालावरच्या काळ्या उंचवट्याला हात लावून खातरजमा करावीशी वाटत होती की, तो तीळ आहे की पंख दुमडून बसलेला किडा? त्याला ती अशी स्त्री जाणवली, जी काही थोडी मुभा देऊ शकेल– किड्यांना आणि माणसांनाही– जोपर्यंत त्यांचा इरादा गढुळलेला नाही.

ती त्याला सांगणारच होती की, कोनरॅड त्याच्याबद्दल किती बोलायचा; पण त्याआधीच सज्जादने हलकेच मान हलवत चेतावणीचा इशारा दिला. 'काय नियम असतील ह्या घराचे?' असा विचार करत, सज्जादकडे कसंनुसं स्मित करत आणि

बर्टन दाम्पत्याच्या कुतूहलभरल्या नजरा झेलत हिरोको ओसरीतील खुर्चीवर स्थानापन्न झाली. नागासाकीला प्रथम आल्यावर कोनरॅडसुद्धा असाच बावरला असेल का? छे! त्याच्या त्या जांभळ्या वह्या सापडल्या असत्या तर... जगामध्ये तेवढा तरी कोनरॅड वेइस शिल्लक असता तर? पण, त्याने त्या वह्या ज्या झाडावर टांगल्या होत्या, ते झाड ९ ऑगस्टला, एक काळाकुट्ट लाडकी ओंडका बनून उरलं होतं– आश्चर्य म्हणजे, त्याच्या आजूबाजूचा परिसर जसाच्या तसा होता! योशी वातानाबेचं म्हणणं होतं की, ते बॉम्बमुळे झालंच नसेल मुळी; कदाचित कोणीतरी त्याच वेळेला सिगारेट शिलगावत झाडाजवळून चालत असेल; बॉम्बच्या तीव्र प्रकाशाने गडबडून त्याने ती सिगारेट किंवा माचिस फेकल्यामुळे झाड जळालं असेल. "तसं असलं तरीसुद्धा त्याला बॉम्बच जबाबदार आहे." हिरोको म्हणाली होती.

हिरोकोला खरंतर ओसरीवर फतकल मारून ढसाढसा रडण्याची इच्छा होत होती; पण तिने स्वत:ला सावरलं आणि खुर्चीवर बसून तिला सर्वस्वी अपरिचित पण निरातिशय सुंदर अशा आजूबाजूचं जग न्याहाळू लागली. इथे सगळं किती रंगीबेरंगी होतं... पक्ष्यांची किलबिल पण किती मोहक होती. ज्याला दुसरा काही विरंगुळा नाही, अशा कुठल्यातरी व्यक्तीच्या कल्पनेमध्ये पाऊल टाकल्यासारखं वाटलं तिला क्षणभर. किती सुंदर आणि तरी किती बंदिस्त! हिरोकोने मग हसून जेम्सने पुढे केलेला चहाचा कप हातात घेतला.

"तुम्ही देल्हीला कशा काय आलात? इथे बरेच दिवस आहात का?" खुर्चीवर आरामात बसत जेम्सने विचारलं.

स्वत:ला जरा अवघडल्यासारखीच खुर्चीवर बसत एलिझाबेथ जेम्सकडे कुतूहलाने पाहू लागली. लग्नानंतर ११ वर्षांनीसुद्धा स्वत:बद्दलचं लोकांचं मत सकारात्मकतेकडे वळविण्याची जेम्सची हातोटी तिला आश्चर्यचकित करत होती. आता थोड्याच क्षणांपूर्वी नाही का, त्याने किती सहजतेने तिला 'डार्लिंग' असं संबोधलेलं. तसा तो पार्ट्यांमध्ये वगैरे एलिझाबेथला त्या शब्दाने संबोधायचा; पण अगदी सकाळच्या प्रहरी, सज्जादच्या आश्चर्ययुक्त नजरेसमोर तो ऐकण्यात, त्या लाडिक वाक्प्रचारातील विडंबन तिला अधिक प्रखरपणे जाणवलं.

"नाही. मी आताच आले. जपानमध्ये आता राहावंसं वाटेना..." हिरोको म्हणाली.

जेम्सने त्यावर होकारार्थी मान डोलावली आणि ती पुढे काय बोलते ह्याची वाट बघत बसला; जणू समोर एखादं नाटकच सुरू आहे आणि तो पुढच्या दृश्याची वाट बघतोय. पण, एलिझाबेथने ताडलं की, हिरोकोचं उत्तर संपलंय.

"आणि तू कोनरॅडला ओळखतेस?" तिने विचारलं. हिरोकोने मानेनेच होकार भरला. "त्याने तुला सांगितलं की, देल्हीत त्याचे नातेवाईक आहेत?" आपल्या

ड्रेसवर न पडलेल्या सुरकुत्या सारख्या करत एलिझाबेथने विचारलं. 'जणू तिला वाटतंय की, ओसरीवर आलेल्या फांदीवरची फुलंच तिच्या ड्रेसवर पडून राहिली आहेत.' हिरोकोच्या मनात आलं. 'अरे! हा तर एकदम कोनरॅडसारखा विचार झाला!'

"बंगल-ओह, सिव्हिल लाइन्स, देल्ही–" हिरोको हळुवारपणे म्हणाली. "असल्या पत्त्यावर जाणं कोण टाळू शकेल, असं म्हणाला होता तो!"

जेम्स जरासा पुढे झुकून बसला.

"तू नागासाकीहून आली आहेस का?" ही जरा जास्तच... 'परिपूर्ण' वाटतेय– किमान लहान मुलांनी बघू नये, अशा मासिकांमध्ये दाखवतात त्या चित्रांपेक्षातर नक्कीच. त्याला आठवलं, त्या वेळी आठ वर्षांचा असलेल्या हेन्रीने, एलिझाबेथने मूर्खासारखं घरात आणलेलं ते मासिक बघून एका भयानक फोटोकडे बघून विचारलेलं, "डॅडी, कोनरॅड मामा मेला तेव्हा असाच दिसत होता का?"

"टोकियो. मी युद्ध संपल्यापासून टोकियोमध्येच काम करतेय, दुभाष्या म्हणून. तिकडच्या एका ओळखीच्या व्यक्तीने तिचा मित्र भारतात– मुंबईत जात असल्याचं सांगितलं. आम्ही भेटलो आणि मी त्याला आपल्यासोबत मला नेण्यासाठी पटवलं आणि मुंबईहून मी देल्हीपर्यंत ट्रेनने आले."

"काय, एकटी?" जेम्सने एलिझाबेथकडे कटाक्ष टाकत, 'ही काहीतरीच थापा मारतेय' ह्या अर्थी खूण केली.

हिरोकोच्या नजरेतून ती नेत्रपल्लवी सुटली नाही. बॉम्बहल्ल्यानंतर ती सगळ्या युगुलांचं बारकाईने निरीक्षण करत असे– ह्या जाणिवेने की, त्या नात्याबद्दलचं तिचं पुढचं सगळं शिक्षण अनुभवापेक्षा निरीक्षणावर अवलंबून राहिलं आहे.

"हो. का? भारतामध्ये बायका एकट्याने प्रवास करू शकत नाहीत का?"

एलिझाबेथला हसू फुटलं; पण अर्थात तिने ते दाबलं. कथा-कादंबऱ्यांमध्ये बघितलेल्या नाजूक, लाजाळू जपानी स्त्रिया हिच्यासमोर परिकथेतील वाटायच्या! ही मुलगी तर सूर्याला मुठीत धरून त्याचा सोनेरी रस पिण्याची क्षमता ठेवते. त्याच क्षणी एलिझाबेथला वाटून गेलं, आपल्याला बंदिस्त आयुष्य जगण्यात खरा सदाचार तर वाटत नाहीये ना? मग स्वत:चीच तिडीक येत तिने अधीर हालचाली करत स्वत:ला दटावलं. 'सदाचाराचं ह्याच्याशी काय देणं-घेणं आहे?'

"नाही; म्हणजे तसा कायदा वगैरे नक्कीच नाहीये– तुला तसं विचारायचं असेल तर!" त्याला सर्वार्थाने अपरिचित असलेल्या व म्हणूनच विचित्रपणे बेचैन करणाऱ्या ह्या स्त्रीकडे पाहत जेम्स उतरला. भारतीय, जर्मन, ब्रिटिश– अगदी अमेरिकनसुद्धा ह्या सगळ्या प्रकारच्या व्यक्तींचे संदर्भ जेम्स झटक्यात लावायचा; पण विजार चढवलेली ही जपानी स्त्री त्याला अनाकलनीय होती. "पण नियम मात्र

आहेत काही आणि त्यात थोडा शहाणपणाही आहे. मी एलिझाबेथला नक्कीच परवानगी दिली नसती.'' परवानगी ह्या शब्दावर हिरोकोने ज्या नजरेनं एलिझाबेथकडे पाहिलं, त्यामुळे जेम्सचं वाक्य अधांतरीच राहिलं.

''तू दुभाष्याचं काम करतेस, म्हणालीस ना? मग कोनरॅडला कामानिमित्ताने ओळखायचीस की...'' एलिझाबेथने संदिग्ध हातवारे करत विचारलं– तिला कोनरॅडच्या जपानमधील आयुष्याबद्दल शून्य माहिती आहे, ह्याचं प्रत्यंतर देत.

''आम्ही त्यानिमित्ताने भेटलो खरे. त्याच्या पुस्तकाच्या भाषांतरासाठी. तो...'' हिरोको थबकली. तिने आजपर्यंत योशी वातानाबेशिवाय कुणाशीही कोनरॅडबाबत चर्चा केली नव्हती आणि योशीसमोर त्याबाबत न सांगण्यासारखं फारसं काही नव्हतं. त्यामुळे आता तिला आपल्या हरवलेल्या भविष्याला शब्दबद्ध करायला काही क्षण लागलेच. ''आमचं विश्व उद्ध्वस्त झालं नसतं, तर कोनरॅड माझा पती झाला असता.''

त्याच क्षणी लाला बक्ष चहा घेऊन आला, आणि ते फार बरं झालं, निरर्थक अभिप्राय दिलं जाण्याचं तरी टळलं. जेम्स आपला अविश्वास लपवण्याचा जरासाही प्रयत्न न करता खुर्चीत ढिम्मपणे बसून राहिला. तर एलिझाबेथच्या मनात आलं, 'मला तर कोनरॅडच्या आयुष्याबद्दल काहीच माहीत नव्हतं.' सदैव स्वतःच्या भावविश्वात हरवलेला आपल्या विचारमालिकेत व्यत्यय नको असणारा कोनरॅड, ह्या चुणचुणीत जपानी मुलीचं लक्ष वेधून घेऊ शकेल का? एलिझाबेथला आपल्या भावाच्या प्रतिमेत काहीच आढळलं नाही. तिच्या मनात विचार चमकून गेला की, जपानी लोकांचं लग्नसंस्थेबद्दल काय मत असेल? त्यात ते प्रेमाला किती स्थान देत असतील? तिला खरोखरीच विचारच करवेना. कोनरॅड आणि हिरोको तानाका एकमेकांच्या प्रेमात असतील, ह्याचा तिला विचारच करवेना. ते पण तरुण वयातील पहिल्या बहराचं प्रेम– ज्यात सर्व प्रेम फक्त शरीराच्या भाषेनेच व्यक्त केलं जातं– ह्या विचाराने तिला अचानक जेम्सच्या शारीरिक अस्तित्वाची, गेल्या बऱ्याच महिन्यांत वाटली नव्हती, अशी जाणीव झाली.

'असल्या पत्त्याकडे कोण दुर्लक्ष करू शकतं?' समोर बसलेल्या जपानी पोरीकडे बघून मान डोलवत जेम्स मनातल्या मनात त्या वाक्याचं पुनरुच्चारण करीत राहिला. जणू तिच्या आणि कोनरॅडच्या प्रेमसंबंधाची 'धक्कादायक' खबर पचनी पाडत असावा. ती इथे कुठल्या अपेक्षेने आली असेल? इथे राहण्याच्या? असं तर नसेल की, आपण कोनरॅडची वाग्दत्त वधू आहोत, असं सांगितल्यावर तिला आपण आपोआपच इथे राहायला सांगू, असं तिने गृहीत धरलं असेल का? पण तिने तर असं कुठेच म्हटलं किंवा जाणवून दिलं नव्हतं. जेम्सने पटकन तिच्या हाताकडे बघितलं. अंगठी नव्हती.

"कोनरॅडचं जे झालं, ते भयंकरच होतं." एलिझाबेथ काही बोलणार नाही, हे ओळखून जेम्सने संभाषणाची गाडी पुढे ढकलली. "सगळंच फार भयानक झालं. आम्ही मधल्या काळात त्याच्या संपर्कात फारसे राहू शकलो नाही, मिस टॅन..." तिच्या नावाचा पडलेला विसर लपवण्यासाठी चहाचं कप ओठाला लावून जेम्स नंतर बोलला, "पण अर्थातच, आम्हाला जपानमधल्या त्याच्या आयुष्याबद्दल बरंच कुतूहल आहे. तू एकदा इथे जेवायला येच– गप्पा मारू या. तू अजून थोडे दिवस तरी असणार आहेस ना देल्हीत?"

'जेम्स, नालायक माणसा!' ऐलिझाबेथला त्या निराधार मुलीची एकदम दया आली. तिला जाण्यासारखं दुसरं ठिकाण असतं, तर ती इथे कशाला आली असती? म्हणजे अर्थात तसं तिचं करणं फारसं शहाणपणाचं नव्हतं; पण म्हणून काय जेम्सने इतका तुकडा मोडून हातात ठेवण्याची गरज होती का? परंतु गालावरच्या बारीकशा लालीशिवाय हिरोकोने आपल्या स्तिमितपणाचा लवलेशही चेहऱ्यावर दिसू दिला नव्हता.

"माझ्याकडे थोडे पैसे आहेत आणि शून्य लागेबांधे– म्हणजे मला प्रवासाला निघताना आराखडे बांधण्याची गरज वाटली नाही." खरंतर हिरोकोकडे अतिशय कमी पैसे राहिलेले– टोकियो ते दिल्लीच्या प्रवासाने तिच्या खिशाला मोठंच भगदाड पाडलं होतं. पण तिला खात्री होती की, तिला असलेल्या तीन भाषांच्या ज्ञानामुळे आणि अमेरिकनांच्या कौतुकमिश्रित शिफारशीमुळे तिला जगात कुठेही नोकरी मिळणं कठीण नव्हतं.

"माझं आणि दिल्लीचं कितपत जमतं, ह्यावर मी इथे किती दिवस राहते, हे समजेल." ती एलिझाबेथकडे वळते– जेम्सला त्याच शिताफीने उडवून लावत, जसं त्याने केलं.

"मला इथे बऱ्यापैकी बोर्डिंग हाऊस कुठे मिळेल, सांगू शकाल का? माझ्याकडे टोकियोतील अमेरिकनांनी दिलेलं आणि थ्रॉपशायरच्या पीटर फुलरचा नातू योशी वातानाबेने दिलेलं शिफारसपत्रं आहे."

कुतूहलापोटी, दयेच्या भावनेने की केवळ जेम्सला धडा शिकवण्यासाठी, हे ठाऊक नाही; पण एलिझाबेथ पटकन म्हणाली, "तुझी पुढची सोय होईपर्यंत तू इथेच का राहत नाहीस थोडे दिवस? तुझं सामान कुठे आहे?"

"मी बाहेर एका माणसाकडे ठेवलंय." दिल्लीत त्याचं वास्तव्य अगदी नकोसं करणाऱ्या इल्से, ह्या कोनरॅडच्या बहिणीबद्दलच्या त्याच्या कटू मतांशी समोरच्या चांगल्या व्यक्तीचा काय संबंध, हा विचार करतच हिरोको म्हणाली, "पण नको, मला उगाच तुम्हाला त्रास द्यायचा नाहीये."

"एलिझाबेथ, जरा बोलायचंय–" जेम्स खुर्चीवरून उठत आत जात म्हणाला.

हिरोकोला नजरेने दिलासा देत एलिझाबेथ त्याच्या पाठोपाठ गेली.

इथे हिरोको विचारमग्न अवस्थेत नि:स्तब्ध उभी राहिली. टोकियोपासून ती आयुष्याच्या गतीमध्ये गती शोधत फिरत होती– कुठे पोहोचायचंय ह्याचा विचार न करता फक्त जगभर फिरत राहिली. आपण कुणालाच उत्तरं द्यायला बांधील नाही ह्या स्वातंत्र्याच्या बळावर. तिचं आयुष्य जणू कुठल्यातरी काल्पनिक कथेतच शोभावं, असं झालं होतं. सगळं काही गमावून नव्या जोमानं उभी राहिलेली व्यक्ती बनली होती ती. त्या कथांमध्ये, असल्या पात्रांची जीवनगाथा न्यायाकडे तरी वळते; नाहीतर सूडाकडे तरी. बाकी सगळं भस्मीभूत होतं.

हिरोकोने एक अख्खी दुपार हॅरी ट्रूमनच्या तसबिरीकडे पाहत घालवलेली. त्या चष्मिश्टर माणसाला कसं दुखवावं, हे तिला समजत नव्हतं; पण वाटलं की, कदाचित त्याच्यावर कुणी बॉम्ब टाकला तर जरा बरं वाटेल. तो न्याय निश्चित ठरणार नाही– किंबहुना कुठल्याही प्रकारे न्याय होईल, हा विचार त्या मृत व्यक्तींसाठी अपमानास्पद ठरेल, असंच तिला वाटलं. कुठल्या प्रश्नांची उत्तरं मिळविण्यापेक्षा आपल्याच विचारांची पातळी खालावेल, ह्या भीतीने हिरोको मग जपानपासून दूर जाऊ लागली. तसंही 'हिबाकुशा' हा शब्द तिचं आयुष्य आणि मन:शांती पोखरू लागलाच होता. जपान्यांसाठी ती आता केवळ 'बॉम्बहल्ल्याने विद्रूप बनलेली व्यक्ती' बनून राहिली होती. तीच तिची व्याख्या होती आणि अमेरिकन लोकांसाठी... ठीक आहे, तिला अमेरिकन लोकांसाठी काहीच ठरण्यात रस उरला नव्हता.

हिरोको मग आपलं विचारचक्र तोडत बगीच्यात फिरायला निघाली. कधी कधी तिला आपल्या पाठीवरील मृत भागाच्या अस्तित्वाची प्रखरतेने जाणीव व्हायची. खांद्याखालच्या त्या भागाच्या मागण्या कधीतरी इतक्या तीव्र व्हायच्या की, तिला झेपेनासं व्हायचं.

तिने एका झाडाच्या खोडावर आपला हात घासला. लाकडाशी त्वचेच्या होणाऱ्या घर्षणाने निघणारा आवाज तिला खूप धीर देऊन गेला. तो आवाज तिला कशाची तरी आठवण करून देऊ पाहत होता... नागासाकीतील कशाची तरी... पण कशाची, ते तिच्या लक्षात येईना.

जेम्सच्या खोलीमधून बाहेर पडत सज्जाद बगीच्यात आला. आत बर्टन दाम्पत्याचं भांडण सुरू होतं. भांडण असं नाही, पण वादावादी. त्यांना ह्या मुलीबद्दल काहीच माहिती नव्हती (जेम्स म्हणाला); आपण कोनरॅडच्या प्रेयसीला असं रस्त्यावर लोटू शकत नाही (एलिझाबेथ म्हणाली); ती कोनरॅडशी तिच्या नात्याबद्दल धडधडीत खोटं बोलतेय (जेम्स); खरं-खोटं ठरवण्यासाठी त्या योशीला एक तार पाठवली की काम झालं. त्यासाठी इतका निर्दयपणा करण्याची गरज

काय? (एलिझाबेथ); अच्छा, म्हणजे मी निर्दय काय? (जेम्स)

सज्जादला त्यांच्या भांडणांचा राग येई. ते भांडतात म्हणून नाही, तर कुठलीही गोष्ट बोलताना– मग ते कितीही रागात असो वा त्या गोष्टीत कितीही सत्य असो– ते ज्या पद्धतीने स्वत:वर संयम ठेवत, मुख्य गोष्ट न बोललेली ठेवत असत, त्याचा. ते न बोललेले शब्द सज्जादच्या इतक्या अंगावर येत की, त्याला धावत आपल्या गजबजलेल्या घराच्या कुशीत शिरावंसं वाटे– जिथे अल्लालादेखील न लाजता जोरजोराने दूषणं दिली जात.

कमालीची गोष्ट म्हणजे, बर्टन दाम्पत्याचे चढलेले आवाज बाहेर ऐकू येत नव्हते. त्यामुळे ह्या पाहुणीला त्याची जाणीव नव्हती. किंबहुना, तिला आसपासच्या दुनियेचीच जाण नव्हती असं निग्रहाने आपला तळवा बुंध्यावर घासत बसलेल्या हिरोकोकडे पाहत असता सज्जादला वाटून गेलं.

"नको करू तसं–" सज्जाद पटकन बोलून गेला. सूर्याच्या प्रकाशात ती अजूनच नाजूक दिसत होती. तिने त्याचं बोलणं ऐकलं नव्हतं, म्हणून तिच्या तळव्यातून रक्ताचे ओघळ वाहण्यापूर्वी सज्जादने तिचा हात बाजूला खेचला.

लाला बक्ष इतक्यात बाहेर आला– हिरोकोच्या मनगटाभोवती सज्जादचा हात पाहून त्याच्या मनात आलं, 'काम कठीण झालं!'

३

“मला वाटतं, त्या मुलीबरोबर काही जमणार नाही– जिच्याशी आपण बोलणी करत होतो ना, तिच्याशी.” अंगणातील दिवाणावर रेलत खादिजा अश्रफ पहाटेचा पहिला चहा पीत बसलेल्या आपल्या सज्जादला बोलल्या. दिवसाची गजबज सुरू होण्याआधीचे हे त्यांचे काही अनमोल क्षण असत.

सज्जादने खेळकरपणे आपल्या आईच्या खांद्याभोवती हात लपेटत म्हटलं, “सगळे अजून झोपले आहेत तोपर्यंत कबूल कर, तुझ्या सगळ्यात लाडक्या मुलासाठी तुला दिल्लीमधली कुठलीच मुलगी लायक वाटत नाही; खरं की नाही?”

ह्यावर खादिजा अश्रफ तक्क्यावर पडलेली बदामाच्या झाडाची पानं झटकून सज्जादच्या बालिश औदासीन्यावर सुस्कारा टाकत म्हणाल्या, “ह्या मुस्लीम लीगच्या नव्या राष्ट्राच्या फालतू चर्चा सगळ्यामध्येच व्यत्यय आणतायत.”

“पुन्हा सुरू झालं का ते? मोहम्मद अली जिन्नाहने तुझ्या आयुष्याच्या सगळ्या चिंतांसाठीचा दोषी म्हणून प्रत्यक्ष अल्लाची जागा घेतलीय, असं दिसतंय.”

ह्यावर सज्जादची आई नेहमीप्रमाणे स्मित न करता, गराऱ्यावरच्या चुण्या सारख्या करत तशीच बसून राहिली. तिने बऱ्याच निगुतीने सज्जाद व मीर युसुफची मुलगी शहेरबानोच्या लग्नाची बोलणी सुरू केली होती. सगळं व्यवस्थित पुढे सरकत होतं; पण तेवढ्यात मीर युसुफने जाहीर केलं की, त्याच्या मते नवं राष्ट्र स्थापित होणारच आणि तसं झाल्यावर तो सहकुटुंब तिथे स्थायिक होणार. अर्थातच, तसं झाल्यावर, त्याची लाडकी मुलगी इथे एकटी राहण्याचा प्रश्नच नव्हता. ती आणि तिचा नवरा त्यांच्यासोबतच येणार, हे गृहीत होतं. खादिजा फारच वैतागल्या. ह्या माणसाने लग्नाची बोलणी घरातल्या स्त्रियांवर न सोपवता स्वत: त्यात डोकं घालावंच का? पण व्हायचं ते नुकसान झालंच होतं. संभाषणाची गाडी निराळ्याच

विषयावर वळली आणि शहेरबानो अभिमानाने म्हणाली, ''लाहोरमध्ये झाले तसे दिल्लीत जर 'पाकिस्तान हवं' ह्यासाठीचे जुलूस निघाले, तर मलाही १३ वर्षांच्या फातिमा सुघ्राचं अनुकरण करायला आवडेल. तिने जसं 'पंजाब सेक्रेटॅरियट'च्या इमारतीवरून ब्रिटिश झेंडा ओरबाडून काढत स्वत:च्या दुपट्ट्याने शिवलेला मुस्लीम लीगचा झेंडा रोवला, तसं मलाही करायला आवडेल.'' तसली बेशरम कृती करताना त्या निर्लज्ज मुलीच्या अंगावर दुसरा दुपट्टा होता की नाही, हे खादिजाला समजलं नाही आणि तिला तसं विचारण्याचं धाडसही होईना.

''अम्मीजान,'' आईला न दुखावता आपला मुद्दा ठसवता येईल अशा पद्धतीने समजावणीच्या सुरात सज्जाद म्हणाला, ''लग्न झाल्यावर ती मुलगी आपल्या घरात येणार आहे, मी त्यांच्या घरात जाणार नाहीये. त्यामुळे तिच्या वडिलांना मी कुठे राहावंसं वाटतं, हा प्रश्न निरर्थक आहे. आणि दुसऱ्या बाबतीत बोलायचं तर, तूच नेहमी म्हणतेस ना की, मला कणखर मनाचीच बायको हवी; नाहीतर मला संसाराचा कंटाळा येईल?''

''माझं मन बरंच कणखर आहे; पण अजूनही माझ्या डोक्यावर दुपट्टा शाबूत आहे.''

''मला मॉडर्न बायको पाहिजे.'' त्याच्या नकळतच आणि अगदी अचानक सज्जादच्या तोंडून शब्द फुटले. ब्रिटिश झेंड्याच्या जागी आपला दुपट्टा फडकावणाऱ्या मुलीच्या, कल्पनेतच झपाट्याने प्रेमात पडण्याच्या भावनेने, त्या शब्दांना दुजोरा दिला. सज्जादला कुठले राजकीय अनुबंध नव्हते; पण इतिहासातील दोन पात्रं त्याची फारच आवडती होती– झाशीची राणी लक्ष्मीबाई आणि माम्लुक राजघराण्याची रझिया : पुरुषांसोबत राज्यकारभाराबद्दल चर्चा करणाऱ्या आणि सैन्याचे नेतृत्व करणाऱ्या करारी स्त्रिया! त्याच्या अम्मीनेच त्यांच्या कथा सांगून सज्जादला ह्या स्त्रियांच्या प्रेमात पडायला भाग पाडलं होतं.

''मॉडर्न?'' त्याच्या आईने तुच्छतेने तो शब्द उच्चारत विचारलं आणि तिने त्या शब्दाचा 'माडर्न' हा केलेला उच्चार बर्टन दाम्पत्याला किती गंमतीदार वाटेल, हा मनात आलेला विचार सज्जादने दूर सारला. ''तुझे इंग्रज तुला तेच सांगतात काय, की ते 'माडर्न' आहेत? लक्षात ठेव, हे असले शब्द म्हणजे निव्वळ तुम्हाला तुमच्या भूतकाळापासून आणि कुटुंबीयांपासून तोडणारे वस्तरे असतात.''

सज्जाद जरासा दचकतच आईपासून थोडा दूर सरकून बसला. जगात अशी कुठलीतरी गोष्ट आहे, जी त्याला दिल्लीपासून दूर करेल, ही कल्पना खुळचटच नव्हे अपमानास्पदही होती आणि हे त्याच्या आईलाही ठाऊक होतं.

''मॉडर्न भारत तेव्हा उदयाला येईल, जेव्हा इंग्रज इथून निघून जातील; किंबहुना, तो तेव्हाच उदयाला आलाय, ज्या दिवशी आपण त्यांना त्यांच्याच भाषेत

निघून जायला सांगितलं.'' बोलताना त्याच्या मनात धूसरशी शंका आली खरी की, आपण खरंच असं मानतो का? पण तो विचार झटकत सज्जाद पुढे म्हणाला, ''नाही, मॉर्डनपणा काही ब्रिटिशांची देणगी नव्हे– किंबहुना त्याच्या विरुद्धच आहे. ते त्यांच्या इतिहासाच्या अंताला पोहोचले आहेत. आता त्यांच्या पुढच्या दहा पिढ्या त्यांच्या गोठलेल्या बेटावर जाऊन त्यांनी काय गमावलं, ह्याचं चिंतन करत बसतील.''

''हे म्हणजे भारतातील मुस्लिमांसारखं झालं की!'' खादिजा उद्गारल्या

तसा सज्जाद हसत उभा राहिला आणि म्हणाला, ''माझं लग्न झाल्यानंतरही मी तुझ्यासोबत सकाळचा चहा पिणार, बरं का अम्मी.'' मग आपल्या आईच्या कपाळाचं लाडिक चुंबन घेत सज्जादने आपलं पुस्तक उचललं आणि त्यावर पडलेले चहाचे डाग पुसत दिवाणखान्यात गेला.

भला मोठा लाकडी दरवाजा सरकवत सज्जाद आत शिरत असतानाच त्याचा भाऊ अल्तमाश, अंगणातील एका खोलीतून आळस देत बाहेर पडला आणि सज्जादला पाहून म्हणाला, ''अरे वा! ह्या प्रहरी आमचा इंग्रज साहेब करतोय तरी काय? व्हाइसरॉयसोबत पहाटे फिरायला गेला होतास वाटतं?''

सज्जादने अल्तमाशच्या बोलण्याकडे दुर्लक्ष केलं आणि आपली सायकल घेऊन बाहेर निघाला. 'धुक्' अशा आवाजाने त्याच्यापाठचं दार बंद होताच, जामा मस्जिदच्या मौलवीने पहिल्या नमाजाची हाक पुकारली. सज्जादने वळून त्या मस्जिदीकडे पाहिलं. घरापासून काही मिनिटांच्याच अंतरावर असलेली, मीनार आणि घुमटाने सजलेली संगमरवरी इमारत. त्याला त्या रात्रीची आठवण झाली, जेव्हा तो लहान असताना त्याला खांद्यावर बसवून, त्याच्या वडिलांनी मस्जिदीच्या पायऱ्यांवरून रात्रीच्या अंधाऱ्या पटासमोर चमकणाऱ्या मस्जिदीचं सौंदर्य त्याला दाखवलं. वडिलांनी सज्जादला सांगितलं की, एका रात्री बादशहा शहाजहान तिथे पैगंबरांची कात्री घेऊन आले आणि त्यांनी आकाशाला चीर पाडली. सकाळी जेव्हा दिल्लीचे लोक उठले तेव्हा त्यांच्यासमोर उभा होता दैवी कलाकुसरीचा अप्रतिम नमुना– जामा मस्जिद.

सज्जादला त्या दगडी पायऱ्या चढून शुक्रवारच्या नमाजासाठी कबुतरांनी भरलेल्या त्या प्रांगणात जाऊन बरेच आठवडे लोटले होते. सध्या, सगळ्यांच्या बोलण्यात एकच विषय होता– पाकिस्तान. इमाम आणि परिषदेच्या कट्टर सदस्यांचं म्हणणं होतं की उम्माहचे भाग पाडलेच जाऊ शकत नाहीत– मुसलमानांच्या बंधुभावात असल्या निराळ्या राष्ट्रांना स्थानच नाही. तर दुसरीकडे, मुस्लीम लीगचे पाठीराखे ओरडत होते की, हिंदूंच्या वागणुकीवरनं सिद्धच होत होतं की, ब्रिटिशांनंतरच्या भारतात ते मुस्लिमांसोबत सत्ता वाटून घ्यायला तयार होणार नाहीत. तसंही मुघल, लोधी, तुघलक राजघराण्यांचे वारस किती दूर लोटले गेले आहेत, दिसत नाहीये

का? तिसरीकडे, काँग्रेसचे पाठीराखे ठसवू पाहत होते की, त्यांची पार्टी केवळ हिंदू पार्टी नसून भारतीय आहे आणि तसंही दिल्लीच्या जनतेचं पाकिस्तानवर सत्ता गाजवणाऱ्या पंजाबी जहागीरदारांशी काय साम्य आहे? कुठले बंध आहेत?

आणि ह्या चर्चा सुरूच राहिल्या. प्रत्येक गटात सज्जादला काही असे लोक दिसले, ज्यांच्या बोलण्यात काही तारतम्य होतं आणि काहींचं बोलणं इतकं वायफळ होतं की, सज्जादला त्यांच्या डोक्यावर दाणे वर्षावावेसे वाटले; ज्यामुळे कबुतरं त्यावर ताव मारत आपली पिसं झटकत त्यांची तोंडं बंद करतील!

कुणीतरी दुरून सज्जादला हाक मारली. त्याचे भाऊ वडिलांकडून हस्ताक्षरकला शिकत असताना सज्जाद व त्याची बहीण ज्या अलिगढ युनिव्हर्सिटीच्या निवृत्त प्रोफेसरांकडे इंग्रजी शिकत असत, तेच हाक मारत होते. एरवी सज्जाद त्यांना अगदी वाट वाकडी करून भेटत असे, पण ह्या वेळी त्याने न ऐकल्यासारखं केलं आणि अझानसोबतच जाग्या होणाऱ्या गल्ल्या-बोळांमधून सायकल हाकत, नदीकाठचा लांबचा रस्ता न घेता, सरळ काश्मिरी गेटमधून सिव्हिल लाइन्सला आला.

ती म्हणाली होती, "तू कितीही लवकर आलास तरी मी जागी असेन." ह्या प्रहरी ती तयार होऊन त्याची वाट बघत बसली असेल, अशी अपेक्षा सज्जादने मुळीच केली नव्हती. पण ते आमंत्रण– की आव्हान? म्हणजे बर्टनचा बगीचा पहाटेच्या प्रहरी पाहण्याची खूप दिवसांची इच्छा पूर्ण करण्याची सज्जादसाठी योग्य संधी होती. त्याने कल्पना केली की, सगळे आत निद्राधीन असता, ती ओसरीवर बसून निशेने पांघरलेली दुलई बाजूला सारून जाग्या होणाऱ्या फुलांकडे पाहतेय.

पण सज्जाद ज्या वेळी दिल्लीत (देल्हीत) शिरत होता, त्याच वेळी हिरोको तानाका ओसरीवर येऊन बसलेली– आपल्या बारीक खांद्यावर शाल ओढून, जास्मिन चहा पीत जगाकडे 'उभ्या स्थितीत' पाहत असल्याच्या कृतज्ञतेत. देल्हीमधील तिच्या गेल्या दोन आठवड्यांच्या वास्तव्यात ती जास्त करून 'आडवी'च होती. ह्या घरातल्या पहिल्या रात्री हिरोको गेस्ट रूममध्येच झोपून गेली होती... की कुणाच्या मदतीशिवाय दुसरी जागा शोधायला ती पूर्णपणे असमर्थ झाली! (इतका थकवा अंगात भरलेला) पण तिने पक्का निश्चय केला की, दुसऱ्या दिवशी ती राहण्यासाठी दुसरी जागा शोधणारच. एलिझाबेथबरोबर काढलेल्या एका दिवसात हिरोकोला जाणवलेलं की, इथे कोनरॅडचं काहीच सापडणार नाहीये; असेलच तर फक्त एक भास, की त्याचं आयुष्य दुःखी असतं, तर त्याचा चेहरा कसा दिसला असता.

पण शोधमोहिमेला सुरू करण्यासाठी म्हणून हिरोको दुसऱ्या दिवशी उठली तीच एखाद्या जोरजोरात हिंदकाळणाऱ्या बोटीत असल्याप्रमाणे. कशीबशी ती फक्त पायऱ्या उतरून खाली आली आणि भोवळ येऊन जोरात जमिनीवर आदळली. शुद्धीवर आल्यावर तिला जाणवलं की, आपण जेम्सच्या आफ्टरशेव्हच्या सुगंधाने

भारलेल्या तळमजल्यावरील शयनगृहात आहोत.

बर्टनचे फॅमिली डॉक्टर, डॉ. आगरकर तिला लागलीच तपासायला आले आणि देल्हीमध्ये काहीतरी खाल्ल्या-प्यायल्यामुळे किंवा इकडचं वातावरण सोसलं नसेल त्यामुळे झालेल्या संसर्गामुळे हिरोको आजारी पडली, असं सांगितलं. भरपूर आराम आणि वेळच्या वेळी औषधं घेतली की झालं काम!

"तू आठ-दहा दिवसांत ठणठणीत होशील!" डॉ. आगरकर तिला दिलासा देत म्हणाले आणि त्याही थकल्या-भागल्या अवस्थेत हिरोको त्यांच्या कानात पुटपुटली, "मी राहू शकेन, अशी कुठली जागा माहितेय का तुम्हाला?"

"मूर्खासारखं बोलू नकोस." एलिझाबेथने कडक शब्दांत दम भरला. "तू इथेच राहणार; समजलं? ह्यावर आता मला कुठलीही चर्चा नकोय."

नंतर डॉ. आगरकर निघाले असताना हिरोकोने त्यांना जेम्सशी बोलताना ऐकलं. जेम्स म्हणत होता, "हो, त्या वातानाबे इसमाची तार आली आहे– ज्युलियन फुलरचा नागासाकीत राहणारा चुलत भाऊ. तुम्ही ज्युलियनला ओळखायचात का? तो इथे ३४-३५ मध्ये आलेला कंपनीचा माणूस. काकाने जपानी मुलीशी लग्न केलं. ते जाऊ देत. असं दिसतंय की, कोनरॅड आणि हिरोकोचे प्रेमसंबंध होते आणि हिने आता आपलं सर्वस्व गमावलंय. तारेत त्याने तसंच म्हटलं आहे. कुणीच नाही उरलंय तिला– ना आई, ना वडील... बिचारी! मी फार दुष्टपणा केला, असं मला वाटतंय."

"अच्छा; मग ती दिल्लीत असेपर्यंत तुमच्याकडे राहणार आहे काय?"

"हो. तसंच दिसतंय. बरी होईपर्यंतच तरी इथेच राहील ना. त्यानंतर मला नाही माहीत. बरं होईल म्हणा, एलिझाबेथला आईपण गाजवायला कुणीतरी सापडलंय. तुमची पत्नी पण अशीच वागू लागलेली का हो, रवी ईटनला गेल्यानंतर?"

डॉक्टरांचं उत्तर येईपर्यंत हिरोको झोपून गेली. उठली तेव्हा एलिझाबेथ तिच्या बेडपाशी बसली होती. बराच वेळ झाला होता तिला तिथे येऊन. हिरोको जराशी हसली. एलिझाबेथने तशीच प्रतिक्रिया दिली... आणि हिरोको पुन्हा झोपून गेली.

अखेर दोन दिवसांनी हिरोको तिला कंटाळा येईल इतपत जागी राहू शकली.

"मी तुझ्यासाठी काहीतरी वाचन करते." एलिझाबेथ म्हणाली, "काय ऐकायला आवडेल तुला?"

"इव्हलिन वॉ."

"खरंच? हाऊ स्ट्रेंज!"

"कोनरॅड पण तेच म्हणाला होता. त्याच्या मते, ज्यांना इंग्रजी नीट समजतं, त्याच वाचकांसाठी वॉचं लिखाण आहे. त्या लेखनातील खाचाखोचा आणि विडंबन नीट समजण्याइतपत. त्यावर मी त्याला म्हणाले होते की, कधीकधी अशी पुस्तकंही

वाचणं चांगलं असतं, जेव्हा तुम्हाला विडंबन समजत नाही; समजतो तो फक्त त्यावरचा विनोद!''

त्यावर एलिझाबेथ विचारमग्न झाली.

''तू म्हणतेस ते एका अर्थी खरं आहे. मला कधी कधी त्याचं लिखाण बरंच क्रूर वाटतं आणि कधी नको इतकं दुःखी.''

हिरोकोने अगदी हळुवारपणे आपली बोटं एलिझाबेथच्या हातावर ठेवली. तो स्पर्श, दक्षता आणि कणव यांचा इतका अचूक समन्वय साधणारा होता की, हिरोकोला आपली पत्नी आणि तिची वहिनी म्हणून कोनरॅड घेऊन आला असता, तर त्यांचं आयुष्य कसं बनलं असतं ह्याची एलिझाबेथला कल्पना आली.

''आमच्यात अजून थोडा वेळ घालवलास ना की, तुला त्यातलं विडंबन छान समजेल.''

''ओ! ते तर समजायला लागलंच आहे!'' हिरोको पटकन उद्गारून गेली आणि मग शरमली.

पण एलिझाबेथ त्यावर इतकी जोरजोरात हसली; जणू कैक महिने दाबून ठेवलेलं हसू बाहेर पडू देत होती. तिने हिरोकोचा हात आपल्या हातात घेत घट्ट दाबला.

''बोर्डिंग हाऊसचा खुळचटपणा सोडून दे प्लीज! तू इथेच राहणार आहेस. शेवटी आपण एका अर्थी बहिणींप्रमाणेच आहोत.''

दरवाज्यापाशी उभ्या असलेल्या जेम्सने आपल्या बायकोच्या हास्याने उजळलेल्या चेहऱ्याकडे पाहत मान डोलावली. बर्टनच्या घरी राहण्यात फार शहाणपणा आहे ह्यावर अजूनही हिरोकोचा पूर्ण विश्वास बसला नव्हता; पण तिच्यात इतका अशक्तपणा होता की, देऊ केलेल्या शयनगृहाची पर्वणी तिला लाखमोलाची वाटत होती.

काही दिवसांपूर्वी ती बऱ्याच सशक्तपणाने जागी झाली होती– ज्याबद्दल तिने सुटकेचा मोठाच निःश्वास टाकला होता. हे आजारपण आल्यावर तिला वाटलं की, त्या वेळी डॉक्टरांनी सांगितल्याप्रमाणे ४५मध्ये झालेला तिचा आजार परतला किंवा फणा वर काढून पुन्हा जागृतावस्थेत आला. पण सशक्तपणा वाटायला लागल्यानंतर तिने झटक्यात ती भीती दूर सारली आणि आपले दिवस सत्कारणी लावायचे मार्ग शोधू लागली. दिल्लीमधील सुरुवातीच्या दिवसांत वाटलं त्यापेक्षा बर्टन दाम्पत्याबद्दलचं हिरोकोचं प्रेम, तिच्या आजारपणाच्या काळात बरंच वाढीला लागलं; पण तिला ठाऊक होतं की, तिला त्यांच्या सोबतीशिवाय अजूनही बऱ्याच गोष्टींची गरज होती.

हिरोकोच्या मते, तिच्याकडे हा कंटाळा दूर सारायला मस्तच बंदोबस्त होता. पण देल्हीमध्ये कुणालातरी इंग्रजी, जर्मन आणि जपानी भाषेचं ज्ञान असणाऱ्या

दुभाष्याची गरज असेल, ह्या तिच्या कयासाला बर्टन दाम्पत्याकडून थंडच प्रतिसाद मिळाला. त्याहीउपर ती अजून 'गाव' हिंडायला ठणठणीत झाली नाहीये, हे हिरोकोवर ठसवण्यासाठी लागलीच डॉ. आगरकरांना पाचारण करण्यात आलं. त्यांनीही बर्टनशी असलेल्या आपल्या मैत्रीला जागून आपली कामगिरी चोख बजावली. बर्टनांच्या म्हणण्यानुसार त्यांची पाहुणी कामधंदा शोधायच्या गोष्टी करते म्हणजे त्यांच्या आदरातिथ्यात भलीमोठी कमतरता होती.

त्यामुळे मग हिरोको तिला सुचलेल्या इतर पयार्यांकडे वळाली.

"मग मला इथे बोलली जाणारी भाषा शिकायला आवडेल." तिने प्रस्ताव मांडला. मात्र, त्यानंतर "त्याची गरज नाही. इंग्रजी येतंच तुला– तेवढं पुरेसं झालं. इथल्या ज्या कुठल्या लोकांना (रहिवाशांना) तू भेटशील, ते एकतर 'ऑक्सब्रिज' कंपूतील पुरुष आणि त्यांच्या बायका तरी असतील, नाहीतर लाला बक्षसारखे घरात काम करणारे, ज्यांना बोलीभाषेतलं इंग्रजी चांगलं समजतं. त्यात थोडे सोप्पे उर्दू शब्द टाकले की, मग काही प्रश्नच नाही. ते शब्द तर एलिझाबेथही शिकवू शकते तुला." असं जेम्सने ठासून सांगितलं.

हिरोकोच्या कानांना त्याचं ते बोलणं तसं खटकलंच.

"तरीसुद्धा मला त्यांची भाषा लिहायला-वाचायला शिकायची आहे." तिने आपलं घोडं पुढे दामटत म्हटलं. "इथे तसं शिकवणारं कुणी...?"

"सज्जाद!" एलिझाबेथ म्हणाली. "तो हेन्रीला – माझ्या मुलाला – शिकवायचा." हेन्रीच्या नावावर एलिझाबेथचे ओठ मुडपले नाहीत खरे, पण त्यांच्या हालचालीतून वर्षभरापूर्वी इंग्लंडच्या बोर्डिंग स्कूलमध्ये पाठवलेल्या आणि तिथून 'मला घरी यायचंय... भारतात' अशी पत्रे धाडणाऱ्या मुलाच्या आठवणीने विव्हळ झालेल्या तिच्या मनाचं कोंडलेलं दुःख जाणवून गेलं.

"सज्जादला ह्या गोष्टींसाठी वेळ नाही." जेम्स मध्येच बोलला. "तुला ठाऊक आहे की, मी त्याला आता अर्ध्या दिवसाच्या कामावर नाही ठेवू शकत. किंबहुना, त्याला अर्ध्या दिवसाची रजा नाही देऊ शकत. माझ्याकडे काय आता पूर्वीसारखे डझनावारी लिपिक उरलेले नाहीत."

"तुझ्या कचेरीत तेवढे लिपिक उरले नसतील; पण तुझी कचेरी तर आहे ना जेम्स? तुझा पाय अजून बरा झाला नाही ह्याचा बहाणा करून तू तिथे जाण्याचं टाळतोयस, इतकंच. आणि तसंही तू आणि सज्जाद सतत बुद्धिबळ तर खेळत बसलेले असता!"

त्या मुलाला जराशा मिळणाऱ्या पगारासाठी काहीतरी काम करू दे– एलिझाबेथच्या मनात आलं. ह्या महिन्याच्या सुरुवातीला जेम्सने त्याला देऊ केलेली घसघशीत पगारवाढ सज्जादने निमूटपणे स्वीकारल्याचं बघून एलिझाबेथचा तिळपापड

झाला होता. तिला ते अप्रामाणिकही वाटलं अन् उद्धटपणाचंही.

हिरोको सोफ्यावरून उठून पुस्तकांच्या कपाटामध्ये खुडबुड करू लागली– ह्या आशेने की, तिच्या ह्या कृतीने तरी तिच्या खोलीतील अस्तित्वाची दखल घेऊन बर्टन जोडपं आपली अप्रिय वादावादी थांबवेल. मग ती विचार करू लागली की, स्वत: सज्जादला तरी आवडेल का तिला शिकवायला? तिने त्याला आधी विचारायला हवं होतं... बर्टनांकडून तो प्रश्न विनंतीपेक्षा आज्ञाकारी वाटला असता. पण नशिबाने जेव्हा जेम्सने जराशा खट्टू मनानेच सज्जादला दुसऱ्या दिवशी विचारलं, तेव्हा तो अतिशय आनंदाने तयार झाला.

"मी तुम्हाला ग़ालिब आणि मीर ह्यांचं अस्सल उर्दू शिकवीन; म्हणजे तुम्ही दिल्लीच्या महान कवींच्या कलाकृती वाचू शकाल." सज्जाद म्हणाला आणि मग जेम्सच्या चेहऱ्यावरची नाराजी पाहून पुढे बोलला, "आणि नाहीतरी तुम्ही सकाळी लवकर उठता मिस तानाका, तर आपण सकाळीच आपले धडे गिरवत जाऊ या. श्री. बर्टन आणि माझं काम सुरू होण्यापूर्वी."

ह्यावर जेम्सने अगदी 'आडवं' केळं खाल्ल्यागत रुंद स्मित केलं होतं आणि एलिझाबेथला समजेना– ज्या सहजतेने हा 'इंडियन' आपल्या नवऱ्याला हसवू शकत होता, त्यासाठी सज्जादला फटकवावं, की जेम्सला, की स्वत:लाच?

चहाच्या कपातून येणाऱ्या गरम वाफेमध्ये झोकून देत हिरोकोने दिल्लीच्या गोठवणाऱ्या थंडीत मिळालेल्या सुंदर गरम चहाबद्दल कृतज्ञता मानली आणि सज्जादने इतक्या लवकर येऊ नये, अशी आशा केली. बर्टनांच्या घरात असा एकांत मिळणं, ही हिरोकोसाठी एक मौलिक पर्वणी होती. त्यांना कुठल्या गोष्टीमुळे वाईट वाटू नये वा त्रास होऊ नये ह्यासाठी तिला आपल्या चेहऱ्यावरील हावभावांच्या करायला लागणाऱ्या कसरतीपासून मिळालेली क्षणैक मुक्तताही अनमोल होती. जेम्स किंवा एलिझाबेथ आजूबाजूला असताना हिरोको नेहमी आपण कुठल्यातरी कामात मग्न आहोत, असं दाखवत असे; जेणेकरून त्यांनी धसकून आपसात कुठलं चिंताग्रस्त संभाषण सुरू करू नये. ते तर असे वागत, जणू हिरोकोने कालच नागासाकी आणि कोनरॅडला गमावलंय आणि तिला त्या अपार दु:खाच्या डोहातून वर काढणं, ही त्यांची सगळ्यात मोठी जबाबदारी आहे. त्यांची ही कृती प्रेमळ होतीही, पण तितकीच त्रासदायकही.

तिने खुर्चीच्या हिरव्या वेतावर बोटं फिरवली. आता हे जग पण संपत चाललंय. एक किंवा दोन वर्षं अजून, बस! जेम्सच म्हणाला; त्यानंतर ब्रिटिशांना भारत सोडायला लागणार होता. इतिहास बदलण्याची क्षमता असलेल्या घटनेची अशी पूर्वसूचना मिळणं आणि आपलं आयुष्य त्या घटनेमुळे कितपत बदलेल ह्याची कल्पना येणं, हे अहोभाग्यच होतं. तिने दिल्लीपुढे आपल्या आयुष्याची आखणी

केलेली नव्हती. दिल्लीच कशाला; येत्या आठवड्यापुढचीसुद्धा आखणी केलेली नव्हती. आणि का करावी? तिने इतक्या महत्त्वाकांक्षा मागे सोडल्या होत्या की, आता हिरोकोसाठी बर्टनांच्या ह्या सुंदर बगीच्यात बसून केवळ आत्ताच्या क्षणाचा आनंद घेणंही पुरेसं होतं. त्याचबरोबर हीही जाणीव पुरेशी होती की, इथे असं काहीच नव्हतं, जे सोडताना तिला दुःख होईल.

तिने चहाचा अर्धाच कप रिकामा केला होता, इतक्यात हिरोकोला बगीच्याच्या दुसऱ्या बाजूने येणारा सज्जाद दिसला. तिला तिथे पाहून सज्जादला आश्चर्यच नव्हे, नाराजीच वाटली. पण चेहऱ्यावर आपल्या मनातील भावना लवमात्रही येऊ न देता सज्जाद हलकेसे स्मित करत तिच्याजवळ आला. हिरोकोच्या मनात विचार आला की, तिच्याही चेहऱ्यावर अशाच भावना पसरून, पुसून गेल्या होत्या काय?

"आज बरंच दव पडलंय; नाही?" सज्जादच्या पावलांमुळे हिरव्या पडत जाणाऱ्या चंदेरी गवताकडे पाहत हिरोको म्हणाली.

"हो." आपल्या उत्तराला काहीतरी अजून हुशार जोड द्यावी, ह्या हेतूने सज्जाद पुढे म्हणाला, "कोळ्यांना दव फार आवडतं. अशा सकाळी ते मोठ्ठी जाळी विणताना दिसतील किंवा असंही असतं की, इतकं दव त्यावर पडल्यामुळे ती जाळी चमकून, उठून दिसतात."

"मुसलमानांचा फार प्रिय असतो कोळी."

"खरं आहे." हिरोकोला ही गोष्ट ठाऊक असावी, ह्या कौतुकात न्हाऊन निघत सज्जादने मोठं स्मित केलं आणि ब्रिज टेबलपाशी जाऊन उभा राहिला– तिच्या तिथे येण्याची वाट बघत.

"कोनरॅडने सांगितलं मला." त्या चंदेरी माशाचे खेळ बघत ते दोघं मेगानेबाशीवर उभे होते, तेव्हा सांगितलं होतं कोनरॅडने. त्या दिवसाची आठवण झाली की, हिरोकोला हमखास ते दृश्य आठवायचं– जेव्हा ती हॉस्पिटलमध्ये असताना योशीने येऊन सांगितलं की, त्या हल्ल्यात उराकामी कॅथिड्रलजवळचं कुणीच वाचू शकलं नव्हतं– ती विदारक बातमी समजल्यानंतर कैक तास हिरोकोच्या नजरेसमोर फक्त मेगानेबाशीवरची त्यांची भेट तरळत होती.

"कोनरॅड म्हणजे ना..." कानाच्या पाळीशी चाळा करत आपल्या भावनांना शब्दरूप देत सज्जाद म्हणाला, "मला तो फार आवडायचा."

ब्रिज टेबलापाशी बसत हिरोकोने ह्यावर हलकंसं स्मित केलं. तिला समजलं, कोनरॅड का म्हणायचा की, दिल्लीत भेटण्यालायक ही एकच व्यक्ती होती.

"तो बोलायचा तुझ्याबद्दल. त्यालाही तू खूप आवडायचास. म्हणायचा, की सज्जाद काही औरच आहे!"

"और?"

"हो." तो अभिप्राय म्हणजे एखादी मेजवानीच असावी, अशा तन्मयतेने सज्जादने त्याचा आस्वाद घेतला. हिरोको त्याला न्याहाळत बसली. मग एकदम म्हणाली, "तू त्या दिवशी मी इथे आले, त्या दिवशी– मला बर्टनांसमोर तुझ्याशी काही बोलू का दिलं नाहीस?"

"मला नव्हतं माहीत की तू काय बोलणार होतीस; पण ते जे काय असेल, तिथे बोलणं योग्य दिसलं नसतं."

"का ते?"

"मी बर्टनांकडे काम करतो गं." सज्जाद बोलला आणि मग पटकन खुलासा केला "म्हणजे लाला बक्षसारखं नव्हे, मी त्यांचा नोकर नाही. मी एक दिवस वकील होणार आहे. तसंपण आतापर्यंत मला वकिलीतलं बरंच समजतं..." सज्जाद थबकला. आपण जास्तच बढाया मारतोय, ह्या जाणिवेने. "मी नोकर नाही." त्याने पुन्हा ठसवलं. "पण मी... तू..."

"काय?"

"तू नुकतीच आली होतीस, 'तिच्या' मृत भावाशी नाजूक दुवा सांगत. तुझ्यासाठी ती वेळ माझ्याशी बोलत बसण्यायोग्य नव्हती." त्याला खरंतर असं म्हणायचं होतं की, 'मला जाणवत होतं की तू माझ्याशी समान पातळीवर बोलू पाहत होतीस आणि ते बर्टनांना अजिबात आवडलं नसतं. ते दोघांवर नाराज झाले असते आणि तुला इथे राहण्यासाठी आग्रह केला नसता.'

"मला वाटतं, आपण शिकवणीला सुरुवात करावी." वही उघडत सज्जाद म्हणाला, "सर्वप्रथम तुला हे विसरावं लागेल की, लिखाण पानाच्या डावीकडून उजवीकडे जातं."

हिरोको हसायला लागली. आपलं वागणं जरासं असभ्यच झालं, ह्या विचाराने मग खजीलपणे तिने सज्जादकडे पाहिलं; पण सज्जाद कुठलीही प्रतिक्रिया न देता, शांत नजरेने तिच्याकडे बघत होता. हिरोकोच्या बोलण्यात काही थट्टा दडलीये का ह्याची चिंता न करता तो फक्त कुतूहलाने तिच्या स्पष्टीकरणाची वाट पाहत बसला. तिने त्याची वही आपल्याकडे ओढत एक पानभर काहीतरी खरडलं. मग त्याच्याकडे वही वळवत म्हणाली, "हे जपानी आहे."

सज्जादचे डोळे विस्फारले.

"उर्दूनंतर तुला ही तिरकी लिपी शिकावी लागेल."

हिरोको पुन्हा हसली. दोघांनी एकमेकांकडे पाहिलं आणि पटकन आपापल्या नजरा खाली वळवल्या. परस्परांच्या चेहऱ्या-मोहऱ्याबद्दलच्या अनोळखीपणानेच त्यांना प्रथम भेटीपासून आजतागायत एकमेकांकडे फक्त टक लावून बघत बसायला भाग पाडलं होतं आणि त्यांनी दोघांनी स्वतंत्रपणे हे ठरवूनही टाकलं होतं.

"पहिलं मुळाक्षर आहे अलीफ." सज्जादने शिकवणीला सुरुवात केली. पुढच्या काही मिनिटांतच सज्जादला हिरोकोबद्दल– तिच्या शाळेतील जर्मन शिक्षिकेला आणि तिला इंग्रजी शिकवणाऱ्या फादरना झाला तसा साक्षात्कार झाला की, हिरोको कुठलीही भाषा इतकी चटकन आत्मसात करू शकते की, जणू एखादी सर्वस्वी अनोळखी, नवी भाषा शिकत नाही; तर एखाद्या नाममात्र विसरलेल्या भाषेवरची धूळ झटकत आहे! त्याला कळेपर्यंत ते चुटकीसरशी तेराव्या मुळाक्षरापर्यंत पोहोचलेसुद्धा!

"हे आहे 'झाल'– इंग्रजी 'झेड'प्रमाणे उच्चार असलेल्या उर्दूतील चार मुळाक्षरांपैकी पहिलं." एक वळणदार चित्र काढून त्यावर टिंब रोवत सज्जाद म्हणाला.

"झाल, झाय, झ्वाद, झोय."

"एकाच स्वरासाठी चार मुळाक्षरं का?"

"प्लीज, मला सांगू नकोस की, तू त्या लोकांपैकी आहेस ज्यांना आधिक्यातील सौंदर्य (ब्युटी इन एक्सेस) दिसत नाही." सज्जाद विनंतीवजा उद्गारला. हिरोकोला पहिल्यांदाच त्याच्या गमतीदार पैलूचं दर्शन घडलं.

"दुसऱ्या शब्दांत सांगायचं, तर तुम्हाला ह्याचं उत्तर येत नाही, सेन्सेई!"

"त्या शब्दाचा अर्थ काय?"

"सेन्सेई म्हणजे गुरू, टीचर, सर..."

त्याची त्वचा किती लालबुंद होऊ शकते, हे बघून हिरोकोला आश्चर्य वाटलं. त्याने पेन उचललं, आपल्या बोटांमध्ये कुरवाळलं; मग निबेवर बोट ठेवून त्यावर पसरणाऱ्या निळ्या रंगाकडे बघत बसला.

"तू त्यांना एलिझाबेथ आणि जेम्स असं संबोधतेस ना? मग तू मलाही सज्जाद ह्या नावाशिवाय बाकी कशानेही संबोधलं नाही पाहिजेस, मिस तानाका."

"तसं असेल तर मग तूही मला फक्त हिरोकोच म्हटलं पाहिजेस सज्जाद."

हिरोकोला अमेरिकन लोकांची एक गोष्ट आवडायची; ती म्हणजे, त्यांची अनौपचारिकता. त्यांच्यात उगाच प्रत्येक नात्याला एका ठरावीक साच्यात डांबणाऱ्या नसत्या आदरार्थी पदव्या नव्हत्या. अमेरिकनांच्या घोळक्यात असताना आपल्या प्रियकराला 'कोनरॅड-सान' म्हणण्याच्या तिच्या हट्टातील हास्यास्पदता हिरोकोला जाणवून गेली होती.

आता तर तिला असंही वाटू लागलं की, ती जरा त्याला 'कोनरॅड' म्हणून हाक मारत असती, तर कदाचित त्याने खूप आधी तिला मागणी घातली असती आणि मग सगळंच बदललं असतं. तो बॉम्बहल्ला सोडून...

सज्जादला जाणवत होतं की, हिरोकोचं मन ह्या क्षणी दिल्लीपासून खूपच दूर गेलं होतं. त्याला माहीत होतं की, अशा वेळी बर्टनांनी काय केलं असतं– काहीतरी बोलून, तिच्या विचारांमध्ये व्यत्यय आणून तिला पुन्हा वर्तमानात खेचलं असतं.

सज्जादच्या माहितीनुसार तरी, एकाच प्रसंगी एलिझाबेथने हिरोकोला तिच्या पूर्वायुष्याबद्दल विचारलेलं. सज्जाद त्या वेळी बाहेरून जात होता. खोलीचा दरवाजा उघडा होता आणि त्याला ऐकल्यावाचून राहवलं नव्हतं. तिचं उत्तर किती वास्तव होतं ह्याचं सज्जादला आश्चर्य वाटलं.

''बॉम्बहल्ल्यानंतर मी खूप आजारी होते – रेडिएशन पॉयझनिंग – अर्थात किरणोत्सारी विषबाधेमुळे. अर्थात त्या वेळी त्या आजाराला काहीच नाव नव्हतं. नागासाकीतील इस्पितळं त्या रोगाने ग्रस्त झालेल्या रुग्णांनी खच्चून भरलेली होती. म्हणून मग योशी वातानाबे मला टोकियोतील त्याच्या डॉक्टर मित्राच्या इस्पितळात घेऊन गेला. त्याला मनातून सलत होतं ना– त्याने कोनरॅडला धोका दिला होता. माझी मनोभावे काळजी घेणं, हा त्याचा पश्चात्ताप होता. त्याने मला त्या इस्पितळात दाखल केलं आणि तो नागासाकीला परतला. मी तिथे असताना अमेरिकन युद्धदलातील काही डॉक्टर मला तपासायला आले. मी त्यांच्यासाठी फारच कुतूहलाचा विषय होते. मी त्यांच्याशी इंग्रजीत बोलले, तर त्यापैकी एकाने मला दुभाषी म्हणून काम करशील का, असं विचारलं. अमेरिकनांसाठी काम करायचं? तुला प्रश्न पडला असेल की बॉम्बहल्ल्यानंतर मी असं करायला तयारच कशी झाली असेन? पण विचारणाऱ्या व्यक्तीचा चेहरा इतका प्रेमळ होता की, घडलेल्या गोष्टीसाठी त्याला जबाबदार धरवेना. किंबहुना, मला कुणालाच जबाबदार धरवेना. तो बॉम्ब म्हणजे कुठल्याही मानवी कृत्याच्या पलीकडे होता... असो. तर, मी होकार भरला. मी वर्षभर दुभाषी म्हणून काम केलं. त्या वेळात, एका अमेरिकन नर्सबाईबरोबर माझी खास मैत्री झाली. तिने मला तिचे कपडे दिले. तिच्यासारखाच कानापर्यंत बारीक बॉब-कट करवून आणला. आम्ही डिस्कोला जाताना तर मी हमखास तिचेच छान-छान कपडे घालायचे. मी बरीचशी युद्धामध्येच वाढले होते, शांततेच्या काळातील ह्या चैनी माझ्यासाठी खूप नवीन होत्या. मला नागासाकीत परत जायचं नव्हतं. पण मी टोकियोमध्ये अमेरिकन लोकांसोबत खूश होते. आणि मग एक दिवस – ४६ च्या शेवटी – तो प्रेमळ चेहऱ्याचा डॉक्टर म्हणाला, 'बॉम्बहल्ला झाला तो भयानकच झाला; पण अमेरिकन लोकांच्या सुरक्षेसाठी तो जरुरी होता.' ते ऐकल्यावर मला लगेच जाणवलं की, आता त्यांना माझी आवश्यकता नाहीये. मी तिथून निघण्याच्या तयारीत असताना माझी मैत्रीण, ती नर्स, मला शोधायला आली.'काय करायचं ठरवलंयस तू आता?' तिने विचारलं.

'' 'इथून खूप दूर जाणार...' माझ्या तोंडून नकळत निघालं. 'अरे देवा! आता तू पण? आधीच माझा तो कॅनेडियन मित्र– ज्याच्याबद्दल मी तुला सांगत असते ना– तो पण भारताला निघाला आहे.'

''मी म्हणाले, 'भारत?' ती बोलली आणि मला एकदम लक्षात आलं की,

आपणही जाऊ शकतो! मी तिला तसं म्हटलं, तर तिने मला वेड्यात काढलं; पण मग म्हणाली, 'चल, ठीक आहे. बघू या तुझ्या सोबतीला कुणी येऊ शकतं का? मला अमेरिकनांबद्दल ही गोष्ट फार आवडते. ते जसे काही प्रकारच्या वेडेपणाला माणसाच्या वृत्तीचा घटक मानतात. त्या रात्री मी आणि ती त्या कॅनेडियन मित्राला बाहेर जेवायला घेऊन गेलो, त्याला भरपूर साके पाजली आणि घरी जायची वेळ आली तोपर्यंत आम्ही पुढच्या प्रवासाची आखणीसुद्धा करू लागलो. आणि एलिझाबेथ, जर तुझ्या मनात असा विचार डोकावला असेल ना की, त्याच्या मनात काही छुपा हेतू होता का, तर तसं शक्यच नव्हतं. कारण तो– तू तुझ्या चुलत भावासाठी, विलीसाठी काय शब्द वापरतेस?... 'विल्डियन पर्सुएशन'चा होता!''

नंतर जेव्हा सज्जादच्या उपस्थितीत एलिझाबेथने हे सगळं जेम्सला सांगितलं, तेव्हा मान डोलवत म्हटलं, ''मला आशा आहे की, आतातरी तुझं कुतूहल शमलं असेल. पण आता तरी आपण तिला हे सगळं विसरू द्यावं; नाही का?'' आणि मग त्यानंतर बर्टन दाम्पत्याने हिरोकोला ना जपानबद्दल काही विचारलं, ना तिला त्याबद्दल विचार करून त्या कटू आठवणींमध्ये रमण्याची संधी दिली.

हिरोकोला विचारात गढलेलं पाहून सज्जादने ह्या सगळ्याचा विचार केला. मग खुर्चीवर रेलत बगीच्याकडे बघत बसला– हिरोकोला तिच्या आठवणींमध्ये रमू देत.

४

हौज खासच्या अवशेषांवर पडलेल्या सावल्या हिरोको न्याहाळत होती. आजूबाजूला पडलेल्या चंद्राच्या प्रकाशात चाललेली सहल रंगात आली होती. हे तर केवळ अवशेष होते, सावल्या म्हणजे केवळ उजेड आणि अंधाराच्या मिश्किल खेळातून निर्माण झालेली विखुरलेली चित्रं. म्हणजे आता कोसळलेलं एखादं बांधकाम, त्यावर पडणारी एखादी सावली हिरोकोचं चित्त विचलित करत नव्हती. किंबहुना, ते पाहत असताना तिला भेटायला आलेल्या स्त्रीकडे ती अगदी हसतमुखाने बघत गप्पा मारू शकत होती.

"तुझी उर्दूची शिकवणी कशी चालली आहे?"

तिला हा प्रश्न विचारणाऱ्या ब्रिटिश स्त्रीचं नाव काही हिरोकोच्या लक्षात येईना; पण एवढं मात्र लक्षात होतं की, तिचे पती व्हाईस रीगल स्टाफवर होते आणि तिच्या बगीच्यात पूर्ण दिल्लीमधील सगळ्यात सुंदर जॅकारांडा फुलांची झाडं होती.

"खूप छान चालली आहे. धन्यवाद. शिकवणी सुरू करून तीन आठवडे झाले आहेत आणि आम्ही नुकतंच हे स्वीकारलंय की मी 'क'चा उच्चार तोंडाच्या मागच्या बाजूऐवजी वरच्या बाजूचा वापर करून करू शकते. यामुळे सज्जाद अपार दुःखात बुडालेला आहे; पण दुःख हा तर उर्दूचा स्थायीभाव आहे त्यामुळे तो मला दोष देऊ शकत नाही."

"सज्जाद? जेम्सचा तो हरकाम्या? तो असं म्हणाला... की दुःख हा उर्दूचा स्थायीभाव आहे? काहीच्या काहीच विचित्र बोलतात नाही हे लोक?"

'हरकाम्या?' त्या बाईला आपल्याकडून कुठलं खरमरीत उत्तर दिलं जाऊ नये, म्हणून हिरोकोने रोस्ट चिकनचा तुकडा तोडत तोंडात कोंबला. हिरोकोला समजायचंच नाही की, ह्या श्रीमंत आणि सत्ताधारी लोकांशी कसं वागावं! कित्येकांनी तिला सामुराई सैनिकांच्या जीवनाबद्दल विचारलं आणि जेव्हा ती सांगे की, सैनिकी

विश्वाशी तिचा सगळ्यात जवळचा संबंध आला तो शस्त्रास्त्र कारखान्यात, तेव्हा ह्या लोकांना ती अगदी मोहकरीत्या आत्मसंकोचित वाटे! युद्धानंतर अवघ्या दोन वर्षांत हे लोक एकवेळ हिटलरच्या साथीदारांना जवळ करतील, पण खालच्या स्तरातील आपल्या बांधवांना मुळीच नाही, हे हिरोकोच्या लक्षात आलं आणि तिला राहून-राहून वाटे की तिला भारतामध्येही जपानच्या उराकामीत असणाऱ्या लोकांसारख्याच लोकांमध्ये राहायला मिळालं पाहिजे होतं. पण तिला हेही ठाऊक होतं की, हा विचार किंवा ही इच्छा बर्टनांनी दाखवलेल्या प्रेमावर अन्याय करणारी आहे आणि मनापासून थोडी खोटीही. बर्टनांच्या घरातल्या त्या गुबगुबीत गाद्या, खाण्या-पिण्याची रेलचेल, एलिझाबेथने तिला देऊ केलेल्या रंगीबेरंगी कपड्यांची चवड, त्यांच्या ग्रंथदालनातील पुस्तकी श्रीमंती, स्वत: बर्टन पती-पत्नीचं मुबलक प्रेम... ती ह्या गोष्टींसाठी खूप कृतज्ञ होती आणि स्वत:ला भाग्यवानही समजत होती. पण, तिला हेही भान होतं की, हे सगळं तिला मिळत होतं ते कुठल्या हक्काने नव्हे, तर केवळ बर्टनांच्या चांगुलपणामुळे.

"तू उर्दू शिकण्यात वेळ का दवडतेयस, मला समजत नाहीये?" आपल्या जाडजूड शरीराचा तोल सांभाळत हिरोकोशेजारी बसत कामरान अली (इंडियन ऑक्सब्रिज सेटचा एक सदस्य) म्हणाला. "शिपायांची नि चोर-दरोडेखोरांची भाषा ती! तुला माहितेय, उर्दू शब्दाचा उगम इंग्रजीतील 'होर्ड' (म्हणजे टोळकं) ह्या शब्दापासून झालाय. ती काय भाषा आहे शिकण्यासारखी? छ्या! पण लॅटिन? अहाहा! भाषा असावी तर अशी!" त्याने आपला ग्लास उंचावून धरला आणि लगेच एका अदबशीर बेअररने तो भरला.

"विनी, विदी, विनो... अहाहा!" कामरान म्हणाला आणि त्यावर हिरोकोच्या शेजारच्या इंग्रज बाईने हसून दाद देत त्याला आपल्या 'देसी' स्टाफच्या विचित्र उच्चारणांच्या गमती सांगण्यात ओढलं.

तितक्यात हिरोकोला आपल्या हातावर कुणाचातरी स्पर्श जाणवला. तिने वर पाहिलं, तर एलिझाबेथ उभी होती.

"एलिझाबेथ, येतेस का आमच्यात?" जराशीही जागा करून देण्याचा प्रयत्न न करता 'मिस जॅकारांडा' खोटं-नाटं हसत म्हणाली.

"नको व्हायोलेट, थँन्क यू... इथे श्वास गुदमरतोय माझा." क्षणभरच थांबत एलिझाबेथ पुढे म्हणाली, "म्हणजे अगं, त्या मशालींमधून येणाऱ्या धुरामुळे म्हणतेय मी–"

ह्या निर्बुद्ध, पण निर्धोक व्यक्तींशी एलिझाबेथच्या असलेल्या मजेशीर पण तितक्याच कटू नात्याबाबत विचार करत कसलासा लटका बहाणा करत हिरोको उठली. दोन्ही बायका तिथून चालू लागल्यावर, त्यांना दूरवरून न्याहाळणाऱ्या

जेम्सच्या नजरेत एलिझाबेथच्या गळ्यात चमचमणारा पाचूंचा हार भरला. त्याने पहिल्यांदा तिच्या गळ्याभोवती तो हार घातला तेव्हा त्याच्यातील प्रेमाच्या लखलखाटापुढे पाचूंची चमक फिक्कीच पडलेली. कल्पनेच्या दुर्लभ फुटलेल्या धुमाऱ्यात जेम्सला त्याची बायको आणि हिरोको म्हणजे एका हाराच्या दोन सोनेरी साखळ्या असल्यासारख्या भासल्या. कुठलातरी व्यत्यय (व्हाइसरॉय, जेम्सच्या एका अशिलाची पत्नी, कुठलातरी नबाब आदी) येईपर्यंत एकत्र चालणाऱ्या, मग जराशा वेगळ्या होऊन, पुन्हा एकमेकींना येऊन जोडणाऱ्या. जेम्सला वाटायचं की, एलिझाबेथ फक्त चांगुलपणाच्या भावनेने, हिरोकोच्या काळजीने तिच्याशी अशी वागते; पण त्याला हे लक्षात येत नव्हतं की, हिरोकोच्या रूपाने मिळालेली मैत्रीण एलिझाबेथसाठी किती मौल्यवान होती!

आजकाल तर, कधी नव्हे ती एलिझाबेथ चक्क त्या पार्ट्यांना जायला तयार व्हायची, जिथे हिरोको यायला पसंती दाखवे.

"सॉरी, मी बराच वेळ तुला एकटं सोडून गेले ना? पण त्या खडूस म्हातारीबरोबर मी इस्टरच्या पार्टीची आखणी करायला नकार दिला असता ना, तर जेम्सने मला कच्चं खाल्लं असतं. तिचा नवरा तर जेम्सच्या 'चेसमध्ये बुडालेल्या' आयुष्याचा अजून उदो-उदो करणार, असं दिसतंय."

हिरोकोला आधीच लक्षात आलं होतं की, बर्टनांपैकी एक जण दुसऱ्याबद्दल कुरकुर करत असताना आपण गप्पच राहिलेलं बरं. पण तिने हेही नक्की ठरवलं की, बर्टनसंबंधीच्या गोष्टींबद्दल सज्जादने घेतलेल्या मौनाच्या पवित्र्याला छेदून हे जाणून घ्यायचंच की, एका कायदेपंडिताला ओसरीवर बसून चहा पीत बुद्धिबळ खेळत बसण्याची मुभा मिळालीच कशी? मोठ्यांच्या विचित्र गोष्टी म्हणायच्या, अजून काय?– हिरोकोच्या मनात आलं. जगाच्या कुठल्याही कोपऱ्यात सगळे श्रीमंत एकसारखेच!

हिरोकोच्या प्रश्नाचं वास्तव उत्तर असं होतं की, जेम्सच्या कारकिर्दीच्या सुरुवातीला त्याने आपल्या मोहक बोलण्याने, अंगभूत अधिकाराने आणि उत्कृष्ट सामाजिक नातेसंबंधांद्वारा बरेच उत्तम अशील मिळवले. वकिली सल्ल्याची गरज असलेल्यांना हेरून, जेम्स अतिशय हुशारीने त्यांना 'बर्टन, हॉपकिन्स ॲन्ड प्राईस'च्या कार्यालयात दाखल करत असे आणि अशील आणण्याच्या कर्तबगारीवर स्वत:ची पाठ थोपटून त्यांना त्यांच्या जटील समस्यांसोबत आपल्या भागीदारांवर सोपवून निश्चिंत होत असे. आताही जेम्सचा तोच रतीब सुरू होता. पाय तुटल्यामुळे तो तीन मजले चढून कार्यालयात जाऊ शकत नव्हता, पण पार्ट्यांना किंवा इतर समारंभांना न चुकता हजेरी लावून, झालेल्या अपघाताबद्दल सहानुभूतीसोबत अशील मात्र नक्कीच गोळा करत होता– त्यामुळेच तर त्याला ती मुभा मिळाली होती.

आठवड्यातून एकदा सज्जाद कार्यालयात जाऊन जेम्ससाठी काम घेऊन येत असे; पण सगळ्यांनाच ठाऊक होतं की, तो देखावाच होता. जेम्सचा पाय बरा झाला होता; पण कुणीही चौकशी करण्याच्या फंदात पडेना की, तो कधी कामावर परत येणार होता. अर्थात, त्यामुळे जेम्सचंसुद्धा बरंच फावलं होतं म्हणा. त्यालाही कामावर परत येण्याचा विषय स्वत:हून काढणं मूर्खपणाचंच वाटत होतं. त्याप्रमाणे वरच्या मजल्यावरील स्वत:च्या शयनगृहात परत जाण्याचा विषय काढणंही त्याला मूर्खपणाचंच वाटे. दोन्ही परिस्थितींमधला फरक इतकाच होता की, कार्यालयात परतण्याचं त्याचं मन होईना.

मात्र, हिरोकोच्या अवचित आजारपणाने जेम्सला त्याच्या हक्काच्या शयनकक्षात ढकललंच होतं– हिरोको जेम्सच्या खालच्या (अर्थात तात्पुरत्या) खोलीत रुजू झालेली आणि एलिझाबेथने लाला बक्षला साहेबांचं सामान वरच्या खोलीत नेण्याचं फर्मावलेलं. जेम्सला एलिझाबेथचा स्वर ऐकून शंका वाटली की, वरची खोली म्हणजे वरच्या मजल्यावर पाहुण्यांसाठी असलेली खोली तर नव्हे? पण जेम्सच्या नशिबाने लाला बक्षने त्या फर्मानीचा अर्थ तसा घेतला नव्हता.

दोन महिन्यांनंतर एका बिछान्यावरच्या त्यांच्या पहिल्या रात्री जेम्स आणि एलिझाबेथला संभोगाशिवाय दुसरं काय करायचं, ते सुचेना आणि केवळ ह्या एकाच कारणासाठी जे घडलं, ते घडलं; पण एकंदरीत सगळा कारभार फार अवघडलेला, औपचारिक आणि उरकल्यागत ठरला. त्या अप्रियपणात भर पडली ती जेम्स नंतर एलिझाबेथच्या डोक्यावर थोपटून उशीला लपेटून झोपून गेल्याने. पूर्वी तो आपल्या पत्नीला लपेटून झोपत असे. मध्यरात्री आपल्या देहाच्या आर्त हाकांनी तो जागा झाला आणि शक्य तितक्या शांतपणे स्वत:ची गरज भागवली– एलिझाबेथचा विचार करत– पण अर्थात, त्याच्याशेजारी गुपचूप जाग्या असलेल्या एलिझाबेथला असं मुळीच वाटलं नाही.

चालता-चालता एलिझाबेथने आपला हात हिरोकोच्या हातात गुंफला. आधी जेव्हा जेम्सच्या बेंटलीमधून ते तिघे जण हौज़ खासच्या ह्या उद्ध्वस्त ठिकाणी आले, तेव्हा एलिझाबेथला जेम्सच्या असंवेदनशील वागण्याचा फारच राग आला. हिरोकोला असल्या जागी आणण्यात काय अर्थ, जिथे फक्त हेच अभिप्रेत होत होतं की काळ आणि उपेक्षा ह्याच फक्त उद्ध्वस्ततेसाठी कारणीभूत ठराव्यात. आपल्याला आपल्या आधुनिकतेत सगळंच घाईनं हवंय; विध्वंससुद्धा. पण हिरोको मात्र त्या ठिकाणी जाऊन मंत्रमुग्ध झालेली– एखाद्या परिकथेत शिरल्यासारखी.

"कधी-कधी मी हे विसरूनच जाते की, माणसाला मुग्ध करणाऱ्याही काही गोष्टी आहेत अजून दिल्लीत!" एका दगडी उंचवट्यावर टेकत एलिझाबेथ म्हणाली. "मग अशी एखादी रात्र येते आणि मला जाणवून देते की, इथून गेल्यानंतर मी

कशाकशाला मुकणार आहे.''

हिरोको एलिझाबेथ शेजारी बसली.

''म्हणजे, मग तुला वाईट नाही वाटत, की इंग्रजांना आता लवकरच इथून निघावं लागणार आहे, म्हणून?''

त्यावर एलिझाबेथ हलकेच हसून बोलली, ''मी तुला एक गोष्ट सांगणार आहे, जी मी आजतागायत कुणालाच सांगितलेली नाही– जेम्सलासुद्धा नाही. हे ब्रिटिश साम्राज्य ना, मला इतकं...'' आपण हिरोकोला कितपत विश्वासात घेऊ शकतो ह्याचं क्षणिक अनुमान घेत एलिझाबेथ अखेर बोलली, ''जर्मन असल्याची जाणीव करून देतं.'' मग मनगटाला लटकावलेल्या चंदेरी पर्समधून सिगारेट काढून हिरोकोसमोर धरली. हिरोकोने ओढून-ताणून चेहऱ्यावर स्मित आणत ती सिगारेट घेतली. एलिझाबेथ सिगारेट ओढायची नाही, परंतु जेम्सच्या आगाऊ अशिलासमोर हिरोकोला सिगारेट सुलगावताना बघून तिला विचित्रसा आनंद होत असे– जसा हिरोकोने टोकियोहून आणलेल्या स्टायलिश विजारी बघून ब्रिटिश साहेबांच्या कसनुशा चेहऱ्याकडे बघून व्हायचा तसा.

हिरोको सिगारेट ओढत आरामात रेलून बसली. टोकियोमध्ये तिने थोडंसं का होईना, पण तिच्या मर्जीप्रमाणचं 'आधुनिक मुलीचं' आयुष्य उपभोगलेलं. ४० सालच्या हिशेबाने ज्याला खरोखरीच आधुनिक मानता येईल, अशा प्रकारचं आयुष्य. सिगारेटी ओढायच्या, जॅझ क्लबमध्ये बेधुंद नाचायचं आणि भाषांतराच्या कामातून मिळणाऱ्या पैशांमधून स्वत:चा खर्च भागवायचा. काही काळासाठी तिला तो एकांत आणि त्यातनं मिळणारं स्वातंत्र्य आवडलंसुद्धा. पण आता ती फक्त एलिझाबेथच्या विनंतीला मान द्यायला कधीतरी ह्या पार्ट्यांना यायची– जिथे ती जेम्सला पेचात न टाकता त्यांचे जटील नीती-नियम, एका सीमेपर्यंत उल्लंघन करू शकत होती. आताशा तिला बंगल-ओहच्या सोफ्यावर रेलून सज्जादने दिलेला उर्दूचा गृहपाठ करण्यात किंवा बर्टनांच्या समृद्ध ग्रंथदालनातलं एखादं पुस्तक वाचण्यात जास्त आनंद वाटे.

''मला नेहमी वाटायचं की, मला माहितेय की नागासाकीमधल्या युरोपियन आणि जपानी लोकांच्या आयुष्याबद्दल जाणून घ्यायला कोनरॅड इतका उत्सुक का असायचा ते.'' हिरोको आता कोनरॅडबद्दल त्याच्या बहिणीशी मोकळेपणाने बोलू शकत होती; पण जेम्सशी नाही– कोनरॅड शब्दाचा उच्चार होताच जेम्सला धडधडायचं की, आता आपल्याला 'जपानी शोकांतिकेची' झलक बघायला मिळणार की काय? ''त्याला लोक एकमेकांकडे कसे ओढले जातात ह्याबद्दल खूप कुतूहल होतं; त्यात दिसणाऱ्या आकृतिबंधाचं त्याला खूप कुतूहल होतं. त्यामुळेच तर तो त्याचं पुस्तक लिहीत नव्हता; फक्त त्याबद्दल संशोधन करत होता. तो युद्ध संपून परदेशी स्थायिक

झालेला लोकांची परतण्याची वाट बघत होता. त्यांच्या कहाण्यांमधून त्याला त्याच्या पुस्तकासाठी काहीतरी जबरदस्त परिणती मिळण्याची खात्री होती. कोनरॅडच्या अनुसार युद्ध हा फक्त व्यत्यय होता; पूर्णविराम नव्हे.'' हिरोको स्थिर नजरेने समोरच्या सावल्यांकडे नजर टाकून, धूर सोडत पुढे म्हणाली, ''मला नेहमी वाटायचं की, त्या विषयामधली कोनरॅडची उच्च मानसिक गुंतवणूक ही त्याच्या एका विशिष्ट गरजेतून निपजलेली– 'जर्मन कुळाचं आणि जर्मन इमानाचं' रक्षण करण्यासाठी निर्माण केलेल्या कायद्यांप्रमाणे चालणाऱ्या जर्मनीपेक्षा निराळं जग शोधून काढण्याच्या गरजेने. कुठल्या प्रेरणेने त्याला वाटलं की, ते जग जपानमध्ये मिळेल; देव जाणे!''

''आणि आता? तुला वाटतं की, त्यामागे काही वेगळं कारण असेल?''

''हो इल्से– तू!''

''ओह्!'' एलिझाबेथने ह्यावर खजीलपणे मान डोलवत नकार भरला. ''छे गं, मी कोनरॅडच्या आयुष्यात कोणीच नव्हते. त्याच्या आईने – माझ्या सावत्र आईने – कोनरॅडचा जन्म होण्यापूर्वीच मला इंग्लंडला बोर्डिंग स्कूलला धाडून दिलं आणि त्यानंतरच्या सुट्ट्या मी माझ्या आईच्या कुटुंबाबरोबर इंग्लंडलाच घालवायचे. मी आणि कोनरॅड एकमेकांसाठी तिऱ्हाईतच होतो.''

हिरोकोने ह्यावर काहीच बोलायचं टाळलं. ह्या क्षणी हे सांगणं फार क्रूर वाटलं असतं की, हयातभर कोनरॅड अशा जगाच्या शोधात फिरत राहिला – ज्यात तो आणि त्याची सावत्र बहीण तिऱ्हाईत नसतील – ज्यात तो दिल्लीला आल्यावर आपल्या बहिणीला खरोखरीच 'आपलं माणूस' म्हणून भेटू शकेल; ज्यात त्याच्या जर्मनपणाला आणि तिच्या इंग्रजपणाला काही अर्थ उरला नसेल.

''मला त्याची जाणीव अजिबात जाणवत नाही.'' एलिझाबेथ हळू आवाजात म्हणाली, ''पण जेव्हा तू पहिल्यांदा आमच्या घरी आलीस ना, तुला पाहण्याच्या आधी मला क्षणभर वाटलं की कोनरॅड आला आणि तो...'' हृदयावर बोट ठेवून एलिझाबेथ भरल्या आवाजात म्हणाली, ''एक इतका निराळा आनंद होता ना की, मी त्याचं उगमस्थान पण नाही सांगू शकत.'' त्याचप्रमाणे, तिला कोनरॅडच्या मृत्यूनंतर तिच्यात जाग्या झालेल्या पाशवी वासनांचं उगमस्थानही सांगता येणार नव्हतं. त्या काळात ती कैक रात्री जेम्सवर तुटून पडत असे– तिच्या भावाच्या मृत्यूचा शोक करण्यासाठी नव्हे, पण हा दिलासा मिळविण्यासाठी की, ती कुणीतरी जिवंत आहे. हाडामांसाची, रक्ताची मूर्ती; शुष्क सावली नव्हे. पण ही जाणीव मिळविण्यासाठी एलिझाबेथकडे केवळ लैंगिक उत्कटता हा एकच मार्ग होता. ह्याबद्दल तिला स्वत:ला कमालीची अस्वस्थता वाटे. हा केवळ एक दैवदुर्विलास होता की, आयुष्याने मांडलेली क्रूर थट्टा; हे तिला कळेना.

हिरोकोने एलिझाबेथवरून आपली नजर हटवून समोर चाललेल्या दृश्यांवर केंद्रित केली. गवतावर चादरी टाकून स्त्री-पुरुष त्यावर आनंदात रेललेले होते– आजूबाजूला चाललेला चिलटांचा किरकिराट आणि बेअररर्सचा गोंधळ सहन करत. मध्येच एखादा सुबक हात दुसऱ्याला जवळ बोलवी, कुणाला दूर लोटे आणि एका कोपऱ्यात कामरान अली त्याच्या मोडक्या-तोडक्या इंग्रजाळलेल्या उर्दूत एका बेअररशी बोलत होता. इतकचं सगळंच कसं घृणास्पद– आणि एलिझाबेथला पाहून वाटलं– दुःखी होतं आणि हे ठाऊक असूनसुद्धा हिरोकोला जाण्यासाठी दुसरं कुठलंच ठिकाण नव्हतं. तिला त्यामुळे दुःख होत होतं का? तिलाच समजत नव्हतं. पण एवढं समजत होतं की, प्रत्येक क्षणाला लगटून येणारा हा अनिश्चितपणा घालविण्यासाठी तिला काहीतरी... 'काहीतरी' करणं भागच होतं! अर्थात– ह्यात ते क्षण सामील नव्हते, ज्यात ती आणि सज्जाद बर्टनांच्या ओसरीवर बसून (तिला) नवीन असलेल्या भाषेमधील गुपितं उकलंत.

बेअररने येऊन अदबशीरपणे मिस्टर बर्टनांचा निरोप सांगितला की, ते आपल्या पत्नीसाठी थांबले आहेत. एलिझाबेथ कंटाळल्यागत उभी राहिली.

"तुला कोनरॅड आवडला असता." हिरोको म्हणाली, "मी त्याच्याशी लग्न केलं असतं ना, तर मला खात्री आहे की, तुमच्यात एकदम गट्टी जमली असती. तुला तो खरंच खूप आवडला असता. मीच तसा प्रयत्न केला असता– नक्कीच!"

एलिझाबेथने हलकेच हिरोकोच्या डोक्यावरून हात फिरवला.

"मला मुळीच शंका नाहीये की, तू तसा प्रयत्न केला असतास आणि मी हे पूर्वी म्हटलं नाही कधी– म्हणायला पाहिजे होतं खरंतर– मला खरंच खूप दुःख आहे– तू जे गमावलंस, त्याबद्दल."

आनंद साजरा करण्यात गुंतलेल्या त्या घोळक्याकडे दोघी निःशब्दपणे चालू लागल्या. ह्या गोष्टीचा शब्दानेही उल्लेख न करता की, कोनरॅडचं नाव निघाल्यापासून त्या जर्मनमध्ये गप्पा मारत होत्या आणि तसं करताना त्यांना एक जगावेगळं गुपित जपण्यातला आनंद मिळत होता.

५

“**आ**णि मग माझ्या भावाची– सिकंदरची मुलगी म्हणाली...”

“कोण? राबियाबानो की शिरीन?”

“शिरीन. ती म्हणाली–”

हिरोको आणि सज्जादच्या उर्दूत चाललेल्या गप्पांचा ‘कलकलाट’ टाळण्यासाठी एलिझाबेथने ओसरीतून पुढच्या खोलीत येणारा लाकडी कोरीवकाम केलेला दरवाजा मिटून घेतला. अवघ्या सहा आठवड्यांच्या शिकवणीमुळे हिरोकोला इतकं ओघवतं उर्दू बोलता येण्याची काही गरज नव्हती– एलिझाबेथच्या मनात चडफडणारा विचार आला. हिरोको ज्या तन्मयतेने त्या कुरळ्या लिपीत कोरलेल्या आणि सज्जादने दिलेल्या पुस्तकांवर बोट रेटत दिवसच्या दिवस अभ्यास करत बसायची, त्यामुळे एलिझाबेथला फारच एकटेपणा जाणवायचा आणि त्यातून निर्माण व्हायची बारीकशी अढी!... नव्हे असूयाच!

दरवाजा बंद करून रोखलेल्या हवेच्या झोताबद्दल मनातल्या मनात स्वत:वरच करवादत एलिझाबेथने मानेवर रुळणाऱ्या केसांचा अंबाडा बांधला आणि लिखाणाच्या टेबलापाशी येऊन बसली. टेबलावर दोन कागद पडलेले. दोन्हींवर प्रत्येकी दोन शब्द लिहिलेले–

‘प्रिय हेन्री (डिअरेस्ट हेन्री)

विली, लिबलीन्

तिनं केसांचा अंबाडा सोडत हिरोकोसारखे केस कापून घेण्याच्या कल्पनेशी चाळा केला, पेन उचललं आणि दुसऱ्या कागदावर धरलं– विली तिचा चुलत भाऊ विल्हेम– हा तिच्या जर्मन नातेवाइकांमध्ये एकुलता एक होता; तिला तो खरंच आपला वाटायचा. कदाचित अशासाठी असेल की, तो एकटाच समजू शकत होता– तरुण, सुंदर पुरुषाबद्दल त्याला असलेल्या आकर्षणामुळे– की

वेइस घराण्यामध्ये 'आऊटसाइडर'– तिऱ्हाईत असण्याचं दुःख आणि दडपण काय होतं ते. एलिझाबेथला वाटलं की, तिने त्याला युद्धकाळात गमावलं– त्याच्या 'विल्डियन पर्स्यूट्स'साठी (विल्हेमच्या आवडींसाठी) त्याला टिपून मारल्याची भीती अगदीच बिनबुडाची नव्हती त्या काळात. पण ४५ मध्ये तिला समजलं की, विली जर्मनीमध्ये भूमिगत होऊन ज्यू आणि समलैंगिक संबंध ठेवणाऱ्या लोकांना नाझींपासून वाचवण्याचं काम करत होता आणि युद्ध संपल्यावर न्यूयॉर्कला स्थायिक झाला होता. आता नुकतंच त्याचं पत्र आलेलं की, न्यूयॉर्क हे जगातलं सर्वोत्कृष्ट शहर आहे आणि त्याला कोणाची कमतरता जाणवतच असेल, तर ती एलिझाबेथची.

कसल्याशा मोठ्या निर्धाराने एलिझाबेथने विलीला उत्तर पाठविण्यासाठी आपलं पेन त्या कागदाजवळ आणलं आणि स्वतःच्याच नकळत ते हेन्रीसाठीच्या पत्राकडे वळवलं.

'डिअरेस्ट हेन्री...

तिने कागदावर पेन टेकवलं आणि लिहू लागली–

या उन्हाळ्याच्या सुट्टीत तू नक्कीच घरी येत आहेस. हो, पंजाबला वातावरण त्रासदायक आहे, पण दिल्ली अगदी सुरक्षित आहे आणि मसुरी तर नेहमीप्रमाणे शांत. म्हणूनच तुझ्या आजीला सांग की, इतकी काळजी करू नकोस.

तुझे वडील प्रत्येकाजवळ तुझ्या उत्तम गोलंदाजीबद्दल कौतुक करत असतात. आम्ही दोघेही तुझ्या यशाचा चढता आलेख ऐकून प्रफुल्लित आहोत.

एलिझाबेथ थबकली. असं का होतंय की, बोर्डिंग स्कूलमध्ये हेन्री रमत चाललाय, तितकाच त्यांचा पत्रव्यवहार खूपच औपचारिक होत जातोय? का तिने जेम्सला त्याला तिकडे पाठवण्याची परवानगी दिली? विचारांच्या नादात, ती हातातलं पेन तसंच धरून एक माशी झटकायला गेली, तर समोरच्या भिंतीवर निळ्या शाईचा मोठा फराटा उठला.

'शाही लांच्छन!' हेन्रीचा फोटो त्या डागावर हलवून, तो डाग झाकताना तिच्या मनात विचार आला, 'आपल्या घराण्याची तीच रीत आहे.' बोर्डिंग स्कूलसंबंधीच्या प्रत्येक वादाची सुरुवात आणि त्याचा शेवट जेम्सच्या ह्याच एका वाक्याने होत असे. पण अखेर संमती देण्यासाठी एलिझाबेथचे स्वतःचेही काही विचार, काही कारणं होतीच. ब्रिटिशराज संपुष्टात येण्याची चिन्हं काही वर्षांपूर्वीपासूनच दिसू लागली होती. हेन्रीला इथून एका झटक्यात तोडण्यापेक्षा हळूहळू दूर केलेलं कधीही चांगलं, असंच तिच्या मातृहृदयाला वाटलं. तिने त्या लाकडी दरवाज्याकडे नजर टाकली. तिला अजूनही वैषम्य वाटतं होतं की, निघताना सज्जादच्या गळ्यात पडून हेन्री

रडला आणि म्हणाला, "मला सगळ्यात जास्त तुझी उणीव जाणवेल! आय वुईल मिस यू मोस्ट!" जेम्सचीपण हद्द आहे– एलिझाबेथला सज्जाद आवडत नाही ह्यामागे तिची असूया कारणीभूत आहे, हे त्याचं बोलणं तिला अजिबात पसंत नव्हतं. तिला सज्जाद पहिल्या क्षणापासूनच खटकला होता. अंत:प्रेरणा; अजून काय?

"शिकवणी अजून सुरूच आहे वाटतं?"

जेम्सच्या आफ्टरशेव्हने खोलीत प्रथम प्रवेश केला आणि त्यापाठोपाठ दस्तुरखुद्द साहेब आत आले.

"उर्दूत गप्पा तर भरपूर मारत आहेत; आता तो शिकवणीचाच भाग आहे की, नुसत्या वायफळ गप्पा, कुणास ठाऊक? दाढी करताना कापलंयस बघ स्वत:ला!"

"हं!" जेम्सने हनुवटीवरच्या जखमेवर बोट फिरवलं. "दिवसेंदिवस ह्यांची शिकवणी अधिकाधिक लवकर सुरू होतेय आणि उशिरात उशिरा संपतेय."

हनुवटीवरील रक्ताचा डाग आणि चेहऱ्यावरील नाराजी जेम्स जरा जास्तीच असमाधानी असल्याचं दाखवत होती. एलिझाबेथ चटकन खुर्चीतून उठून त्याच्याशेजारी जाऊन उभी राहिली– 'बायको'पणाची झूल हलकेच खांद्यावर पांघरून.

"तुला लक्षात आहे ना जेम्स, की त्याला नोकरीवर ठेवणारा तू आहेस. तुला पूर्ण हक्क आहे त्याला सांगण्याचा. जर तुला वाटत असेल की, तो कामाचा वेळ नसत्या गोष्टीत घालवतोय, तर!" बोलता-बोलता एलिझाबेथने आपलं बोट त्याच्या हनुवटीवर फिरवत तिला लागलेलं रक्त पुसून बोट चोखलं.

"ड्रॅकुला कुठली!" जेम्स खट्याळ स्मित करत म्हणाला– तसं त्यांच्यामधलं वातावरण बऱ्याच दिवसांत झालं नव्हतं तसं पूर्वीसारखं हलकं-फुलकं बनलं.

एलिझाबेथ त्याच्या हनुवटीकडे पाहत होती. तिथे अजूनही जरासं रक्त शिल्लक होतं. तिला प्रकर्षाने वाटत होतं की, आपले ओठ हळुवारपणे त्या जखमेवर टेकवावेत, जेम्सच्या आफ्टरशेव्हचा मादक सुगंध अंगात भिनू द्यावा आणि त्यांच्यातील भांडण संपलेलं आहे ह्याची अशी कुठली गोड ग्वाही एलिझाबेथने दिली की जेम्सला हवाहवासा सुस्कारा ऐकावा... पण त्याआधीच जेम्स उरलेलं रक्त हाताने पुसून पुढे चालू लागला. टेबलापाशी थबकत त्याने पत्रावरचा मजकूर डोळ्यांखालून घातला. 'विली लिबलीन'

जेम्सने त्या प्रेमाने ओथंबलेल्या शब्दाखालून आपलं ओलसर बोट फिरवलं– त्यामुळे तो शब्द अधोरेखित झाल्यागत दिसू लागला आणि दोघांच्याही मनात अपराधी भाव दाटून आले. सुरुवातीच्या दिवसांत जर्मन ही तिची प्रेमाची भाषा असताना एलिझाबेथ अनेकदा जेम्सला 'लिबलीन' म्हणायची. आधी काय गेलं? जर्मन, की प्रेम? त्यालाच कळत नाही, असं कसं होईल?

"हिरोको कायमची इथेच राहणार आहे का?" हैराण मन:स्थितीत जेम्सने अचानकपणे विचारलं.

"हळू बोल जरा जेम्स!"

"मी म्हणत नाहीये की तिने जावं–" जेम्स टेबलावरील पेनांशी चाळा करत म्हणाला. त्याच्या मनात बऱ्याचदा येई की, हेन्रीला पत्र लिहावं; पण एलिझाबेथ दर आठवड्याला जे भलेमोठे खलिते पाठवते, त्याउपर लिहिण्यासारखंही काही नव्हतं.

"तुला तर ती फारच आवडलेली दिसतेय. तिचा वावर तुला फारच आनंददायी ठरलाय!"

"तुला नाही?"

"नाही, मला सुद्धा. ती आल्यापासून घर पूर्वीइतकं रिकामं वाटत नाही." बोलता-बोलता जेम्सने हेन्रीच्या तसबिरीमागे दडलेल्या निळ्या डागावर चाचपडलं आणि हाताला शाई लागल्यावर हैराण आवाजात म्हणाला, "काय गं हे एलिझाबेथ? नुकतीच तर रंगवली ती भिंत! काय हा बालिशपणा?" पण त्याच्या ह्या वक्तव्यावर प्रत्युत्तर देण्यासाठी जेव्हा जेम्सला एलिझाबेथ आणखी एका भांडणासाठी सज्ज होताना दिसली, तसं त्याने गुपचूप माघार घेतली. त्याला अजून एका वादात अडकायचे त्राण उरले नव्हते.

"ते जाऊ देत. मला सांग, मी... म्हणजे आपण... हिरोकोसाठी काय केलं पाहिजे? आपण तिला चांगल्या घरंदाज तरुणांना भेटवू या का? पण ब्रिटिश किंवा भारतीय हं. मला तो सगळा जपानी प्रकार जरासा अवघडच जातो. पण आहेत का गं दिल्लीमध्ये कुणी जपानी तरुण?"

"मला नाही वाटत तिला ह्या सगळ्यात रस असेल. मी मध्ये विषय काढला तेव्हा ती म्हणाली, बॉम्बने मला आयुष्यभर अविवाहित राहण्याचा शाप दिलाय!"

"आता ह्याचा काय अर्थ होतो?"

"जेम्स! असा मठ्ठासारखा वागू नकोस! निश्चितच तिच्या मनात अजून कोनरॅड आणि तिच्या संसाराची स्वप्नं तरळतायत. कोनरॅडचं स्थान तिला दुसऱ्या कुणाला देता येणार नाही, असंच म्हणायचं असेल ना हिरोकोला."

"आपल्याला वाटत होतं त्यापेक्षा कोनरॅडमध्ये बरंच होतं; नाही?"

"हो, खरंच... त्याच्यात खरंच आपल्याला वाटलं त्यापेक्षा बरंच काही होतं." असं म्हणत एलिझाबेथ पुन्हा टेबलाशी लिहायला बसली. तिला न्याहाळता येईल, अशी जागा हुडकून जेम्स समोरच्या सोफ्यावर बसला आणि त्याने लाला बक्षला हाक मारली.

त्याचा आवाज बाहेर असलेल्या हिरोको आणि सज्जादपर्यंत पोहोचला.

"चेसची वेळ झाली वाटतं?" हिरोकोने मिश्किलपणे विचारलं, तसं

सज्जादने ओठांवर बोट ठेवत नजरेनेच तिला गप्प राहण्यासाठी खुणावलं. मग जराशी मान डोलावत, हळू आवाजात तिला सांगू लागला– "आम्ही आता अशा डावाच्या मधोमध आहोत, जो जेम्सला माहितेय, तो हरणार आहे. त्यामुळे, त्याला तो डाव संपवण्याची मुळीच घाई नाही." ह्यावर हिरोकोनं सज्जादला अपेक्षित असं स्मित करण्याचा प्रयत्न केला; पण तिचा प्रयत्न विफल ठरला. सज्जादला आता तिची काळजी वाटू लागली. सकाळपासून त्याच्या लक्षात येत होतं की, तिची कळी खुलवण्याचे त्याचे सगळे प्रयत्न वाया जात होते. काहीतरी बिनसलं होतं खास.

शेवटी हिरोकोनेच गुपित फोडलं. दरवाज्याकडे बघत हळू आवाजात बोलली, "आज कोनरॅडचा वाढदिवस असतो, सज्जाद आणि एलिझाबेथला हे माहितीसुद्धा नाही."

सज्जादला आजतागायत हे समजलं नव्हतं की, हिरोकोसमोर कोनरॅड आणि नागासाकीचा विषय कसा काढवावा आणि तो जितका अधिक वेळ तिच्यासोबत घालवत होता तितकंच त्याला प्रकर्षाने वाटत होतं की, हिरोकोला आपल्या मनातले भाव जाणवून द्यावेत. तिला सांगावं की, तिच्यावर आलेल्या प्रसंगाचं, आपल्याला किती दुःख आहे; असे प्रसंग तर वैऱ्यावरही येऊ नये. तिच्यासारख्या हसऱ्या, उत्फुल्ल मुलीला देवाने अशा प्रसंगात का टाकावं?

तरीही हे सगळं न बोलता सज्जाद तिचं मन रमविण्यासाठी उसन्या उत्साहाने म्हणाला, "तुला मी कोनरॅडला कसा भेटलो, ते सांगू का? हां? थांब, सांगतोच. १९३९ साल होतं ते. दिल्लीत प्रचंड उष्मा पसरलेला– उन्हाळाच होता म्हणा. इथल्या शहरातला सूर्य आहे ना, ह्या शहरावर अतिरेकी प्रेम करतो. त्याला इथलं सगळं सौंदर्य फक्त स्वत:साठी हवं असतं, म्हणून मग तो बाकी सगळ्या दावेदारांना पळवून लावतो. श्रीमंतांना थंड हवेच्या ठिकाणी धाडतो आणि आमच्यासारख्या गरिबांना आपल्या अंधारल्या कोठ्यांमध्ये किंवा मोठमोठ्या वृक्षांच्या सावलीत. असो. तर, मी त्या दिवशी माझे भाऊ जिथे माझी वाट बघत थांबले होते, त्या दुकानाकडे चाललो आणि मग मी एका इंग्रजाला बघितलं– 'दिल्लीत', माझ्या मोहल्ल्यात. लाल किल्ला किंवा चांदनी चौकला नाही, तर माझ्या मोहल्ल्यात!" सज्जाद स्वप्नात हरवल्यागत आपल्या गालावर हात ठेवत सहजतेने म्हणाला. "तो रस्त्याच्या कडेला उभं राहून तिथली हवा श्वासात भरून घेत होता. उन्हाळ्याचे दिवस होते आणि सगळा आसमंत आंब्यांच्या दरवळाने, नव्हे, सुगंधाने भरून गेला होता. मी त्याला विचारलं 'साहिब, तुम्ही वाट चुकला आहात का?' त्याला माझं इंग्रजी समजलं नाही. मग मी पुन्हा तोच प्रश्न विचारला; तेव्हा अखेर त्याने अगदी धीम्या गतीने इंग्रजीत उत्तर दिलं,

'हा कसला सुगंध आहे, मला समजावू शकशील का?' मला आधी समजलंच नाही तो कसल्या सुगंधाबद्दल बोलतोय– म्हणजे, माझ्या हे गावीच नव्हतं की कुणाला आंब्यांचा सुगंध ठाऊक नसेल! मला वाटलं, तो कुठल्या भारतीय रम्यकथेच्या अपेक्षेने विचारत असावा– माझी भाचरं विचारतात तशी. म्हणून मी त्याला सांगितलं, 'इथून घामाने निथळलेला कुठलासा देव चालत गेलेला दिसतोय!' ह्यावर त्याने आपला हात पुढे करत म्हटलं, 'दिल्लीला आल्यापासून ऐकलेल्यांपैकी ही सगळ्यात सुंदर गोष्ट आहे. मी कोनरॅड.' बस! इतकंच, 'मी कोनरॅड'. आणि मग मी त्या दुकानापर्यंत पोहोचलोच नाही. मी आणि कोनरॅड उन्हाशी चार हात करत दिल्लीच्या गल्ल्यांमध्ये भटकत बसलो आणि मग शेवटी तो मला इथे घेऊन आला. त्यानेच बर्टनसाहेबांना सांगितलं मला नोकरी द्यायला आणि आता हेच माझं आयुष्य बनलंय. मी इथे आलोय, तुझ्याशी बोलतोय; कारण कोनरॅड वेईसला मी आंब्याच्या दरवळीचं दिलेलं स्पष्टीकरण भावलं!'' त्याचं बोलणं संपलं आणि मग सज्जादला चिंता वाटू लागली की, त्याने कोनरॅडपेक्षा स्वत:बद्दलच जास्त सांगितलं की काय? पण जसं हिरोकोच्या चेहऱ्यावर गोड हास्य फुललं तसं सज्जादला जग जिंकल्याचा आनंद झाला.

''तो इथे फारच थोडे दिवस होता; पण तेवढ्यात त्याने मला सगळ्या गोष्टींकडे अधिक सौंदर्यदृष्टीने बघायला शिकवलं– जगाकडे वेगळ्या दृष्टीने बघायला शिकवलं. त्याला सौंदर्याची खूप जाण होती.'' आपण बोलण्याच्या ओघात फाजील धिटाई तर करत नाही ना किंवा स्वत:च्या मर्यादा तर ओलांडत नाही ना, ह्याचं भान ठेवत सज्जाद म्हणाला, ''तो गेल्यापासून मला कैकदा हे सगळं भडभडून बोलावंसं वाटत होतं... पण बर्टनांना सांगण्याची कधी संधीच नाही मिळाली.'' मान खाली घालत हलुवार आवाजात पुढे म्हणाला, ''मला आनंद आहे की, तू इथे आहेस.'' आणि चटकन पुढे म्हणाला, ''...आणि मी हे सगळं तुला सांगू शकलो.''

हिरोको उठली आणि ओसरीच्या दुसऱ्या बाजूला गेली. एका बहरलेल्या डहाळीला स्वत:कडे ओढून तिच्यावरच्या कोवळ्या कळ्यांचा सुगंध हुंगू लागली. सज्जादला तिच्याकडे बघत बसल्यावाचून राहावलं नाही– हे ठाऊक असूनसुद्धा की तसं करण्याची ती वेळ मुळीच नव्हती.

''कधी कधी मी रात्री झोपेतून जागी होते, मोजणी करत–'' स्वत:शीच बोलत असावी, अशा हळू आवाजात हिरोको बोलली, ''तो ज्या क्षणी माझ्या घरून निघाला, तो ज्या गतीने चालत होता, कॅथिड्रलपर्यंतचं अंतर. उत्तर नेहमी सारखंच येतं. बॉम्ब पडला तेव्हा कोनरॅड कॅथिड्रलमध्ये किंवा त्याच्या एकदम जवळ असणार. तुला माहितेय, कॅथिड्रलमध्ये असणाऱ्या लोकांपैकी आणि वस्तूंपैकी काय उरलं ते? फक्त वितळलेले जपमाळेचे मणी. केंद्रबिंदूपासून कॅथिड्रल फक्त ५००

मीटर दूर होतं. पण मला अजूनही वाटतं की कोनरॅड आत नसावा. तो मिनिट-दोन मिनिटांच्या अंतरावर असेल कॅथिड्रलपासून. मला एक दगड मिळालेला, सावली असलेला. तुला सावल्यांबद्दल माहितेय, सज्जाद?'' ती आता स्वत:शीच बोलत होती. त्याला मान डोलावताना बघत नव्हती की, शब्दांच्या जागी त्याच्या कागदावर उतरणाऱ्या वेड्यावाकड्या रेघांकडे बघत नव्हती.

६

एलिझाबेथ अस्मानापर्यंत पोहोचणाऱ्या कुतुबमीनारच्या आजूबाजूला पसरलेला धुळकट परिसर निरखत होती. जेम्स आणि हिरोको खाचण्या पाडलेल्या त्या मीनाराचं सौंदर्य निरखण्यात दंग होते. एलिझाबेथला खंत वाटली की, तिने त्या ऐतिहासिक बांधकामाला अपक्व आणि ओबड-धोबड म्हणून हिणवण्याची घाई केली होती आणि त्यामुळेच मीनार बघायला न जाता, कुतुब कॉम्प्लेक्समध्येच थांबणं पसंत केलं. तिला अधिक खंत वाटत होती की, सज्जादने 'मिसेस बर्टन'च्या सोबतीला राहण्याचा प्रेमळ आग्रह धरून तो पूर्ण केला, ह्याची. तिला अजूनच राग येत होता त्या अतिविनम्रतेचा– जिने सज्जादने हे नमूद केलं की, रानटी कुत्र्यांच्या आणि अनोळखी लोकांच्या मधोमध एका खानदानी स्त्रीने एकटं उभं राहणं बरं नाही. खरं सांगायचं तर, शेजारी पंजाबमध्ये चाललेल्या जातीय धुमश्चक्रीमुळे (आणि अधेमधे दिल्लीत उमटणाऱ्या त्याच्या पडसादमुळे) एका मुस्लीम माणसाच्या सान्निध्यात इथे उभं राहणं कितपत शहाणपणाचं आहे, ह्याची एलिझाबेथला जास्त शंका होती. ह्या विचाराने एलिझाबेथच्या मनात कापरं भरलं आणि ती चोरटे कटाक्ष टाकत जवळपास लपण्याच्या जागा हुडकू लागली. काय माहीत, कुठल्या क्षणी तलवारी-बंदुका घेतलेले हिंदू किंवा मुसलमान सज्जादवर चाल करून येतील? पण आजूबाजुला कोणीच नव्हतं, अगदी ती कुलंगी कुत्रीही नाही. हां, जिथे-तिथे असणारी कबुतरं मात्र होती.

तिने मानेवरून हात फिरवला, तर तिचा तळवा घामाने डबडबून गेला. लवकरच उन्हाळ्यात मसुरीला जाण्याची वेळ येईल. हेन्रीशिवायच्या मसुरीची कल्पना तिला असह्य होत होती. पण भारतातील अस्थिर परिस्थिती बघता, त्यांनी सुट्टीमध्ये हेन्रीने इंग्लंडलाच असणं श्रेयसकर मानलं. एलिझाबेथची नाराजी वाढू लागली. 'का आलोय आपण इथे?' तिच्या नकळत सगळा कार्यक्रम आखला गेला

होता. तिला तेव्हा समजलं, जेव्हा जेम्सने सकाळी तिला उठवत फर्मान सोडलं, "चल, ऊठ लवकर आणि आवरायला घे. आपण मस्त फिरायला जात आहोत. सज्जाद पोहोचेलच इतक्यात." एलिझाबेथला सगळ्या आखणीमधून बाद केल्याबद्दल खूपच राग आला. त्यात भर पडली, जेव्हा ती जिना उतरून खाली आली आणि बघितलं की, हिरोको एका लाल मातीच्या कुंडीला टेकून बसली आहे आणि तिच्या ड्रेसला मातीचा डाग लागलाय. 'किती वेळा सांगितलंय हिला, माझा ड्रेस असा खराब करू नकोस!' एलिझाबेथ मनातल्या मनात चडफडली.

अचानक एलिझाबेथच्या पायांवर पाण्याचे फवारे उडू लागले– तिने आश्चर्यमिश्रित रागाने वर बघितलं. सज्जाद हातात बाटली घेऊन, अंगठ्याने बाटलीचं तोंड अर्ध बंद करून तिच्या पायाशी पाणी उडवत होता.

"काय करतोयस तरी काय तू?" एलिझाबेथ वैतागून ओरडली.

"त्याच्यामुळे तुमच्या आजूबाजूचा परिसर जरा गार होईल."

मग, सज्जादचं हे स्पष्टीकरण ऐकून, ओशाळत म्हणाली, "ओ!" मातीचा सुगंध तिला खूपच हवाहवासा वाटला त्या क्षणी. "धन्यवाद!"

"यू आर वेलकम." तो पाणी मारत राहिला.

"आपण इथे का आलो आहोत सज्जाद? कुतुबमीनार बघण्यासाठी हिवाळी मोसम योग्य, उन्हाळी नाही; ठाऊक नाहीये का? आणि हिरोकोला दिल्लीची सैरच करायची होती, तर थंडावा असलेली कितीतरी प्रेक्षणीय स्थळं आहेत इथे."

सज्जादला माहिती होतं की, तो एलिझाबेथला खरं काय ते सांगू शकत नव्हता, कारण तिच्या नवऱ्याने तसं केलं नव्हतं. आदल्या दिवशी त्यांची शिकवणी संपत असताना हिरोको म्हणाली, "मला कधीतरी तुझं दिल्ली बघायचंय सज्जाद. तू नेशील मला तिथे?"

तिने उर्दूत विचारलं असतं तर जेम्सला समजलं नसतं; पण हिरोकोने नेमका हा प्रश्न इंग्रजीतून विचारला आणि नेमका त्याच वेळी ओसरीवर आलेल्या जेम्सने तो ऐकला. त्या वेळी तो काही बोलला नव्हता, पण नंतर चेस खेळता-खेळता विषय काढून म्हणाला, "कुतुबमीनार. तूच म्हणालास ना एकदा, तुमच्या कुटुंबाशी त्या स्थानाचं काहीतरी नातं लागतं. म्हणजे, ती तुझी दिल्ली आहे, नाही का? मग आपण हिरोकोला तिथेच घेऊन जाऊ या."

एलिझाबेथला मात्र सज्जाद एवढंच म्हणाला, "माफ करा मिसेस बर्टन; दोष माझाच आहे. मला वाटलं, हिरोकोला दिल्लीतील माझ्या पूर्वजांच्या निशाण्या, त्यांचे अवशेष बघायला आवडतील."

आजीने रंगवून सांगितलेल्या भुता-खेतांच्या कहाण्यांवर मोठ्या झालेल्या इल्से वेईसने भीतीयुक्त कुतूहलाने आजूबाजूला बघितलं– सज्जादच्या पूर्वजांपैकी कोणाची

भुतं भटकतायत का, हे बघायला!

"मला शब्दश: तसं म्हणायचं नव्हतं." सज्जाद तिला दिलासा देत म्हणाला. "माझे पूर्वज माम्लुक सैन्यामध्ये शिपाई/सैनिक होते. तुमचे ब्रिटिश लोक त्यांना 'स्लेव्ह किंग्ज' (गुलाम राजे) म्हणत. कुतुबमीनार त्यांच्याच स्मरणार्थ बांधला गेला."

"स्लेव्ह किंग्ज?" मनात नसूनसुद्धा सज्जादच्या गोष्टीमध्ये एलिझाबेथ रमली, "मला नाही वाटत की, ते खरंच गुलाम होते."

"नाही-नाही, खरंच होते; ते गुलामच होते. दिल्ली सल्तनतीचं ते पहिलं राजघराणं होतं– १३ व्या शतकात उदयाला आलेलं. कुतुबुद्दीन ऐबक, ज्याच्यावरून कुतुबमीनार हे नाव पडलं– ह्या घराण्यातला पहिला राजा होता. तोसुद्धा आधी गुलामच होता आणि नंतर सेनापती झाला. त्याचा जावई अल्तमाश– तोसुद्धा आधी गुलामच होता– दुसरा राजा बनला. त्याला इथे पुरलंय." सज्जादने हाताने निर्देश करत दाखवलं. त्या क्षणी त्याला वाटून गेलं, असंच पाहिजे. माझ्यासारख्या भारतीयानेच ह्या इंग्रजांना आमचा समृद्ध इतिहास दाखवून दिला पाहिजे. तो इतिहास आमचा आहे; त्यांचा नाही. तो स्वत:च्याच विचारांवर चमकला. त्या विचारांमधल्या कुठल्यातरी घटकाने त्याला अस्वस्थ केलं. त्याला वाटलं की, आजूबाजूचं जग बदललं तरी त्याचं आयुष्य तसंच राहणार होतं, पूर्वीसारखं.

"भारत आणि त्यावरचे हल्लेखोर..." एलिझाबेथ नि:श्वास टाकत उद्‌गारली. एक इवलंसं फुलपाखरू मोठ्या धिटाईने उडत निघालं आणि उन्हाच्या फटकाऱ्यानं त्रासून परत सावलीत पळालं. एलिझाबेथची नजर त्याचा वेध घेत होती. "तुम्ही आम्हाला भारतातून हाकलल्यानंतर आम्ही कसं त्या इतक्याशा बेटावर मावणार रे? किती छोटंसं आहे इंग्लंड– सगळ्याच अर्थाने... कितीतरी अर्थांनी."

खांबाला पाठ टेकून उभ्या असलेल्या एलिझाबेथकडे सज्जादने निरखून बघितलं. ती कोणाकडे तरी दु:खी नजरेने पाहत होती. 'कुणाकडे बघत असतील ह्या? जेम्सकडे, की हिरोकोकडे? की त्या आपल्या मुलाचा विचार करत असतील?' हेन्रीच्या आठवणीने सज्जादचंही मन कष्टी झालं. जेम्सने सहज एकदा सांगितलं की हेन्री ह्या सुट्टीत इंग्लंडलाच राहणार होता. त्याला तोपर्यंत जाणवलं नव्हतं की, किती आतुरतेने तो हेन्रीच्या परत येण्याची वाट बघत होता. एलिझाबेथकडे पाहून सज्जादच्या मनात आलं, 'काळीज तीळ-तीळ तुटत असेल ह्यांचं हेन्रीसाठी.' निराळ्याशाच अधिकाराने, तिच्या विचारांची तार तोडत सज्जाद पुढे बोलू लागला– "खरं सांगू का, मला ह्या स्लेव्ह किंग्जच्या कहाण्यांपैकी आवडते ती रझिया सुल्तानची, अल्तमाशच्या मुलीची कहाणी."

"कुठलीशी दु:खी, अपुरी प्रेमकहाणी आहे वाटतं?" तिच्या आणि जेम्समध्ये पसरलेल्या ओसाडपणाच्या विचारांमधून तिची सुटका केल्याबद्दल आवाजातूनच

कृतज्ञता दर्शवत एलिझाबेथने विचारलं.

"स्त्रियांना कहाण्यांमध्ये इतरही कामं असतात मॅडम!" सज्जाद डोळे मिचकावत बोलला. एलिझाबेथने त्याला तिच्याशेजारी सावलीत उभं राहायला बोलावलं. सज्जादने कृतज्ञतेने आमंत्रण स्वीकारलं. "नाही, रझिया सुल्तान ही अल्तमाशच्या सगळ्या मुलांमधील कर्तृत्ववान स्त्री. त्याचा कुठलाही मुलगा रझियाइतका कर्तृत्ववान नव्हता; त्यामुळेच स्वत:नंतर अल्तमाशने रझियालाच गादीवर बसवलं. अल्तमाश गेल्यानंतर रझियाच्या एका भावाने गादी बळकावली खरी, पण रझियाने लागलीच त्याला हरवून ती परत मिळवली. ती खरोखरीच एक अत्यंत कमालीची स्त्री होती– एक अतिशय हुशार राज्यकर्ती आणि महान योद्धा." मग लाजून पुढे म्हणाला, "मला कधी मुलगी झाली ना, तर मी तिचं नाव रझिया ठेवणार आहे!"

त्या काही क्षणांच्या संभाषणातच एलिझाबेथ आणि सज्जादमध्ये एका निराळ्याच जवळिकीचं नातं निर्माण झालं. काही वेळ त्या नात्याच्या गोडव्यात स्वत:ला हरवून देत एलिझाबेथने जेम्स आणि हिरोकोकडे निर्देश करत म्हटलं. "चल, तिथे जाऊ या. तू आम्हा सगळ्यांचीच इतिहासाची शिकवणी घेऊ शकतोस मग! त्या मनोऱ्याबद्दल..."

"मीनार."

"हे आणखी एक. तुला माहितेय, मी इथे आजतागायत डझनभरदा आलेले आहे; पण अद्याप मला समजलं नाही की हा मनोरा, सॉरी मीनार, कुणी बांधला आणि का?"

"आमचा इतिहास तुमच्यासाठी निव्वळ सहलीचं स्थान आहे तर!" कसंनुसं स्मित करत सज्जाद म्हणाला, पण त्याच्या बोलण्यात कुठलाच उपरोध नव्हता. होतं ते फक्त दु:ख; नव्हे खंत– ज्यावर एलिझाबेथने हलकं, समजुतीचं स्मित करत अलगद फुंकर घातली.

एलिझाबेथ आणि सज्जादला आपल्याकडे येताना बघून जेम्सला हायसं वाटलं. हिरोको फारच विचित्र वागत होती. तिला इथे आणून मोठ्या उत्साहाने इकडच्या खासियती दाखवून मोठा गुन्हाच केल्यागत जेम्सला वाटू लागलं होतं. हिरोको मीनाराच्या अवतीभवती फिरण्याऐवजी गस्त घातल्यागत वागत होती. ती त्यांच्याकडे राहायला आली तेव्हा जेम्सला हिरोको एखाद्या जखमी पक्ष्यासारखी दयनीय वाटली, पण आता तिच्यात कुठलीतरी प्रखर हिंस्र भावना जागृत झाल्यासारखं वाटत होतं.

'मला इथून निघायला हवं, मला इथून निघायलाच हवं' ...मीनाराला चकरा मारत हिरोको घोकत होती. ती ह्या जगात कोणीच नव्हती, हे आता स्पष्ट झालेलं. काहीच नसण्यापेक्षा 'हिबाकुशा' असलेलं परवडलं. काल संध्याकाळी जेव्हा जेम्सने तिला हळू आवाजात सांगितलं की 'आपण उद्या सज्जादची दिल्ली बघायला जाणार

आहोत' तेव्हा तिच्या आनंदाला बऱ्याच महिन्यांत आलं नव्हतं, असं उधाण आलं. त्याचं जग बाहेरच्यांसाठी बंद नव्हतं तर! बर्टनसुद्धा ब्रिटिशराजच्या बाहेरच्या भारतात पाऊल ठेवायला नाखूष नव्हते! आणि ती, हिरोको तानाका– सज्जाद आणि बर्टनांना दाखवू शकली होती की त्यांच्या निरनिराळ्या विश्वांमध्ये भिंती असण्याची गरजच नव्हती– किंबहुना, असल्या भिंतींची कल्पना करण्याचीही गरज नव्हती. कोनरॅडचं म्हणणं किती खरं होतं की, असल्या भिंती कोणत्याही एका विशिष्ट धातूच्या असल्या तरी – दोन्ही बाजूंच्या लोकांच्या त्या भिंतीला स्पर्शाच्या रेट्याने त्या वितळू शकतात.

पण जेव्हा सज्जाद सायकल घेऊन बंगल्यावर आला आणि हिरोकोकडे पाहण्याचं टाळू लागला, तेव्हाच तिच्या लक्षात आलं की, तो त्यांना आपल्या मोहल्ल्यात नेणार नव्हता. आणि इथे आल्यावर बहुतेक जेम्स बर्टन विसरून गेला की, ह्या सहलीचा सज्जादशी काही संबंध आहे! तो स्वत:च तिला कुतुबमीनारची (धावत्या समालोचनासह) सहल घडवत होता.

पण सध्यातरी हिरोकोचे मन तिला जपानला परत जाणं आवश्यक आहे, या तिच्या दृष्टीने अटळ असणाऱ्या निर्णयापासून विचलित झालं.

"जेम्स," आपल्या नवऱ्याशेजारी उभी राहत एलिझाबेथ म्हणाली, "तुला माहितेय, सज्जादचं घराणं सातशे वर्षांपूर्वी तुर्कस्थानाहून इथे येऊन वसलं."

"ओहो! म्हणजे 'तरुण तुर्क' वाटतं तू?" जेम्सने खेळकर पृच्छा केली.

"नाही मिस्टर बर्टन," त्यातली मजेशीर गोम लक्षात न येता सज्जाद म्हणाला, "मी भारतीय आहे." त्याने हिरोकोकडे कटाक्ष टाकला. ती ह्या तिघांकडे पाठ करून मीनारावर कोरलेले अरबी शब्द वाचण्यात दंग होती. सज्जादला समजत होतं की ती नाराज़ होती; पण तो काय करू शकणार होता त्याबद्दल? सज्जादचं लक्ष मग जेम्सकडे वळालं आणि अचानक त्याच्या मनात विचार चमकला (जो त्याने बोलून दाखवला) " एरवी भारताच्या पूर्ण इतिहासात, ज्यांनी भारतावर अधिराज्य करण्यासाठी त्यावर चाल केली; मग ते तुर्की असो, वा अरब, वा हूण, मंगोल किंवा पर्शियन– सगळेच नंतर भारतीय बनून राहिले आहेत. मग इंग्रज नेहमीच असे इंग्रज का राहिले आहेत? जेव्हा कधी ते नवं राष्ट्र– पाकिस्तान निर्माण होईल, तेव्हा जे मुसलमान दिल्ली, लखनौ, हैदराबाद वगैरे सोडून तिकडे स्थलांतरित होतील; ते आपलं घर सोडून तिकडे जाणारेत. पण जेव्हा इंग्रज इथून जातील, तेव्हा ते 'आपल्या' घरी जातील. असं का?"

त्याचं हे बोलणं ऐकून हिरोको आश्चर्यचकित झाली आणि जराशा आत्मजाणिवेने सज्जादकडे वळाली. ती त्याच्याशी ह्याआधी बऱ्याचदा नागासाकीमध्ये येणाऱ्या परकीयांमध्ये (किंबहुना, त्यांच्या आयुष्यामध्ये) कोनरॅडला असलेल्या रुचीबद्दल

बोलली होती. आता तिला तिचे शब्द सज्जादच्या विचारांमधून झिरपत त्याच्या शब्दांद्वारे बाहेर पडताना दिसत होते.

"हेन्री भारतालाच आपलं घर मानतो." सज्जादच्या अनपेक्षित हल्ल्याने घायाळ झालेल्या जेम्सकडे पाहत त्याची तीव्रता कमी करण्याचा प्रयत्न करत एलिझाबेथ म्हणाली.

"हो," सज्जाद घुसमटलेल्या आवाजात उत्तरला, "तो मानतो." आणि म्हणूनच तुम्ही त्याला तिकडे धाडलं, तुमच्या देशात– सज्जादला प्रकर्षाने त्यांना ऐकवावंसं वाटलं. हिरोकोवर छाप पाडण्यासाठी उसना आणलेला दुखावलेल्या व्यक्तीचा आविर्भाव आता खऱ्यात बदलला होता. त्याला लख्ख आठवत होता तो दिवस– जेव्हा एलिझाबेथने बोर्डिंग स्कूलबद्दलचा विरोध मागे घेतला होता. हेन्री आणि सज्जाद अंगणात क्रिकेट खेळत होते. एलिझाबेथ बाहेर येऊन आपल्या लाडक्या लेकाला कौतुकाने म्हणाली, "तू आता पक्का यंग इंग्लिशमन दिसतोयस." मात्र, ह्यावर खूश होण्याऐवजी हेन्रीने करवादत प्रत्युत्तर दिलं– "मी इंडियन आहे." दुसऱ्याच दिवशी जेम्सने सज्जादला सांगितलं की, त्याच्या डोक्यावरचं मोठंच ओझं उतरलं. कसं काय कोण जाणे, पण एलिझाबेथनं आपल्या भावना बासनात गुंडाळून ठेवण्याचा निर्णय घेत हेन्रीला बोर्डिंग स्कूलला पाठवण्यासाठी संमती दिली आहे.

"तुला काही म्हणायचंय का, सज्जाद?"

"हो. मला नाही वाटत हेन्री अधिक वेळ असा विचार करेल आता."

"उत्तम!" एलिझाबेथ आजूबाजूला नजर टाकत म्हणाली. मात्र, तिला जरासं दुःखसुद्धा होत होतं. ह्या विचाराने की, इंग्रजांचे वंशज सातशे वर्षांनंतर ब्रिटिश इंडियामधील चर्च आणि इतर संस्मरणीय बांधकामांकडे बघून म्हणू शकणार नव्हते की, ह्या निशाण्या आहेत त्या काळच्या, जेव्हा माझ्या घराण्याचा आणि भारताचा इतिहास एका प्रवाहात वाहू लागला– अनंत काळासाठी!

"उत्तम का म्हणून?" गेल्या आठ वर्षांत सज्जादने एलिझाबेथच्या प्रत्येक टीकेचं उत्तर अपार विनम्रतेनंच दिलं होतं. त्यामुळे कदाचित, कधी चढला नव्हता अशा पातळीपर्यंत त्याचा स्वर चढला... आणि एलिझाबेथ विलक्षण चमकली. स्वतः सज्जादही. दोघांना हेही उमजत होतं की, आजही सज्जादचं इतकं धारिष्ट्य झालं नसतं; परंतु हिरोकोने गेल्या काही दिवसांत त्यांच्यातील पदक्रम पार मोडीत काढला होता.

"सज्जाद, आवर स्वतःला–" जेम्सने धमकीवजा फर्मान सोडलं तसा सज्जाद भानावर आला आणि वरमलेल्या आवाजात माफीचे शब्द पुटपुटत निघून गेला.

एलिझाबेथला सज्जादची कॉलर पकडून त्याला जोरजोरात हलवावंसं वाटत होतं. त्याला ओरडून सांगावसं वाटत होतं– 'मी हेन्रीपेक्षाही लहान असताना मला

बर्लिन सोडायला लावलं होतं. मला त्यातलं दु:ख चांगलंच परिचयाचं आहे. तुला काय समजणार त्यातली व्यथा? तू, तुझ्या सगळ्या पिढ्या दिल्लीतच जन्मल्या आणि मेल्या.' पण त्या रागाच्या पापुद्र्याखाली काहीतरी अजून ठुसठुसत होतं– वेदनेसारखं काहीतरी. जणू दु:ख दूर करू पाहणारं ह्या गोष्टीचं की, 'आताशा कुठे आमच्या तारा जुळू लागल्या होत्या...'

"सज्जाद ऽ ऽ" त्याच्या शर्टाची बाही ओढत हिरोकोने हाक मारली. तिला सर्वांत प्रिय असलेल्या दोन व्यक्तींमधल्या कटुतेचा नायनाट करण्याच्या नितांत गरजेपुढे स्वत:च्या रागाचा साफ विसर पडलेला. "जरा इकडे ये ना. बघ, मी ओळखू शकेल असा एक शब्द सापडलाय मला." तिने मीनारावरच्या एका शब्दाकडे निर्देश केला आणि तो नीट वाचण्यासाठी सज्जाद पुढे झुकला. तशी त्या दोघांची डोकी अगदी खेटून दिसू लागली.

त्यांच्यातील सहज जवळिकीने एलिझाबेथचं तितकंच लक्ष वेधलं जितकं पहिल्या दिवशी लाला बक्षचं वेधलेलं. सज्जादने हिरोकोकडे टाकलेला कटाक्ष तिने नेमका पकडला आणि त्यातला तोसुद्धा अर्थ नेमका वाचला, जो सज्जादच्या गावीही नव्हता. हिरोकोला त्याचं काय वाटेल किंवा ते कितपत खरं आहे, ह्याकडे फारसं लक्ष न देता एलिझाबेथने आपली चाल खेळली. तिला तेवढा विचार करण्यासाठी वेळ नव्हता– सरतेशेवटी तिच्या हातात सज्जादची मोहिनी आणि बेपर्वा तटस्थतेला छेद देण्यासाठी अस्त्र गवसलं होतं आणि तिला ते वापरण्याची घाई झाली होती.

"मी आणि सज्जाद आता गप्पा मारत होतो थोड्या वेळापूर्वी." जेम्सच्या कमरेभोवती विळाखा घालत एलिझाबेथ मोठ्या आवजात बोलू लागली. तिच्या ह्या 'साहजिकपणाच्या' केविलवाण्या प्रयत्नाने जेम्स दचकलाच. "तो सांगत होता की, त्याने त्याच्या पहिल्या मुलीचं नाव ठरवलेलं आहे."

जेम्सने एलिझाबेथच्या कपाळाचं हलकं चुंबन घेतलं– तिच्या मोहक सुगंधात स्वत:ला झोकून दिलं. त्याच्या बोटांनी आपल्या कमरेवरच्या तिच्या बोटांचा वेध घेतला. त्याच्या त्या कृतीने एलिझाबेथ आपल्या निश्चयापासून थोडी भरकटल्यासारखी झाली. तिला प्रकर्षाने वाटू लागलं की, पूर्वी जसं तिकडच्या मैदानावर पोलो खेळता-खेळता सगळ्यांची नजर चुकवत ते त्या मीनारांमधील गल्ल्यांच्या 'प्रेमळ' आडोशाला जात, त्याचीच पुनरावृत्ती करावी. पण तितक्यात, तिने सज्जादला काहीतरी उर्दूत बोलताना ऐकलं, जे ऐकून हिरोको लाजून चूर झाली. तो तिला एवढंच म्हणत होता, "मला वाटतं, लवकरच मी तुझ्याकडे माझ्याच भाषेची शिकवणी घेण्यासाठी येईन, असं दिसतंय." पण एलिझाबेथला इतकंच दिसलं की, जेम्स आणि हेन्रीप्रमाणे हिरोकोसुद्धा सज्जादमुळे मोहून गेली होती.

"मग सज्जाद-" एलिझाबेथ सहजपणे बोलली, "कुठपर्यंत आलं तुझ्या लग्नाचं? जेम्स सांगत होता की, तुला तुझ्या लग्नासाठी ह्या वर्षाअखेरी थोडे दिवस रजा लागणार आहे म्हणून?"

काही क्षण नि:स्तब्ध शांततेत गेले- पुढे काय होतंय, ह्याचं अनुमान कुणालाच येईना. मग अचानकपणे हिरोको ठामपणे वळली आणि झपझप चालत गाडीकडे जाऊ लागली.

"काय...?" तिच्या निग्रही चालीने दंग होत जेम्स पुटपुटला.

"इकडचा उष्मा. सहन नाही होत तिला... मला वाटतं, आपणसुद्धा निघावं आता." एलिझाबेथ म्हणाली.

"ओ, बरं ठीक आहे." जेम्स जुन्या आठवणीने व्यथित होऊन म्हणाला, "चल सज्जाद."

"मी जाईन एकटा. थँक्यू मिस्टर बर्टन."

"चल जेम्स!"

जेम्सने सज्जादकडे अविश्वासानं बघितलं- सज्जादने त्याला 'खरंच जा', ह्या अर्थाची खूण केली.

"मी ह्या खंडहरांमध्ये फिरून माझ्या पूर्वजांबद्दल कविता करत बसेन. माझी काळजी करू नका, मिस्टर बर्टन."

अखेर, धूळ आणि कबुतरांना उडवत जाणाऱ्या बेंटलीला सज्जादने बघितलं, तेव्हाच त्याने एका मीनारावर स्वत:ला झोकून दिलं आणि आपलं धडधडणाऱ्या हृदयाला शांत करण्याचा प्रयास करू लागला.

७

दुसऱ्या दिवशी सकाळी, आपली सायकल हाकत जेव्हा सज्जाद कामावर आला, तेव्हा सिव्हिल लाइन्स दुतर्फा गुलमोहोराने बहरलेला होता. डवरलेला प्रत्येक जाज्वल्य गुच्छ सज्जादला हिरोकोची आठवण करून देत होता– खंडहरांमधून निघणाऱ्या ओसाड, धुळकट रस्त्यावर झपझप चालणारी हिरोको... जिच्या पाठीवर मोठ्ठा लाल डाग आहे, जणू तिचं हृदय रक्तबंबाळ होऊन तिथून पाझरतंय.

क्षणभर त्याला वाटून गेलं की, त्याच्या लग्नाच्या बातमीला तिने दिलेल्या प्रतिक्रियेचा एकच अर्थ असू शकतो– पण दुसऱ्याच क्षणी त्या विचारातील व्यर्थता आणि खुळचटपणा लक्षात येताच त्याने तो झटकून टाकला. अर्थातच ती त्याच्यावर रागावलेली होती. का नाही रागवणार? तिने त्याला कोनरॅड वेईसच्या मृत्यूपर्यंत आपलं सर्व आयुष्य उघड करून सांगितलं आणि त्याबदल्यात त्याने स्वत:च्या आयुष्याबद्दल तिला काय सांगितलं? फक्त वरवरच्या फालतू गोष्टी आणि त्याचमुळे एलिझाबेथवर ती कामगिरी येऊन पडलेली– एका मित्राने दुसऱ्यापासून लपवून ठेवण्याची काहीच गरज नव्हती, अशा बातमीचा स्फोट करण्याची कामगिरी.

स्त्री असलेला 'मित्र' म्हणजे मैत्रीण! सज्जादने अनोख्या आश्चर्याने मान डोलावली. अशी कुठली गोष्ट कधी त्याच्या आयुष्यात घडेल, असं त्याच्या गावीही नव्हतं. ती सुद्धा जपानी मैत्रीण! तो आपल्याच तारेत धुंद होता. सायकल कधी एकदम हळू, तर कधी एकदम जोरजोरात चालवत होता. तो तिला आपल्या लग्नाला आमंत्रित करू शकणार होता का? त्याच्या बायकोला – ती जी कोण असेल – काय वाटेल, हे समजल्यावर ती त्याच्या आयुष्यात त्याच्या कुटुंबाबाहेरची अशी एक जवळची स्त्री आहे, एक मैत्रीण– जी विजारी आणि मोठ्या गळ्याचे टॉप्स घालते, सिगारेटी ओढते, जी स्वत:चा नवरा दुसऱ्या कुणीतरी निवडावा ह्याचा स्वप्नातदेखील विचार करू शकत नाही आणि जी अतिशय सुंदर आहे. नाही... त्यापेक्षा हिरोकोला

आमंत्रित न केलेलंच बरं.

आणि तरीही त्याला ती तिथे दिसत होती. त्याच्या कुटुंबातील स्त्रियांच्या घोळक्यापासून थोडी दूर उभी राहिलेली, त्याच्याकडे खोडकर नजरेने पाहत– अगदी त्या क्षणापर्यंत जोपर्यंत तो आपली नजर खाली धरलेल्या आरशाकडे वळवत, त्यात शेजारी दिसणाऱ्या मुलीच्या चेहऱ्याकडे पाहत तिला 'कबूल' करत नाही, तोपर्यंत.

नाही, नाही... नकोच यायला तिने आपल्या लग्नाला.

ह्याच विचारांच्या नादात जेव्हा तो सायकल चालवत बर्टनांच्या घरी पोहोचला, तेव्हा समोरच लाला बक्ष त्याची वाट पाहत थांबलेले दिसले. भिंतीशी सायकल लावता-लावता सज्जादने मान डोलवून त्याला अभिवादन केलं, नेहमीप्रमाणे. गेल्या आठ वर्षांत सज्जाद आणि लाला एकमेकांशी मोजके काही शब्द बोलले असतील– कधी 'ईद मुबारक' करण्यासाठी किंवा फारतर साहेबांचा एखादा निरोप सांगण्यासाठी. पण गेल्या काही आठवड्यांपासून, दंगलींमध्ये वाढ झाल्यापासून आणि त्यामुळे नव्या राष्ट्राची निर्मिती अधिकाधिक खरी ठरण्याची चिन्हं दिसत असल्यामुळे आदल्या दिवशीच्या घटनांवर मल्लिनाथी करत दोघं सकाळचा चहा एकत्र घेऊ लागले होते राजकारण, मृत्यू आणि स्वातंत्र्य हा त्यांच्या बहुतेक गप्पांचा विषय असे.

लाला बक्षने सज्जादच्या हाती वाफाळलेल्या चहाचा कप दिला आणि मग दोघं स्वयंपाकघराकडे निघाले. सज्जाद स्वयंपाकघराच्या पायरीवर बसला, तर लालाने जमिनीवरच बैठक मारली– एखाद्या इंग्रजासमोर असं करण्याचं धारिष्ट्य त्याला झालं नसतं.

"मी जाणार आहे." कुठल्याही पूर्वसूचनेशिवाय लालाने सांगून टाकलं. सज्जादच्या डोक्यात त्या क्षणी हिरोको दिसल्यावर तिला काय सांगावं ह्याचे विचार चालले होते, त्यामुळे त्याला क्षणभर काही समजलंच नाही. "त्या मुसलमानांसाठीच्या नव्या राष्ट्रात मी जाणार आहे."

हताशपणे दाराला डोकं टेकवत सज्जाद म्हणाला, "इंग्रज इथे अजून वर्षभरासाठी असणार आहेत. तू ४८ पर्यंत थांबून बघ ना, की काय परिस्थिती निर्माण होतेय तोपर्यंत. तसंही गेल्या महिन्याच्या तुलनेत आता परिस्थिती बरीच स्थिरस्थावर झालेली आहे."

लाला बक्ष मुठी आवळलेल्या आपल्या हातांकडे पाहू लागला– एखादा वैज्ञानिक, त्याने घडवलेल्या क्लिष्ट पण विनाशकारी शस्त्राकडे बघेल, तसा.

"४८ पर्यंत माझं काय होईल, हे पण माहीत नाही मला."

लाला बक्ष दिल्लीच्या ज्या भागात राहत होता, तो मुख्यत्वे हिंदूंचा परिसर होता. लाला बक्ष बराच वेळ घरातसुद्धा नसायचा. फक्त शुक्रवारी, जेव्हा त्याला

बर्टनांच्या कामातून सुट्टी असे तेव्हाच घरी दिसायचा. पण गेले कित्येक शुक्रवार तो घराबाहेर येण्याचं टाळत होता. ह्याचं कारण असं की, पंजाबमधल्या हिंसेच्या, मुसलमानांना जिवंत जाळण्याच्या, कापल्याच्या, मुसलमान स्त्रियांना पळवून नेल्याच्या गोष्टी घरी एकसारख्या चर्चिल्या जात होत्या. लालाला भीती होती की, ह्या गोष्टी ऐकून त्याच्या डोळ्यांत हिंदूंबद्दल जे भाव निर्माण होत, ते त्याच्या मनातले विचार इतक्या लख्खपणे दाखवत की, त्यामुळेच त्याचा खून व्हायचा! किंवा त्याला अशीही भीती होती की, एखाद्या हिंदूच्या मनातले भाव त्याच्या डोळ्यांत उमटतील आणि मग...

सज्जादला समजेना की, लालाच्या घोषणेवर काय प्रतिक्रिया द्यावी. तो चहाचे घुटके घेत शांत बसून राहिला. गेली कित्येक वर्षं तो लाला बक्षला, विजय नावाच्या बर्टनांच्या आचाऱ्यासोबत टिवल्या-बावल्या करताना किंवा राणी ह्या हेन्रीच्या आयासोबत प्रेमळ गमती-जमती करताना बघत होता. फावल्या वेळात ह्या तिघांचा कंपू स्वयंपाकघरात बर्टनांबद्दल छोट्या-छोट्या कुरकुरी एकमेकांना ऐकवत बसत. पण आता ते सगळं बदलून गेलं. आता लाला बक्ष आपला फावला वेळ केवळ सज्जादसोबत घालवे. त्याच्याशी गप्पा मारताना सज्जादला जाणवलेलं की, लाला बक्षवर मुलसमानांनी केलेल्या अत्याचारांपेक्षा, मुसलमानांवर झालेल्या अत्याचारांचा अधिक गहिरा परिणाम झालाय. सज्जादला हेही समजत होतं की, हे जितकं चूक होतं, तितकं खरं.

अखेर एका मोठ्ठ्या घोटात आपला चहा संपवत सज्जाद उठला, तसा लाला म्हणाला, "तू काल त्यांच्यासोबत नाही आलास कुतुबमीनारावरून?" असह्यसे हातवारे करत सज्जाद उत्तरला, "ती कशावरून तरी रागावली." सज्जादचा कप उचलून लाला निमूट आत रवाना झाला.

स्वयंपाकघराचा दरवाजा कुरकुरला तसं ओसरीवर बसलेल्या हिरोकोला समजलं की, सज्जाद आता तिथून मागच्या बगीच्यात जाणार. आपला मत्सर लपवून त्याच्याकडे बघता येईल का, ह्याची तिला खात्री नव्हती.

काल रात्री तिने डोळ्यांसमोर कोनरॅडचा चेहरा आणण्याचा खूप प्रयत्न केलेला; पण तो खूपच दूर आहे, असं वाटत राहिलं. जणू तो गेल्या जन्मात भेटला, ह्या जन्मी नव्हे. ह्या जन्मी तिला अजून खूप काही हवं होतं. तिच्या मनगटाखालच्या धमन्यांचा वेध घेणाऱ्या त्याच्या बोटांच्या आठवणीपेक्षा अधिक; त्याच्या जिभेच्या तिच्या जिभेवर रोवलेल्या गोड स्पर्शाच्या आठवणींपेक्षा अधिक. पण जितका कोनरॅड दूर जाऊ लागला आणि ती जितकी त्याला जवळ ओढण्याचा प्रयत्न करू लागली, तसं त्या दिवशीच्या भावना पुन्हा फणा काढून उभ्या राहू लागल्या– ज्या दिवशी तिने आईचा रेशमी किमोनो चढवलेला. टब-बाथमध्ये पडल्या-पडल्या तिने

आपल्या नग्न देहावर हात फिरवला (फक्त तो हात तिचा नव्हता, तो देह तिचा नव्हता; तो सज्जादचा हात आणि त्याच्या होणाऱ्या बायकोचा देह होता.) कल्पनेतसुद्धा ती स्वत:ला अशी मुभा देत नव्हती की, तिच्या देहावर आता कुठला पुरुष अशा प्रेमाची लयलूट करेल. तिचा हात जरा अधिक खाली घसरला तसा जणू शरीरभर वणवा पसरला! त्या गोड झटक्यामुळे तिचं सर्वांग थरथरलं. मात्र, ह्या सगळ्यात तिच्या कंबरेच्या हाडाला मार बसला; तसं तिने पटकन टबमधलं पाणी रिकामं केलं आणि पलंगावरच्या रजईत जाऊन गुरफटली. हाताच्या मुठी घट्ट आवळून निद्रेची आराधना करू लागली– घडलेल्या प्रकाराची पुनरावृत्ती होऊ नये, ह्याची काळजी घेत.

"गुड मॉर्निंग!" ओसरीकडे येत सज्जादने अभिवादन केलं. "तुला बरं वाटतंय का आता?"

"हो, धन्यवाद." हिरोको त्याच्याकडे पाहत म्हणाली. त्याला निरखत असताना तिच्या मनात आलं की, सज्जाद अली अश्रफला तुमच्याकडे येताना बघून कसं वाटत असेल ह्या जाणिवेने की त्याचा सुंदर देह तुमच्यासाठी पूर्णपणे हजर आहे? लटक्या रागाने त्याला जाब विचारण्याच्या आविर्भावात हिरोकोने पृच्छा केली, "तू सांगितलं का नाहीस मला तिच्याबद्दल?"

"कोण?"

"तुझी वाग्दत्त वधू."

"ओ!" सज्जादने कसनुसा चेहरा केला आणि म्हणाला, "नाही, नाही– अजून तसं काहीच ठरलेलं नाही. माझ्या आईच्या आणि भावजयींच्या नजरेत कोणीतरी आहे, पण अद्याप मला तिचं नावसुद्धा ठाऊक नाही." हताशपणे तिच्या हाताजवळ टेबलावर हात ठेवत सज्जादने समजावलं.

हिरोकोने मनात उठलेल्या आशा-निराशेच्या कल्लोळाकडे दुर्लक्ष करत मान डोलावली.

"तुला ह्या लग्नाच्या बाजारात फारच मौलिक मानत असतील; नाही? तरीपण... मी एक विचारू?"

"विचार की."

"तू मला एकदा म्हणालास की, तुला नामी वकील बनायचंय; पण तरी तू पूर्ण दिवस जेम्ससोबत बुद्धिबळ खेळत बसलेला असतोस. मला माहितेय, तुला जगाकडून ह्यापेक्षा अजून खूप काही हवं आहे."

इतक्या वर्षांत त्याला असं सांगणारी ती पहिली व्यक्ती होती.

"जेम्स बर्टन नसता, तर मला माझ्या परंपरागत व्यवसायात जायला लागलं असतं आणि मी त्यामुळे अतिशय नाखूष झालो असतो. त्यामुळे त्याला जोपर्यंत

वाटतं तोपर्यंत मी त्याच्याशी चेस खेळत बसणं भाग आहे. पण त्याने मला वचन दिलंय की, त्याच्या लॉ फर्ममध्ये माझ्यासाठी एक जागा नेहमीच राखीव असेल. तो त्या दिवशीच मला म्हणाला, की ब्रिटिश परत गेल्यावर इथे खूप जागा रिकाम्या होणार आहेत. मी तसं होण्याची वाट बघतोय– त्याबद्दल मला काहीच तक्रार नाही. जेम्स मला त्याच्या ग्रंथदालनातली पुस्तकं देऊ करतो. मी वेळ वाया घालवत नाही काही! मी ती पुस्तकं घरी नेऊन अभ्यास करतो. सध्या माझं शिक्षण सुरू आहे.''

''मला असं मुळीच वाटत नाही की, तू वेळ वाया घालवतोयस. मला खात्री आहे की, तू खूप चांगला वकील बनशील.'' त्याला ह्या स्तुतीचं किती महत्त्व वाटतं, हे हिरोकोला समजत होतं; पण तिला हे समजेना की, कुठल्याही पदवीशिवाय वकील होणं सज्जादला कसं शक्य होणार होतं? पण ती काही बोलली नाही.

''मी तुला आता काही विचारू?... तुला फार विचित्र वाटतंय का? की मी एका सर्वस्वी अनोळखी मुलीशी लग्न करणार आहे? मला माहितेय, बर्टनांना तरी ते फार विचित्र आणि मागासलेलं वाटतं.''

''मी बर्टन नाहीये सज्जाद. मला तर असं वाटू लागलंय की, ह्या इंग्रजांच्या दुनियेपेक्षा मला तुमच्या दुनियेत, आमच्या जपानी संस्कृतीशी साम्य असलेल्या, कितीतरी गोष्टी आढळतील.'' दोषारोपणाच्या आविर्भावाने सुरू केलेल्या तिच्या वाक्यावर नंतर हिरोकोलाच हसायला आलं, आतापावेतो तिला संस्कृतीशी निगडित गोष्टींमध्ये किती कमी रस होता ह्या जाणिवेने. ''जपानमध्ये अशी ॲरेन्ज्ड मॅरेजेस (ठरवून केलेली लग्नं) खूप नित्याची बाब आहे. उलट, मला नेहमी वाटायचं की, तसं लग्न करायला जी धिटाई लागते, ती माझ्यात नाही.''

सज्जादला काही तसं धीट वगैरे वाटत नव्हतं!

''आहे हे असं आहे.'' पुस्तकाशी चाळा करत हिरोकोच्या नजरेला नजर न भिडवता त्याने विचारलं, ''मग, तू लग्न करशील तेव्हा इंग्रजांच्या पद्धतीने करशील का?''

''मी लग्नच करणार नाहीये.''

स्वत:च्या असंवदेनशीलपणाबद्दल सज्जाद वरमला.

''माफ कर. मला माहितेय... तू आणि मिस्टर कोनरॅड... मला क्षमा कर. खरंतर मी हे विचारण्याची गरजच नव्हती.''

''मी लग्न करणार नाहीये... पण ते कोनरॅडमुळे नव्हे.''

टोकियोच्या इस्पितळात उपडी पडली असताना, व्यवसायात मुरलेल्या आणि इतके रुग्ण पाहिलेल्या डॉक्टरचे भयभीत चीत्कार ऐकून हिरोकोला जो अंदाज आला होता, त्याची आपल्याला सज्जादकडून पुष्टी हवी आहे की नाकबुली, ह्याचा विचार न करता हिरोको उत्तरादाखल उभी राहिली आणि त्याच्याकडे पाठ करून आपल्या

शर्टाची बटणं काढू लागली.

"ह्यामुळे!"

आपल्यासमोर उघड्या पडलेल्या तिच्या जळलेल्या पाठीकडे पाहून, सज्जादने चीत्कार करत आपलं तोंड फिरवलं.

"प्लीज, हे काय करतोयस तू?"

रंगमंचावरचा पडदा असावा तशा तटस्थ आविर्भावाने हिरोकोने आपला शर्ट आणखी उतरवला आणि सज्जादला म्हणाली, "ही फक्त अजून एक गोष्ट आहे, जी त्या बॉम्बने माझ्यापासून हिरावली. बघ माझ्याकडे."

"नाही. तू आधी बटणं लाव."

"सज्जाद ऽ ऽ"

तिच्या आवाजातल्या सपाटपणाने सज्जादला हिरोकोकडे बघायला भाग पाडलं. तो जे बोलणार होता, ते पुढे कधीच बोललं गेलं नाही. ती छताच्या सावलीतून बाहेर पडून उन्हात उभी राहिली होती आणि त्यामुळे तिच्या पाठीवरचे कोळशाच्या रंगाचे आणि पक्ष्याच्या आकाराचे तीन जळके आकार लख्ख उठून दिसत होते– एक अगदी खांद्याखाली, एक तिच्या मणक्यावर, ब्राच्या पट्टीने अर्धवट झाकलेला आणि तिसरा अगदी कमरेवर.

सज्जादच्या डोळ्यांत दाटलेलं पाणी तिला दिसेना, म्हणून ती त्याच्या मौनाचा अर्थ लावत तशीच उभी राहिली.

"तुला तर तिरपी लिपी वाचता येते ना? कुठल्याही पुरुषाला येईल. ही लिपी म्हणतेय, दूर राहा. तुम्हाला जे हवंय, ते इथे नाही."

तिच्या गालावरच्या तिळाला स्पर्श करण्याच्या मोहाला आवरून धरण्यासाठी त्याने आतापर्यंत जे काही बचावाचे पवित्रे अंगी बाणवले, ते सगळे ह्या क्षणी हिरोकोच्या वेदनेसमोर गळून पडले. क्षणार्धात तो तिच्या जवळ आला; त्याने तिच्या खालच्या दोन खुणांच्या मधल्या जागेला स्पर्श केला आणि हिरोकोचं अंग थरथरलं, तसा झटक्यात बाजूला झाला.

"त्रास होतो का?" त्याने हळुवारपणे विचारलं.

"नाही." तिने त्याहीपेक्षा हळुवारपणे उत्तर दिलं.

सज्जादने तिच्या खांद्याखालच्या भयानक काळोखाला हात घातला– घाबरत, अनिश्चितपणे. जणू काही ती नरकातून आलेली एखादी वस्तू असावी. त्या निर्जीव दिसणाऱ्या गुठळ्यांचा रोष कधी जागा होईल, काही समजेना; म्हणून सज्जादने आपले दात गच्च आवळून धरत, कळेल ना कळेल असा त्यांना स्पर्श केला. हिरोकोला त्याचा स्पर्श तर जाणवला नाही, पण मानेवर जाणवणाऱ्या त्याच्या श्वासोच्छ्वासाने तिच्या शरीरात वणवा पेटवला.

सज्जादने आपले डोळे मिटले आणि तिच्या शरीराला त्याचा स्पर्श समजेल अशा ठिकाणी स्पर्श केला. ह्या वेळी ज्या निर्भयपणाने हिरोकोच्या शरीराने प्रतिसाद दिला, त्याने सज्जादसुद्धा फुलून आला. त्या सलगीच्या अत्यंत गोड अशा क्षणात आता संकोचाला जागाच नव्हती. त्याचे हात मुक्तपणे तिच्या खांद्यावर, कमरेवर आणि त्याही खाली फिरू लागले. तिला आठवण करून देत की, तिच्या शरीराला तेही अवयव आहेत.

काही क्षणांच्या अवधीनंतर हिरोकोने स्वत:ला सज्जादच्या स्पर्शात हरवून देऊ दिलं– ह्या जाणिवेने की ह्या आठवणीच, कोनरॅडच्या चुंबनांसोबत, तिच्या आयुष्यातील शारीरिक प्रेमाच्या अनुभवांना पूर्णत्वाला नेतील.

"तुला माझ्याशी इतकं चांगलं वागायची खरंच गरज नाही." थोड्या वेळाने भानावर येत हिरोको म्हणाली. "मला ठाऊक आहे, ते किती कुरूप आहेत ते."

"कुरूप? नाही. " त्याचा आवाज इतका मऊसूत नसता, तर तिने जराहीविश्वास ठेवला असता. "बर्डबॅक– पक्ष्यांची पाठी असलेली!" एक हात मधल्या 'पक्ष्यावर' ठेवून दुसऱ्या हाताने झरझर ओघळणारे अश्रू पुसत सज्जादने विचारलं, "तुला माहीत नाही का, की तुझं सगळंच सुंदर आहे?"

हिरोको रागाने लालबुंद झालेल्या चेहऱ्याने त्याच्याकडे वळाली. इतका राग की, तिचा चेहरा सज्जादला सर्वस्वी अनोळखी वाटू लागला. एरवी तिच्या गैरहजेरीत तो ज्याप्रकारे तिचा चेहरा डोळ्यांसमोर आणण्याचा प्रयत्न करत असे, तोच त्याला आता पुन्हा करावा लागला, इतका अनोळखी.

"बॉम्बने काहीच सुंदर ठेवलं नाही." त्याच्या छातीवर जोरजोरात बुक्के मारत हिरोको ओरडली, "समजलं तुला? बॉम्बने काहीच सुंदर ठेवलं नाही."

पहाटेच्या प्रहारी उठून लिखाणाच्या बेतात असलेल्या एलिझाबेथ बर्टनला त्यांचा आरडाओरडा ऐकू गेला. धडधडत्या हृदयाने तिने धावत जाऊन जेव्हा खिडकी उघडली, तेव्हा तिला दिसली– अर्धवट कपडे घालून उभी हिरोको सज्जादला बुक्के मारतेय आणि सज्जादच्या विजारीमधून त्याच्या उद्दीपित अवस्थेची निशाणी स्पष्ट जाणवतेय!

८

‘**म**सुरीपेक्षा जगात दुसरं अधिक सुंदर ठिकाण असूच शकत नाही.’ टेकडीवरच्या आपल्या बागेत उभं राहून समोरचं अद्वितीय सौंदर्य निरखत असताना एलिझाबेथच्या मनात विचार तरळला. समोर दूरवर, हिमालयाच्या रांगांशी ढग आणि धुकं शिवाशिवीचा खेळ खेळण्यात दंग होते; तर खालच्या दरीतून पाईन वृक्षाच्या मोहक सुगंधाच्या वाफा हवेवर तरंगत बर्टनांच्या टुमदार कॉटेजपर्यंत येत होत्या. ‘किती दयनीय गोष्ट आहे, सौंदर्य इतकंही निरर्थक असू शकतं?’

‘तरीसुद्धा–’ मोठ्याल्या ओक वृक्षांकडे चालता-चालता एलिझाबेथच्या मनात आलं. इकडच्यापेक्षा दिल्लीतल्या घुसमटणाऱ्या जूनच्या उकाड्यात कधीही जास्त असह्य झालं असतं... किंबहुना, ह्या वर्षी जरा जास्तच असह्य झालं असतं आणि त्याला फक्त उन्हाळा करणीभूत नव्हता. सज्जादचं त्यांच्या जीवनातलं अस्तित्व तिला आता अधिकच जाचू लागलं होतं. ब्रिटिश सरकारने नुकतंच अगदी अभावितपणे पुढच्या वर्षाऐवजी ह्याच वर्षीच्या ऑगस्टमध्ये भारतातून काढता पाय घेण्याची घोषणा केलेली. ह्यामुळे होणाऱ्या फाळणीमध्ये नियोजनाचा पूर्ण अभाव असणार होता. या सगळ्या प्रकारामुळे जेम्स बराच व्यथित झालेला आणि एलिझाबेथ त्याच्या ह्या व्यथेत कितीही सामील असली, तरी तिच्या मनाच्या एका कोपऱ्यात हीच इच्छा पल्लवित होती की, लवकरात लवकर फाळणी होऊन सज्जाद आणि त्याचं कुटुंब, बर्टन दाम्पत्य ऑक्टोबरमध्ये दिल्लीला परतण्याआधी पाकिस्तानात निघून गेलेले असावे. खरंतर बर्टन दाम्पत्य आता फक्त शेवटची आवराआवर करायला दिल्लीत परतणार होतं. पण तितक्याशा वेळेतही काहीही होऊ शकतं. उगाच विषाची परीक्षा का घ्या? स्पष्टच सांगायचं, तर घडल्या प्रकारानंतर सज्जादला पुन्हा पाहणं, हे एलिझाबेथसाठी पराकोटीचं अस्वस्थतेचं ठरणार होतं.

अजूनही त्या एप्रिलच्या सकाळी घडलेल्या गोष्टीची आठवण एलिझाबेथला

खूप अस्वस्थ करीत असे. हिरोको आणि सज्जादला 'त्या' अवस्थेत बघितल्यावर कोणाच्याही मनात येईल, असा सगळ्यात स्वाभाविक विचार एलिझाबेथच्या मनात आला. तिने नंतर तसं ते स्पष्टसुद्धा केलं. परिणामी, तिचा पारा इतका चढला की, तिने जोरजोरात ओरडत, मनाला येईल ते आरोप-प्रत्यारोप करत सज्जादला घरातून हाकलून दिलं होतं. त्या क्षणी हिरोकोची काय प्रतिक्रिया होती, हे एलिझाबेथला पुढे कधीही लक्षात आलं नाही. पण इतकं लक्षात होतं की, सज्जाद कसाबसा तिथून पळ काढत असताना हिरोको गडबडत शर्टाची बटणं लावण्याच्या प्रयत्नात गुरफटलेली.

सज्जाद गेल्यावर एलिझाबेथने हिरोकोशी बोलण्याचा प्रयत्न केला; पण काहीही ऐकण्याच्या स्थितीत नसलेल्या हिरोकोने स्वत:ला बाथरूममध्ये कोंडून आपल्या अश्रूंना वाट करून दिली. धाय मोकलून रडणाऱ्या हिरोकोवर कशाचाच परिणाम होईना. ना एलिझाबेथच्या विनवण्यांचा, ना तिच्या हताश धमक्यांचा.

अखेर एलिझाबेथ जेम्सला झोपेतून उठवायला गेली– ह्या सगळ्या गलक्यात तो मात्र अजूनही शांतपणे झोपलेला.

"त्याने जर खरोखरीच मला जे वाटतंय ते करण्याचा प्रयत्न केला असेल ना, तर त्याला पोलिसांच्या हवाली करण्यापासून तूसुद्धा मला रोखू शकणार नाहीस!" जेम्सला झोपेतून गदागदा हलवत एलिझाबेथने तंबी दिली होती. अजूनही अर्धवट झोपलेल्या तिच्या नवऱ्याने एलिझाबेथकडे इतक्या गोंधळलेल्या भावाने बघितलं की, वेगळ्या परिस्थितीमध्ये तिला हसूच फुटलं असतं. "सज्जाद– तुझा लाडका– मी त्याला आत्ताच खाली हिरोकोसोबत पकडलं."

"ओसरीवर खूप गरम व्हायला लागलं असेल कदाचित." कसंबसं गादीत उठून बसत जेम्स समजावणीच्या सुरात म्हणाला, "त्यांना माझ्या स्टडीत बसायला सांगितलं पाहिजे."

"हिरोको अगदी लाज झाकतील इतक्याच कपड्यात सज्जादला दूर ढकलण्याचा प्रयत्न करत उभी होती. माझ्याकडे अशा हैराण चेहऱ्याने बघू नकोस जेम्स; तो अगदी लक्षात येईल इतपत उद्दीपित झाला होता. आता मी तुला चित्र काढून समजवायला पाहिजे काय?"

तिने त्याच्याकडून ह्यापूर्वी कधी न ऐकलेली जोरकस शिवी हासडत आपला ड्रेसिंग गाऊन अंगावर चढवत 'सज्जादऽऽ'ची गर्जना करत जेम्स खाली धावू लागला.

"गेला तो! मी हाकलून लावलं त्याला."

"मी कार घेऊन पाठलाग करतो त्याचा." जोरदार रागीट ठोश्याने दरवाजा उघडा फेकत जेम्स गरजला. त्याचा हा राग एलिझाबेथलाही नवीनच होता.

सज्जाद... घरातला एक झालेला तो. इतका, की कधी पुसटसाही विचार

आला नाही की, त्याच्याकडून काही धोका असू शकतो– किमान ह्या प्रकारचा तरी नाही... तिचा हा विचार पूर्ण होण्याच्याही आधी एलिझाबेथला लक्षात आलं, की तिच्याकडून काहीतरी भयंकर मोठी चूक झाली आहे!

"जेम्स!" ती जोरात ओरडली.

त्याच क्षणी जेम्सने खोलीत प्रवेश करत तिला विचारले, "तुला नक्की खात्री आहे? कसं शक्य आहे, एलिझाबेथ?"

एलिझाबेथने मूकपणे जेम्सचा हात आपल्या हातात घेतला– तिला त्या प्रसंगाची आठवण झाली जेव्हा त्यांना कोणीतरी सांगितलं की हेन्रीने दगड मारून एका भारतीय मुलीचा डोळा फोडला. तो कुणीतरी दुसराच हेन्री निघाला– हेन्री विलियम्स, वयाच्या अवघ्या पाचव्या वर्षी गुंड प्रवृत्ती दाखवणारा मुलगा. तिला आणि जेम्सला, 'आपला हेन्री असं करूच शकत नाही', ह्या त्यांच्या विश्वासामुळे पालक म्हणून कुठलीतरी मोठी परीक्षा उत्तीर्ण झाल्यासारखं वाटलं होतं.

हातात हात घालून दोघं हिरोकोकडे जाऊ लागले, जेव्हा हिरोकोच त्यांना शोधायला बाहेर पडली.

"माफ करा मला. चूक माझी होती. मीच त्याच्यासमोर माझा शर्ट उघडा टाकला. त्याला माझ्याकडे बघायला लावलं. तो फक्त मला बरं वाटावं ह्यासाठी, काहीतरी बोलत होता– जे त्या वेळी मला पटत नव्हतं. प्लीज... मी त्याला त्या गोष्टी सांगण्याचा प्रयत्न करत होते, ज्या मी आतापर्यंत कोणालाच सांगू शकले नव्हते. आय ॲम सॉरी, रिअली सॉरी. पण तुम्ही त्याला शिक्षा देऊ नका. मी हे घर सोडून निघून जाईन. चूक सर्वस्वी माझी आहे!"

त्यातलं बरंचसं एलिझाबेथला समजलंही नव्हतं; पण ह्यापुढे काय करणं योग्य ठरेल, इतपत नक्की समजलं.

"आपण एकत्र निघू या. उन्हाळ्यासाठी मसुरीला जायची वेळ आली आहे. पटकन आपलं सामान आवर; आपण पुढच्याच गाडीने निघू या. जेम्स, तू लाला बक्षला सज्जादच्या घरी पाठवशील का? त्याला त्याचा उरलेला पगार दे आणि निरोप पाठव की, तो ह्यापुढे जी कुठली नोकरी शोधेल, त्यासाठी तू त्याला उत्तम शिफारसपत्र देशील."

आणि अशा प्रकारे ते सगळे (अर्थात, सज्जाद वगळता) मसुरीला आले. भारतातलं सगळ्यात सुंदर आणि अद्भुत असं थंड हवेचं ठिकाण. एलिझाबेथ पुन्हा समोरचं दृश्य निरखत थांबली; लवकरच पावसाच्या सरी ह्या दैवी सौंदर्याला आपल्या कवेत घेणार होत्या– त्या आधी एलिझाबेथला ते सौंदर्य शक्य तितकं आपल्या नजरेत साठवून घ्यायचं होतं. तिला समजेना, की मसुरी नसतं तर तिने भारतात इतकी वर्षं कशी काय काढली असती? दिल्लीतल्या घुसमटवणाऱ्या

'सरकारी हवेचा' इथे सुखद प्रादुर्भाव होता. अनायसे उन्हाळ्याच्या सुमारास 'त्या' हवा सिमल्याला (सरकारच्या उन्हाळी राजधानीत) वाहू लागायच्या. गनहिलवरच्या रपेटी, धबधब्यांच्या सान्निध्यात काढलेल्या सहली, सॅव्हॉयमधले डान्सेस... ह्यामुळे हे जग स्वप्नवत् वाटू लागायचं; अगदी युद्धकाळातसुद्धा. एलिझाबेथला अपेक्षा होती की, मसुरीचं सुंदर वातावरण हिरोकोलाही तितकंच उत्फुल्ल करेल. पण उलट, इथल्या आनंदी आणि अद्‌भुत वातावरणामुळे हिरोको तिने दिल्लीमध्येच स्वत:भोवती निर्माण केलेल्या कवचामध्ये अजूनच गुरफटून गेली होती.

ओक वृक्षाच्या तळवटी उभी राहात एलिझाबेथ बुंध्याला पाठ टेकून, वरच्या फांदीवर बसून असलेल्या हिरोकोला निरखू लागली. हिरोकोची शुभ्र विजार कदाचित ह्या झाडावर चढताना गुडघ्यापाशी फाटलेली होती. एलिझाबेथला अद्यापही समजलं नव्हतं की, हिरोकोच्या ह्या आवडत्या ठिकाणाहून कोणी त्या दोऱ्यांची शिडी अडकवली? तिचा कयास होता की, हे काम शेजारच्या कामरान अलीचंच होतं.

''मी वर येतेय–'' वर्दी देऊन एलिझाबेथ शिडीवर चढू लागली. शिडीच्या शेवटच्या पायरीवरून जशी एलिझाबेथ फांदीवर दोन्ही पाय टाकून बसली तसं तिच्या वजनामुळे फांदी वाकल्याचं हिरोकोला जाणवलं; पण ती काहीच बोलली नाही. एकटक समोरचं जंगल, फुलं आणि टुमदार बंगल्यांनी सजलेल्या टेकड्यांकडे बघत राहिली. एलिझाबेथच्या वारंवार विनंत्यांना एकदाचा मान देऊन जेव्हा हिरोको टेकडी उतरून पहिल्यांदा शहरात गेली, तेव्हा तिला मॉलवर एक निवृत्त इंग्रज जनरल भेटले होते. त्यांनी कयास केला की हिरोकोला इकडची बरीच फुलं परिचयाची असतील. कारण, मसुरी हे सिनो-जपानी फूल प्रदेशाच्या दक्षिणेला तर होतं! त्याच संध्याकाळी जनरलसाहेबांनी तिच्यासाठी वेगवेगळ्या फुलांनी गुंफलेला मोठ्ठा गुच्छ पाठवला. गुच्छ पाहून हिरोको धाय मोकलून रडली. सुपरिचित अशा ह्या फुलांशी जडलेल्या आठवणींनीच नव्हे, तर ह्या दु:खाने की तिला त्यांची जपानी नावंही माहीत नव्हती आणि कोणाला विचारावं, असंही कोणी उरलं नव्हतं.

हिरोको ह्या फांदीवर दररोज येऊन बसायची आणि दूरपर्यंत पसरलेल्या मसुरीच्या फुलांचा आणि वृक्षवल्लींचा वेध घ्यायची. काही फुलं आणि झाडं तिच्या इतक्या परिचयाची होती– जशा तिच्या जपानमधल्या घरातल्या तिच्या पायाखालच्या तातामी चटया. तासन्‌तास त्या फांदीवर बसून हिरोको निरनिराळ्या आठवणींची अदृश्य जपमाळ ओढत रहायची... नागासाकीच्या आठवणी... दगडांवर वेगवेगळ्या रंगांच्या पट्ट्या घासत आपल्या चित्रांसाठी रंग बनवत बसलेल्या वडिलांच्या आठवणी... संध्याकाळ चढत गेली की चमचम चांदण्यांच्या आणि शेजाऱ्यांच्या सुपरिचित, ठरावीक आवाजांच्या साक्षीने, आधी जांभळ्या, मग काळ्याशार पडणाऱ्या आकाशाच्या आठवणी... ती वर्गात शिरली की घाईगडबडीने उभ्या राहणाऱ्या मुलांच्या, त्यांच्या

इवल्या पावलांच्या आवाजाच्या आठवणी... ओउराच्या किनारी कोनरॅडसोबतच्या भटकंतीच्या आठवणी... युद्धानंतरच्या सुंदर शक्यतांच्या स्वप्नांच्या आठवणी...

भारतातल्या सगळ्यांनाच भविष्याचे वेध लागले होते; तर इंग्रज इंग्लंडला परतण्याची तयारी करत होते. कामरान अलीला कराचीतल्या आपल्या चुलत भावंडांच्या तारा रोज येत– तिकडच्या जमीनजुमल्यांबद्दल, कामधंद्याबद्दल आणि एकंदरीत संभाव्य आयुष्याबद्दल देखणे चित्र रंगवणाऱ्या. लाला बक्षने नुकताच निरोप धाडला होता की, बर्टन दिल्लीला परतेपर्यंत तो पाकिस्तानात गेलेला असेल. हिरोकोला ह्या उद्याच्या गप्पांमध्ये कुठेच स्थान सापडेना, तशी ती अधिकाधिक आपल्या गतकाळात रमू लागली. बर्टनांनी जणू तिला पुढच्या आयुष्यात नवी वाट चोखाळण्यात पुरेपूर मदत करण्याचा विडाच उचलला होता. सेक्रेटरी... आया... ट्रॅव्हलिंग कम्पॅनियन... एखाद्या तरुण विधुराची दुसरी बायको... आणि एलिझाबेथ आताच म्हणाली की, 'तू आमच्यासोबत येणार, ही काळ्या दगडावरची रेघ.' तिचा आवाज ह्याची ग्वाही देत की, ही वचनापेक्षा धमकीच अधिक होती. पण ह्या सगळ्याच्या खाली एक आवाज दडलेला होता– जो एकच मंत्र जपत होता– जपान! शेवटी तू तिथेच परत जाशील; जावंच लागणार आहे.

"हं, मला वाटतं, ह्या शिडीसाठी तुला कामरान अलीचेच आभार मानायला हवेत." एलिझाबेथ म्हणाली.

हिरोकोने तरीही एलिझाबेथकडे बघण्याचं टाळलं. बर्टनांचे तिच्यावर किती उपकार होते! तिने त्यांचे इतके उपकार घेतलेच कसे?

एलिझाबेथचा पातळ कॉटनचा झगा तिला फांद्यांच्या खरबरीतपणापासून वाचवायला असमर्थ होता. त्यातच डोक्यावरची एक चिवट फांदी सारखी तिच्या चेहऱ्याला बोचत होती– तिने कितीही डोकं हलवलं तरी ही फांदी काही बधेना.

"पुरे झालं हां आता." एलिझाबेथ अखेर वैतागून म्हणाली, "तुझ्या ह्या सततच्या चेहरा पाडून बसण्याचा मला कंटाळा आलाय हं, हिरोको."

"सॉरी." हिरोको खिन्न आवाजात म्हणाली.

"बोल. बोलून टाक एकदाचं." एलिझाबेथने लकडा लावला.

"काय बोलू?"

"सज्जाद... तू सज्जादवरनं माझ्यावर रागावलेली आहेस ना?"

"रागावलीये का मी?" क्षणभर विचार करत हिरोको पुढे म्हणाली, "कदाचित हो, मी रागावलेय. पण तुझ्यापेक्षा जास्त मी स्वत:वर रागावलेय– त्याला घरातून काढण्यासाठी तुला आयतं कारण दिल्याबद्दल." सज्जादची काही चूक नाही, त्याच्यावर कुठला ठपका ठेवला जाऊ नये, ह्या तिच्या विनंत्यांना दिली गेलेली शून्य किंमत हिरोकोला बर्टन कुटुंबामधलं तिचं स्थान दाखवून द्यायला पुरेशी होती.

"त्यातनं काही चांगलं निष्पन्न होऊ शकलं नसतं. एक दिवस तुला देखील हे पटेल."

"कशातनं?"

"तू आणि सज्जाद– तुमच्या एकमेकांबद्दलच्या भावनेतनं. शक्यच नव्हतं ते. त्याचं आणि तुझं जग खूप निराळं आहे."

हिरोकोच्या डोक्यात आता लख्ख प्रकाश पडला. तिने एलिझाबेथकडे निरखून बघितलं– तिच्या शब्दांचा अचूक वेध घेत, त्यांचा योग्य तो अर्थ लावत. पानांमधून सोनसळी सूर्यप्रकाश पाझरत होता. सगळं किती सुंदर... तिला कोनरॅडचे शब्द आठवले की, 'गार्डन ऑफ ईडन'ला स्वत:ची कथा कधीच लाभली नसती, जर तिच्यात तो साप राहात नसता... आणि मग हिरोकोला सगळं समजलं!

"तुला वाटलं... तू सज्जादला हाकलून दिलंस, कारण तुला वाटलं की तो... की आमच्या मैत्रीत काहीतरी गैरप्रकार डोकावलाय?"

"हो." एलिझाबेथ ठसक्यात म्हणाली. "एक दिवस तुला पटेल की, मी जे केलं, ते तुझ्या भल्यासाठीच केलं." मग हिरोकोचा हात हातात घेत एलिझाबेथ पुढं म्हणाली, "त्याचं जग असं आहे की, एकतर त्यात तुम्ही जन्मून मोठे तरी होता किंवा आयुष्यभर बाहेरचेच राहता. कदाचित त्याने त्याचं जग सोडलंही असतं– तुला प्राप्त करण्यासाठी त्याने तेसुद्धा केलं असतं. पण नव्याची नवलाई संपली की, त्याला नक्कीच पश्चात्ताप होईल आणि तो त्याचं खापर तुझ्या डोक्यावर फोडेल. पुरुषांच्या आयुष्यात स्त्रिया येतात. हिरोको, जगभर असंच होतं– ते चक्र कधी दुसऱ्या बाजूने फिरत नाही. आपल्याला बदलायला लागतं; त्यांना नाही. त्यांना बदलावं कसं, हेच समजत नाही मुळात. त्यांना का बदलावं, हेसुद्धा समजत नाही."

हिरोको थक्क होऊन एलिझाबेथकडे बघत बसली! 'नव्याची नवलाई?' ह्या मडमेला वेड लागलंय बहुधा.

"पण... तसं नसेल तर...?"

हिरोकोने हात पाठी नेऊन त्या ठिकाणी स्पर्श केला, जिथे सज्जादने स्पर्श केला होता. त्याला ती हवी होती, ते पक्षी तिथे असूनसुद्धा. आता कुठे तिला त्याच्या विजारीतील फुगीर उंचवट्याचं रहस्य उलगडलं... आणि त्या आठवणीने ती लाजेने चूर झाली. त्याला ती हवी होती आणि ती... तिला पण त्याचा स्पर्श होतच राहावा, असं वाटत होतं. हिरोकोने ओंजळीत चेहरा लपवला तसं एलिझाबेथच्या लक्षात आलं की, तिच्या शेजारची ही स्त्री अजून अल्लड मुलगीच आहे.

"हिरोको, हे केवळ अशक्य आहे!"

हिरोकोने बोटांमधल्या भेगांतून एलिझाबेथकडे तीक्ष्ण नजर टाकली.

"तुझ्या वैवाहिक आयुष्यामुळे तुझ्यात कडवटपणा भरलाय... आणि चीडसुद्धा!"

दुसऱ्याला वेठीस धरणं कधी कधी किती सुखकारक असतं!

"कदाचित. एवढं मात्र खरं आहे की, मला सज्जादचा हेवा वाटतो. मला या सत्याचा हेवा वाटतो की, ज्यांच्यावर मी प्रेम करते ते सगळे माझ्यापेक्षा स्वत:वरच जास्त प्रेम करतात. तसंच मला संताप येतो, कारण जगात मी एकमेव अशी आहे की जिच्या प्रेमा विषयी त्यांना काडीचाही रस नाही! बघ, कबूल केलं मी."

ह्यावर काय बोलावं, हे न समजून हिरोकोने भुवया उंचावल्या.

"आता तुला हायसं वाटतंय का? मोकळं वाटतंय?"

"अरे देवा, हो की!" एलिझाबेथने मोठ्ठा श्वास घेतला. "देवा रे देवा, खरंच की!" मग छातीवर हात दुमडून गांभीर्याने म्हणाली, "आपण माणसं किती विचित्र असतो; नाही?"

हिरोकोला हसू दाबणं कठीण गेलं.

"आम्हाला ह्यात गुंतवू नकोस गं बाई! तुझं वैचित्र्य हे सर्वस्वी तुझं एकटीचं आहे." आता त्या परत मैत्रिणी बनल्या. एलिझाबेथ हिरोकोजवळ सरकून बसली.

"मी जे म्हटलं, त्याने हे सत्य बदलत नाही की, तू त्याच्या जगात नेहमीच उपरीच राहणार."

हिरोको बराच वेळ काही बोलली नाही.

"मी तर तुमच्याही जगात उपरीच आहे की!" एखाद्या विचारवंतासारखा डोक्याला कोन देत हिरोको आपला बालिशपणा त्यागून म्हणाली, "तू मला आताच काहीतरी अमौलिक दिलंस– हा विश्वास की, अजूनही काही मौल्यवान गोष्टी शोधण्यासारख्या आहेत आपल्या आयुष्यात. गेले काही दिवस मी फक्त काय गमावलं, ह्याचा विचार करत बसले. कितीतरी गमावलंय. मी सतत नागासाकीचा विचार करत राहायचे. तू मला एकदा म्हणालीस की, तुला दिल्ली फारच विचित्र आणि अपरिचित वाटत असेल नाही? पण खरं सांगायचं तर, त्या भयानक दिवशी माझं घर जसं झालं, त्यापेक्षा अवघ्या जगात मला काहीच विचित्र आणि अपरिचित वाटत नाही गं! त्या दिवसाला शब्दबद्ध करायला माझ्या भाषेत तरी कुठला शब्द नाही... इल्से. मी माझ्या वडिलांना त्यांच्या आयुष्याच्या शेवटच्या काही क्षणांमध्ये बघितलं, तेव्हा मला वाटलं की ते माणसासारखे दिसतच नाहीयेत! त्यांच्या अंगभर फक्त खवले होते. केस नाही, मांस नाही; फक्त खवले. कोणीही, जगात कोणीही आपल्या वडिलांना असं खवल्यांत परिवर्तित झालेलं पाहू नये."

एलिझाबेथने हिरोकोचा हात गच्च पकडून आपल्या ओठांशी आणला.

"आणि मला समजतच नाही, की दोन बॉम्ब का? का केलं असं त्यांनी? एक बॉम्ब पुरेसा वाटला नाही का? खरं तर पहिलाच बॉम्ब माझ्या कल्पनेपलीकडला... आणि मग दुसरा? तुम्ही एक गोष्ट करता, त्याचे भयानक परिणाम बघता आणि

मग पुन्हा तीच गोष्ट करता? असं कसं करतात हे लोक? तुला माहितेय, त्या दिवशी ते कोकुरावर बॉम्ब टाकणार होते. पण तिथे वातावरण खूप ढगाळ होतं, म्हणून त्यांनी त्यांचा मोर्चा नागासाकीकडे वळवला. खरं तर तिथेही खूप ढगाळ वातावरण होतं त्या दिवशी. मला पक्कं आठवतंय, त्या दिवशी आकाशात काळे-करडे ढग दाटीवाटीने उभे होते. हल्लेकऱ्यांनी ही ढगाळ परिस्थिती पाहून आपला बेत गुंडाळायलाच घेतला होता, इतक्यात... दोन ढगांमधून प्रकाशाची तिरीप आली आणि 'बुम!...' " हिरोकोने 'बुम' हा शब्द इतक्या हळुवारपणे उच्चारला की, जणू उच्छ्वासच असावा!

"मी लहानपणापासून नागासाकी सोडण्याचा निर्णय घेतला होता. माहितेय? मी त्याबद्दल कधी भावुक नव्हते. पण ज्या ठिकाणी तुम्ही आयुष्याचा इतका मोठा काळ घालवता, त्याची राखरांगोळी झाल्यावर माणसाला परिचित गोष्टींची त्याच्या अवतीभवती असण्याची तीव्र गरज भासू लागते. इल्से, तुला समोरच्या टेकडीवरची ती फुलं दिसतायत? मला त्यांची जपानीमधली नावं जाणून घ्यायची आहेत. मला जपानी संभाषण ऐकायचंय. मला त्या चवीचा चहा पाहिजे आहे, जो माझ्या समजुतीप्रमाणे चहा असतो. मला आजूबाजूला माझ्यासारखी दिसणारी माणसं हवी आहेत. मी कुठले नियम तोडले तर त्याकडे दुर्लक्ष न करता मला कोणीतरी जाब विचारायला हवा आहे. मला घसरणारे दरवाजे हवे आहेत, उघडणारे नकोत; मला त्या सगळ्या गोष्टी हव्या आहेत, ज्या माझ्यासाठी निरर्थक होत्या आणि मी त्या गमावल्या नसत्या, तर अजूनही निरर्थकच राहिल्या असत्या. बघ ना, मला समजतंय हे; पण तरीही त्यांना मिळवण्याची माझी इच्छा काही कमी होत नाहीये. पण आता मला उराकामी कॅथिड्रल बघायचंय; त्यातील घंटांचा नाद ऐकायचाय. मला साकुरा फुलं जाळतानाचा सुगंध घ्यायचाय. मला स्ट्रीटकारमध्ये बसून अंग झुलवत होणारा प्रवास अनुभवायचाय. मला समुद्र आणि डोंगरामध्ये राहायचं आहे. मला कासुतेरा खायचं आहे."

'हवं आहे, पाहिजे आहे'... एलिझाबेथच्या डोक्यात ह्या शब्दांचे घण पडत होते. धार्मिक परिवर्तन म्हणजे असंच काहीतरी असावं... पाहिजे आहे. तिला काहीतरी अंधूकसं आठवत होतं. पाहिजे आहे, हवं आहे... कुठला क्षण होता तो, जेव्हा तिचं आयुष्य नको-हव्या असणाऱ्या गोष्टींचं आगार बनलं? तिला हेन्री दूर जायला नको होता. ज्याच्याशी रोजचं संभाषणही दुर्लभ झालं होतं, अशा माणसाशी विवाहबद्ध राहणं तिला नको होतं. तिला हे लपवणं नकोसं वाटत होतं की, युद्धकाळात – मुख्यत्वे बर्लिनवर बॉम्ब पडला तेव्हा – तिला तिच्या जर्मनपणाची तीव्र जाणीव झाली होती. तिला हे खरं मानायचं नव्हतं की, ब्रिटिशांच्या चांगल्या दिवसांचा अंत होत चालला आहे. तिला लंडनला जाऊन आपल्या चोंबड्या

सासूसोबत राहणं नकोसं वाटत होतं. वेळ आणि शिकवण दिली की, एलिझाबेथ आपल्याला पाहिजे तशी स्त्री बनेल, ह्या जेम्सच्या विश्वासाला न जागल्यामुळे त्याचा विश्वास तोडून त्याला दु:खी करायचं नव्हतं. तिला 'नकोशी' म्हणून जगायचं नव्हतं. तिला तिचं भविष्य तिच्या वर्तमानासारखं दिसायला हवं होतं. तिने दचकून एका फांदीला पकडलं आणि हिरोकोच्या बोलण्याकडे लक्ष केंद्रित करू लागली.

"पण मला काय नकोय, ते सांगू मी तुला? मला नागासाकीला परत जायचं नाहीये. जपानलाच... जपानलाच नाही जायचंय मला! मला माझ्या पाठीवरचे व्रण लपवायचे नाहीयेत; पण लोकांनी मला त्यानुसारच पारखावं, हेही मला नकोय. हिबाकुशा– मला संताप आहे त्या शब्दाचा. तो तुमच्या अवघ्या अस्तित्वाला फक्त एका बॉम्बमध्ये परिवर्तित करतो. तुमच्या प्रत्येक अणुरेणूची ओळख 'बॉम्ब' अशीच होते. त्यामुळे आता मला इच्छा व्हावी, अशासाठी काहीतरी वेगळं शोधलं पाहिजे एलिझाबेथ. मला क्षमा कर– तू मला खूप-खूप दिलं आहेस... पण तुझ्या आणि जेम्ससोबत लंडनला जाणं– ते नकोय मला– ते नको आहे."

"मग काय हवं आहे तुला?"

"माहीत नाही अजून. कदाचित... सज्जाद!" स्वत:च्याच वाक्याचं अनुमान लावावं, असं हिरोको म्हणाली.

शक्य तितक्या मृदू आवाजात त्यावर एलिझाबेथ म्हणाली, "तुला कसंही करून तो विचार त्यागावाच लागेल हिरोको. त्याचं कुटुंब..."

शेवटच्या दोन शब्दांनी हिरोकोच्या पोटात खड्डाच पडला.

"समजतंय मला. तू म्हणतेस, ते खरं आहे. समजतंय मला ते..." डोळे मिटून, गुडघ्यावर डोकं ठेवून हिरोको तशीच बसून राहिली... निस्त:ब्ध!

१

खदिजा अश्रफना दफन केलेल्या दुसऱ्या सकाळी तिची चार मुलं आणि एक जावई नि:शब्दपणे जामा मस्जिदीच्या प्रांगणात तापलेल्या दगडांवर बादलीमधलं पाणी शिंपडत जाणाऱ्या वृद्धामागे फेऱ्या घालत होते. ते वृद्ध गृहस्थ हे मस्जिदीतले फार मोठे सूफी होते. जे तिथे नेहमी येणाऱ्या आणि नुकत्याच निवर्तलेल्या लोकांच्या नावाने दगडांना पाणी घालायचे. रोज संध्याकाळी ते आपल्या तळपायांवरची कडक झालेली त्वाचा खरवडून काढायचे; जेणेकरून त्यांच्या पायांना चटके बसल्यावाचून राहणार नाहीत. त्यांना अशाच विशुद्ध आध्यात्मिक मार्गावरचे चटके भोगून, सोसून मार्गक्रमण करायचं होतं– हेच त्यांचं प्रारब्ध होतं. खदिजा अश्रफना ही विचारधारणा मानवायची नाही. त्यांचं म्हणणं असं होतं की, "ह्या ख्रिश्चन धर्मातल्या समजुती आहेत की, आपण पृथ्वीवर भोग भोगून पुढे जाण्यासाठी जन्माला आलोय. पण मुस्लीम लोक हे जाणतात, की त्या दयावान, कृपावान अल्लाने आदम आणि ईव्हलासुद्धा त्यांच्या प्रलोभनांना बळी पडण्याच्या चुकीसाठी उदार मनाने माफ केलं." असं समजावत मग आभाळाकडे निर्देश करत त्या म्हणायच्या, "आणि तुम्हाला तसं करणं भागच होतं. तुम्ही त्यांना प्रलोभित केलंत– त्या सापाने नव्हे."

'कोण आहे हा पीरांचा देव, ज्याच्याकडे फक्त हाल-अपेष्टा भोगूनच पोहोचता येतं?' आईचे कानात घुमत असलेले शब्द सज्जाद पुटपुटला.

मृत्युशय्येवर असताना, रीतीप्रमाणे सज्जादला जवळ बोलावून त्याच्या कानात खदिजा बोलल्या 'जगत राहा!' आता सज्जाद केवळ ह्याच आशेवर जगत होता की, त्या अखेरच्या श्वासांसोबत आपल्या लाडक्या आईचा आत्मा त्याच्या हृदयात घर करून जागा होता. खरंतर त्याचा ह्या गोष्टींवर कधीच विश्वास नव्हता; पण त्या कातर क्षणी त्याचं मन कशावरही विश्वास ठेवायला तयार होतं! त्याला खात्री होती की कुठल्यातरी प्रकारे त्याची आई त्याच्यात अजून जिवंत होती– आपली मतं

मांडत, त्याला रागवत, त्याला हसवत...

सज्जाद त्या पाणावलेल्या रस्त्यापासून दूर जात सावलीत निःशब्दपणे उभा राहिला. तळपत्या उन्हानंतर मिळालेला हा दगडाचा गारवा त्याला खूप दिलासा देऊन गेला. त्याच्या सगळ्यात मोठ्या भावाने – अल्तमाशने – सज्जादला हाक मारली; पण 'तुम्ही व्हा पुढे' ह्या अर्थाचे हातवारे करत सज्जाद एका खांबाला कवटाळून लाल किल्ल्याचं निरीक्षण करू लागला. दिल्ली, माझी दिल्ली... पण आज त्याची दिल्ली त्याच्याकडे ओढ नव्हे, तर दुर्लक्ष परावर्तित करत होती.

"सज्जाद, चल आमच्याबरोबर– घरी चल." त्याचा मेहुणा बोलत होता. "तुझी बहीण आणि मी आज दुपारीच निघणार आहोत; त्याआधी काही बोलणी करायची आहेत."

"मी येतो लगेच; तुम्ही व्हा पुढे." त्याच्यापाठी शिपायांसारख्या उभ्या असलेल्या कुटुंबीयांना न पाहता सज्जाद उत्तरला.

"बोलणी करायची असतील, तर आताच करा." इक्बाल मध्येच बोलला. "मला दिवसभर काम आहे; मी इथूनच सगळ्यांचा निरोप घेणार आहे."

"मी तुमच्या बहिणीला सांगितलंय की, सगळं कुटुंब एकत्र हजर असतानाच ही बोलणी होतील. तू तुझं काम पुढे ढकलू शकणार नाहीस का इक्बाल?"

"नाही."

अल्तमाशने त्याच्याकडे घृणास्पद नजरेने बघितलं. कैक वर्षांपासून अख्ख्या मोहल्ल्यात हे जाहीर होतं की, इक्बालने जुन्या दिल्लीतल्या एका वारांगनेला 'ठेवलं' होतं.

"तुला वाटतं आम्हाला समजत नाही काय, की तुझं काय काम आहे ते? काही लाज-शरम उरलीच नाहीये तुला. तू आपल्या आईला वचन दिलं आहेस की, काही झालं तरी मध्यरात्रीपूर्वी तू रोज तुझ्या बायकोकडे परतशील; आणि इथे एक दिवस नाही झाला आईला जाऊन, तर तू निर्लज्जपणे पहाटेपर्यंत घराबाहेर राहण्याचे बेत आखू लागलायस!"

"ती पाकिस्तानला जायच्या गोष्टी करू लागली आहे." इक्बालने स्पष्ट केलं. 'ती' म्हणजे कोण, हे विचारण्याची गरजच नव्हती. "मी काल रात्रीच तिला तंबी दिली की, तिला इथे ठेवण्यासाठी मी काय वाट्टेल ते करीन."

सज्जाद वळाला.

"तू जिच्यावर प्रेम करत असल्याच्या गोष्टी करतोस, तिला तू तंबी दिलीस? धमकावलंस?"

"मी धमकावलं नाही; मी तिला लग्नाचं वचन दिलं."

जोरकस शिवी हासडत अल्तमाशने आपल्या भावाचा हात धरला.

"तुला एक बायको आहे आधीच; विसरलास की काय?"

"मला दुसरी बायको करायची परवानगी आहे."

"हो, पण तू दोघींना समान वागणूक दिलीस तर आणि त्याहीपेक्षा, तुझ्या दुसऱ्या लग्नासाठी तुझ्या पहिल्या बायकोची अनुमती असेल, तरच." सिकंदर, सगळ्या भावांमधला सर्वांत शांत आणि देवभोळा मुलगा बोलला.

"आपल्याला सगळ्यांनाच माहीत आहे की, ह्या दोन्ही गोष्टी होत नाहीत."

"पैगंबरांचीसुद्धा सगळ्यात लाडकी अशी पत्नी होती." अल्तमाशच्या तावडीतून सुटका करून घेत इक्बालने युक्तिवाद लढवला. "आणि माझ्या बायकोने अनुमती दिली नाही, तर मी तिला आनंदाने तलाक देईन."

अल्तमाशने पुन्हा इक्बालला पकडत म्हटलं, "तुला एक बायको आहे आणि तू तिच्याशी कितीही वाईट वागलास तरी तिला ह्या घरात तीन भाऊ आहेत, हे लक्षात ठेव. आम्ही ह्या दुसऱ्या बाईला किंवा तिच्यापासून तुला होणाऱ्या मुलांना कधीही आमचं मानणार नाही. तिच्यासोबत तुला आम्ही आपल्या घरात कधी येऊही देणार नाही. तिच्यामुळे तू ज्या कर्जात बुडालेला आहेस ना, त्यातली एक पैसुद्धा आम्ही फेडणार नाही. बघू या, किती वेळ दूर राहते ती तिच्या 'रंगेल' पूर्वायुष्यापासून! जेव्हा तिला लक्षात येईल की, आपला नवरा दरिद्री आहे आणि त्याला ऐयाशी करण्याशिवाय इतर कुठलीच कला अवगत नाहीये तेव्हा बघूया, ती तुझ्यावर किती प्रेम करते ते!"

इक्बाल आपल्या मेव्हण्याकडे वळला.

"तू तरी माझ्याशी अशा दुष्टपणाने वागणार नाहीस ना रे? तू मला तुझ्या घरी, लखनौला राहायला देशील ना?"

"नाही. मी तसं काही करू शकणार नाही. माझ्याकडे त्या 'बिच्चाऱ्या' नजरेने बघू नकोस इक्बाल. तू जे करतोयस, ते मला अजिबात मान्य नाही आणि शिवाय..." त्याने नजर फिरवली.

"शिवाय काय? तू पण पाकिस्तानला निघाला आहेस की काय?" जळजळीत नजरेने इक्बालकडे बघत अल्तमाशने विचारलं.

"हो."

सज्जाद मोठा सुस्कारा सोडत खाली बसला. कानांवर हात ठेवत चाललेला कलकलाट टाळण्याचा निष्फळ प्रयत्न करू लागला. आता तर सगळंच कोलमडू लागलं होतं. तीनपेक्षाही कमी महिन्यांआधी त्याने हिरोकोला स्पर्श केला होता– तो क्षण त्याच्यासाठी परमोच्च सुखाचा ठरला होता. परंतु, परमोच्च सुख हे अपार दुःखाला जागं करण्याचं नामी साधन होतं, हे समजण्याइतपत त्याचा काव्य-व्यासंग

नक्कीच होता. तिच्या पाठीवर त्याच्या हाताचा स्पर्श हा त्यांच्यातील शारीरिक जवळिकीचा सर्वोच्च बिंदू असणार होता, हे सज्जादने विनातक्रार मान्य केलं होतं– त्याच्या अपेक्षेच्या बऱ्याच अलीकडे तो बिंदू थांबला असला तरीसुद्धा, कारण तेच योग्य आणि अटळ होतं. आताही त्याला त्या प्रसंगाची कुठली निराळी परिणती सुचेचना. दुःख आणि राग आला तो हिरोकोचा नव्हे; तर बर्टनांनी त्याला ज्या गतीने आणि पद्धतीने कामावरून हाकलून लावलं, त्याचा. लाला बक्ष जेव्हा सज्जादकडे पैसे आणि शिफारसपत्र घेऊन आला, तेव्हा सज्जादला समजलं की हिरोकोने सांगितलं की तो 'जंगली, बलात्कारी, पाशवी नाही.' एका बाजूला जिथे त्याला सुटकेचा मोठ्ठा निःश्वास टाकावासा वाटत होता, तिथेच दुसऱ्या बाजूला दिलेली घसघशीत रक्कम बघून सज्जादला लक्षात आलं की ह्याच्यापुढे त्याला कुठलीही माफी मिळणार नव्हती; किंबहुना, देऊ केली जाणार नव्हती. सज्जादच्या हे लक्षात आलं नव्हतं की, त्याची माफी हे एलिझाबेथचं काम होतं; जेम्सचं नव्हे. लक्षात आलं तसा त्याने तो विचार झटकून टाकला. त्यांच्यात कितीही वाद असले, तरी ठरावीक बाबतीत बर्टन दाम्पत्य एक होऊनच काम करायचे. त्या एकीतील एका घटकाने सज्जादवरच्या अन्यायाबद्दल माफी मागितली नसती, तर दुसरा ते करणार, हे ओघानेच आलं.

"इंग्रजांचं आणि माझं नातं इथेच संपतं!" सज्जाद म्हणाला. तो आता आपल्याला आयुष्यात काय काय करता येईल ह्याचा विचारात मश्गूल असे. एका अर्थी, जेम्सच्या नैतिक बंधनातून मुक्त झाल्यानं त्याला बरंच बरं वाटत होतं. त्या बंधनामुळे बरीच वर्षं त्याच्या आयुष्यात कुठल्याच प्रकारची प्रगती होत नव्हती. अल्तमाशने काही आठवड्यांसाठी सज्जादला घरच्या (हस्ताक्षरकलेच्या) व्यवसायात मदत करायला सांगितलं. बरीच वर्षं त्यांच्यासोबत काम करणाऱ्या आणि आता कराचीत स्थायिक होऊन, नव्या राष्ट्रामध्ये ह्या सुंदर कलेचा प्रसार करण्याची स्वप्नं बघणाऱ्या नाझीर बंधूंना कोणी पर्यायी माणूस मिळेपर्यंत अल्तमाशने सज्जादला मदतीला घेतलं. त्यांच्या आईने सज्जादला व्यवसायाच्या आर्थिक बाजूकडे लक्ष द्यायला सांगितलं. सज्जाद 'सहा आठवड्यांसाठी करीन मी ते काम', असं म्हणत तयारही झाला. पण सहा आठवड्यांच्या अखेरीस ब्रिटिशांनी अचानक घोषणा केली होती की, १५ ऑगस्टला, अवघ्या दोन महिन्यांनंतर ते भारत सोडून जाणार आणि भारत व पाकिस्तान अशी दोन वेगळी राष्ट्रं निर्माण होणार. नव्या कारकिर्दीचा विचार करण्याची ती वेळच उरली नव्हती. सगळीच उलथापालथ चालली होती. येणारा प्रत्येक दिवस एकापेक्षा एक तिरस्कारणीय अत्याचारांची बातमी घेऊन येत होता. लोखंडाप्रमाणे मजबूत मानले गेलेले कित्येक ऋणानुबंध, कितीतरी नाती 'तू भारताच्या बाजूने की पाकिस्तानच्या?' ह्या एका प्रश्नाच्या उत्तराने चुटकीसरशी

तुटून पडत होती. सज्जादही दिवसागणिक अत्याचारांच्या बातम्या ऐकून संतापाने पेटून उठत होता. दुसऱ्या बाजूला, ओळखीपाळखीचा दिल्लीकर सीमेपार निघाला की सज्जादच्या हृदयाला घरं पडत असत.

आणि मग, त्याची आई आजारी पडली... आणि बाकी सगळ्या गोष्टींचं महत्त्व पुसट होत गेलं.

कानांवरचे हात तसेच ठेवत सज्जादने आरडाओरडा आणि दोषारोषण करण्यात गुंतलेल्या सगळ्या पुरुषांकडे नीट निरखून पाहिलं. तो ह्या सगळ्यांवर प्रेम करत होता, पण... आणि हे त्याला ह्या क्षणापर्यंत समजलं नव्हतं– ह्यापैकी कुणाच्याही अपेक्षांना जागण्याची त्याला फारशी गरज वाटेना. एकापाठोपाठ एका भावाचा चेहरा निरखत सज्जाद त्यांच्या गुणदोषांनुसार त्यांच्या भवितव्याचे अनुमान करू लागला. अल्तमाशने त्याचं आर्थिक पाठबळ काढून घेतलं, तर इक्बाल ह्या दुसऱ्या बाईशी लग्न करणार नाही; पण मग तो त्या सगळ्यांच्या आयुष्यापासून दूर भरकटत जाईल... दिवसागणिक नव्या स्त्रीशी नाती जोडत, आपल्या पोरांपासून तुटत. अली झमन – त्याचा साडू – जो त्याच्या पसंतीच्या प्रत्येक गोष्टीला पुरेपूर झोकून देत पाकिस्तानला जाऊन मोठा देशभक्त बनेल; ज्यामुळे दिल्लीत कधी भेटायला आला, तर सगळीच परिस्थिती विचित्रशी बनेल. सिकंदर– ज्याचं देवभोळेपण बरंचसं आत्मिक, ध्यानी स्वरूप घेऊ लागलं होतं– आपल्या कोशात अधिकाधिक गुरफटला जाईल– त्याची लेखणी कुराणमधले शब्द समजावून सांगताना तो सर्वाधिक खूष होईल... आणि अल्तमाश? आधीच एक कवी आणि कर्ता पुरुष अशा दुहेरी भूमिका सांभाळणारा अल्तमाश... कवितांद्वारे घरच्यांसाठी नियमावल्या तयार करत बसेल आणि त्यांच्याकडून एक अवज्ञा सोडल्यास बाकी सगळं चालवून घेईल.

सज्जाद स्वत:ला मात्र ह्या कुटुंबात चित्रित करू शकेना. त्याच्या आईशिवाय तर नाहीच नाही. आतापर्यंत आईनेच तर इक्बालच्या बाहेरख्यालीपणाला लगाम घातला होता; सिकंदरला त्याच्या कोशातून बाहेर काढून सगळ्यांमध्ये मिसळायला लावलं होतं; आपल्या प्रेमाच्या ओढीने मुलीला आणि जावयाला वर्षातून दोनदा लखनौवरून दिल्लीला राहायला यायला भाग पाडलं होतं; आणि अजूनही एका नजरफेकीने अल्तमाशला सत्ताधीशापासून लहान मुलात बदलवू शकत असे. स्वत: सज्जादसाठी ती त्याला दिल्लीशी बांधून ठेवणारा एक निश्चित दुवा होती, तो जगाच्या पाठीवर कुठेही गेला तरी तिच्यासाठी परत दिल्लीत येणारच होता.

पण आता ते सगळं चित्र तडकू लागलं होतं. कदाचित इतकं की, त्याची आई जिवंत असती तर तीसुद्धा आता ते सांधू शकली नसती. तो कसा काय राहणार होता त्या उर्वरित बोचऱ्या तुकड्यांच्या मध्यात? पण मग, तो पुढची वाट एकट्याने तरी

कसा चालणार होता? आजतागायत एकटेपणा हा त्याच्यासाठी फक्त क्षणैक विरंगुळा होता– पुन्हा नात्यांच्या सुखद गलक्यात हरवण्यापूर्वीचा विरंगुळा.

सज्जाद उभा राहिला– त्याच्या आकस्मिक कृतीने सगळेच गप्प झाले.

''मी एका जपानी मुलीला माझ्याशी लग्न करण्याबद्दल विचारणार आहे. ती जर 'हो' म्हणाली तर आम्ही न्यू देल्हीमध्ये राहायला जाऊ आणि तुम्हा सगळ्यांचं आमच्या घरात नेहमीच स्वागत होईल. पण तिला जिथे मानाने स्वीकारलं जाणार नाही, अशा ठिकाणी मी कधीच जाणार नाही.'' एवढे बोलून एखाद्या पोहऱ्याप्रमाणे दोन्ही हातांनी समोरची गर्दी हटवून त्यातनं वाट काढत, आधी एक पाऊल, मग दुसरं पाऊल करत धडधडत्या हृदयाने सज्जाद तिथून पळत बाहेर पडला. तो इतका सुसाट पळाला की, मस्जिदीच्या दरवाज्यापाशी आपले बूट उतरवून ठेवणाऱ्या एका इसमाला वाटलं की, प्रांगणातले दगड अतिशयच तापलेले दिसतायत; आणि तो बूट घालून परत माघारी फिरला!

बराच वेळ पळून झाल्यावर, सज्जाद थबकला!

तो ज्याचा विचार करत होता, ते करणं म्हणजे त्याच्या आईशी प्रतारणा होती, हे सज्जादला समजत होतं. पण तिनेच तर त्याला कानमंत्र दिलेला– 'जगत राहा' आणि मृत्यूनंतर ती जर ह्या सामाजिक बंधनांमधून मुक्त झाली होती, तर नक्कीच तिला सज्जादची भूमिका पटेल. आधीच हा मोहल्ला आता भुतांत विलीन होऊ लागला होता. लवकरच इथे माणसांपेक्षा भुताखेतांची संख्या अधिक होणार होती. पण ह्याहीपेक्षा मोठी गोष्टी अशी होती की, त्याच्या आयुष्यात एक अशी मुलगी आली होती, जिने त्याच्यावर इतका विश्वास ठेवला होता की, त्याच्यासमोर आपली वस्त्रं उतरवून आपल्या सगळ्यात गहिऱ्या यातनांच्या निशाण्या त्याला दाखवल्या होत्या.

तो अगदी दरवाजा उघडून आत जाऊन तिथे बसलेल्या स्त्रियांना घडल्या प्रकाराची वर्दी देणारच होता; इतक्यात... डोळ्यांच्या कोपऱ्यातून त्याला एक फिक्कट सोनेरी रंगाची मांजर दिसली– तिचा रंग तोच होता, जो शेवटच्या दिवशी एलिझाबेथने घातलेला झग्याचा होता– आणि सज्जाद एकदम थबकला!

हिरोको 'हो' म्हणालीच आणि ते त्यांच्या स्वतंत्र घरात राहायला गेलेच– जिथे भाऊ, वहिन्या, भाचरं कोणी नसतील... मग कशावरनं त्यांचं नातं, काही वर्षांनंतर बर्टन दाम्पत्याचं झालंय तसं होणार नाही?

तो जेव्हा आठ वर्षांपूर्वी त्यांच्या आयुष्यात दाखल झाला, तेव्हा ते एकमेकांसोबत दुःखी नव्हते. त्यांच्यात त्याही वेळा वाद नक्कीच होते; पण त्यात एक खेळकरपणा असायचा. हेन्री हा त्यांना साधणारा दुवा होता– त्याच्यावरनं रस्सीखेच करावी, अशी कुठली वस्तू किंवा मालमत्ता नव्हता. आणि वेळोवेळी काही साहजिक कृती– जसं, तिच्या हातावर त्याचा हात किंवा त्याच्या गळ्यातला टाय सारखी करणारी

तिची बोटं त्यांच्यातील शारीरिक जवळिकीची इतकी ग्वाही देत की, त्या खासगी क्षणांत सज्जाद खोलीच्या बाहेर जात असे. पण, मग सुप्तपणे, कोणाच्याही नकळत सगळं विखरत गेलं...

असा कुठला एक ठरावीक क्षण, एक प्रसंग नव्हता; जेव्हा गोष्टी बिघडू लागल्या. फक्त काही ना काही कारणांनी गैरसमज आणि दु:ख मात्र साठत गेले. त्यांचे सगळ्याच गोष्टींवरून वाद नाही, भांडणं होऊ लागली. हेन्रीला कसं वाढवावं, जेम्सची कारकीर्द, 'मिसेस बर्टन' म्हणून एलिझाबेथचं समाजामधलं वर्तन, ती पार्ट्यांसाठी ठरवत असलेला मेन्यू, मसुरीला किती तारखेला जावं, हेन्रीला बोर्डिंग स्कूलला पाठवावं की नाही, एखादं रोपटं भिंतीपासून किती अंतरावर लावावं... एक अन् अनेक छोटे-मोठे विषय पुरायचे त्यांच्या भांडणांना. म्हटलं तर हे सगळेच किरकोळ वादविवाद होते; पण बर्टनांच्या घरात त्यांचं स्वरूप अचाटरीत्या फोफावे. 'काळाने त्यांना एकमेकांपासून दूर केलं' ...सज्जादकडे ह्यापेक्षा मोठं कारण नव्हतं.

मग कशावरनं, त्याच्यात आणि हिरोकोत असं होणार नाही? मुख्यत्वे, अशा घरात, जिथे त्यांना आपल्या समस्या मांडायला, मदत घ्यायला कोणीच आपुलकीचं माणूस असणार नव्हतं!

थोड्या वेळाने सगळे भाऊ परतले तेव्हा त्यांनी बघितलं, की सज्जाद विचारमग्न अवस्थेत लाकडी दरवाज्याशी उभा होता.

"आपल्या सगळ्यांमध्ये तू आईवर सगळ्यात जास्त प्रेम करायचास." सज्जादभोवती प्रेमळपणे हात टाकत अल्तमाश म्हणाला. "साहजिकच आहे, ती गेल्यामुळे तुला भरकटल्यागत वाटतंय ते. ये, आपल्या कुटुंबात परत ये." असं म्हणत अल्तमाशने सज्जादला घरात ढकललं. ह्या विश्वासाने, की येणारं संकट टळलेलं आहे आणि पुन्हा त्याची उजळणी करायची गरज नाही.

१०

“इल्से! तू त्या कोळ्याला मारू शकत नाहीस. इस्लाममध्ये त्याला फार मान आहे. कोनरॅडने मला त्याची गोष्ट सांगितली होती मेगानेबाशीवर. तुला माहितीये, त्याला मेगानेबाशी (चष्मेवाला पूल) का म्हणतात ते? कारण, भरतीच्या वेळी पुलाच्या कमानी पाण्यामध्ये परावर्तित होऊन, ते दृश्य चष्म्यासारखं दिसतं.”

“ओ! तोच ना तो पूल, जिथे त्याच्या हृदयातले चंदेरी मासे तुझ्या हृदयात आले?”

“हो. ओ! मी तुला सांगितलंय का त्याबद्दल ह्याच्यापूर्वी? पण मी तुला त्या कोळ्याबद्दल सांगितलंय का? कसं त्याने मोहम्मद पैगंबर आणि त्यांचा मित्र लपलेल्या त्या गुहेच्या प्रवेशावर विजेच्या गतीने मोठ्ठं जाळं विणलं? पैगंबर जेव्हा मक्केतून निसटून आपल्या मारेकऱ्यांपासून वाचण्यासाठी त्या गुहेत शिरले आणि कोळ्याने चटचट जाळं विणलं, तेव्हा त्यांच्यापाठोपाठ तिकडे पोहोचलेल्या मारेकऱ्यांना स्वप्नातसुद्धा वाटलं नाही की पैगंबर त्या गुहेत लपले असतील.”

“काय मनमोहक कहाणी आहे! कोनरॅडला कोणी सांगितली?”

क्षणभर थबकून, विचित्र आवाजात हिरोको म्हणाली, “सज्जादने!”

थोड्या वेळापूर्वीच जेम्स त्या खोलीच्या दाराबाहेर येऊन उभा राहिला होता. तो खरंतर खोलीत जाण्यासाठी आला होता; पण दोन्ही बायका जर्मनमधून गप्पा मारण्यात मश्गूल आहेत, हे बघितल्यावर तो दरवाज्याशीच घुटमळत उभा राहिला होता. त्यांच्यामध्ये जाऊन त्यांना इंग्रजीत बोलायला भाग पाडणं त्याला योग्य वाटेना. पण, ‘सज्जाद’ नावाचा उच्चार ऐकताच जेम्स झटक्यात वळाला अन् एका हातात आपला रेनकोट घेत तरातरा घराबाहेर पडला.

बाहेर पाऊस तर थांबला होता बऱ्याच दिवसांनी; पण धुकं मात्र पूर्वीइतकंच दाटून राहिलेलं. ‘चावून खावं इतकं दाट’! त्याला त्याच्या स्कॉटिश आजीचे शब्द

आठवले– तिच्या आई-वडिलांच्या घराच्या अवती-भवती तस्संच दाट धुकं पसरायचं, असं आजीने जेम्सला सांगितलेलं होतं. त्याने कल्पना करायचा प्रयत्न केला की, वृद्ध झालेला तो, स्कॉटलन्डला धुक्यामध्ये गुरफटलेल्या टेकड्यांवरच्या टुमदार बंगलीत आपले शेवटचे दिवस आरामात घालवतोय...

त्यांना भारत सोडून जायला आता थोडेच आठवडे बाकी होते. त्याचं अनुमान होतं की, हिरोकोसुद्धा त्यांच्यासोबत इंग्लंडला येणार आहे. त्याने पायाखालच्या ओल्या गवतात बूट रुतवला. म्हणजे, सगळेच त्या अनुषंगाने वागताना तरी दिसत होते खरे... आणि, काय हरकत होती? हिरोको चक्क एलिझाबेथला हसवू शकत होती. एके काळी ती कला जेम्सला अवगत होती. अर्थात, त्याला हे समजलं नव्हतं की, ती कला आहे.

ओल्यागच्च बागेमध्ये बुटाचे ठसे उमटवत जेम्स त्यांच्या बंगलीला फेऱ्या घालू लागला. थोड्याच वेळात तो त्या खोलीच्या खिडकीपर्यंत पोहोचला, जिथे एलिझाबेथ आणि हिरोको बसल्या होत्या. 'एलिझाबेथने आता खिडकीबाहेर बघितलं तर काय दिसेल तिला? तिचा पती, की दाटलेल्या धुक्याने बनवलेला एखादा अनामिक आकार?' तो कधी ह्या पद्धतीने विचार करू शकेल, हे कोणालाच खरं वाटलं नसतं, अगदी एलिझाबेथलासुद्धा नाही. पण सज्जाद गेल्यापासून, किंबहुना त्याला घालवल्यापासून – त्यानेच तशी वेळ स्वत:वर ओढावून आणली होती – जेम्सला जगातली सगळीच गणितं चुकल्यासारखी दिसू लागली होती.

तो आता कधीच सज्जादला पाहू शकणार नव्हता. जेम्सच्या डोक्यात निरंतर ह्याच विचारांचा पिंगा सुरू होता. त्याला आता वैताग येऊ लागला होता त्या घुमणाऱ्या शब्दांचा. तो स्वत:ची समजूत घालून घेत होता की घटना ज्या प्रकारे घडल्या त्याबद्दल त्याला दु:ख होतं, पश्चात्तापसुद्धा. पण अगदी प्रामाणिकपणे सांगायचं झालं, तर जेव्हा तो एलिझाबेथ आणि हिरोकोला एकत्र खिदळताना ऐकत असे आणि त्यांच्यात सामील होऊ शकत नसे, तेव्हा त्याला सज्जादच्या संगतीची प्रकर्षाने आठवण येत असे! अर्थात, हे हास्यास्पदच होतं म्हणा; पण खरंही होतं.

"जेम्स बर्टन..."

वा! आता तर माझे कान वाजू लागले आहेत, जेम्सच्या मनात आलं.

"जेम्स बर्टन!"

जेम्सने वळून बघितलं. धुक्यामधून वाट काढत त्याच्याकडे चालत येत होता... साक्षात सज्जाद! जेम्सने सज्जादला प्रथम बघितलं तेव्हाचाच पोषाख– मलमलचा शुभ्र पांढरा कुर्ता-पायजमा– घालून आणि बगलेत एक मोठी, ओली छत्री धरून सज्जाद समोर उभा होता.

"माय डिअर फेलो!" हात पुढे करत सज्जादकडे येत जेम्स आनंदाने गरजला.

सज्जाद त्याने पुढे केलेल्या हाताकडे गोंधळून पाहू लागला तसा जेम्स हसला आणि सद्‌गदित होऊन सज्जादचे खांदे पकडून म्हणाला, "चेस बोर्ड आणला नसशील; मला वाटतंय."

सज्जाद जेम्सपासून दूर झाला.

"मी इथे परत कामावर रुजू व्हायला आलेलो नाहीये."

"नाही, मुळीच नाही." परत सज्जादचा खांदा पकडण्यासाठी पुढे आणलेला हात मध्येच रोखत जेम्स गडबडीने म्हणाला. सज्जादला त्याची दया आली. जरासा नरमाईचा पवित्रा घेत त्याने आपल्या हाताने जेम्सचा हात खाली केला.

"मी नुकतंच 'पॅसेज टू इंडिया' वाचलं." जेम्स म्हणाला. "हास्यास्पद आणि दयनीय पुस्तक होतं ते. पुस्तकाचा शेवट तर अगदीच लाजिरवाणा होता. त्यातील इंग्रजाला आणि भारतीयाला एकमेकांची गळाभेट घ्यायची असते; पण पृथ्वीला, आकाशाला आणि घोड्यांना (!) ते नको असतं, म्हणून त्यांना दूर ठेवलं जातं."

"हो, मी वाचलंय ते पुस्तक."

"मग... हे पृथ्वी, आकाश आणि घोड्यांबद्दल नाही ना सज्जाद?"

"नाही मिस्टर बर्टन."

"जेम्स म्हटलंस तर हरकत नाहीये माझी." ह्यावर सज्जादने सवयीनुसार एक खांदा फिरवला; हे जाणवून द्यायला की, त्याने जे ऐकलंय ते तो मानेलच, असं नाही. "तुला एलिझाबेथ जे बोलली, त्याबद्दल मी मनापासून दिलगीर आहे आणि तीसुद्धा. तुला हे समजलंच पाहिजे की, एलिझाबेथकडून चूक झाली आहे, हे आम्हाला हिरोकोने सगळं सांगण्याआधीच उमगलं."

"वेल, मला ह्याआधी हे समजलं नव्हतं, सर आणि मागच्या काही महिन्यांत तुम्हीसुद्धा मला हे समजावून सांगण्याची तसदी घेतली नाहीत."

"मला वाटलं की, लाला बक्षद्वारा धाडलेल्या निरोपाद्वारे तुला हे समजलं असेलच."

"नाही. मला इतकंच समजलं की, स्वतःच्या न्यायीपणाची ग्वाही द्यायला इंग्रज एक वेळ आपल्या चुकीची कबुली देतील; पण ती चूक एखाद्या भारतीयासंबंधात घडली असेल, तर त्याबद्दल माफी मात्र नक्कीच मागणार नाहीत."

जेम्स गांगरला.

"जेम्स आणि सज्जादपासून आपण इंग्रज आणि भारतीय कधी झालो, सज्जाद?"

"बरोबर आहे तुमचं. प्रश्न राष्ट्रीयतेचा नाहीये; स्तराचा आहे. मी जर ऑक्सफर्डचा विद्यार्थी असतो, तर तुम्ही लागलीच माफी मागितली असती."

"मी फार वरमलो होतो सज्जाद; तुला समजत नाही आहे का हे? ती सुद्धा आणि डॅम इट मॅन! एक स्त्री आपले कपडे उतरवू लागल्यावर तुला तिथे थांबून

राहण्याची गरजच काय होती? हिरोको काहीही म्हणाली ना सज्जाद, तरी ह्या प्रसंगात तू स्वत:ला पूर्णपणे दोषमुक्त मानूच शकत नाहीस. मग असं सगळं असताना, ती घरात राहत असताना, मी तुला थांबायला कसा सांगू शकणार होतो? आणि जर तू थांबू शकणार नव्हतास, तर मी तुझी नीटपणे माफी कशी मागू शकणार होतो? गॉड... डॅम इट!'' जेम्सने चडफडत जवळच्या वेलीवर हात घासला– त्यापाठच्या विटांच्या भिंतीवर तो घासल्यावाचून राहिला नाही.

स्वत:लाच जखम झालीय, अशा तळमळीने सज्जाद विव्हळला– जे दोघांच्याही नजरेतून ते सुटू शकलं नाही.

''मग, तू इथे का आला आहेस; बुद्धिबळ खेळण्यासाठी नसेल तर?'' ठसठसणाऱ्या जखमेकडे दुर्लक्ष करत जेम्सने हळू आवाजात विचारलं.

''माझी आई वारली.''

''आय ॲम सो सॉरी, सज्जाद... खरोखरीच.''

''त्यामुळे सगळंच बदलतं.''

''तू हिरोकोबद्दल बोलत नाहीयेस ना?''

''तुम्ही मला तिला भेटायला मज्जाव करणार का?''

''अजिबात नाही.''

''मग मला तिला भेटायचंय.''

''मी इथे आहे...'' शेवटचे तीन शब्द उर्दूतून बोलले गेले. जेम्सने सज्जादच्या खांद्यावरून बघितलं, तर एलिझाबेथ आणि हिरोको दोघी उभ्या होत्या.

''तुझी निरीक्षणशक्ती फारच कमकुवत आहे हां जेम्स–'' आपल्या नवऱ्याकडे चालत येत एलिझाबेथने टिपण्णी केली. ''आम्ही कधीपासून उभ्या आहोत इथे. चल, तुझ्या हाताला औषध लावू या.'' जेम्सच्या शर्टाची बाही ओढून त्याला नजरेने सज्जाद आणि हिरोकोला 'एकांत दे' असं सुचवत एलिझाबेथ पुढे म्हणाली. आत जाताना एलिझाबेथने डोळ्यांनीच सज्जादची मनापासून माफी मागितली. सज्जादनेही हलकेच मान डोलावून हे सुचवलं की, तो सगळं विसरला नसला तरी त्याने तिला माफ केलंय.

दोघांना एकटं सोडून जेव्हा बर्टन दाम्पत्य घरात गेलं तसं हिरोको एकटक नजरेने सज्जादकडे बघत त्याच्याकडे चालत आली. त्याचा हात हातात घेऊन विचारलं, ''कशाने गेल्या त्या?''

''एकातनं दुसरं आजारपण निघालं; बस! शेवटी न्यूमोनियाने बळी घेतला...'' मग तिच्या हातावर आपला हात ठेवत सज्जाद म्हणाला, ''मागच्या वेळी आपण भेटलो तेव्हा... मला असं खरंच म्हणायचं नव्हतं की, बॉम्बमध्ये काही वाईट नव्हतं.''

"नाही, मला माहितेय ते." अचानक सज्जादचा हात सोडवत हिरोको पुढे चालत गेली आणि मग जराशाने थबकून मागे वळून सज्जादला म्हणाली, "तर, तू इथे मला भेटायला आला आहेस... तुझी आई आता ह्या जगात नाही म्हणून."

"मी 'तुला' भेटायला आलोय. माझी आई... हो, हे खरं आहे की, ती जिवंत असती तर आज मी इथे नसतो."

हिरोकोने गेल्या काही आठवड्यांत असंख्य वेळा त्याला तिच्यासाठी इथे येताना, मनातल्या मनात बघितलं होतं. हे समजत असूनही की ते अशक्य होतं. पण आत्ता सारखं कधीच नाही... हे दृश्य तिच्या स्वप्नांच्याही पलीकडचं होतं.

"का? त्यांच्या मृत्यूमुळे तुझ्या लग्नाची सगळी नियोजनं फिस्कटली का? म्हणूनच तू इथे, तुला परिचित असलेल्या आणि 'हजर' असलेल्या एकमेव स्त्रीकडे धावून आलायस का? तिला तुझ्यासाठी सकाळी चहा बनवण्यासाठी आणि रात्री डोक्याला तेल-मालिश करण्यासाठी तुझ्यासोबत यावं, ह्याची गळ घालायला?"

"हजर असलेलीच मुलगी शोधायची असती, तर मी दिल्लीहून मसुरीपर्यंत, इतक्या दूरपर्यंत आलोच नसतो."

"काय कल्पना आहेत तुझ्या स्वत:बद्दल!" असं उद्‌गारत हिरोको सज्जादकडे पाठ फिरवून निघून जाऊ लागली.

"थांब, प्लीज. प्लीज ऽऽ थांब."

ती त्याच्याकडे पाठ करूनच थांबून राहिली– तो तिच्याकडे चालत येईस्तोवर.

"मी 'सातत्य' ह्या गोष्टीवर विश्वास ठेवून वाढलेला माणूस आहे हिरोको." कापऱ्या आवाजात सज्जाद बोलला.

"वाट्टेल ते बोलू नकोस. तुझा हस्ताक्षरकलेचा व्यवसाय तुझ्यासाठी सातत्य ठरलं असतं; एका इंग्रजासोबत बुद्धिबळ खेळणं नव्हे."

"माझे काका आणि चुलत भाऊ इंग्रजांची चाकरी करतात. ती आमची दिवसाची कमाई आहे. ती आमची नोकरी आहे आणि मग आम्ही घरी येऊन, शर्ट-पॅन्ट उतरवून कुर्ता-पायजमा घालून आमच्या 'मोहल्ल्याचे पुरुष' बनतो. तेच आमचं खरं जग आहे."

"अच्छा! म्हणजे, मी तुला तुझ्या खऱ्या जगात बघितलं नाही तर?"

"नाही, नाही बघितलंस... आणि मी तरी तुला तुझ्या खऱ्या जगात कुठे पाहिलंय?"

"माझं जग आता अस्तित्वातच नाहीये."

"माझं तरी कुठे आहे? आणि मी हे फक्त माझ्या आईमुळे म्हणत नाहीये. हे पाकिस्तान माझ्याकडचं सगळंच घेऊन जातंय. माझे मित्र, माझी बहीण, माझ्या मोहल्ल्यातला सुपरिचितपणा, त्यात भावबंध नाहीत... हजारो निघून चालले आहेत;

हजारो जातील. मी कशाला पकडून उभा आहे? दोन्ही बाजूंनी फक्त वाऱ्याशी बांधलेल्या पतंगाच्या मांज्याला!''

''आणि मग?''

''मला नव्या जगामध्ये कसं राहावं, हे शिकावंच लागणार आहे, त्याच्या नव्या नियमांना आत्मसात करत. तुला करावं लागतंय तसं. नव्हे, तू केलंस तसं. कदाचित... आपण ह्या नव्या जगात एकमेकांसोबत असलो, तर दोघांचा एकटेपणा जरा कमी होईल. बदलामध्ये जरा स्थैर्य असणं चांगलं असतं.''

पायाखालचा गवताचा ओलावा तिच्या बुटांतून झिरपत पायापर्यंत पोहोचलेला. तिला थंडी वाजत होती, त्यामुळे चिडचिड होत होती आणि त्यातच सज्जादमध्ये बरंच काही होतं, जे तिच्या समजुतीपल्याड होतं.

''मी तुझ्या भावजयांसारखं आयुष्य जगू शकणार नाही.''

हे तिचं बोलणं खरंतर निरोपाचं होतं. पण झालं उलटंच. सज्जादला तिच्या ह्या वाक्यात संधीच दिसली.

''हो!'' हर्षभरित स्मित करत सज्जाद उत्साहाने म्हणाला– त्याची ती प्रतिक्रिया हिरोकोला गोंधळात टाकून गेली. ''आपल्याकडे इतरही पर्याय आहेत की. नवी दिल्ली आहे. जुन्या दिल्लीपासून वातावरणाच्या आणि विचारसरणीच्या दृष्टीने कैक कोस दूर, पण सायकलने अवघ्या काही मिनिटांचं अंतर. चांगलं शहर त्याला म्हणतात, जे तुम्हाला विविध पर्याय उपलब्ध करून देतं आणि दिल्ली– देल्ही तसंच शहर आहे. मी बऱ्याच दिवसांपासून देल्हीत जाऊन राहण्याचा विचार करतोय, माहितेय?''

''अच्छा?'' आता तर ती पुरती गोंधळून गेलेली.

''हो, मी तिथे घर घेणार आहे, छोटंसंच घर. ते नव्या धाटणीत बांधलेलं असेल... आणि मी एखाद्या वकिलाच्या फर्ममध्ये नोकरी धरणार आहे. थोड्याच दिवसांपूर्वी मी एका ओळखीतल्या सॉलिसिटरला भेटायला गेलो होतो. मी मला पाहिजे तेव्हा नोकरीवर रुजू होऊ शकतो.'' तो सॉलिसिटर भारतीय होता. तो आधी जेम्सच्याच फर्ममध्ये नोकरीला होता. त्याने नोकरी सोडून जेव्हा स्वत:ची फर्म थाटली, तेव्हा त्याने सज्जादला सांगितलं की, त्याला कधी नोकरीची गरज पडली, तर येऊन भेटावं. 'इंग्रजांनी आपल्या कष्टांवर टिमक्या मिरवणं थांबलं पाहिजे आता. सज्जाद,' त्याला आठवडाभरापूर्वी भेटायला गेला तेव्हा तो सॉलिसिटर म्हणाला. तो सज्जादला पुढे हे पण म्हणाला की, 'तुझ्याकडे कायद्याची पदवी नाहीये खरंतर, पण आपण तुझ्यालायक काहीतरी काम शोधूच. तसंपण ह्या नवशिक्या 'कायदेपंडितां-पेक्षा' तर तुला नक्कीच जास्त माहिती आहे कायद्याची. जेम्स बर्टनने तुझ्या गुणांचा ज्या प्रकारे अपव्यय केलाय ना, फार खेदाची गोष्ट आहे ती.' ''

"अभिनंदन सज्जाद! मी खरंच तुझ्यासाठी खूष आहे." हिरोको आनंदाने म्हणाली.

"एकच समस्या आहे," गंभीर चेहरा करत सज्जाद म्हणाला, "तू कदाचित मला ह्यात मदत करू शकशील... रोज सकाळी माझ्यासाठी चहा कोण बनवणार?"

"ओ!" ती उद्गारली. "मला भारतातला चहा मुळीच आवडत नाही."

"आह्!" त्याच्या आवाक्यातलं त्याने सगळं करून बघितलं. तसंपण ती होकार देईल, असं त्याला मुळीच वाटलं नव्हतं. "वेल! तुझ्या पुढील आयुष्यासाठी तुला शुभेच्छा." सज्जादने हात पुढे केला; हिरोकोने तो घेतला आणि तसाच पकडून ठेवला. दोघंही बराच वेळ निःस्तब्ध आणि निःशब्द उभे राहिले. मग पाण्यात डुबकी घेण्यापूर्वी घेतात तसा दीर्घ श्वास घेत हिरोको सज्जादला म्हणाली, "माझ्याबरोबर ये. मला तुला काहीतरी सांगायचंय." त्याचा हात पकडून हिरोकोने त्याला लांबवरच्या एका तंबूतल्या बाकड्यावर बसवायला नेलं. एरवी इथून हिमालयाचा सुंदर देखावा दिसायचा; पण आज समोरच्या धुक्यामुळे ते ठिकाण, दुनियेतला शेवटचा टप्पा असल्यासारखं दिसत होतं.

आणि तिथे ते दोघं पोहोचल्यानंतर, आयुष्यात पहिल्यांदा हिरोकोने बॉम्ब पडल्यावर तिला काय झालं, हे विस्तृतपणे सांगितलं.

ती बोलत असताना समोरचं धुकं विरून त्याच्या जागी धुवांधार पाऊस कोसळू लागला. कथा-कादंबऱ्यांतल्यासारख्या मोहक धारा नव्हे– रौद्र, विनाशकारी, घण घालत कोसळणारा पाऊस!! त्याच्याकडे बघत-बघत हिरोकोचं बोलणं ऐकताना सज्जादच्या पाणावलेल्या डोळ्यांसमोर भयावह चित्रं उभी राहत होती. त्याने आता हिरोकोला जाऊ दिलं, तर ती ह्या पाण्यासारखीच निसटून जाईल. तिच्या आतापर्यंतच्या आयुष्यात सगळंच कसं अनिश्चित होतं.

तिचं बोलणं संपलं तेव्हा सज्जादच्या मांडीवर डोकं ठेवून हिरोको बाकड्यावर निजली होती. सज्जाद हळुवार हाताने तिच्या केसांत हात फिरवत होता, जणू जास्त जोरात फिरविला, तर तिचे केसचच हातात उखडून येणार होते!

"तर मग आतातरी समजलं ना तुला? मी कोणाची पत्नी होण्याच्या लायकीची उरलेली नाही." उठून बसत हिरोको समजावणीच्या सुरात म्हणाली, "कोणालाच ह्या गोष्टीचे दूरचे परिणाम समजत नाहीयेत. त्यांना समजत नाहीये की मी आई होऊ शकेन की नाही... आजपासून पाच वर्षांनी जिवंत असेन की नाही!"

सज्जाद तिच्याजवळ आला.

"तुला माझ्यासोबत राहणं आवडतं; मला तुझ्यासोबत राहायला आवडेल. उद्याच्या भीतीने ह्या गोष्टींना माझ्या दृष्टीनं गौण स्थान आहे; पण ह्याच अस्थिर दिवसांनी मला एक गोष्ट शिकवली की, आपण उद्याच्या तयारीत, त्याच्या काळजीने

काहीच करू शकत नाही. त्यामुळे आपण आजचं काय ते बोलू या का?''

हिरोको त्याच्याकडे बघून हसली. आशावाद! सज्जादला ही देणगी होती. तिने हळुवारपणे सज्जादला विचारलं, ''मी एक विचारू का? तू कधी कुठल्या मुलीचं चुंबन घेतलं आहेस का?''

''सभ्य माणूस असल्या प्रश्नांची उत्तरं देत नसतो.''

''मला फक्त खात्री करायचीय् की, तुला ते येतं की नाही. माझा निर्णय तुझ्या उत्तरावर अवलंबून असेल.''

''तसं असेल तर मला वाटतं, मला प्रात्यक्षिकच दाखवावं लागेल...''

११

"तुला काय वाटतं, कुठे असतील ते?" जेम्सने दिवसभरातनं सतराव्या वेळी हा प्रश्न विचारला होता. (एलिझाबेथ मोजत होती आणि ह्याचीसुद्धा नोंद घेत होती की प्रत्येक वेळी दोन प्रश्नांमधला वेळ कमी-कमी होत जात होता.) जेम्स अस्वस्थपणे येरझाऱ्या घालत होता; सतत खिडकीबाहेर डोकावून बघत होता... पण, समोर कोणीच दिसेना, फक्त झरझर उतरणारी सायंकाळ.

"तुला खरंतर ह्याची उत्सुकता लागून राहिली आहे की, ते काय करतायत!" सोफ्यावर पहुडत, पुस्तक हातात घेत एलिझाबेथ म्हणाली. जेम्स आणि ती, हिरोको आणि सज्जादला एकटं सोडून परतल्यापासून ती पूर्ण वेळ हेच पुस्तक वाचत असल्याचं ढोंग करत बसलेली. "जर असं समजलो तर, की ते ती गोष्ट करत आहेत, जी कधी काळी आपण जेव्हा एकमेकांकडे बघायचा कंटाळा करत नव्हतो, तेव्हा मिळालेल्या प्रत्येक एकांताच्या क्षणी करायचो..."

"फॉर गॉड्स सेक एलिझाबेथ!"

"हं! तुला तर त्याची आठवणसुद्धा लाजिरवाणी वाटते." एलिझाबेथ निर्जीव स्वरात म्हणाली.

"नाही, असं नाही." तिच्या शेजारी आरामखुर्चीत बसत जेम्सने समजावलं. "मला वाटतं की, मुळातच प्रकरण तसं नसावं. सज्जाद हिरोकोशी लग्न करण्याचा विचार करत असेल, असं वाटत नाही."

"का नाही? अशासाठी, की आपल्या निरोपाच्या पार्टीला (फेअरवेल पार्टीला) त्याला आपल्या देल्हीच्या 'स्मार्ट' मित्रांमध्ये आमंत्रित करणं तुला त्रासदायक वाटेल? का अशासाठी की, तुला वाटतं की, हिरोकोला वाटेल की तिच्या लग्नानंतरही 'आपलं घर हे तुझंसुद्धा घर आहे', हे आमंत्रण तिला लागू पडतं आणि ती सज्जादलाही लंडनला आपल्या घरी राहायला घेऊन येईल? तुझी लाडकी मम्मी

काय म्हणेल? शेजारीपाजारी काय म्हणतील?'' जेम्सच्या त्रासलेल्या चेहऱ्याकडे बघून एलिझाबेथ थांबली. (पूर्वीच्या काळी तिच्या बोलण्यातल्या तथ्याला दाद देत त्याने खेळकरपणे एखादी उशी तिच्या डोक्यावर मारली असती.) ती पुढे म्हणाली, ''त्याची आई वारली आहे, त्यामुळे सगळंच बदलतं. लग्नाच्या प्रस्तावापेक्षा वेगळं काहीही मांडायला तो इथवर आला नसता. त्यामुळे आता हिरोकोकडे दोनच पर्याय उरतात– तो किंवा आपण. तू काय निवडलं असतंस?''

''तू तिच्याशी बोलून तर बघ एकदा.''

''ती ऐकणार नाही.''

''म्हणजे, तुलासुद्धा हे मान्य नाही तर?'' पुढे झुकत जेम्सने विचारलं.

''मला चिंता वाटते ती ही की, सज्जादसोबत तिचं आयुष्य कसं असेल. आपल्याला काहीच कल्पना करता येत नाही रे. आपल्या छोट्याशा जगाबाहेर आपल्याला दिल्लीबद्दल काहीच माहिती नाही.''

''तो चांगला माणूस आहे.''

त्यांनी एकमेकांकडे रोखून पाहिलं. मग जेम्सने तिच्या शेजारी सोफ्यावर बसत मृदू आवाजात विचारलं, ''लंडनला गेल्यावर नवी सुरुवात?''

समोरच्या टेबलावर एक बंद पाकीट पडलेलं, ज्यात एलिझाबेथने विल्हेमला जर्मनमध्ये लिहिलेलं पत्र होतं, त्यात तिने म्हटलेलं–

प्रिय विली,

तुझ्या वर्णनामुळे न्यूयॉर्क खूपच आकर्षक वाटू लागलं आहे. हो, मी येईन तिथे. पण जेम्ससोबत नाही. मी त्याला सोडतेय. प्लीज... प्लीज, ह्याबद्दल कोणालाच काही सांगू नकोस. त्यालासुद्धा हे माहीत नाहीये. मी त्याच्यासोबत इंग्लंडला जाऊन त्याचं सगळं स्थिरस्थावर करून देईन आणि मग सांगेन त्याला. मग मी न्यूयॉर्कला येऊन बघेन की एकट्या, कडवट बनलेल्या (पण अजूनही टापटीप राहणाऱ्या, तुला वाचून आनंद होईल!) मिसेस बर्टन नावाच्या भग्नावशेषात, इल्सेमधलं काही शिल्लक आहे का. छे! का मी तुझं ऐकलं नाही, जेव्हा तू मला वारंवार सांगत होतास की मला ती 'सुशील सुगृहिणीची' भूमिका अजिबात वठवता येणार नाही. असो. माझं सगळं नीट ठरल्यावर, मी लंडनवरून तुला पत्र पाठवेनच.

विथ लव, 'आय'

एलिझाबेथने जेम्सच्या गालाला हलकेच हात लावला.

''नवी सुरुवात जेम्स.''

जेम्सने तिच्या हाताला थोपटलं आणि डोळ्यांतलं पाणी दिसू नये म्हणून पटकन उठून निघून गेला. तसं करून ते पत्र फाडून टाकण्याचे एलिझाबेथच्या मनातले विचारही पुसून गेला.

"लंडनचा विषय निघालाच आहे तर, मला वाटतं, आपण ठरवल्यापेक्षा आधीच निघावं. शक्य तितक्या लवकर निघावं."

"मला वाटलं आपल्याला मसुरीतला हा शेवटचा ऋतू मनसोक्त अनुभवायचा होता?"

"मला अजिबात अंदाज येत नाहीये की ब्रिटिश साम्राज्य संपलं की, ह्या देशात काय होणार आहे!" येरझाऱ्या घालत जेम्स म्हणाला. "त्यांनी अजूनही हद्दी निश्चित केलेल्या नाहीत. लाखो लोकांना अजूनही ठाऊक नाहीये की, महिनाभरानंतर ते कुठल्या प्रांतात ढकलले जाणार आहेत. हाहाकार उडणार आहे, मी सांगतो तुला! आणि देल्ही? इतके सारे मुस्लीम, इतके सारे हिंदू... हिंसेचं लोण इथपर्यंत पोहोचलं ना, तर रक्ताच्या नद्या वाहतील, नद्या!"

"पण मग जेम्स, आपण हिरोकोला इथे कसं सोडू शकतो? तिनं आधीच इतकं भोगलंय..."

"वेल, मग तिला सांग की, सज्जादशी लग्न करू नकोस."

पण खूप उशीर झाला होता. त्या वेळी जर कामरान अली आपल्या गॅरेजमध्ये गेला असता, तर त्याला लक्षात आलं असतं की, तो ज्या 'एमजी'मध्ये बसून हिरोकोला कार चालवायला शिकवत होता, ती गायब होती.

"कुठे निघालोय आपण?" इंजिनाचा आवाज येऊ नये म्हणून बऱ्याच अंतरापर्यंत धक्का देऊन कार आणून, मग ती हिरोकोच्या हातात सुपूर्द करून स्वत: शेजारच्या सीटवर बसत सज्जादने विचारलं. "आणि मला सांग, तू त्याची कार चालवण्यास त्याची काही हरकत नाही, तर मग वरूनच चालवत का नाही आणलीस गाडी?"

"आपण लग्न करायला निघालोय." हिरोकोने सांगून टाकलं. तसंच सज्जादच्या मनातला पुढचा प्रश्नसुद्धा निकालात लावला. "काय लागेल आपल्याला? एक मशीद?"

"आपल्याला धार्मिक विधीविरहित लग्न करावं लागेल." तिला गाडी चालवण्यात इतकं दंग असलेलं बघून तिला मिठीत घेण्याची तीव्र इच्छा दाबत सज्जाद म्हणाला. "मुस्लीम कायद्यानुसार तू ज्यू किंवा ख्रिश्चन असल्याशिवाय मी माझ्या धर्माबाहेर लग्न करू शकत नाही. तू नाही आहेस ना?"

"नाही." गाडीचे दिवे लावत हिरोको म्हणाली. "पण मुस्लीम कसं होता येतं?"

"तीन वेळा कलमा म्हणायचा, ला इलाहा इलूअल्ला, महम्मदूर रसूल अल्ला."

"परत म्हण. इतक्या पटकन नाही.जरा सावकाश." उतारावर गाडीचा वेग वाढवत हिरोको म्हणाली.

"का?"

"म्हणजे मला म्हणता येईल तीन वेळा."

सज्जाद जरा वेळ शांत बसून राहिला. मग म्हणाला, "तुला किमान त्याचा अर्थ समजणं तरी गरजेचं वाटत नाही का?"

"नाही. माझा त्यावर विश्वास आहे यासाठी मी म्हणणार नाहीये, तर तुला घरच्यांच्या उगीच त्रास होऊ नये, म्हणून."

पुन्हा सज्जाद शांतपणे बसून राहिला, तशी हिरोकोला काळजी वाटू लागली.

"मी तुझ्या भावना दुखावल्या का?"

"मला फक्त तुझ्या व्यवहारीपणाचं आश्चर्य आणि कौतुक वाटतंय." सज्जाद तिच्या हातावर हात ठेवत म्हणाला, "आणि कृतज्ञताही."

त्यांनी मशीद सोडेपर्यंत हिरोको मुसलमान बनली होती.

आणि जेम्सने आपल्या बायकोला तोपर्यंत सातव्यांदा विचारलं होतं की 'कुठे असतील ते दोघं?' तोपर्यंत हिरोकोने आपल्या नवऱ्याचा हात धरून त्याच्या खांद्यावर एक कांबळं टाकून त्याला एका निर्जन फळबागेत नेलं. (वाटेत थांबून तिने ते कांबळं विकत घेतलं त्यापाठचं कारण सज्जादला आत्ता उमजलं.)

जेम्स आठव्यांदा तोच प्रश्न विचारत असताना सज्जाद आणि हिरोकोचे कपडे बारीक फुलांचा वर्षाव झेलत एका फांदीवर लटकले.

नवव्या वेळेपर्यंत सज्जाद हिरोकोला समजावण्याचा विफल प्रयत्न करत होता की, पुरुषाच्या शरीराचे 'काही' भाग न आवळलेलेच चांगले असतात.

दहाव्या वेळेपर्यंत हिरोकोचे डोकं सज्जादच्या छातीवर विसावलं होतं – तिचे उष्ण श्वास त्याच्या छातीवरील केसांमध्ये बागडत, त्याची बोटं तिच्या पाठीवरच्या 'पक्ष्यांची' खबर घेत होते.

अकराव्या वेळेपर्यंत हिरोको सज्जादच्या नाभीत पावसाचं पाणी सोडून त्याला जिभेने चाटण्याच्या दैवी अनुभूतीला चारही भाषांमधला साजेसा शब्द शोधण्याचा प्रयत्न करण्याच्या विचारात होती. ('तो अनुभव अमृततुल्य आहे') सज्जादने सुचवलं आणि तिला ते जाणवत नसलं तरी हिरोकोला माहिती होतं की, तसं म्हणताना त्याने एका 'पक्ष्याला' स्पर्श केला – त्याच्या शब्दांमुळे आणि त्याच्या कृतीमुळे भारावून जाऊन हिरोकोने त्याच्या ओठांचं दीर्घ चुंबन घेतलं.

बाराव्या वेळेपर्यंत हिरोकोला वाटू लागलं की, तिला होणारा त्रास ह्याची ग्वाही देत होता की, तो काय करतोय, हे त्याला समजत नाहीये. आणि ती त्याला तसं सांगण्याच्या तयारीत होती.

तेराव्या वेळेपर्यंत एक कोल्हा त्यांचं निरीक्षण करायला आला आणि थोड्या वेळाने उन्हाच्या तिरिपीतून पळून गेला– ज्यामुळे सज्जादला खात्री पटली की, कळसाच्या वेळी त्याच्या डोळ्यांसमोर तारेच चमकले!

चौदाव्या वेळेपर्यंत हिरोकोने तो कोल्हा बघितल्यावर सज्जादच्या हातावर आपलं डोकं ठेवत सांगितलं की जपानी भाषेत कोल्ह्याला 'कित्सुने' म्हणतात. जपानी पुराणकथांमध्ये त्याला बरंच महत्त्व दिलं जातं. कित्सुनेंमधला सगळ्यात जुना आणि हुशार कित्सुने म्हणजे 'क्यूबी' नऊ शेपट्यांचा चंदेरी किंवा सोनेरी रंगाचा. "शेपटीच्या एका झटक्याने ते पावसाची बरसात करू शकतात," ती म्हणाली. "त्यामुळे आपण असं समजायला हरकत नाही की, पाऊस थांबला ह्या अर्थी आपल्या क्यूबीने आपल्यावर कृपादृष्टी टाकली."

"आपला क्यूबी?" त्याने गोंधळून विचारलं. "हो, मला वाटतं, आपल्याला पृथ्वीवरचा आपला रक्षणकर्ता सापडला!"

पंधराव्या वेळेपर्यंत तिने जरा चिडूनच सज्जादला विचारलं की, त्याने तिच्या मांडीवर डोकं ठेवायला जाऊन तिच्या डोक्याखालची त्याच्या हाताची उशी का काढून घेतली? उत्तरादाखल त्याने तिला कारण 'दाखवलं', तेव्हा कुठे ती शांत झाली; नव्हे तृप्त झाली.

सोळाव्या वेळेपर्यंत त्यांच्या लक्षात आलं की, त्यांनी ज्या फांदीवर कपडे टांगले होते, ती ओली होती... आणि ते बघून त्यांना खळखळून हसू फुटलं.

सतराव्या वेळेपर्यंत ते बर्टनांच्या घरी यायला निघाले, जिथे सज्जाद वेगळं घर शोधेपर्यंत हिरोका राहणार होती. आता धुकं पूर्णपणे विरलं आणि डोंगर न बघितलेल्या सज्जादला हिमालयाची बर्फाच्छादित शिखरं पाहून वाटलं की, त्यांच्यावर झुळुझुळू वाहणाऱ्या बर्फाच्या नद्याच दिसतायत. अर्थात हिरोकोने त्याचा गैरसमज निकालात काढला– "वेड्यासारखं बडबडू नकोस नवऱ्या, ते ढग आहेत..."

'ह्याच्यापुढे दुःख येऊच शकत नाही.' हिरोकोच्या खांद्याभोवती हात टाकत सज्जादने मनातल्या मनात कयास बांधला. हे सुख फार मोठं आहे. कुठलंच दुःख त्याच्यासमोर उभंच राहू शकणार नाही, थिटं ठरेल ते ह्या सुखासमोर!

१२

सज्जादला बॉस्पोरसच्या किनारी उभं राहून या गोष्टीचं आश्चर्य वाटत होतं की, त्याला कधीकाळी इस्तंबूलच्या मशिदी सुंदर वाटायच्या. पण आता खरं चित्र त्याच्यासमोर होतं– इथल्या इमारती फारच बसक्या होत्या अन् त्यांचे मीनार फारच निमुळते. बॉस्पोरसदेखील सामुद्रधुनी होती, नदी नव्हे; तिने नदी असायला हवं होतं आणि इथे वापरली जाणारी लिपी, ती तर रोमन लिपी! एखादं राष्ट्र अशा पद्धतीने अरबी लिपीची नज़ाकत दुर्लक्षित कसं करू शकतं? (अश्रफ हस्ताक्षर कलाकारांच्या मागच्या कैक पिढ्या आपल्या थडग्यांमध्ये रडल्या असतील) नाही, इथे त्याच्या सौंदर्याच्या कल्पनांना पूरक असं काहीच नव्हतं; ह्या एकेकाळच्या महान शहराच्या विखुरण्याच्या प्रक्रियेत तो बाज, तो पोत, ते आतडी पिळवटून टाकण्याचं कसब नव्हतं.

जेम्स बर्टन– हा त्याचा दोष आहे, ज्यामुळे ते आज इथे होते. तो आणि हिरोको त्या संध्याकाळी जेव्हा बर्टनांच्या घरी परतले तेव्हा सज्जाद आपल्या कपड्यांच्या ओलाव्यामुळे खूपच वरमलेला आणि लग्न केल्याची बातमी त्यांना सांगितली तेव्हा जेम्स जे बोलला, ते सज्जादला तंतोतंत पटलं होतं. ते दोघं लग्न करणार, हे बर्टनांना अपेक्षित होतं; फक्त इतक्या चटकन करतील, हे बहुधा अनपेक्षित होतं. एलिझाबेथने जरा तरी आनंद व्यक्त करण्याचा प्रयत्न केला; पण जेम्सने मात्र सज्जादचा हात पकडून त्याला फराफरा घराबाहेर नेलं.

"तू तिला दिल्लीला नेऊ शकणार नाहीस!" जेम्स म्हणाला आणि मग आपल्या खास वकिली भाषेत त्याला समजावू लागला. त्याचा तो स्वर सज्जादने बऱ्याच महिन्यांपासून ऐकला नव्हता. 'त्याची कारणं अशी आहेत–' असं म्हणत त्याने फाळणीपर्यंत आणि त्यानंतर वाढत राहणाऱ्या हिंसेचं चित्र उभं केलं; तसंच दिल्लीच्या जातीय रचनेचंही विस्तृत चित्र उभं केलं. मग, व्याख्यान वळलं हिंसेबद्दलच्या

त्याच्या कल्पनांकडे; आणि त्याच्यानुसार, सामान्य आणि समंजस लोकांवर होणाऱ्या त्याच्या परिणामांकडे. उदासीनता, चीड किंवा संरक्षण ह्यांतून जन्माला येणाऱ्या कृत्यांकडे. त्याने सज्जादवर प्रश्नांचा भडिमार सुरू केला, "तू काय करशील जर...?" ह्या प्रश्नाअंती जेम्सने सज्जादला त्याच्या होऊ शकणाऱ्या विविध अत्याचारांचा विचार करायला लावला– वैयक्तिक, धार्मिक, जातीय, कौटुंबिक– आणि सज्जाद जेव्हा डोकं हातात घेऊन सुन्नपणे जमिनीवर फतकल मारत बसला, तसं जेम्सने त्याच्या खांद्यावर 'मायेने' हात ठेवत शेवटचा षट्कार ठोकला, "आणि, हिरोकोने इतकं भोगल्यानंतर तुला परत तिला दुःखाच्या खाईत लोटायचंय का?"

सज्जादने त्या 'ज्ञानी' माणसाकडे अपार कृतज्ञतेने आणि भक्तिभावाने बघितलं.

"पण माझ्यापुढे दुसरा पर्याय तरी काय आहे?"

जेम्सने हात पुढे करून सज्जादला जमिनीवरून उठवलं. तो ही जागा, ह्या लोकांना सोडून जाण्यापूर्वी हे एक पुण्याचं काम करणार होता. ब्रिटिश साम्राज्याच्या रक्तरंजित परतणीच्या पार्श्वभूमीवर, त्याची ही एक शेवटची चांगली कृती...

"मसुरीतल्या एका वयस्कर जनरलना तुम्हाला लग्नाची भेट द्यायची आहे."

ही एलिझाबेथची कल्पना होती. हिरोकोला सज्जादशी लग्न करण्यापासून परावृत्त करण्यात अर्थ नव्हता, ती जेम्सला म्हणाली, "त्यापेक्षा हा फाळणीचा गोंधळ संपेपर्यंत त्यांना दिल्लीपासून दूर ठेवण्याचा मार्ग शोधला पाहिजे." बराच वेळ जेम्सच्या बरोबरीने अस्वस्थ येरझाऱ्या घालत ती अखेर ओरडली– "इस्तंबूल!" तिने तातडीने हिरोकोला मॉलमध्ये भेटलेल्या त्या जनरलसाहेबांना फोन फिरवला. त्यांची बऱ्याच वर्षांपूर्वी निवर्तलेली पहिली पत्नी जपानी होती आणि सज्जाद-हिरोकोच्या सुरक्षिततेसाठी त्या वृद्ध गृहस्थांच्या भावनांचा थोडा फायदा उठवण्यात एलिझाबेथला काही गैर वाटलं नव्हतं.

"त्यांचं इस्तंबूलला घर आहे. त्यांची दुसरी पत्नी तुर्की होती, पण ती ४३ मध्ये निवर्तल्यापासून ते तिथे गेलेले नाहीयेत. घराची देखरेख करायला एक माणूस नेमलेला आहे. तसंपण, जनरलसाहेब प्रत्येकाला आपल्या बॉस्पोरस किनाऱ्याच्या 'याली'मध्ये राहायला जाण्याची सतत आमंत्रणं करत असतात. आणि एरवी जरी ते ही आमंत्रणं दारूच्या नशेत देत असले, तरी ह्या वेळी त्यांनी पूर्ण शुद्धीत असताना तुला आणि हिरोकोला तिथे जाऊन दिलखुलास हनिमून (मधुचंद्र) साजरा करण्याचं आमंत्रण दिलंय!"

हनिमून ही इंग्रजांची खुळं होती. तरीही, सज्जादने त्याचा विचार केलाच असता, तरी त्याच्या ते खिशाला परवडलं नसतं. हिरोकोनेसुद्धा ते समजून घेतलं असतं. त्याने आतापर्यंत साठवलेला सगळा पैसा नव्या दिल्लीतील त्यांच्या घरासाठी

राखीव होता. पण त्यानेसुद्धा जुन्या दिल्लीमध्ये निर्माण झालेल्या गद्दार, बदला, न्याय वगैरेशी जोडलेल्या बातम्या ऐकल्या आणि त्याला जेम्स बर्टनचं म्हणणं मनापासून पटलं. ते काही नाही; त्याला परत आल्यानंतर कर्ज काढून घर घ्यावं लागणार होतं. तेच योग्य होतं.

हे सगळंच किती योग्य, किती अपरिहार्य वाटलं होतं त्या वेळी.

'ब्ल्यू मॉस्क'कडे (निळ्या मशिदी) पाठ करून सज्जाद तशाच विचारमग्न अवस्थेत त्या फेरी-बोटीकडे जाऊ लागला, जी त्याला जनरलच्या यालीकडे आणि मुख्य म्हणजे, हिरोकोकडे घेऊन जायला सज्ज होती. ती खिडकीपाशी बसली असेल, बॉस्पोरसच्या चमचमणाऱ्या पाण्यात शांती हुडकत!... त्याच्या मनात चित्र तरळलं...

वास्तविक, हिरोको त्या क्षणी टेबलावर चढून गळक्या, ओल्या छतावर हात आपटून हे ठरवण्याचा प्रयत्न करत होती की, ते किती लवकर कोसळू शकतं! ती 'याली', जी एकेकाळी निश्चितच अप्रतिम देखणी असेल, आता मात्र पार मोडकळीस आली होती. त्यातलं लाकूड कुजलं होतं, बाहेरचा गडद लाल रंग फिका पडून सोलवटला होता. खिडक्यांच्या काचासुद्धा एकतर फुटल्या होत्या, नाहीतर गायब झाल्या होत्या. पण इतकं असूनही गेल्या काही महिन्यांच्या त्यांच्या वास्तव्यात हिरोको ह्या यालीच्या पुरती प्रेमात पडली. ते फक्त त्यातली एकच खोली वापरत होते, वरच्या मजल्यावरच्या कोनाड्यातली बॉस्पोरसवर 'झुकलेली' एक लहानशी खोली. सज्जादचं म्हणणं होतं की, गेल्या काही महिन्यांत त्यांच्या वजनामुळे ती खोली अजूनच पुढे झुकली होती... पण ते काहीही असेना, त्या दोघांना ती पुरेशी होती.

थोड्या वेळाने समाधानकारक निरीक्षण झाल्यावर हिरोको त्या टेबलावरून समोरच्या खुर्चीवर आणि तिथून जमिनीवर उतरली; तिथून परत त्यांच्या खोलीत गेली. तिला अद्यापही तिथे त्यांच्या पहाटेच्या प्रणयाचा सुगंध दरवळतोय, असं वाटलं. मग एका बाजूला ठेवलेल्या लाकडी कपाटाकडे वळून त्याच्या सगळ्या वरच्या खणाला मायेने तिने थोपटलं. त्याच्या आत एलिझाबेथने दिलेली लग्नाची भेट होती.

"हे कोनरॅडचं होतं..." जेम्स सज्जादला बाहेर घेऊन गेल्यावर एलिझाबेथने हिरोकोला सांगितलं होतं. तिने आपलं कपाट उघडून एक मखमली डबा बाहेर काढला. "त्याला आमच्या आजीने दिलेलं, त्याच्या होणाऱ्या बायकोसाठी. त्याने ते तुलाच दिलं असतं..."

हिरोकोने डबा उघडून त्यात असलेला मोठ्ठाला चमचमणारा हिऱ्याचा हार बघितला, तसं झटक्यात डबा बंद करून एलिझाबेथला परत केला.

"हे सगळे मान-अपमान, राग-लोभ आपण पुरुषांवर सोडू या ना हिरोको. तू एकटीच अशी आहेस, जिचा ह्या दागिन्यावर हक्क उरतो." एलिझाबेथने समजावलं. "तू दुसऱ्या कोणाशी लग्न करतेस ह्याबद्दलच्या अढीने अजिबात म्हणत नाहीये मी. मी कोनरॅडला खूप जवळून ओळखत नसेन, पण मला नक्कीच खात्री आहे की, कोनरॅडला तुझा आनंदच सगळ्यात महत्त्वाचा वाटत होता. घे हे."

"तुझ्या मुलाच्या वधूसाठी ठेव." हिरोको म्हणाली. तिला कोनरॅडबद्दल मनात कुठलीही अपराधी भावना नव्हती. उलट, ज्या प्रकारे त्याने तिला आणि सज्जादला 'बंगल-ओह'कडे आणि एकमेकांकडे आणून सोडलं; त्यातलं सौंदर्यच तिला अधिक जाणवत होतं. पण म्हणून काय, ती त्या गोष्टींवर नक्कीच हक्क सांगू शकत नव्हती, ज्यावर तिचा अधिकारच नव्हता. "तसंपण मला कुठलं निमित्त मिळणार आहे तो घालायला?"

"कधी कधी ना हिरोको, तू फारच मठ्ठपणे वागतेस. मी तुला हा हार देतेय; कारण तो तुझा आहे. तू त्याचं काय करतेस, हा सर्वस्वी तुझा प्रश्न आहे. तू तो घालणार नसशील, तर मग..." एलिझाबेथने नि:शब्दपणे खांदे उडवले आणि ती स्पष्ट बोलली नसली तरी त्या आविर्भावातनं हिरोकोला लख्खं ऐकू गेलं, 'विकून टाक!'

हिरोकोने डबा घ्यायला हात पुढे केला... क्षणभर एलिझाबेथला जाणवलं की, तिचाच हात पाठी जातोय– जेम्सने तिला हा हिऱ्याचा हार आणि त्यासोबत इतर आभूषणं त्यांच्या लग्नाच्या रात्री भेट दिली. ती नग्नावस्थेत त्यांच्या पलंगावर पहुडली होती आणि जेम्सने लडिवाळपणे तिच्या गळ्याशी तो हार, कानाशी कर्णभूषणं आणि हाताशी ब्रेसलेट मांडून ठेवलं... पण झटक्यात आपला विचार दूर सारत, एलिझाबेथने डबा हिरोकोच्या सुपूर्द केला.

थोड्या वेळाने हिरोको खिडकीपाशी, तिच्या आवडत्या जागी, मोठ्ठाल्या उशांमध्ये जाऊन बसली. 'लवकरच आपण दिल्लीला परत जाऊ आणि मग एलिझाबेथची भेटवस्तू विकून सज्जाद आम्हा दोघांसाठी छानसं घर घेईल.' हिरोको स्वप्न रंगवू लागली. सुरुवातीला सज्जादला हा पर्याय मुळीच मान्य नव्हता. एलिझाबेथचे इतके उपकार घेणं त्याला पटेना. संपूर्ण ऑगस्ट ह्याच वादविवादांमध्ये गेला. पण अखेर जेव्हा सज्जादच्या साठवलेल्या पैशांना ओहोटी लागू लागली आणि दिवसेंदिवस त्याला हे दिसू लागलं की, हिरोको आपल्या एकत्र कुटुंबात रुळणं केवळ अशक्य आहे तसा त्याने आपला विचार बदलला. ह्या महत्त्वाच्या विषयाचा एकदाचा निकाल लागल्यावर दोघांनाही इतका आनंद झाला की, गेले काही आठवडे ते एकमेकांशी जरा अतिच सौजन्याने आणि प्रेमाने वागू लागले– घरातली शांती पुन्हा ढळण्याची बहुधा त्यांना भीती वाटत होती.

सज्जादने आदल्या रात्री तिचे केस विंचरून दिले आणि हे पण म्हणाला की, त्याच्या मोहल्ल्यात कुठल्याच स्त्रीचे केस हिरोकोप्रमाणे लहान मुलासारखे नव्हते; पण तरी ते अजून लांब असावेत, असं त्याला अजिबात वाटत नव्हतं– तेव्हा हिरोको मनाशी म्हणाली, 'हाच आमचा मधुचंद्र!' आणि मग विचारात पडली की 'हा मधुचंद्र संपल्यावर काय वाढून ठेवलंय समोर, देव जाणे?'

हिरोकोने खिडकीतून बाहेर डोकावत, बॉस्पोरसचा गार वारा मनसोक्तपणे आपल्या छातीत भरला. ऑक्टोबरमध्ये दिल्ली! सज्जाद म्हणाला खरा की इथे अजून थोडा वेळ थांबून हिवाळ्यात परत जाऊ; पण त्यालाही वाटत होतं की, तिने ह्याला नकार द्यावा– तसा तिने दिला. तिने सप्टेंबरमधली त्याची व्याकूळ तळमळ बघितली– जेव्हा दिल्लीमध्ये फाळणीनंतर दंगली सुरू झाल्या आणि जुन्या दिल्लीचं रूपांतर युद्ध छावण्यांमध्ये झालं.

"असं नाही की मला तिथे जायचंय–" एका रात्री सज्जाद हिरोकोला म्हणाला– पोटावर झोपून तिचा हवाहवासा भार अंगावर पेलत तिची बोटं आपल्या बोटांत गुंफवून सज्जाद बोलत होता. "काय करू मी तिथे जाऊन? बंदुका घेऊन माझ्या मोहल्ल्याचं रक्षण करू पाहणाऱ्या माणसांना सामील होऊ? की, त्यांना सामील होण्याचं नाकारून आमच्या घरात भीतीने थरथर कापत बसू? तेच होतंय, माहितेय तुला– नव्या दिल्लीमधली मुसलमानांची घरं चिरडली जातायत, बायकांना रात्रीच्या वेळी अंथरुणातून हिसकावून नेतायत..." सज्जादने चेहरा वळवला तसं चंद्राच्या प्रकाशात हिरोकोला त्याचा विचारमग्न, चिंताग्रस्त चेहरा दिसला. "जेम्स बर्टनने हिंसेबद्दल जे भाकीत केलं, ते सगळं खरं ठरतंय. सगळ्या प्रकारच्या वेडांमध्ये हिंसेची लागण सर्वांत लवकर पसरते. मला अजिबात जाणून घ्यायचं नाही की, मी तिथे नसताना माझ्या बालपणींच्या मित्रांपैकी कोण खुनी झालंय, कोण दहशतवादी झालंय! कोंडलेल्या भावनांच्या उद्रेकामुळे इक्बाल काय करून बसला असेल, ते मला नाही जाणून घ्यायचं. नाही, मला तिथे जायचं नाहीये... पण दुसरीकडे मला ही प्रतारणासुद्धा वाटते." त्याने हिरोकोला त्या वेळी किंवा नंतरही कधी हे सांगितलं नव्हतं की त्याने तिच्यासाठी दिल्ली सोडलं होतं!

पण हे संभाषण झालं तेव्हा सप्टेंबरचा महिना होता. आता मात्र सगळा हिंसाचार संपलेला आणि जरी सज्जादला माहीत होतं की, तो परतेल ती दिल्ली पूर्वीसारखी नसेल; पण तरी त्याला ह्या गोष्टीचा दिलासा होता की, दिल्लीमधलं दिल्लीपण पूर्णपणे तर कोणीच काढू शकणार नाही. त्याने हिरोकोला त्यांच्या पहिल्याच शिकवणीच्या वेळेस दिल्लीतल्या 'दिल'वर जोर देत त्याचा मथितार्थ समजावला होता. (दिल म्हणजे हृदय, हे समजावताना सज्जाद लाजेने चूर झाला होता आणि त्याचे शरमेने लालबुंद पडलेले गाल पाहून हिरोकोही लाजून चूर झाली

होती. आता त्या आठवणीने त्यांना खळखळून हसू फुटायचं. किती नवखे होते ते एकमेकांसाठी आणि स्वत:साठीसुद्धा!)

हिरोकोला दार उघडल्याचा आवाज आला. आला एकदाचा सज्जाद घरी! किती हास्यास्पद होतं की, त्याच्याच दिल्लीला परत जायला त्याला भारतीय दूतावासात जाऊन इतका सगळा लेखी कारभार करावा लागला होता...

सज्जाद त्यांच्या खोलीत आला आणि त्याच्याकडे पाहून हिरोकोच्या पायातलं त्राणच गेलं. तो एक शब्दही न बोलता जड पावलांनी तिच्याकडे हळूहळू चालत आला– थकल्या-हरल्यासारखा.

"काय झालं? सांगशील का मला?" आपला स्पर्श झाला तर सज्जाद खळ्ळ्कन फुटेल, अशा भीतीने हिरोको हळुवारपणे त्याच्या शेजारी बसत बोलली.

"ते म्हणाले, मी माझ्या मर्जीने बाहेर पडलो." सज्जाद थबकत-थबकत सांगू लागला, जणू कुठल्यातरी नवीनच भाषेतले शब्द शिकत असावा. "ते म्हणाले, मी त्याच मुसलमानांपैकी आहे, जे स्वखुषीने बाहेर पडले. हे कुठल्या दबावाखाली झालेलं नाहीये, म्हणाले. म्हणून हिरोको... ते म्हणाले... ते म्हणाले की, मी दिल्लीला परत जाऊ शकत नाही. मी परत घरी जाऊ शकत नाही, हिरोको!"

एवढं बोलून तिचा नवरा जेव्हा पोटाशी पाय दुमडून गादीवर निपचित पडला, तेव्हा हिरोको हतबल झाली. तिने कैक वेळा त्याच्या नावाचा पुकारा केला– उर्दू, जपानी आणि इंग्रजीतल्या लडिवाळ नावाने त्याला हाका मारल्या; पण सज्जादपर्यंत तिचा आवाज पोहोचतच नव्हता... त्याच्या डोक्यात दिल्लीतले आवाज घोंगावत होते.. जामा मस्जिदीमध्ये फडफडणाऱ्या कबुतरांचे आणि अझानची हाळी देणाऱ्या त्याच्या भावांमधल्या प्रेमळ वादविवादांचे, चांदनी चौकमधल्या दुकानदार आणि गिऱ्हाइकांचे, पावसाळ्यात सळसळ करत डोलणाऱ्या ताडाच्या झाडांचे, त्यांच्या भाचरांच्या हास्याचे, जोशात पतंगाची काटाकाटी खेळणाऱ्यांचे, त्याने कधी न बघितलेल्या, मधाळ आवाजात गझला गाणाऱ्या त्याच्या शेजारणीचे... आणि त्याच्या हृदयाचे... त्याच्या धडधडणाऱ्या हृदयाचे...

अर्ध दैवी योद्धे,

पाकिस्तान १९८२-८३

१३

हिरोको अश्रफची नजर डायनिंग टेबलवर तिच्यासमोर बसलेल्या रझा, ह्या तिच्या मुलावर जाऊन पडणाऱ्या उन्हाच्या तिरिपेसोबत जाऊन, त्याच्यावर पडली. रझा तिथे शांतपणे आईने घालून दिलेलं कोडं सोडवत बसला होता. रझाचा एक हात सवयीनुसार ते कोडं झाकण्यात मग्न होता– वर्गातला सगळ्यात हुशार मुलगा म्हणून इतरांनी त्याच्या उत्तरपत्रिकेतील मजकूर चोरू नये, ह्यासाठी रझाला असं करण्याची सवयच लागली होती. ऊन तीव्र होत गेलं, तरी रझा काही हात हटवायला तयार होईना. शेवटी नाइलाजाने ते ऊनच त्याच्या खांद्यावर चढून जपानी आणि उर्दूत घातलेल्या कोड्यांची रझा जर्मन आणि इंग्रजीत देत असलेली उत्तरं पाहू लागलं.

हिरोकोने डोळ्यांची उघडझाप केली– एकदा, दोनदा– तसं तिच्या नजरेसमोरचं चित्र लुप्त झालं. निरनिराळ्या भाषांतली कोडी सोडवण्यात आणि दैनंदिन जीवनातल्या गोष्टी गुंफून – जसं पक्षी, खुर्च्या, ऊन इत्यादी – आईने सांगितलेल्या गोष्टी ऐकण्यात धन्यता मानणाऱ्या मुलाच्या जागी तिला आढळला सोळा वर्षांचा एक मुलगा– चकचकीत मासिकांमधल्या चित्रांवर आणि गल्फमधल्या त्याच्या चुलत भावाकडे असलेल्या यांत्रिक उपकरणांच्या जाहिरातीवर नजर रोखून बसलेला. ("त्याच्याकडे कॅमेरा नाहीये का?" सज्जादने विचारलं होतं. "उर्दू बाझारमध्ये मिळणाऱ्या मासिकांमधली कात्रणं पाठवण्यापेक्षा, तो त्याच्या उंची व्ही.सी.आर., आन्सरिंग मशीन आणि गाडीचे फोटो काढून का पाठवत नाही तुला? देव जाणे, तो खरंच गल्फमध्ये गेलाय तरी की नाही... इक्बालचाच मुलगा तो! काही सांगता येत नाही!")

'किती विचित्र आहे हे?' हिरोकोच्या मनात आलं. पाच दशकांवरच्या तिच्या विविध आठवणींनी नटलेल्या आयुष्यात– नागासाकीमध्ये कोनरॅडसोबतच्या फेरफटक्यांच्या

आठवणी... बर्टनांच्या घरातल्या कडू-गोड आठवणी, इस्तंबूलमधल्या सज्जादसोबतच्या मंतरलेल्या दिवसांच्या आठवणी... तिने स्वत:ला फारसं भूतकाळात रममाण होऊ दिलंच नव्हतं. पण, रझाला तारुण्याने स्वत:कडे खेचायला सुरुवात केली, तशी हिरोकोलाही काळापाठी चालण्याची ऊर्मी आली. 'कितीही झालं तरी मी एक नाजुक-साजुक जपानी बाईच शेवटी!' हिरोकोच्या मनात आत्मसंतुष्ट असा विचार आला, तसं तिला हसायलाच आलं.

रझाने पुस्तकातून डोकं वर काढून बघितलं. त्याची आई त्याला निरखत उभी होती. त्याच्या एकदम लक्षात आलं की, त्याच्या वडिलांनी जेव्हा पहिल्यांदा फर्मान काढलं की, रझाने परीक्षेपूर्वी किमान सहा तास अभ्यास करावा, तेव्हा त्याने त्याच्या पुस्तकांमध्ये अडकवलेली रंगीबेरंगी, गुळगुळीत चित्रं आईला दिसतायत... झालेली फजिती लपवण्यासाठी गुरकावल्यागत करून रझा अंगणात निघून गेला.

आजकाल हिरोकोला हे उमजेनासंच झालं की, पुढल्या क्षणी तिच्या मुलाच्या रूपाने तिच्यासमोर कोण उभं राहील– एक गोड प्रेमळ मुलगा की, अबोला आणि गुरकावण्यांशी शिवाशिवी खेळणारा तरुण? हिरोकोला आजही तो क्षण लख्खपणे आठवत होता, जेव्हा तीन वर्षांपूर्वी पहिल्यांदाच तो 'तरुण' प्रकट झाला. तिने सहजच रझाकडे चौकशी केली की, "काय रे? आजकाल बऱ्याच दिवसांत तुझे मित्र आपल्या घरी आले नाहीत? सगळं ठीक आहे ना?" त्यावर रझा, सज्जादला शेजारच्या खोलीतून धावून येण्याइतपत मोठ्याने ओरडला, "मी त्यांना इथे बोलवू शकत नाही! कसा बोलवू मी? तू असे पाय उघडे टाकून घरभर वावरत बसलीस तर? तू पाकिस्तान्यांप्रमाणे का वागत नाहीस?" ह्यावर सज्जाद आणि हिरोकोला गमतीने खिदळावं की गळा काढून रडावं, हे समजेना. ह्यासाठी की, त्यांच्या मुलाची पौगंडावस्थेतील बंडखोरी, राष्ट्रभक्तीमार्गे स्वत:ला प्रदर्शित करू पाहत होती! तरीही त्याच्या समाधानासाठी काही काळ हिरोकोने आपले ड्रेस बासनात गुंडाळून घरामध्ये सलवार-कमीज़ घालायला सुरुवात केली होती; पूर्वी ते फक्त धार्मिक सोहळ्यांसाठी किंवा मयतीसाठी वापरले जात. सज्जाद काहीच बोलला नव्हता; फक्त येता-जाता तिच्याकडे जराशा घायाळ नजरेने बघायचा– हे सुचवण्यासाठी की, त्याला ह्याचं दु:ख होतं की, त्याच्या बायकोने त्यांच्या मुलासाठी त्या तडजोडी केल्या, ज्या तिने नवऱ्यासाठी कदापिही केल्या नसत्या. पण, शेवटी जेव्हा एक दिवस रझाने कुरकुर केली की, 'तुझे कमीज़ फारच तंग असतात हां अम्मी!' तेव्हा ती लागलीच पुन्हा ड्रेस घालायला लागली.

हिरोकोने हातातलं वर्तमानपत्रं खाली ठेवलं आणि रझाला हाक मारून आठवण करून देण्याच्याच तयारीत होती की, आज 'छोटा' येणार नव्हता, त्यामुळे त्यालाच सगळी आवराआवर करावी लागेल. इतक्यात अंगणातल्या कडुलिंबाच्या झाडावर

टांगलेल्या मातीच्या बशीतून दाणे टिपणाऱ्या चिमण्यांच्या चिवचिवाटाने तिचं लक्ष वेधलं. तिने खिडकीतून डोकावलं, तर रझा त्या झाडाखाली उभा होता; नुकत्याच तोडलेल्या निंबाच्या काडीने आळसटून दात घासत आभाळाकडे पाहात. हिरोको समाधानाने हसली. एप्रिल महिन्यातली ही पहाटेची हवा मंद-धुंद वाहत होती. तिच्यात एक लोभसवाणा तजेला होता. तिच्या लेकाच्या परीक्षा संपलेल्या होत्या आणि तो परत त्याच्या क्रिकेट आणि दिवास्वप्नं बघण्याच्या लाडक्या उद्योगांकडे वळू शकणार होता. तिच्याबद्दल बोलायचं, तर ती उद्या 'जपानी सांस्कृतिक मंडळा'च्या एका मैत्रिणीसोबत 'लंच' करणार होती. तसंच काही भाषांतराचं काम मिळतंय का, हेही पाहणार होती; जेणेकरून त्यातून मिळणाऱ्या मानधनातून ती सज्जादच्या साठाव्या वाढदिवशी त्याला जुन्या दिल्लीचं एक सुंदर चित्र भेट देऊ शकणार होती.

तिने अंगणावरची नजर हटवून समोरच्या भिंतीवर स्थिर केली. आजूबाजूच्या बहुतेक घरांच्या भिंती विविध छायाचित्रं, रेखाचित्रं, निसर्गचित्रं आणि घराणं फारच धार्मिक असेल, तर मक्क्यातील काबाच्या चित्रांनी सजलेल्या होत्या. पण हिरोको तिच्या मतावर ठाम राहिली होती की, कुठल्याही खोलीत एकच सुंदर चित्र असावं– जे बघताक्षणी सगळ्यांचं लक्ष वेधून घेईल. गेली पंचवीस वर्षं तिथे दोन कोल्हे असलेलं 'सुमी-ए' चित्र होतं. सज्जादने हिरोकोच्या 'जपान सांस्कृतिक मंडळात'ल्या एका मैत्रिणीच्या पंधरा वर्षांच्या मुलीला, एका आइस्क्रीम-सोड्याच्या आणि एका रंगीत कुंचल्याच्या बदल्यात हे चित्र काढायला सांगितलं होतं– त्यांच्या लग्नाच्या दहाव्या वाढदिवसाला हिरोकोला भेट देण्यासाठी. तिने त्या कोल्ह्यांकडे पाहून अतिशय प्रेमाने नाक मुरडलं होतं. जुन्या दिल्लीचं चित्र घेता आलंच, तर ती हे चित्र त्यांच्या शयनगृहात हलवणार होती.

संसाराची ३६ वर्षं! आणि तिचा नवरा साठीचा होणार! तिला गंमतच वाटली. अर्थात, ती स्वत: काही फार मागे नव्हती. तिने वेगवेगळ्या भाषांमध्ये 'वृद्ध' हा शब्द म्हणून बघितला; पण प्रत्येकच उच्चाराला तिला हसू फुटे. हिरोको स्वत:ला मुळीच वृद्ध किंवा वृद्धत्वाकडे झुकलेली समजत नव्हती– सज्जादलादेखील नाही. आणि तरीही, असं काहीतरी नक्कीच होतं– ज्याने त्यांच्यात आणि ४७ साली, उद्याच्या चिंतेने पछाडून कराचीत पोहोचलेल्या तरुण जोडप्यात शतकानुशतकांचं अंतर टाकलेलं. 'काळाने आम्हाला वृद्ध नव्हे, तृप्त केलंय...' हिरोकोच्या मनात विचार तरळला. तृप्ती, संतुष्टी... विशीत असताना तिने ह्या शब्दांकडे उपहासानेच बघितलं असतं. 'कसली स्वप्नं बघायचो आपण तेव्हा?' रेशमी कपड्यांनी भरलेली कपाटं आणि अंगावर कुठल्याही जबाबदारीचा अभाव! हिरोकोने 'जबाबदाऱ्या' आणि 'जबाबदार' ह्यामधलं अंतर निरखून बघितलं. नागासाकीनंतर चार दशकांनीसुद्धा

हिरोकोकडे दुसऱ्या पर्यायासाठी वेळ नव्हता; पण पहिला पर्याय मात्र 'कुटुंब' आणि 'प्रेम' ह्यांच्या गळ्यात गळे घालून तिच्याभोवती रिंगण घालत होता.

शेजारच्या खोलीचा दरवाजा खडखडला. जांभई देत सज्जाद दिवाणखान्यात आला आणि बायकोने बाजूला सारलेलं वर्तमानपत्र उचलायला वाकला. तसं करताना तो सवयीनुसार बायकोच्या गालावरच्या तिळावरून लडिवाळपणे अंगठा फिरवायला विसरला नाही. ती त्यांच्यातली साधीशी कृती नित्याचा विधीच बनून गेली होती– अगदी त्या पहिल्या सकाळपासून जेव्हा ते एकत्र जागे झाले; मुंबईहून इस्तंबूलला जाणाऱ्या जहाजावर. "बघतोय, किडा उडून तर नाही ना गेला?" त्याचं ठरलेलं स्पष्टीकरण!

"रझा उठला नाही वाटतं अजून?" डायनिंग टेबलाकडे येत सज्जादने विचारलं. टेबलावर ठेवलेल्या थर्मासमधनं सज्जादने त्याच्या कपमध्ये दुधाळ चहा ओतला आणि ह्या प्रयत्नात टेबलावरच्या प्लॅस्टिक कापडावर पडलेले दोन-चार थेंब कुर्त्याच्या बाहीला लागले. हिरोको त्याच्या कृतीवर नेहमीप्रमाणे हैराण. तिची ती हैराणी आणि त्याच्या उत्तरादाखल सज्जादने थर्मासचं झाकण लावत मान डोलवणं, हे त्यांच्या एकेकाळच्या जोरकस वादविवादांचे अवशेष होते. हिरोकोच्या दृष्टीने चोखंदळपणा हा चांगल्या सवयीचा द्योतक होता; तर सज्जादच्या दृष्टीने घरच्या कर्त्या पुरुषासाठी त्याच्या बायकोने सकाळी वाफाळलेला चहा आणणं, हा संसार टिकवण्यासाठी निर्माण केलेल्या सौजन्याच्या वैविध्यपूर्ण रचनेतला एक प्राथमिक घटक होता!

कधी कधी हिरोको जेव्हा त्यांच्या संसाराकडे मागे वळून बघायची, तेव्हा तिला सुरुवातीच्या काही वर्षांबद्दल आठवायच्या त्या नुसत्या सततच्या वाटाघाटी. घर म्हणजे 'सामाजिक' किंवा 'सार्वजनिक' ठिकाण ह्या त्याच्या आणि घर म्हणजे खासगी जागा ह्या तिच्या कल्पनांमधल्या वाटाघाटी. तिने आजूबाजूच्या लोकांप्रमाणे कपडे घातले तर ते तिला लवकर आपलंसं मानतील ह्या त्याच्या; आणि तसं करणं दांभिकपणाचं होईल, त्यांनी तिला तिच्या वर्तनावरनं स्वीकारावं, कपड्यावरनं नाही ह्या तिच्या विचारांमधल्या वाटाघाटी... पुरुषाने स्त्रीला पोसावं, ह्या त्याच्या आणि आपण शाळेत शिकवून पैसे कमावणारच, ह्या तिच्या हट्टामधल्या वाटाघाटी... त्याच्या सहजतेसाठीच्या आणि तिच्या बंडखोरीच्या आवडींमधल्या वाटाघाटी. हिरोकोला लवकरच उमजलं की कोण किती हरलं ह्याचा हिशेब लक्षात न ठेवता, वाटाघाटींमधून निघालेल्या निर्णयाचं निमूट पालन करण्यातच त्यांच्या सुखी संसाराचं रहस्य दडलेलं होतं. "आणि–" सज्जादने तिचा हात हातात घेत तिच्या ह्या म्हणण्याला जोड देत म्हटलं होतं, "हे पण महत्त्वाचं ठरतं की, आपल्या दोघांनाही एकमेकांशिवाय कुणी घनिष्ठ मित्र-मैत्रीण नाही." उत्तरादाखल हिरोको त्या रात्री

त्याच्या कानात कुजबुजली होती, "आणि काही गोष्टी आहेत..."

"नाही, जागा झालाय तो." सज्जादशेजारी बसत, त्याच्या हातावर हात ठेवत हिरोकोने मग विनवलं, "आत्ताच त्याला कुठले उपदेश देऊ नकोस, प्लीज. उगाच सकाळी-सकाळी नाराज होऊन बसेल तो."

"मी तुला एकदा वचन दिलंय ना? तुला दिलेली वचनं मी कधी तोडतो का?" सज्जादने एक टिश्यू पेपर पाण्यात बुडवला आणि हिरोकोच्या केसांच्या पुढच्या वळणांवरून फिरवला. तिचे केस पांढरे व्हायला लागल्यापासून, तिच्या केसांच्या मुळांकडे बघून, सहज पडताळणं शक्य होत होतं की तिने सकाळचं वर्तमानपत्र वाचलंय की नाही. तिच्या बोटांना लागलेली वर्तमानपत्राची शाई तिच्या भांगात उतरली की समजायचंच...

"तू हे माझ्यासाठी करू नकोस; त्याच्यासाठी कर." ती हळू आवाजात म्हणाली.

सज्जाद काही न बोलता चहा पिऊ लागला. त्याला कधी कधी संभ्रम पडायचा की, त्यांचा मुलगा अजून काही वर्षांपूर्वी झाला असता, तर त्यांच्यातील नातं जरा वेगळं झालं असतं का? तसं झालं असतं, तर आतापर्यंत रझा पंचविशीतला कर्ता पुरुष झाला असता; कमावता, संसारी तरुण झाला असता. मग, जरासं छातीत दुखलं किंवा कुठल्याशा इतर त्रासाने ग्रासल्यावर सज्जादला हिरोको आणि रझाच्या आर्थिक हिताबद्दल वाटणारी चिंता त्याला सतावली नसती. पण, १९४८ मध्ये दुर्दैवी गर्भपात झाल्यानंतर हिरोकोच्या मनात ह्या अतीव भीतीने घर केलं की, बॉम्बच्या उत्सर्जनामुळे तिचं शरीर मूल टिकवण्यासाठी लायक राहिलं नव्हतं आणि त्यामुळे सज्जादने कितीही समजावण्याचा प्रयत्न केला तरी हिरोकोने स्वत:ला गर्भार राहू दिलं नव्हतं. पण मग अचानक तिच्या ४१ व्या वर्षी ती नकळत गर्भारशी राहिली! तोपर्यंत त्यांच्या आर्थिक उत्पन्नाकडे जराशा हलगर्जीनेच पाहणाऱ्या सज्जादला आता आपल्या निवृत्तीला किती वर्षं उरली ह्याचा हिशोब मांडावा लागला होता. तोपर्यंत अश्रफ दाम्पत्याला पैशांचा असा विचारच करावा लागला नव्हता. त्यांचं राहतं घर एलिझाबेथने दिलेल्या हिऱ्यांमधून आलं होतं. दोघांचे पगार घरात येत होते. मुलं नव्हती, त्यामुळे वायफळ खर्च होण्याचा प्रश्नच नव्हता. अगदी ऐसपैस राहूनसुद्धा त्यांच्या निवृत्त आयुष्यापुरता भरपूर पैसा साठवता आला असता त्यांना. पण, बाळाच्या चाहुलीने सगळेच हिशोब विस्कटले!

'अज्ञात आणि विचित्रच आहे सगळं... माणसाच्या आयुष्यात एक गल्ली त्याला दुसऱ्या कुठल्या गल्लीत घेऊन जाईल; काही समजत नाही.' चहात पाव बुडवून तो संथपणे चावत-चावत सज्जाद रवंथ करू लागला. १९४७ च्या सुरुवातीला त्याला वाटलं होतं की, त्या वर्षअखेरीस त्याचं लग्न एका अशा स्त्रीशी

होईल, जिच्याशी लग्नाचा करार केल्यानंतर तो हळूहळू तिच्यावर प्रेम करू लागेल. त्याला ठाऊक होतं की, त्या स्त्रीची निवड सर्वाधिक ह्याच निकषावर होईल की, ती त्याच्या जगात कितपत रुळू शकेल आणि मग ते जग, तो मोहल्ला हे त्यांच्या हयातभरासाठी त्यांचं विश्व बनेल– त्यांचं, त्यांच्या मुलांचं, मुलांच्या मुलांचं...

त्याला जर ह्याची साधी कुणकुण जरी लागली असती, की त्या वर्षीच्या हिवाळ्यापूर्वीच तो आणि दिल्ली एकमेकांना आयुष्यभरासाठी पारखे होणार आहेत – तेसुद्धा आपल्या कुटुंबाच्या मर्जीविरुद्ध एका परक्या देशातल्या मुलीशी लग्न केल्यामुळे – तर तो ढसाढसा रडला असता; गालिबची शायरी म्हणत बसला असता. प्रेमामधल्या अतिरेकातल्या मूर्खपणाला आणि अन्यायाला दूषणं दिली असती; दिल्लीमधल्या कोणत्या आठवणी आयुष्यभर त्याची पाठ सोडणार नाहीत ह्याच्या याद्या बनवल्या असत्या; जगातल्या इतर प्रत्येक ठिकाणाला दुःखाचं आगार समजून राहिला असता. त्याला कधी स्वप्नातही वाटलं नव्हतं की, तो कराचीला कधी आपलं घर मानेल आणि दिल्लीपासून दूर जाण्याचं सर्वाधिक दुःख त्याला ह्या गोष्टीचं होईल की, आता त्याच्याभोवती एकत्र कुटुंबाची सुरक्षित तटबंदी नाही.

पण आता ते दुःखसुद्धा बोथट होत चाललेलं. रझा सोळा वर्षांचा झालेला आणि शेजार-पाजारच्या मुलांच्या एक वर्ष आधीच इंटरची परीक्षा द्यायला सज्ज झाला होता. सज्जादने आपल्या बायकोकडे कौतुकाने बघितलं– रझा इतका हुशार निपजला तो केवळ तिच्यामुळे. आता लवकरच तो वकिली शिक्षणाला सुरुवात करेल. मग नावाजलेला वकील होईल, भरपूर पैसा कमवेल... कुठल्याही पित्याचा ऊर भरून येईल, अशा स्वप्नात सज्जाद रममाण झाला... आणि मग एकदम त्याने स्वतःलाच दटावलं, 'पुरे झालं रझावर सतत आपल्या अपेक्षांचं ओझं लादणं, त्याच्या अल्लडपणाबद्दल करवादणं. आपण जरा त्याला त्याच्या वयानुसारही वागू दिलं पाहिजेच की; किंबहुना, आपणही त्याच्या निखळ सोबतीचा, सहवासाचा आनंद घ्यावा. ही पाखरं काय, कधी भुर्रकन उडून जातील; समजणारही नाही.'

"आलास बाळा? ये." करड्या रंगाची विजार आणि पांढरा शर्ट घालून, केस मागे वळवून चापून-चोपून बसवत रझा दिवाणखान्यात आला, तसा सज्जाद उठून म्हणाला. आज त्याच्या शाळेचा शेवटचा दिवस होता.

एरवी रझाची बट त्याच्या डोळ्यांवर पडून, त्याचा अर्धा चेहरा जगापासून झाकून ठेवण्याचं कार्य इमानेइतबारे करी. आता मात्र केस वळवल्यामुळे, आईप्रमाणे असणारे त्याचे डोळे, वडिलांप्रमाणे असणारं त्याचं नाक आणि त्याचे सुंदर ओठ, खूपच उठून दिसत होते. "मी तर विसरूनच गेलो होतो की, तू केस नीट विंचरल्यावर किती छान दिसतोस ते." सज्जाद उद्गारला आणि हिरोकोचा हैराण आविर्भाव पाहून पुढे म्हणाला, "काय? मी त्याचं कौतुक करत होतो!"

"मला निघायला हवं." रझा म्हणाला. "परीक्षेला उशीर करून चालणार नाही."

"थांब, थांब. तू रात्री मित्रांबरोबर फिरायला जाणारेस का?"

रझाने नकारार्थी मान डोलावली. "बऱ्याच मित्रांचे एखाद-दुसरे पेपर बाकी आहेत. आम्ही शुक्रवारी जाऊ बाहेर."

"मग आज रात्री आपण तिघं चायनीज़ खायला जाऊ या." हिरोकोचा आनंद डोळ्यांत साठवण्यासाठी तिच्याकडे वळत सज्जादने घोषणा केली. "आणि रझा, तू हे घालू शकतोस– मला तुला हे देण्यासाठी रात्रीपर्यंत थांबावंसं वाटत नाहीये." खोलीच्या दुसऱ्या बाजूला, फुला-फुलांचं कापड पांघरून तात्पुरतं टेबल बनवलेल्या स्टीलच्या ट्रंकेकडे रझाला नेत सज्जाद बोलला. सज्जादने ट्रंक उघडली तसं आत ठेवलेल्या डांबराच्या गोळ्यांचा वास खोलीभर पसरला. "हवा द्यायला पाहिजे होती..." असं पुटपुटत सज्जादने पातळ कागदात गुंडाळलेली एक वस्तू बाहेर काढली आणि खुणेनेच रझाला जवळ बोलावलं. "घे." त्याच्या हातात कागदातून काढलेलं फिकट तपकिरी रंगाचं कॅश्मियर जाकीट ठेवत सज्जाद म्हणाला, "सॅव्हाईल रोचं आहे!"

"दिल्लीतलं दुकान आहे का ते?" जाकिटाच्या बाहीवर हळुवारपणे बोट फिरवत रझाने विचारलं.

"नाही, लंडनमधलं."

हिरोको कौतुकाने रझाकडे बघत होती. त्याने ते जाकीट उजेडात धरून त्याला कुठे धूळबीळ तर नाही ना लागली, ह्याची खातरजमा करून, मग पुन्हा त्याला हळुवारपणे गोंजारायला लागला.

तिची आणि सज्जादची प्रथम भेट झाली, तेव्हा सज्जादने घातलेलं हे जाकीट आता तो त्याच्या मुलाला चढवताना पाहून हिरोकोच्या डोळ्यांत तृप्तीचे अश्रू तरळले... पण ह्या नाजुक क्षणांमध्ये जास्त वेळ घालवून चालणार नव्हतं; रझाला परीक्षेला पोहोचायचं होतं की नाही? म्हणून मग बाप-लेकाची तंद्री भंग करण्यासाठी हिरोको बोलली, "माय लॉर्ड्स, मला हे तुमच्या निदर्शनास आणून द्यायला फार आनंद होत नाहीये... पण आता हे जाकीट घालायला हिवाळा थोडीच आहे?"

"अहो व्यवहारी अश्रफबाई! हिवाळा नसला तरी हॉटेलमध्ये ए.सी. तर आहेच ना? रझा हॉटेलात गेल्यावर चढवेल ते; काय रझा?" बोलता-बोलता सज्जादने उगीचंच रझाने चढवलेल्या जाकिटाची बाही झटकली; केवळ त्याला त्या निमित्ताने स्पर्श करता यावा, ह्या हेतूने. हिरोकोच्या सान्निध्यात सज्जादला रझाबद्दल सगळ्यात जास्त प्रेम दाटून येई. त्याचं मुलावरचं प्रेम हे त्याच्या बायकोवरच्या प्रेमापासून केवळ अविभाज्य होतं. त्यांच्या लग्नाची सुरुवातीची काही वर्षं, ज्याला हिरोको

'वाटाघाटीची वर्षं' म्हणायची, तिच्या ह्या कोरड्या व्यवहारी भाषेबद्दल सज्जादला नेहमीच आश्चर्य वाटे. ती सज्जादला वेगळ्याच प्रकारे आठवत होती. सर्वाधिक आठवत होतं, हिरोकोला गमावण्याची त्याला बसलेली भीती. हिरोको अशी स्त्री होती– जी हे शिकली होती की, ती आपलं सर्वस्व गमावूनही तग धरू शकेल आणि कधी कधी सज्जाद जेव्हा रात्री झोपेतून उठत असे, तेव्हा त्याला हिरोको त्याच्याकडे टक लावून बघताना सापडायची– जणू ती त्याच्याशिवाय जगण्याची कल्पना (की सराव?) करत असावी. सज्जादसाठी त्याचं सर्वस्व गमावल्याचा परिणाम खूप वेगळा होता– त्याचं ठाम मत होतं की, तो तगला ते फक्त हिरोकोसोबत होती, त्यामुळे. ह्यापुढेही तगणार होता तो तिच्याच सोबतीमुळे. तिला गमावलं तर सगळंच गमवून बसेल. त्या प्रत्येक वाटाघाटीत त्याने आनंदाने तिच्या सगळ्या अटी मान्य केल्या असत्या; पण त्याला ठाऊक होतं की, त्यामुळे हिरोकोला किती राग येईल. म्हणून तो प्रत्येक वाटाघाटीला त्याच्या हिशोबाने हाताळायचा– कधी तिचं ऐकत; कधी तिचं त्याच्याप्रीत्यर्थ असलेलं प्रेम आणि मान राखण्यासाठी स्वत:चंच म्हणणं खरं करत.

हिरोकोला गमावण्याची सज्जादची भीती काळासोबत कमी होत गेली; पण रझाचा जन्म होईपर्यंत पूर्णपणे नाहीशी झाली नव्हती. मात्र, जेव्हा हॉस्पिटलमध्ये रझाचा जन्म झाल्यावर सज्जादने हिरोकोला प्रथम बघितलं, तेव्हा तिने त्यांच्या बाळाला हातात घेऊन सज्जादकडे ज्या भेदरलेल्या नजरेने बघितलं, ती नजरच त्याला सांगून गेली की नियतीने हिरोकोच्या हातात जे दान ठेवलं, ज्याला ती कधीच सोडून जाऊ शकणार नव्हती; त्याच्याशिवाय जगूच शकणार नव्हती आणि मग तिने सज्जादकडे बघितलं एका वेगळ्याच प्रकारे आणि त्याला जाणवलं की, ती ह्या इवल्याशा जिवामुळे त्यांच्या लग्नाशी, त्यांच्या नात्याशी कायमची बांधली गेली आहे!

बऱ्याच वर्षांनी जेव्हा सज्जादने हिरोकोला हे विचार बोलून दाखवले तेव्हा ती त्याला चिडवत म्हणाली, "अच्छा? म्हणजे जर आपल्याला त्यापूर्वीच मूल झालं असतं, तर तू मला माहीत असलेल्या भल्या इसमाऐवजी एखादा क्रूरकर्मी नवरा बनला असतास काय?" पण तिने हे कधी नाकारलं नाही की, ती खरोखरीच त्याच्याशिवायच्या आयुष्याची कल्पना करायची आणि सज्जादने आपले विचार अधिक उघड करून सांगितल्यावर हेही सांगितले की, तिचं नवं आयुष्य कदाचित एलिझाबेथसोबत; नव्हे, इल्से वेइससोबत गेलं असतं. नाहीतरी, त्यांच्या लग्नानंतरच्या पहिल्या काही वर्षांत इल्सेने हिरोकोला न्यूयॉर्कला बोलावण्यासाठी बरीच पत्रं धाडली होती. मात्र, कुठल्याही पत्रात सज्जादचा उल्लेख शिताफीने टाळला होता.

"तुम्ही मला आज रात्री हे घालू देणार?" रझाने आश्चर्यमिश्रित आनंदाने विचारलं, दुबईमधल्या आपल्या चुलत भावाकडे तरी इतकं सुंदर जाकीट असेल का, ह्या विचारात रमत.

सज्जादने आपल्या लेकाच्या कपाळाचं चुंबन घेतलं.

"तुझंच आहे ते आता. माझ्या छोट्याशा वकिलासाठी भेट. तू माझी मान उंचावली आहेस!"

रझा जाकीट काढून त्याची घडी करत म्हणाला, "मी अजून वकील झालेलो नाहीये."

"आता थोड्याच काळाचा अवधी आहे." सज्जाद समजूतदारपणे म्हणाला. "हीच योग्य पद्धत आहे. तुम्ही शाळेत जावं, कॉलेजात जावं, परीक्षा द्याव्यात, तुमची पात्रता जोखावी, तुमचं ज्ञान पडताळून पाहावं... मग कोणी तुमच्याकडून काही हिरावून घेऊ शकत नाही."

"हो अब्बा!" रझा आज्ञाधारकपणे म्हणाला. स्थलांतर करून आलेल्या लोकांच्या त्यांच्या ह्या मोहल्ल्यात प्रत्येक बाप आपल्या पोराला अशाच गोष्टी सांगायचा– फाळणीमध्ये त्यांनी काय गमावलं आणि परत कसं कमावलं, ह्याच्या. रझाच्या मनात कैकदा हा विचार येत की कदाचित आपल्याला ह्या गोष्टीबद्दल कृतज्ञता वाटायला हवी की, आपल्याकडून फक्त वकील होण्याची अपेक्षा केली जातेय; डॉक्टर किंवा इंजिनिअर होण्याची नाही... पण त्याबद्दल कृतज्ञता मानणं रझाला कठीण जाई– जेव्हा त्याच्या डोळ्यांसमोर तरळत असे की, वाळवंटाच्या पल्याड एक असं जग आहे, तिथे अल्तमाशसारखे त्याचे चुलत भाऊ, ज्यांनी मॅट्रिकची परीक्षासुद्धा सर केली नव्हती, ते चकचकीत संगमरवरी फरशा आणि एलिव्हेटर्स असणाऱ्या उंची हॉटेलांमध्ये नोकऱ्या करू शकत होते, स्वत:च्या पगाराने नवनवीन गोष्टी विकत घेऊ शकत होते आणि तरीसुद्धा घरीही पैसे पाठवू शकत होते. रझाला त्या विचारांनी खूप अस्वस्थता येई!

हिरोकोच्या मनात विचार आल्यावाचून राहिला नाही– 'इतकी वर्षं आपला नवरा साबणाच्या फॅक्टरीत जनरल मॅनेजर म्हणून काम करताना बराच आनंदी होता, किमान तो तसं दाखवत तरी होता. पण, रझाचा जन्म झाला आणि तेव्हापासून तो 'वकील' ह्या शब्दाचा मंत्र जपताना काही थकेना!' कराचीमध्ये आल्यानंतर सज्जादने वकिली करण्याचा एकच प्रयत्न केला होता– तोही जोपर्यंत त्याला विश्वास होता की आपण ह्या क्षेत्रात काही कर्तबगारीचं करू शकू. ज्या वकिलाच्या कार्यालयात तो नोकरी मागायला गेला, त्याने सज्जादला दुसऱ्याच दिवशी एका किरकोळ लिपिकाच्या पगारावर कामावर रुजू व्हायला सांगितलं. जेव्हा सज्जादने त्याला वकिलीतलं काय काय येतं, हे सविस्तर समजावून सांगितलं, तेव्हा तो वकील

त्याला म्हणाला, 'पण तुमच्याकडे कायद्याची कुठलीच पदवी नाही.' सज्जादने मान उंचावत त्या वकिलाला दिल्लीतल्या एका नावाजलेल्या कायदेपंडिताचं नाव सांगितलं, ज्याने त्याला नोकरी देऊ केली होती– ज्याउपर त्याला सांगितलं गेलं की, तो माणूस निवर्तलेला आहे– फाळणीत नव्हे, शिकारीच्या वेळी झालेल्या अपघातामध्ये. अखेर, सगळे मार्ग बंद झाल्याचे दिसल्यावर सज्जाद एक दिवस डोकं पकडून बसला; मात्र दुसऱ्या दिवशीच पाकिस्तानात आलेल्या आणि खूप ओळखी असलेल्या कामरान अलीच्या गाडीतून दुसरी नोकरी शोधायला निघाला. संध्याकाळी घरी परतला तोच, "जनरल मॅनेजर! शंभर लोकांची देखरेख करायचं काम आहे!" अशी विजयश्रीची आरोळी ठोकत; जणू हे काम मिळणं, ही त्याच्या आयुष्याची स्वप्नपूर्ती होती.

आणि एका अर्थी ते खरंसुद्धा होतं– हिरोकोला समजत होतं– मानाच्या आणि अधिकाराच्या पदावर बायको-मुलासाठी (आणि बऱ्याच अंशी लाहोरमधल्या त्याच्या दुराचारी भावाच्या– इक्बालच्या कुटुंबासाठी) कमावताना सज्जादला मनापासून आनंद होत होता. पण सज्जादची बाकीची सगळी स्वप्नं– आनंदापेक्षा अजूनही बरंच काही देऊ शकणाऱ्या कारकिर्दीची स्वप्नं– आता रझाच्या खांद्यावर येऊन पडली होती. आणि रझाने दुसरं काही करण्याचा इतकासा जरी विचार बोलून दाखवला असता, तर हिरोकोने सज्जादचं मन वळवण्याचा पुरेपूर विडा उचलला असता– तिला आपल्या मुलाच्या स्वप्नांची आहुती देऊन सज्जादची स्वप्नं पूर्ण होऊन द्यायची नव्हती. पण ती ह्याबद्दल जेव्हा कधी रझाला विचारायची, तेव्हा तो हसून इतकंच म्हणायचा, "हेबियस कॉपर्स! अ प्रायरी! आपण मला येत असणाऱ्या भाषांच्या यादीत लॅटिनसुद्धा लिहू या अम्मी."

"तू इतका लाडका का असावास?" जाकिटाला लागलेला दर्प घालवण्यासाठी ते अंगणात वाळत घालत हिरोको नवऱ्याकडे कुरकुरली.

"लाडकापेक्षा लाडावणारा हा शब्द जास्त योग्य ठरेल, असं नाही वाटत तुला?" सज्जादने प्रेमळपणे विचारलं. मग रझाच्या पाठीवर थाप मारत, त्याला जरासं पुढे ढकलत अभिमानाने म्हणाला, "जा माझ्या राजपुत्रा! माझ्या शाहजाद्या! जिंकून ये!"

रझाने खांद्यावर दप्तर अडकवलं– आतमध्ये काही पाठ्यपुस्तकं होती; तो इतिहास आणि इस्लामिक स्टडीजच्या पेपरांमधल्या सुट्टीत अभ्यास करणार होता– आणि हिरोकोच्या गालाचं चुंबन घेऊन घरापासून मुख्य रस्त्यापर्यंतचं छोटं अंतर चालत जाऊन त्या बस-थांब्यापर्यंत पोहोचला. जिथे त्याचे तीन मित्र आधीपासून वाट पाहत उभे होते. दुकानं उघडायला अजून बराच अवकाश होता. अर्थात, त्यांच्या बंद झडपांवर रंगवलेल्या जाहिराती तिथे नित्याने चालणाऱ्या व्यापाराची ग्वाही देतच

होत्या. समोरच्या रस्त्यावर काही माणसं ट्रकमधून कलकलणाऱ्या कोंबड्या बाहेर काढून फुलवाल्याशेजारच्या खाटकाच्या दुकानात नेत होते. शेजारून सतत येणाऱ्या रक्ताच्या दुर्गंधीमध्येही फुलवाल्याचा धंदा जोरात चालायचा, हे खरंतर आश्चर्यच होतं. फुलवाल्याचं म्हणणं असं होतं– किंबहुना त्याच्या यशाच्या गमक असं होतं की– तुमचा धंदा जर लग्नसोहळे आणि मयती ह्यांच्याशी निगडित असेल, तर तुमच्या आणि यशामध्ये कोणीही उभं राहू शकत नाही– फक्त दुसऱ्या फुलवाल्याशिवाय!

"ज्युनिअर!" बिलाल नावाच्या एका मुलाने रझाला जोरात हाक मारली आणि तेवढ्यातच त्याच्याकडे एक अर्धं खाल्लेलं सफरचंद भिरकवलं.

रझासुद्धा काही कच्च्या गुरूचा चेला नव्हता; दप्तरातून पुस्तक काढून हल्ला परतवायला तो तयारच होता. शिताफीने ते सफरचंद फटकावून समोरच्या रस्त्यावर भिरकावत रझा आपल्या मित्रांमध्ये येऊन उभा राहिला.

"आपला ज्युनिअर म्हणजे एकदम हीरो झालाय." रझाचं डोकं प्रेमाने आपल्या हाताच्या ओंजळीत कुस्करत बिलाल म्हणाला. रझाला 'ज्युनिअर' हे नाव तेव्हापासून चिकटलं, जेव्हा तो दहा वर्षांचा होता आणि शाळेने त्याला एक वर्ष आधीच अकरा वर्षांच्या मुलांच्या गटात बसू दिलं.

"बिलाल, मी आजच त्या शर्टाला इस्त्री केली आहे. तो चुरगळला ना, तर मी खूप रागवेन हां!"

हिरोकोच्या आवाजाने सगळी मुलं आदराने हसून ताठ उभी राहिली. त्यांच्या सतरा वर्षांच्या चेहऱ्यांमध्ये त्यांच्यातलं बालपण अजून दिसत होतं. मोहल्ल्यातल्या इतर स्त्रिया त्यांच्यासाठी 'आन्टी' असल्या तरी हिरोको 'मिसेस अश्रफ'च होत्या. त्यांच्या शाळेतल्या लाडक्या शिक्षिका– ज्यांच्या नाराजीच्या निव्वळ धमकीने वर्गभर हैराणीची आणि आज्ञापालनाची लहर पसरत असे. ती आणि सज्जाद १९५० च्या सुरुवातीला ह्या नव्याने बांधलेल्या मोहल्ल्यात राहायला आले आणि हिरोकोने घराजवळच्या शाळेत शिक्षिका म्हणून नोकरी पत्करली. तिचे विद्यार्थी हे तिचे पहिले 'दोस्त' बनले. त्यांना तिच्यात अशी स्त्री दिसली, जिला ते ना 'मस्का' मारू शकत होते, ना मूर्ख बनवू शकत होते; पण जिचं उत्तेजनार्थसं एक स्मित किंवा एका साधासा शब्दही, त्यांच्या छोट्यातल्या छोट्या यशाला मोठ्या विजयश्रीच्या पदावर नेऊन सोडत असे. मुलांच्या द्वारे हिरोकोने त्यांच्या आयांचीही मनं जिंकली. कंबरेशी घट्ट बांधलेले ड्रेस घालणाऱ्या ह्या जपानी बाईबद्दल त्यांचे सगळे पूर्वग्रह गळून जाऊन त्या जागी परस्पर-विश्वासाचे आणि मैत्रीचे धागे विणले गेले होते. एकदा का ह्या स्त्रियांना आपलंसं केल्यावर पूर्ण मोहल्ल्याला तसं करणं कठीण गेलं नाही.

"तू जेवणासाठी पैसे नाही घेतलेस." रझाच्या हातात पाच रुपयांची नोट कोंबत हिरोको म्हणाली, "मित्रांसोबत वाटून जेव. चल पळ, पळ आता. बस

आली.''

गडद रंगाची ती बस थांब्याजवळ आली तशी आनंदाने चीत्कार करत सगळी मुलं त्यात चढली.

''सायोनारा!'' बस धावू लागली तसं हिरोकोकडे बघत रझाशिवाय बाकी सगळ्या मुलांनी हाळी दिली. रझा फक्त घरामध्ये आपल्या अम्मीशी जपानी बोलायचा. त्याचे मित्र जरी कुठल्या-कुठल्या सिनेमातनं किंवा पुस्तकातनं एखाददुसरा जपानी शब्द उचलून 'मिसेस अश्रफ'समोर मिरवण्यात आनंद मानत, तरी रझाने त्याचा नियम कधीच तोडला नाही. जगाला हे कशासाठी दाखवा की, त्याच्या डोक्यात असल्या देशाच्या भाषेतले शब्द आहेत, जिथे तो आयुष्यात गेलेला नाहीये! त्याचे मिचमिचे डोळे, शरीराची ठेवण आणि उघड्या पायांची आई– हे पुरेसे दाखले नव्हते का त्यासाठी? जेव्हा काही वर्षांपूर्वी त्याला मोठ्या वर्गात पाठवलं गेलं आणि तिथल्या शिक्षिकेने ह्या गोष्टीचं कौतुक केलं की, रझा किती आरामात त्या मोठ्या मुलांमध्ये रुळला होता, तेव्हा त्याने तिला सांगितलं नव्हतं की त्याचं रुळणं साहजिकपणे नव्हे, तर आपल्यातील आणि इतरांतील फरक पुसून काढण्याच्या त्याच्या लहानपणापासूनच्या सवयीमुळे झालं होतं.

१४

पुस्तकांच्या दुकानाच्या थंडगार, सुस्त वातावरणातून सद्दारच्या भट्टीप्रमाणे तापलेल्या रस्त्यावर हिरोको बाहेर पडली. पूर्वी टुमदार पिवळ्या विटांचे बंगले, पुस्तकांची दुकानं आणि सुंदर कॅफे असलेला हा कराचीतला भाग हिरोकोचा अतिशय लाडका होता. आता मात्र तिथे काळाशार धूर सोडणाऱ्या बसेसची वर्दळ वाढली होती आणि युनिव्हर्सिटीतली तिथे राहणारी मुलं दुसऱ्या ठिकाणी स्थलांतरित होऊन त्यांच्या जागी निर्वासितांच्या छावण्यांमध्ये राहणारे निर्वासितही लांबच्या गावात गेल्याने त्यांच्या जागी ठिकठिकाणी चकचकीत विद्युत उपकरणांची दुकानं उभी राहिली होती– तिच्या मुलाला त्यांच्यात तासन्तास घालवणं म्हणजे पर्वणीच वाटे.

त्या भागात बरेच कॅफे होते, पण हिरोकोला सगळ्यात जास्त उणीव जाणवायची ती 'जिमीज् कॉफी शॉप'ची. तिथल्या रंगीबेरंगी भिंतींमधून काढलेल्या पायऱ्यांवरून चढून ती प्रत्येक महिन्याच्या पहिल्या शनिवारी ठीक पाच वाजता वरच्या हिरव्या रंगाच्या 'फॅमिली रूम'मध्ये जपानी बायकांच्या तिच्या कंपूला भेटायला जाई. ह्या मासिक भेटीगाठी ४८ मध्ये सुरू झाल्या, जेव्हा ती आणि सज्जाद निर्वासितांच्या छावणीमध्ये राहत होते. एका संध्याकाळी सज्जाद उत्साहाने धावत-धावत तिला सांगायला आला की तो नुकताच एका जपानी स्त्रीला भेटून येत होता; तिचा नवरा दूतावासात नोकरीला होता आणि ती जवळच्याच एका कॅफेत हिरोकोची वाट बघत बसलेली होती. त्या बाईमार्फत हिरोको कराचीमधल्या इतर जपानी बायकांना भेटून त्यांच्या 'जिमीज् कॉफी शॉप'मधल्या बैठकांची सभासद बनली. तिच्यासाठी तिच्या स्वत:च्या अपेक्षेपेक्षाही ही फार मोठी गोष्ट होती की, तिला ह्या कारणाने आपल्या वयाच्या कुणासोबत तरी जपानीतलं हसता-बोलता येत होतं. मात्र, हिरोकोने त्या मैत्रिणींना कधीच आपल्या पाठीवरच्या पक्ष्यांबद्दल सांगितलं नाही. त्याबद्दल आता विचार करता, हिरोकोच्या लक्षात येई की कराचीमध्ये राहणं तिला ह्यासाठी सुरक्षित

वाटे, कारण ती जरी तिच्या पाकिस्तानी शेजारणींसमोर 'आपण नागासाकीच्या बॉम्बहल्ल्यांमध्ये कसे बचावलो' ह्याच्या बढाया मारत असे, तरी तिने जपानी मैत्रिणींना हाच समज करून दिलेला की बॉम्ब पडला तेव्हा ती टोकियोला होती. तिला कुठल्याही प्रकारे स्वत:ला पुन्हा 'हिबाकुशा' म्हणवून घ्यायचं नव्हतं!

त्या कॅफेमध्ये मिळणारं रिपल आइस्क्रीम... हिरोकोने डोळे मिटून त्याची चव आठवण्याचा प्रयत्न केला– फारच सुंदर असायचं. पण, १९६० मध्ये जेव्हा पाकिस्तानची राजधानी म्हणून कराचीच्या जागी इस्लामाबादला नेमलं गेलं, तेव्हा कराचीतलं दूतावासही इस्लामाबादला नेण्यात आलं आणि मग त्या बैठकांमध्ये फारसा रामच उरला नाही. सदस्यांची संख्या बरीच रोडावल्यामुळे कॅफेने त्यांच्यासाठी फॅमिली रूम राखणं बंद केलं. रझाचा जन्म झाल्यावर हिरोकोचीही उपस्थिती अनियमितच बनली. अखेर काही वर्षांपूर्वी ते कॅफेच पाडल्यामुळे त्यांच्या बैठकांना पूर्णविरामच मिळाला. हिरोकोला त्या घटनेमुळे अपार दु:ख झालं. जरी त्याआधीची काही वर्षं ती त्या बैठकांना निव्वळ एका जबाबदारीच्या भावनेने जात राहिली होती तरी! तीच तर त्या तुरळक सदस्यांच्या कंपूसाठी कराचीबद्दलच्या ज्ञानाची ज्योत म्हणून उरली होती.

शेवटच्या दिवसांमध्ये हिरोकोला वाटल्यावाचून राहायचं नाही की, नव्या सदस्यांना ती तितकीच परकीय वाटत असेल का, जितके ते तिला? 'अतिच जपानी आहेत हे'... ती कधी कधी मनात म्हणे. ह्या सगळ्या विषयांवर हिरोको फक्त एका व्यक्तीशी उघडपणे बोलू शकत असे– रेहाना; त्या कंपूची एकुलती एक पाकिस्तानी सदस्य. जिने तिचा जपानी नवरा कराचीत येऊन वाहनांचा कारखाना स्थापन करेपर्यंत जपानमध्ये वीस वर्षं घालवली होती. रेहानाचा जन्म अबोत्ताबादमधला. पण कराची जरी तिच्या जन्मस्थानाच्याच देशात होतं तरी, ते तिच्यासाठी तितकंच परकं होतं जितकं टोकियो. "पण मला हा परकीयपणा आपलासा वाटतो." रेहानाने हिरोकोला सांगितलं. पण आता दोन वर्षांपूर्वी तिचा नवरा निवर्तल्यावर रेहाना अबोत्ताबादला परतली आणि हिरोको महिनोन्महिने 'जपान सांस्कृतिक मंडळा'कडे फिरकत नसे. अर्थात, त्यातल्या बऱ्याच जुन्या सदस्यांशी तिचे अजूनही दृढ संबंध होते. त्याचप्रमाणे, जसा, सद्दारचा इतका कायापालट होऊनसुद्धा, तिचे आणि सद्दारचे होते! सद्दारमध्ये फिरताना हिरोकोने अवती-भोवती बघितलं तसं तिला जाणवलं की, इथे दोन प्रकारची विश्वं समांतर नांदत आहेत. एक– जे नजरेला मांडलेल्या वस्तूंच्या आराशी, घासाघीस करणारी गिऱ्हाइकं, गोंगाट, गडबड... आणि दुसरं– जिथे बघायला मिळत होत्या सुंदर, सुशोभित इमारती... श्रीमंत, खानदानी लोकांना अंगावर मिरवणाऱ्या.

अर्थात, तिथल्या श्रीमंतीतला दांभिकपणा तिथून हटला असता, तर हिरोकोला

आनंदच झाला असता; पण तिथल्या वातावरणात त्या विद्युत उपकरणांच्या दुकानांपेक्षा काहीतरी भयंकर पसरत होतं, जे तिला खूपच अस्वस्थ करून सोडत होतं. काही वेळापूर्वीच तिने 'वॉर ॲण्ड पीस' ही कादंबरी विकत घेतली होती. तो तिला सारखं सांगायचा की तो एक ना एक दिवस रशियन भाषा शिकून ही कादंबरी तिच्या मूळ रूपात वाचून काढणार आहे. रझाच्या आठवणीने स्वत:शीच विचार करत उभी ती होती; तेव्हा शेजारच्या इसमाने तिला 'उपदेश' केला "तुम्ही असली पुस्तकं वाचू नका. ती इस्लामची शत्रू आहेत."

तो मनुष्य निघून गेल्यावर दुकानदारानं तिची माफी मागितली.

"विचित्र काळामध्ये राहतोय आपण." तो म्हणाला. "काही दिवसांपूर्वी 'दाढीबहाद्दर' अशा काही तरुण पोरांची टोळधाड इथे आली आणि इस्लामी न दिसणारी पुस्तकं इथल्या खणांमधून काढून बाहेर फेकू लागली."

"इस्लामी न दिसणारी म्हणजे? हे ठरवण्याचे मापदंड काय?"

"त्यांच्या मुखपृष्ठावरची चित्रं... जास्त करून स्त्रियांची. ती इस्लामला मंजूर आहेत की नाही ह्यावरून निकष लावत होते ते. नशिबाने त्यावेळी नेमके बाहेरून पोलीस चालले होते. त्यांनी हा प्रकार पाहिला आणि आत येऊन त्या पोरांना तंबी दिली. पण मला एकंदरीत काही खरं वाटत नाही ह्या देशाचं..." दुकानदार विमनस्कपणे म्हणाला.

"परिस्थिती काही अशीच राहणार नाही हो." हिरोकोने त्याला दिलासा देत म्हटलं. तिच्या शाळेतल्या सहकारी शिक्षिकासुद्धा जेव्हा काही मुलांमध्ये जरा जास्तच दिसणाऱ्या धर्मवेडाबद्दल तक्रार करायच्या, तेव्हा हिरोको त्यांना समजवायची की, ती पूर्वी शिकवत असलेल्या कामीकाझे – उड्डाणाची स्वप्नं बघणाऱ्या – मुलांच्या तुलनेत ही मुलं फक्त तारुण्याच्या जोशात चिवचिवत होती... तसंपण, त्यांच्या क्रिकेटचं वेड उपटून त्या जागी दुसरं वेड रोवणं इतकं सोपं नव्हतं...

स्वकीयांची ममता आटल्यापासून विदेशी पर्यटकांच्या सहानुभूतीला तहानलेल्या भिकाऱ्यांपैकी एक लंगडा भिकारी तितक्यात हिरोकोच्या पुढ्यातून सुसाट (आपल्या हातगाडीवरनं) समोरच्या रस्त्यावर उभ्या असणाऱ्या गोऱ्या बाईकडे झेपावला. हिरोको गांगरली, पण क्षणभरच. मग, पुन्हा डोकं काढून आपला मुलगा कुठे दिसतोय का, ते पाहू लागली. रझाला आज उशीर झाला होता– खरंतर, उशिरा येणं, हे त्याच्या सवयीत बसत नव्हतं, पण आजकाल रझाबद्दल सगळंच जरा विचित्र बनलं होतं– त्याच्या परीक्षा संपल्यापासून, जरा अधिकच. तिला रझाच्या वागण्यात काय खटकत होतं, हे ती सज्जादला नीट समजावू शकत नव्हती. पण एवढं मात्र नक्की की, तिला रझाच्या वागण्यात, त्याच्या आवाजात एक खोटारडा नाद ऐकू यायचा; विशेषत: जेव्हा तो मोठमोठ्याने परीक्षेत पहिल्या येण्याच्या,

वकिली शिक्षणासाठी आपण किती आतुर आहोत ह्याच्या बाता मारायचा... हिरोकोच्या मनात त्याच्या यशाबद्दल शंका यायची. तिला सतत वाटत होतं की, त्याच्या शिक्षिकांचं ऐकून त्यांनी रझाला एक वर्ष आधीच वरच्या वर्गात टाकायला नको होतं. कदाचित त्यासाठी तो बौद्धिकदृष्ट्या सक्षम होताही; पण सोळा आणि सतरा ह्या वयाच्या एका वर्षात बरीच वाढ दडलेली होती, जी बहुतेक रझाच्या बाबतीत अजूनतरी पूर्ण झालेली नव्हती. तिला समजत नव्हतं की, आयुष्याच्या ह्या पुढच्या आणि महत्त्वाच्या टप्प्यासाठी रझा तयार होता का?

"माँ!" रझा सज्जादची गाडी चालवत आला आणि मागे हॉर्नचा बँडबाजा वाजवत उभ्या थबकलेल्या गाड्यांकडे दुर्लक्ष करत, खिडकीतून डोकं काढून, हिरोकोच्या हातातली पुस्तकं घेत, तिला गाडीत आरामात बसू देऊन मगच पुढे निघाला.

"थांब, थांब." गाडी पुढे निघाल्यावर हिरोको एकदम चीत्कारली. "बाकीची खरेदी दुकानातच राहिली की रे! जा, तू एक फेरी मारून ये, तोपर्यंत घेऊन येते मी." त्याच्या उत्तराची वाट न पाहता हिरोको टुणकन उडी मारून निघालीसुद्धा.

आईच्या सूचनेकडे दुर्लक्ष करून रझा तिथेच बसून राहिला, बंदिस्त गाडीमध्ये अंगाला लागलेल्या घामाच्या धारा सहन करत. तो भर रस्त्यात गाडी लावून उभा होता. त्याच्या पाठच्या गाड्या सतत हॉर्न वाजवून त्याला वाट करून द्यायला विनवत होत्या. त्यांच्याकडे दुर्लक्ष करत, 'बाजूने जा' असं निष्काळजी हातवाऱ्यानेच सांगून रझा तिथेच बसून राहिला. तो लंगडा भिकारी रझाकडून काही लाभ होतो का, हे चाचपडत आला; पण रझाने उदासीनपणेच 'माफ करा', असं त्याला सुनवल्यावर आल्या पावली मागे फिरला. भिकारी निघून गेल्यावर रझाने परत आपलं लक्ष गाडीत पुढच्या बाजूला पडलेल्या वर्तमानपत्रावर केंद्रित केलं. गाडीच्या पुढच्या काचेवर त्यातल्या काही नावांचं प्रतिबिंब पडलं होतं... परीक्षेचा निकाल! कसनुसा चेहरा करत रझाने तो कागद पायाखाली दडवला; मग पुन्हा उचलून समोरच्या जागेवर ठेवला.

चला, किमान गौप्यस्फोट तर होऊन गेला. आता लपवालपवीची गरज नाही, अन् ना कुठल्या नाटकांची. घरी येईपर्यंत, त्याला खात्री होती की गल्लीतल्या सगळ्या मुलांनी तो पेपर बघितला असेल. त्यापैकी कोण असेल– ज्याला सगळ्यात पहिले हे समजेल की आपण 'उत्तीर्ण' लोकांच्या यादीत न सापडलेल्या रझाचं नाव हुडकण्यात नजरचूक केलेली नाहीये– ते नाव खरोखरीच तिथे नाही.

आणि जेव्हा ते त्याला विचारतील की, 'काय झालं; नक्कीच बोर्डाकडून पेपर तपासण्यात चूक झालीये! अरे, सगळ्यात बिनडोक विद्यार्थ्यांनाही पास होण्यापुरते ३३% मार्क मिळतातच की; मग तुझ्याबाबतीत तर प्रश्नच उद्भवत नाही...' तेव्हा काय सांगणार होता तो सगळ्यांना? काय समजावू शकणार होता तो इतरांना...

जेव्हा त्याला स्वत:लाच अजून नीटसं समजलं नव्हतं की, परीक्षेच्या त्या शेवटच्या दिवशी इस्लामिक स्टडीजचा पेपर लिहिताना त्याला काय झालं होतं?

प्रश्नांवर पहिली धावती नजर टाकताना जाणवलेली भीती रझाला नवीन नव्हती. त्याला कैक वर्षांची सवय होती, की पहिल्यांदा पेपर वाचताना त्याचे डोळे भेदरून एका प्रश्नावरून दुसऱ्यावर उडी मारत रहायचे; कित्येकदा आधीचा प्रश्न अर्धवट सोडूनच दुसरीकडे वळायचे. इतकं की, शेवटी त्याच्या मेंदूत शब्द, वाक्यं, अर्थांचा मोठ्ठाच गुंता निर्माण व्हायचा. पण मग जरा वेळाने, तो जसं स्वत:ला शांत होऊ द्यायचा, दोन-चार वेळा प्रश्नपत्रिका वाचून काढायचा; तसा तो गुंता सुटत जायचा. धूसर अर्थ ठळक व्हायचे... आणि मग... त्याचे पेन झरझर लिहायला सुरुवात करायचं. मान्य, की यंदाच्या, म्हणजेच इंटरच्या परीक्षेत, इतर पेपरांच्या वेळी त्याला आपलं मन ताळ्यावर आणून गुंता सोडवायला नेहमीपेक्षा जरा जास्तच वेळ लागला, पण उशिरा का होईना, गोष्टी नीट घडल्या होत्या. मात्र, इस्लामिक स्टडीजच्या वेळी काहीच नीट घडलं नाही. शब्दांचा गुंता अजूनच क्लिष्ट होत गेला, नजरेसमोर तारे चमकू लागलेले आणि मन:पटलावर असंबद्ध आणि विचित्र प्रश्न नाचू लागले, तेही जपानीत! रझाला समजत होतं की, आपण आपलं मन शांत करावं; घबराटीतून अजून घबराटच वाढणार आहे... पण मग त्याला उगाच आठवलं की, हा सक्तीचा पेपर आहे; ह्यात अनुत्तीर्ण झालो, तर पूर्ण परीक्षेतच अनुत्तीर्ण होऊ! मग वडिलांच्या नजरेला नजर कशी भिडवता येईल? आणि... मग... सज्जाद अश्रफचा चेहरा डोळ्यांसमोर येताच– त्यांचं ते शांत, प्रेमळ, विश्वासू रूप डोळ्यांसमोर येताच– रझाचा मेंदू बधिर झाला होता! किती वेळ गेला, कुणास ठाऊक; पण तो भानावर आला तेव्हा पर्यवेक्षक सगळ्यांच्या उत्तरपत्रिका गोळा करत होते! आणि त्याची उत्तरपत्रिका पूर्णपणे कोरी होती! रझाने झटक्यात पेन उचललेलं आणि खरडलं– 'इस्लाममध्ये इंटरच्या परीक्षा वगैरे नसतात. माझ्या हृदयात काय आहे, हे अल्ला जाणतो.' आणि पेपर सुपूर्द केला होता!

तो वर्गातून बाहेर पडल्यावर रझाचे सगळे मित्र त्याच्याभोवती गोळा होऊन त्याची पाठ थोपटत होते. "भले शाब्बास हीरो! आता आम्ही तुला ज्युनिअर नाही म्हणू शकणार, कॉलेजकुमार!" मग त्यापैकी एकाने, अलीने, रझाच्या खांद्यावर हात टाकत समोरून जाणाऱ्या मुलींच्या घोळक्याला उद्देशून म्हटलं, "कुणाला माझ्या ह्या हुशार मित्राबरोबर स्कूटरवरून फिरायला जायचंय बरं? होणारा कॉलेजकुमार आहे हां बरं का तो! ते पण सगळ्यात वर्गात पहिला नंबर पटकावून!" असं म्हणत अलीने रझाच्या हातात आपल्या व्हेस्पाच्या चाव्या ठेवल्या आणि त्याला त्या घोळक्याकडे ढकललं. त्यातल्या दोन मुली अगदी धीटपणे जराशा आशेनेच रझाकडे बघत, हसत उभ्या होत्या. तेव्हाच रझाने ही खूणगाठ बांधलेली की, तो

आता कुणालाच काही सांगणार नाही. पुढचे काही आठवडे, तो हुशार रझा, वडिलांचं स्वप्न पूर्ण करणारा रझाच बनून राहणार.

त्याची आई गाडीत शेजारी येऊन बसल्यावर, रझाने तिच्या हातात ते वर्तमानपत्र ठेवलं आणि गाडी चालवायला लागून विचित्रशा शांत आवाजात म्हणाला, ''मी पास झालो नाहीये. मी शेवटचा पेपर कोरा सोडला.''

स्वत:ला रोखू न शकता हिरोकोच्या तोंडून प्रचंड निराशेचा आणि त्याहीपेक्षा आश्चर्याचा चीत्कार उमटला. ''काय झालं रे?''

''मला माहीत नाही.'' रझाला वाटत होतं– आईने त्याला खूप ओरडावं, म्हणजे मग तो माफी मागू शकला असता, काहीबाही कारणं देऊ शकला असता. ''मला त्या प्रश्नपत्रिकेतले शब्दच समजेनासे झाले होते... आणि मग वेळ संपली.''

हुशार मुलांच्या बाबतीत कधी कधी असं घडतं हे समजण्याइतकी वर्षं हिरोको शिकवत होती .

''हा इस्लामिक स्टडीजचा पेपर होता ना?'' त्याने होकार भरला तसा हिरोकोच्या चेहऱ्यावर अतीव तिरस्कार झळकला– अर्थात, रझासाठी नाही. 'धार्मिक भावनांना सार्वजनिक सोहळे बनवायचे, राष्ट्रीय गरज बनवून ठेवायचे! छे!' तिला युद्धकाळातल्या जपान आणि तिथल्या सम्राटाची आठवण झाली. ''आणि वकिली करण्यासाठी तुला तो विषय शिकण्याची गरजच काय? मूर्खपणा सगळा!'' हिरोकोने प्रेमाने रझाचं डोकं थोपटलं. ''तू मला हे आधी का नाही सांगितलंस रझा-चान?''

लहानपणाच्या संबोधनाने रझाच्या डोळ्यांत पाणी तरळलं.

''मला मोहल्ल्याचा 'नया गधा' (नवं गाढव) नाही बनायचंय गं अम्मी!'' तो कळवळून म्हणाला. त्यांच्या गल्लीच्या टोकाला राहणाऱ्या अब्बासला ते नाव तिसऱ्या इयत्तेपासून जे चिकटलेलं, ते आजतागायत. वयाच्या आठव्या वर्षी तिसऱ्या इयत्तेत नापास झाल्यावर त्याला पुन्हा त्याच वर्गात बसावं लागलं होतं. पुढची तीन वर्षं तो कसाबसा पास होण्यापुरता मार्क मिळवून पुढे गेला खरा; पण मग पुन्हा नापास झाला. तेव्हापासून त्याला 'गाढव' ह्या नावाशिवाय दुसऱ्या कुठल्याच नावानं हाक मारली जायची नाही. नापास होणं, ही सर्वाधिक शरमेची बाब होती; पूर्ण कुटुंबाच्या नावावर बट्टा होता आणि त्या भीतीने मुलं वाट्टेल ती धडपड करून नापास होण्यापासून दूर राहायची.

''रझा! तुला कोणी असं समजणार नाहीये. एका पेपराची तर गोष्ट आहे. देशील परत काही महिन्यांनी... सगळं ठीक होईल.''

''पण आता मी अब्बांना काय सांगू?''

''मी सांगेन त्यांना.'' हिरोको त्याला आश्वासन देत म्हणाली, ''आणि त्यांनी जर रागाच्या भरात एकही शब्द उच्चारला ना तर मग ते आहेत नि मी आहे!'' तिच्या

ह्या बोलण्यावर जरा सुटकेचा नि:श्वास टाकत रझा हसला; तशी हिरोको त्याला म्हणाली, "पण त्याच्या बदल्यात तुला माझं एक काम करावं लागेल. मला सांग, तुला आयुष्यात खरंच काय करायचंय? मला माहितेय, तुला खरंच मनापासून वकिली तर करायची नाहीये."

रझाने खांदे उडवत, आजूबाजूला चकाकणाऱ्या दुकानांकडे निर्देश करत उत्तर दिलं, "मला हे सगळं एक दिवस विकत घ्यायचंय... ह्यातल्या सगळ्या वस्तू पाहिजेत मला."

"तुला काय विकत घ्यायचंय हे नाही विचारलं मी रझा; मी विचारलंय, तुला काय करायचंय?"

इतक्यात त्यांची गाडी सिग्नलला थांबली. त्यांच्यासमोर एक रिक्षा उभी होती. तिच्या पाठच्या बाजूला दोन सुरमई डोळ्यांचं चित्र रेखाटलं होतं आणि त्याखाली उर्दूमध्ये लिहिलेलं, 'बघा... पण प्रेमाने.' नकळत रझाचं डोकं लागलीच त्या वाक्याला जर्मन, इंग्रजी, पुश्तूमध्ये भाषांतरित करू लागलं. असं कुठलं भाषांतरालायक वाक्य दिसलं की त्याच्या मेंदूची होणारी प्रतिक्षिप्त क्रियाच होती ती.

"मला प्रत्येक भाषेतले शब्द हवे आहेत." रझा अखेर म्हणाला, "मला तर वाटतं की, निरनिराळ्या भाषांच्या सागरांमध्ये डुबक्या घेत त्यातील शब्दरूपी मोती धुंडाळता आले ना, तर मी एका खोपटातसुद्धा आयुष्य काढू शकेन." आपल्या मुलाच्या ह्या प्रामाणिक वक्तव्यावर काय बोलावं, हे न सुचून, हिरोकोने फक्त त्याचा हात थोपटला. तिच्यासाठी नवी भाषा शिकणं, ही एक कला होती; पण तिच्या मुलासाठी ते एक वेड होतं! ध्यास होता! पण, त्या ध्यासाला योग्य ती परिणती मिळणं खूप कठीण होतं; किमान इथे तरी. दुनियेत इतरत्र अशी ठिकाणं, अशी संस्थानं होतीही; जिथे मनुष्य एका भाषेतून दुसऱ्या भाषेमध्ये उड्या मारत आयुष्य उभं करू शकत होता. पण इथे नाही. 'पॉलिग्लॉट– बहुभाषाकोविद' हा पाकिस्तानामध्ये कारकीर्द बनवण्यासाठी, आयुष्य घालवण्यासाठी अतिशय अव्यवहारी आणि म्हणूनच चुकीचा पर्याय होता. रझालासुद्धा हे समजत होतं. त्याच्या डोळ्यांतले भाव हिरोकोला स्पष्ट सांगत होते की, आपल्या व्यक्तिमत्त्वातला हा आगळावेगळा भाग झाकूनच ठेवावा लागणार आहे हे त्याला समजतंय. त्याचे दु:खी डोळे पाहून हिरोकोला भडभडून आलं.

हिरोकोला हेही ठाऊक होतं की, तिने सज्जादबरोबर ह्या गोष्टीची चर्चा केली असती, तर तो म्हणाला असता : "जर त्याच्या आयुष्यातलं सगळ्यात मोठं नुकसान, त्या स्वप्नाचं नुकसान असेल– ज्याबद्दल त्याला नेहमीच माहिती होतं की ते पूर्ण होणार नाही– तर त्याला नशीबवानच म्हटलं पाहिजे." त्याचं म्हणणं चुकीचं नव्हतं; पण हिरोकोला तरीही वाईट वाटल्यावाचून राहिलं नाही. नागासाकीनंतर

हिरोको एक गोष्ट ओळखायला शिकली होती ती म्हणजे, दु:खातून बाहेर पडणारे कोण आणि त्यातच अडकून राहणारे कोण. रझा अडकून राहणाऱ्यांतला होता. खरंतर हा मोठाच विरोधाभास होता की, हिरोको आणि सज्जाद ह्या सारख्या सतत पुढे चालणाऱ्या दाम्पत्यापोटी रझासारखा मुलगा जन्माला आला.

ते घरी पोहोचल्यावर, हिरोकोने रझाला गाडीतच थांबायला सांगितले आणि सज्जादशी बोलायला आत गेली.

आधी तर सज्जादचा विश्वासच बसेना; त्याला खात्री होती की, हिरोको गंमतच करतेय. मग त्याचा पारा चढला आणि तो रझाच्या नावाने शिमगा करू लागला. पण मग जेव्हा हिरोकोने सज्जादला सांगितलं की, रझा कुठल्या विषयात आणि कसा नापास झाला, तसा सज्जाद गात्रं गाळून खुर्चीत बसला; अविश्वासाने मान डोलवत.

"तो हिवाळ्यात पुन्हा बसणार आहे परीक्षेला." हिरोको सज्जादच्या शेजारी बसून त्याचा हात हातात घेत म्हणाली, "कॉलेज सुरू होण्याआधी निकाल लागतील आणि तोपर्यंत कॉलेज त्याची जागा राखीव ठेवेल. आमच्या आधीच्या काही विद्यार्थ्यांबाबतीत तसंच घडलंय."

काही क्षण सज्जाद काहीच बोलेना; पण अखेर त्याने तिचं म्हणणं मान्य करत, तिचा हात आपल्या ओठांशी आणला.

"बरं, ठीक आहे. मी नाही रागवणार त्याला. एकदा पायरी चुकली, तर काही आभाळ नाही कोसळलं. पुढच्या वेळी तो नक्कीच पुढे जाईल."

एवढं बोलून सज्जाद रझाला शोधायला बाहेर पडला; त्याला हिरोकोने पाठवल्याप्रमाणे सांगायला की, 'ह्या गोष्टी होतात कधी कधी.' बाहेर पडताना तो दबक्या आवाजात शासनाच्या नावाने खडे फोडत होता... धर्मासारख्या खासगी बाबीला इतकं सार्वजनिक करतात; ह्याला काय अर्थ आहे? अल्लाशी प्रत्यक्ष मैत्रीचं नातं असणाऱ्या त्याच्या अम्मीने तर पार 'आर्मी हाऊस'वर जाऊन त्याच्या अध्यक्षाला दम मारायला कमी केलं नसतं– 'लाज नाही वाटत, खुदासोबतची लोकांची नाती अशी चव्हाट्यावर आणायला?' तिने ठणकावून विचारलं असतं.

सज्जाद विचार करत-करतच बाहेर आला. त्याला दिसलेलं दृश्य हे : बिलाल आणि अली, त्याच्या मुलाचे सगळ्यात जवळचे मित्र व्हेस्पावरून हिंडत आहेत. बिलाल त्याचा निकाल एखाद्या विजयश्रीच्या झेंड्यासारखा फडकवत चाललाय आणि सज्जादच्या गाडीपाठी दडून रझा हे दृश्य पाहत आहे.

१५

कराचीमध्ये रात्री विमानाने उतरणाऱ्या अमेरिकन हॅरीने– पूर्वाश्रमीच्या हेन्री बर्टनने– खाली मैलोन्‌मैल दिव्यांच्या उजेडात न्हायलेल्या, जगातल्या सगळ्यात जास्त वेगाने वाढणाऱ्या त्या शहराकडे कौतुकमिश्रित प्रेमाने बघितलं आणि त्याच्या मनात घरी परतताना होतो तो आनंद काठोकाठ दाटून आला. "अहाहा! बरं वाटलं बुवा!" विमानतळाच्या बाहेर पडताक्षणी त्याच्या अंगावर चालून आलेल्या गोंगाटात स्वतःला स्थिरावत तो आनंदाने उद्‌गारला. इतकं की, त्याने एका भिकाऱ्याला देऊ केलेलं २५ पैशाचं नाणं जेव्हा त्या भिकाऱ्याने तुच्छ आविर्भावाने हेन्रीकडे, नव्हे हॅरीकडे परत भिरकावलं, तेव्हा त्याला राग न येता गंमत वाटली!

'इस्लामाबादेतून निसटलो, ते बरं झालं बुवा!' हॅरी स्वतःशी विचार करू लागला. त्या 'शासकीय' शहरात हॅरीला आवडावी, अशी एकही गोष्ट नव्हती. केवळ दोन दशकांपूर्वी वसवलेल्या ह्या शहराला काहीच इतिहास नव्हता; होती ती फक्त शासकीय तालीम. जिथे आतल्या बाजूने फोफावणाऱ्या किडीला अगदी कुशलपणे 'शासकीय कारभार असाच चालतो', ह्या पालुपदानं लेपलं जाई. 'कंटाळवाणं, पण सुंदर शहर' असं हॅरीला इस्लामाबादचं वर्णन बऱ्याचदा ऐकू येई. पण मसुरीसारख्या ठिकाणी बालपण घालवलेल्या माणसाला हे सौंदर्य काय भुरळ घालणार? हॅरीला आवडायचं ते त्याने बालपण घालवलेल्या शहरांचा गजबजाट आणि थंड हवेच्या ठिकाणांचं स्वर्गीय सौंदर्य. एकदाच तो इस्लामाबादेतून गाडी चालवत मुरी ह्या थंड हवेच्या ठिकाणी आलेला आणि काश्मीर पॉइंटवर उभा राहून समोरचे बर्फाच्छादित डोंगर बघत आणि पाईन वृक्षांचा सुगंध घेत आपल्या बालपणीच्या आठवणींमध्ये रमून गेलेला.

'कराची, कराची–' दूतावासातून पाठवलेल्या गाडीत बसून शहरात येता-येता हॅरीचं मन हीच तान गुणगुणत होतं. इतक्यात रस्त्याच्या चुकीच्या बाजूला उभा

असलेला ट्रक अचानक सुरू होऊन भरधाव वेगाने हॅरीच्या गाडीला घसटून गेला, तसं हॅरीने आनंदाने टाळ्या वाजवणंच बाकी होतं! ह्या असल्या 'गोड' त्रासांशिवाय कसं काय राहू शकलो आपण इस्लामाबादेत पूर्ण सहा महिने? त्याने स्वत:लाच विस्मयचकित होऊन विचारलं.

'काय काय बलिदान देत असतो माणूस, आपल्या देशासाठी?' काचेतल्या स्वत:च्या प्रतिबिंबाला सलाम ठोकत तो मनात म्हणाला.

पण दुसऱ्या दिवशीच्या दुपारपर्यंत हॅरीचा उत्साह – किमान मानसिक उत्साह तरी – थोडा थंडावला होता. त्याच्या शरीराला मात्र अजून टुणटुण उड्या मारण्यावाचून पर्याय नव्हता... तो कराचीमधल्या त्या 'सुप्रसिद्ध' रिक्षामध्ये बसला होता... रिक्षेच्या स्प्रिंग कैक वर्षांपूर्वी गहाळ झालेल्या दिसत होत्या त्यामुळे चंद्रावर असल्यासारखे खड्डे असलेल्या त्या ठेचाठेच भरलेल्या रस्त्यावर ती रिक्षा जणू सशासारख्या उड्या मारत चालली होती! त्या आणि आजूबाजूच्या रिक्षांमधून (आणि इतर वाहनांमधून) भकाभक निघणाऱ्या धुरामुळे हॅरीला श्वास घेणंही कठीण जात होतं आणि त्यात त्या रस्त्यावर वाहनं एकमेकांना इतकी चिकटून चाललेली की, समोरच्या ट्रकवर रंगवलेल्या माणसाच्या मिशीचा केस न केस हॅरीला स्वच्छ दिसत होता. डिसेंबरचा महिना असूनही हवेत बरीच उष्णता दाटून आली होती आणि काही वेळापूर्वी जाणवणारा समुद्राचा खारा वारा ह्या धुरांड्यात तग धरू शकला नव्हता. हॅरीने आजूबाजूच्या सुंदर इमारतींकडे आपलं लक्ष वळवलं– तिथे दिसणारी सुंदर कारागिरी तो निरखू लागला.

पण अखेर त्याची रिक्षा ती श्रीमंतांची वस्ती मागे टाकून शहराच्या त्या भागामध्ये आली, जिथे नजर पडेल तिथे कुठल्याही पूर्वनियोजनाशिवाय जराशा विद्रूपच अशा इमारती उभ्या राहिल्या होत्या. ज्या थोड्याफार ठिकाणी इमारती उभ्या राहिलेल्या नव्हत्या, तिथे त्यांना उभारण्याच्या तयारीत सगळी झाडं-झुडपं कापून टाकली होती. हिरवळ होती तर फक्त निवडुंगांच्या रूपाने. काही ठिकाणी गरीब जनतेने ताडपत्रीच्या झोपड्या उभारल्या होत्या. हे सगळं बघून, आपण शोधत असलेला माणूस आपल्याला कुठल्या अवस्थेत दिसेल ह्याची हॅरीला भीती वाटू लागली.

दोन दिवसांपूर्वी, एका पार्टीमध्ये यजमानांच्या तळ्यातले मासे हातात पकडण्याच्या खेळात गुंतलेल्या एका उद्योगपतीला हॅरीने विचारलं, "नझीमाबाद कसं आहे हो?"

त्या माणसाने धड वर बघण्याचेही कष्ट न घेता उत्तर दिलेलं, "हं! मुहाजिरांचा अड्डा तो! मी तिथे कधीच गेलेलो नाहीये. अगदीच सामान्य जनतेचा परिसर आहे तो."

पाकिस्तानातल्या ज्या थोड्या गोष्टी हॅरीला हैराणीत टाकायच्या, त्यातली एक

होती तिथली वर्गवारी आणि तिचा केला जाणारा मोकळाढाकळा उल्लेख. त्यातही जेव्हा श्रीमंत लोक त्यांच्यापेक्षा गरीब असलेल्या लोकांचा उल्लेख 'सामान्य जनता' असं करायचे – एखादी शिवी दिल्यासारखे – तेव्हा तर त्याला फारच अस्वस्थता वाटे. 'मुहाजिरांचा अड्डा' ह्या शब्दांचा नेमका काय अर्थ लावावा, हे मात्र हॅरीला समजेना. त्याला इतकं ठाऊक होतं की, मुहाजिर हा स्थलांतरित होऊन येणाऱ्या लोकांसाठीचा उर्दूतला शब्द होता; एका स्तरावर खरंतर हॅरी स्वत:लाही त्या शब्दाने ओळखू शकत होता. अर्थात, त्याला हेही ठाऊक होतं की, पाकिस्तानमध्ये त्या शब्दाचा नेमका अर्थ असा होता की, 'फाळणीनंतर भारत म्हणून ओळखल्या जाणाऱ्या प्रांतामधून पाकिस्तानला आलेला मनुष्य.'

एवढं सगळं माहिती असूनही, समोर असलेल्या उद्योगपतीच्या मनात (ज्याच्या स्वत:च्या वांशिक इतिहासाबद्दल हॅरीला काहीच माहीत नव्हतं) ह्या शब्दाचा काय अर्थ तरळत होता, हे कळायची सोय नव्हती. खरंतर, हॅरीला अफगाणिस्तानमधल्या विविध गटांची सखोल माहिती देण्यात आली होती. त्यामुळे तो पश्तून, उझ्बेक, ताजिक, हाजरा इत्यादी गटांमधल्या शत्रुत्वावर, मैत्रीवर, एकंदरीत संबंधांवर अधिकारवाणीने तासन्तास बोलू शकत होता; पण 'इंटर सर्व्हिसेस इंटेलिजन्स' (आय.एस.आय.) एजन्सीशिवाय पाकिस्तानातल्या इतर कुठल्याच गटाबद्दल त्याला माहिती नव्हती.

हो, त्याला हे निश्चित ठाऊक होतं की, कराची इस्लामाबादसारखं मुळीच नव्हतं. अर्थात, इस्लामाबादमधील लोक हा शेरा सकारात्मकपणे घ्यायचे की नकारात्मकपणे, हे सर्वस्वी त्यांच्या वैयक्तिक दृष्टिकोनावर अवलंबून असे.

त्या उद्योगपतीची भूमिका बरीच नकारात्मक होती. "उजाड स्वप्नांचं शहर... अजून काय?" त्याने उपहासाने म्हटलेलं.

पण काळ्या पाण्यासारख्या सरळसोट, लांब केसांची शेजारी उभी असलेली एक सुंदरी म्हणाली, "त्या शहरात चैतन्य आहे. सगळ्यांच्याच स्वप्नांचा तिथे चुराडा होत असता, तर लोक इतक्या संख्येने तिथे स्थलांतरित होत राहिले नसते."

तिच्या केसांच्या सौंदर्याइतकंच तिच्या ह्या शेऱ्यासाठीसुद्धा हॅरीने नंतर तिची शय्यासोबत केली. अर्थात, त्यात ना काही संभाषण होतं, ना कुठल्या प्रेमाच्या गुजगोष्टी, ना फोन नंबरांची देवाणघेवाण. खरंतर, त्यात 'नंतरचं' असं काहीच नव्हतं. हॅरी बाहेर आल्यावर, अवघ्या पाच मिनिटांत ती कपडे घालून निघून गेली. हॅरी ह्यापूर्वी कधीच सेक्सनंतर इतका एकाकी पडला नव्हता.

एकाकीपणाच होता. ज्याने हॅरीला इथवर आणलं होतं– त्या भूतकाळाच्या शोधात जे त्याच्या आई-वडिलांच्या नात्याइतकंच किंवा त्याच्या बालपणाइतकंच दुष्प्राप्य होतं. गेले कित्येक महिने, हॅरीने कराचीला येऊन नझीमाबादमधल्या एका

दारावर ठोठावण्याची तीव्र इच्छा दाबून धरलेली; पण आता कुठल्याही आशेपेक्षा ती इच्छा एकदाच शमवण्याच्या इच्छेने तो अखेर त्या माणसाकडे येत होता, ज्याच्यावर त्याने आयुष्यात प्रथम प्रेम केलं.

हॅरीची रिक्षा एका शांत गल्लीमध्ये वळली. तिकडची घरं पाहताच हॅरीने त्याच्या नकळत सुटकेचा निःश्वास टाकला. इथल्या घरांमध्ये कराचीत बऱ्याचदा दिसतात तशा भिंती नव्हत्या– ना बगीचे होते. इथली सगळी घरं एकसमान आकाराची आणि एकमेकांना खेटून उभी होती. त्यात कसला थाटमाट नव्हता; पण किमान काही निराशाजनक तरी नव्हतं. हॅरीला बरं वाटलं. त्याने मोठ्ठा सुस्कारा सोडला, तसं रिक्षावाल्याने मागे वळून बघितलं. हॅरीने मानेनेच त्याला 'काही नाही' अशी खूण केली. एके ठिकाणी येऊन शेवटी रिक्षा थांबली. रिक्षाचालकाने हॅरीला भाडं सांगितलं तसं ते चढे भाव ऐकून हॅरीने भुवया उंचावल्या. ते पाहून रिक्षावाल्याने हॅरीला समजवलं, "अमेरिकन माणसाकडून मी जास्त पैसे घेतले नाहीत, तर लोकांना वाटेल मी सी.आय.ए.मध्ये काम करतो!"

खरंतर तो किती पैसे घेतो, हे बघायला त्या निर्मनुष्य रस्त्यावर कोणीच नव्हतं; पण त्या माणसाच्या धिटाईसाठी म्हणून हॅरीने त्याला त्याने मागितलेली रक्कम देऊन टाकली.

मग एका घरासमोर ऐसपैस वाढत असणाऱ्या झाडाकडे खुणावत त्याला हॅरी म्हणाला, "मला जरा वेळ लागेल. तुम्ही त्या सावलीत रिक्षा उभी करा."

रिक्षाचालकाने होकार भरत म्हटलं, "तुमचं उर्दू खूप छान आहे."

रिक्षातून बाहेर पडत १७ नंबरच्या घराकडे खुणावत हॅरी उत्तरादाखल म्हणाला, "माझे पहिले गुरू तिथे राहतात. मी सांगेन त्यांना तुम्ही जे म्हणालात ते."

हॅरी लांब ढांगा टाकत त्या दरवाज्यापाशी गेला तसं रस्त्यात पुढे क्रिकेट खेळणाऱ्या काही पोरांनी आपला खेळ थांबवला आणि त्याच्याकडे पाहू लागली. हॅरीनेसुद्धा त्यांना जरा गमतीने निरखलं– त्यातली काही पोरं तर त्या उन्हाळ्या दुपारी क्रिकेटचा खास स्वेटर घालून खेळत होती!

हॅरीने दार ठोठावलं तसं थोड्या वेळाने दारापल्याड पावलांचा आवाज झाला आणि क्षणात दार उघडलं गेलं. हॅरीसमोर एक सुंदर युवक उभा होता– जीन्स आणि विटलेला लाल टी-शर्ट घालून... त्याची चेहरेपट्टी – हॅरीने लगेच ओळखलं – मंगोल जातींशी साम्य राखणारी हाजरा किंवा कदाचित ताजिक, की उझबेक? पण त्याला ह्या गोष्टीवर विचार करायला फारसा वेळ मिळाला नाही. त्याला लागलीच खोल निराशेने घेरलंच. 'खरंच आपल्याला आशा होती की, वीस वर्षांपूर्वी मिळालेल्या ह्या पत्त्यावर आपल्याला पाहिजे तो माणूस मिळेल अजून?'

पण... कदाचित... 'कमॉन बर्टन, इतक्यात हार मानू नकोस.... ह्या लोकांनाच

माहिती असेल तो आता कुठे असतो तो?

"हॅलो! मी सज्जाद अश्रफला भेटायला आलेलो. ते इकडे राहायचे आधी." रझा एकटक ह्या उंच, हिरव्या डोळ्यांच्या, टकल्या, ढेरपोट्या अमेरिकनाकडे पाहत राहिला.

त्याला आपला प्रश्न समजलेला नाही, असं समजून (आणि हा मुलगा इथे का आहे, ह्या संभ्रमात पडून) हॅरीने पुन्हा तोच प्रश्न उर्दूत विचारला.

"मला इंग्रजी येतं." जरा दुखावल्या स्वरातच त्या मुलाने म्हटलं, "आणि जपानी आणि जर्मनसुद्धा." कित्येक महिन्यांनी रझाला कशाबद्दल तरी शेखी मिरवण्याची संधी मिळत होती– जी त्याला गमवावीशी वाटेना. "उर्दू. आणि पुश्तूसुद्धा. तुम्हाला कुठल्या भाषा येतात?"

आपण ह्यापूर्वी इतके मंत्रमुग्ध कधी झालेलो, हे हॅरीला आठवेना. "इंग्रजी, जर्मन, उर्दू आणि थोडं फारसी."

"मी जिंकलो." रझा जर्मनमध्ये म्हणाला. त्या वाक्यात कुठला गर्व नव्हता; होता तो फक्त एक मूक असा अभिमान, स्वत:च्या अस्तित्वाच्या हक्काबद्दलचा– अस्थिरसा.

"मतितार्थाताने," रझाला घट्ट मिठी मारण्याची प्रबळ इच्छा रोखत हॅरी इंग्रजीत म्हणाला. मग पुढे जर्मनमधे बोलला, "मी हॅरी. तू सज्जाद आणि हिरोकोचा मुलगा असशील?"

"हो." रझा हसून म्हणाला. "मी रझा. हाऊ डू यू डू?" हात पुढे करत रझाने विचारलं तसं हॅरीने प्रेमाने त्याचा हात हातात धरून ठेवला. "या–" अमेरिकनांना अपरिचित अशा पाकिस्तानी स्वाभाविकपणाने हॅरीचा हात पकडून त्याला घरात घेत रझा म्हणाला, "मी अब्बांना सांगतो."

हॅरी त्याच्यापाठोपाठ ओटीवरून त्याच्या स्मरणातल्या अश्रफांच्या घराच्या लहानग्या प्रतिकृतीत शिरला. मधोमध एक मोठं झाड असलेल्या खुल्या अंगणाच्या कडेला बांधलेल्या निमुळत्या छतांच्या खोल्या आणि कुंड्यांमध्ये वाढणारी झेंडू, फ्लॉक्स आणि स्नॅपड्रॅगनची फुलं प्रकर्षाने जुन्या दिल्लीची आठवण करून देत होती.

चंदेरी केसांचा एक मनुष्य पांढराशुभ्र कुर्ता-पायजमा घालून रोपट्यांना पाणी घालत होता. हे दृश्य पाहून हॅरीचं आनंदाने उड्या मारणंच बाकी होतं! अर्थात, असंच होणं प्राप्त होतं. आयुष्याच्या कुठल्याही पर्वात त्याला सज्जाद असल्या उन्हात न्हायलेल्या अंगणात, फुलांच्या सान्निध्यात सापडणंच प्राप्य आणि सगळ्यात साहजिक होतं.

"अब्बा, तुम्हाला भेटायला अंकल हॅरी आले आहेत." आपल्या वडिलांकडे

निरखून पाहणाऱ्या ह्या विदेशी माणसाच्या चेहऱ्यावरचे भाव न उमजलेल्या रझाने हाक दिली.

तसा तो चंदेरी केसांचा माणूस ताठ उभा राहिला. हॅरीने सज्जादला क्षणार्धात ओळखलं. त्याच्या चेहऱ्यावरचं निर्मळ स्मित आता जणू त्याच्या ओठांभोवती कोरलंच गेलं होतं सज्जाद मात्र पाहुण्याकडे अनोळखीतून येणाऱ्या संभ्रमाने बघत बसला. इतक्यात बेडरूममधून बाहेर पडलेल्या हिरोकोला, त्याच्या झोपाळलेल्या डोळ्यांत आणि लाल केसांत काहीतरी परिचित वाटलं... पण तिने आपल्या आठवणींमधून कोनरॅडचा चेहरा खणून काढण्याआधीच हॅरी म्हणाला, "मी हेन्री बर्टन– जेम्स आणि इल्सेचा मुलगा."

सज्जादने हळूच एक पाऊल पुढे टाकलं; मग दुसरं.

"पण तू... तू तर इतकासा होतास! ...खरंच? हेन्री? हेन्रीबाबा!"

"आता फक्त हॅरी. मी गेले सहा महिने इस्लामाबादच्या अमेरिकन एम्बसीमध्ये कॉन्स्युलर ऑफिसर म्हणून काम करतोय – व्हिसा वगैरे गोष्टींची कामं. आणि पाकिस्तानात येऊन मी तुम्हाला न भेटणं शक्यच नव्हतं."

हॅरीने अभिवादनासाठी सज्जादसमोर हात पुढे केला, तसं सज्जाद हसत म्हणाला, "अरे पोरा! मी तुला माझ्या खांद्यावर घेऊन भटकलोय. नुसते हात मिळवण्यापेक्षा आपण अजून काही करू शकत नाही का?" असं म्हणत हॅरीला काही समजण्याआधीच सज्जादने त्याला गळामिठी मारली. मग हॅरीचा गोंधळलेला चेहरा बघून म्हणाला, "अरे? तुला लक्षात नाही का? तूच तर मला हट्टाने तुला ही गळामिठी शिकवायला लावलीस; माझे वडील गेले तेव्हा सांत्वनासाठी आलास तेव्हा. तू अगदी मोठ्या माणसांसारखा शांतपणे आमच्या अंगणात आलास, बूट काढलेस आणि दिवाणावर उभं राहून माझ्या प्रत्येक भावाला गळामिठी मारलीस. ते सगळे तुझ्यावर फिदा झाले होतो! तू नऊ वर्षांचा असशील तेव्हा."

"सात, मी सात वर्षांचा होतो. माझ्या बालपणातली ती सगळ्यात स्पष्ट आठवण आहे. मी प्रथमच एका अशा घरात होतो, जिथे इंग्रजी बोललं जात नव्हतं. मी तिथे माझ्या आई-वडिलांशिवाय का होतो, ते मात्र माझ्या लक्षात नाही."

आपल्या जुन्या शिष्याच्या जिभेवरनं इतक्या सहजतेने ओघवणारं उर्दू ऐकून, सज्जाद तृप्त झाला. काय बोलावं हे न समजून, त्याने फक्त आपला चष्मा उतरवत, कुर्त्याच्या बाहीने त्याच्या काचा पुसल्या आणि मग पुन्हा डोळ्यांवर चढवला. मग खुशीने मान डोलावली, जणू आता त्याला १९४४ मधल्या त्या घटना लख्खपणे दिसत होत्या.

"तुला यायचं होतं. तू म्हणालास, मला माझ्या कुटुंबाच्या वतीने तुमचं सांत्वन करायला यायचंय. मला त्या दिवशी माझ्या हेन्रीबाबाचा इतका अभिमान वाटला

म्हणून सांगू...'' सज्जाद प्रेमळ स्मित करत म्हणाला.

लहानपणच्या गोष्टी ऐकून हॅरीच्या कानाच्या पाळ्या लाल होऊ लागल्या. मात्र नशिबाने उत्तरादाखल काय म्हणावं, ही त्याची चिंता मिटली; कारण तेवढ्यातच सज्जादने समोरून येणाऱ्या स्त्रीकडे निर्देश करत म्हटलं, ''माझी पत्नी हिरोको.''

''हिरोको-सान,'' हॅरी कमरेत लवत आदराने म्हणाला. त्याच्या त्या अडखळलेल्या कृतीने स्पष्ट दाखवून दिलं की, त्याला वाकण्याबिकण्याची मुळीच सवय नव्हती.

हिरोकोने प्रेमाने त्याचा हात हातात घेत म्हटलं, ''फक्त हिरोको. तुला भेटून खूप आनंद झाला, हॅरी.'' आपल्या नावाशी हिरोकोचे घनिष्ठ संबंध आहेत ह्याची एकदम जाणीव झाल्यावर हॅरीच्या चेहऱ्यावर पसरलेल्या आश्चर्याच्या भावाकडे दुर्लक्ष करत हिरोको पुढे म्हणली, ''वेईस कुटुंबाच्या व्यक्तींसाठी माझ्या हृदयाचा एक कोपरा नेहमीच राखीव आहे आणि राहील.'' मग आपल्या मुलाकडे वळत बोलली, ''रझा, हा कोनरॅडचा भाचा आहे.''

''ओ!'' त्याला अजून आश्चर्याने न्याहाळत रझा बोलला, ''माझं मधलं नाव कोनरॅड आहे.''

हॅरीने ह्या माहितीवर फक्त मान डोलावली– जणू ती समजण्यात कुठलंच आश्चर्य नाही, केवळ आनंद आहे. त्यांच्या मुलीच्या जन्माच्या काही महिने आधी, बाळाचं लिंग ठाऊक नसताना, हॅरी आणि त्याच्या माजी पत्नीने कंबर कसून अशा नावाचा शोध सुरू केलेला, ज्याला ते दोघं आयुष्यभरासाठी बांधले जाऊ शकतील. (तोपर्यंत, त्यांना हे लक्षात आलेलंच होतं की ह्या नावाशिवाय त्यांना एकमेकांशी बांधून ठेवणारा कुठलाच दुवा उरलेला नव्हता.)

एका सुट्टीत इल्सेकडे न्यूयॉर्कला राहून आल्यानंतर त्याच्या माजी पत्नीनेच मुलगा झाला तर 'कोनरॅड' हे नाव सुचवलं. पण, हॅरीने वैतागून त्याला विरोध दर्शवला आणि तिला उर्दूमधला 'मनहूस' हा शब्द शिकवून त्याचा अर्थ समजावला. आणि तरीही, त्याच्यासमोर उभा होता सज्जाद – ज्याने प्रथम त्याला तो शब्द शिकवला – त्याच्या त्या मुलाकडे हसत बघत, ज्याचं मधलं नाव त्याच्या आईच्या पहिल्या प्रियकराचं नाव होतं; असा प्रियकर, जो वयाची तिशीही न बघता ह्या जगातून उठला होता!

''तर, तू शाळेत जातोस की युनिव्हर्सिटीत, रझा कोनरॅड?'' हॅरीने रझाला विचारलं. त्यावर रझा पुढे झुकला, डोईवरचे झुपकेदार केस डोळ्यांवर आणत आणि जर्मनमध्ये म्हणाला, ''माझे वडील कधी युनिव्हर्सिटीत गेले नाहीत; मग मी का जावं?'' हॅरीला तेवढ्यानेच वातावरणातला तणाव जाणवला आणि सज्जादने हिरोकोकडे भाषांतराच्या अपेक्षेने बघितलं, पण ती काहीच बोलेना.

''नाही, तसं काहीच कारण नाही.'' इथं कुठला 'कट' शिजत नाहीये, असं

नजरेनेच सज्जादला खुणावत हॅरीने जर्मनमध्ये उत्तर दिलं, "तू जर पाच विविध भाषांमध्ये जगाकडे बघू शकतोस, तर कदाचित तू एखाद्या जुनकट वर्गामध्ये बसून पठडीतलं शिक्षण घेत नाहीयेस, हेच उत्तम आहे."

ह्यावर आपल्या मुलाला मनापासून हसताना पाहून सज्जादला पूर्वीच्या दिवसांतल्या त्याच्या आणि हेन्रीमधल्या मोकळ्या-ढाकळ्या नात्याची आठवण झाली. हेन्रीचं आपल्या वडिलांशी कधीच तसं नातं निर्माण होऊ शकलं नाही... आणि आता, समोर दिसणारं दृश्य बघून सज्जादला आयुष्यामधल्या विरोधाभासांची कमाल वाटली.

"तुझे वडील कसे आहेत, हेन्री?"

"डॅड? ते... त्यांचं म्हणजे अद्याप 'सुंभ जळाला, पण पीळ गेला नाही' अशातली गत आहे. त्यांना काही महिन्यांपूर्वी हृदयविकाराचा मोठाच झटका आला. पण इतकं होऊनही त्यांच्या पार्ट्या, नाचगाणी काही कमी होत नाहीत. आई त्यांना सोडून गेल्यावर त्यांनी हुशारी करून अशाच दुसऱ्या बाईशी लग्न केलं, जिला ह्या गोष्टींची आवड असेल. तिचं डॅडवर एवढं प्रेम आहे की नाही, हे मला माहीत नाही; पण त्यांच्या राहणीमानावर नक्कीच आहे. आणि त्यांना सुद्धा तेवढं पुरेसं दिसतंय. शिवाय त्यांचा 'जन्टलमन्स् क्लब' आहेच उरलीसुरली कसर भरून काढायला."

बोलणं संपल्यावर हॅरीला अंगणात पसरलेल्या नाराज शांततेचं भान आलं. अर्थातच, त्याच्या वडिलांबद्दल त्याचं ह्या प्रकारे बोलणं – अगदी, जेम्स बर्टनमधले सगळे दोष जाणणाऱ्या लोकांसमोरही – हे भारतीय शिष्टाचाराला मुळीच धरून नव्हतं. (तो अजूनही सज्जादला भारतीयच समजत होता– तो गेले कित्येक दशकं पाकिस्तानात राहत असूनही.)

"माझी आई बरी आहे." हिरोकोकडे बघून मान डोलवत, वातावरणातला तणाव दूर करण्याच्या प्रयत्नात हॅरी म्हणाला. त्याला ह्या दोन स्त्रियांमधल्या घट्ट मैत्रीची सगळी खबरबात होती. फाळणीनंतर दशकभर त्या दोघींचा इमानेइतबारे पत्रव्यवहार चालायचा; पण आंतरराष्ट्रीय टपाल खात्यात नंतर माजलेल्या अंदाधुंदीमुळे त्यांना हा रतीब थांबवायला लागला. "मी तुम्हाला भेटलोय, हे ऐकून तिला अत्यानंद होईल! तिच्या कपाटात अजूनही तुमचा आणि तिचा एक सुंदर फोटो आहे."

हॅरीने आरामखुर्ची पकडून, चहाचं आमंत्रण स्वीकारून पूर्ण संध्याकाळ अश्रफ दाम्पत्याशी भरभरून गप्पा मारण्याचा आपला बेत जाहीर केला; तसं रझाला आपण काय करावं, ते समजेना. त्यांच्या अंगणात कुठल्याशा जादूने उगवलेल्या ह्या अमेरिकनापेक्षाही, रझाला आश्चर्य वाटत होतं, त्याच्याशी शिळोप्याने गप्पा मारणाऱ्या त्याच्या आई-वडिलांचं. त्यांना हॅरीच्या अस्तित्वामध्ये विचलित होण्यासारखं काहीच

दिसत नव्हतं– जणू तो वर्षानुवर्षं तिथे येत असावा.

रझाचं म्हणाल, तर तो तर हेन्री नव्हे, हॅरी बर्टनमुळे पूर्णपणे मंत्रमुग्ध झालेला होता– त्याचे हावभाव; हिरोको आणि सज्जादच्या छोट्यातल्या छोट्या गोष्टी तितक्याच तन्मयतेने ऐकण्याचं त्याचं कसब, उर्दू आणि इंग्रजी शब्दांचे त्याचे निराळे उच्चार (नॉव-शस, टॉमे-टो, स्केड्यूल... रझा एखाद्या मंत्राप्रमाणे हॅरीचे शब्द उच्चारत बसलेला.)

हॅरीने पाणी मागितल्यावर रझा टुणकन उडी मारून पाणी आणायला धावला. परत येताना त्याला त्याच्या अवघ्या जन्माचं सार्थक झाल्यागत वाटलं, जेव्हा त्याने हॅरीला बोलताना ऐकलं, "औरच मुलगा आहे तुमचा! तुमच्याकडे एखादं 'मुलं कशी वाढवावीत?' ह्यासाठी मार्गदर्शनपर पुस्तिका वगैरे आहे काय? नाही, असेल तर ती मला द्याल का?"

मात्र, हे ऐकून रझाच्या अंगावर चढलेलं मूठभर मांस क्षणात वितळलं. आता तो हेच विचारणार की, 'कितवीत आहे रझा? त्याला काय शिकायला आवडतं?' आणि मग अम्मी-अब्बांना त्याला घडलेलं सगळं सांगावं लागणार किंवा खोटं तरी बोलावं लागणार.

रझा ओंजळीत चेहरा लपवून हताशपणे भिंतीशी टेकून उभा राहिला. क्षणार्धात तो हसरा-नाचरा रझा गायब होऊन त्याच्या जागी हताश, निराश रझा उभा राहिला.

तो पुन्हा नापास झाला होता. दुसरी वेळ तर पहिल्यापेक्षाही वाईट होती. वर्गात शिरण्याआधीच त्याच्या डोक्यातले शब्दांचे अर्थ बाष्पासारखे हवेत विरून गेलेले. परीक्षेला जाताना बसमध्ये बसल्या-बसल्या तो जेव्हा रस्त्यावरच्या फलकांकडे, दुकानांच्या पाट्यांकडे बघत होता; तेव्हा त्याला ती अक्षरं त्याच्यासमोर नाचत-नाचत, त्याला वेडावून विरून जाताना दिसत होती. पर्यवेक्षकाने जेव्हा 'लिहायला सुरुवात करा', असा इशारा दिला, तेव्हा रझाचं हृदय इतक्या जोराने धडधडत होतं की, त्याला भीती वाटली की ते आता कुठल्याही क्षणी छाती फाडून बाहेर पडतं की काय! कशाचाच अर्थ लागेना. धड पेनही नीट धरता येईना. शेवटी पाचच मिनिटांनी तो कोरा पेपर सुपूर्द करून घरी परतला आणि तो इतका लवकर परतलाय त्या अर्थी मागचीच पुनरावृत्ती झाली आहे, हे समजून गेलेल्या आई-वडिलांच्या नजरेला नजर न मिळवता झोपून गेला.

त्या दिवशी रझाला आपल्या वडिलांच्या डोळ्यांत अश्रू दिसले! आणि प्रथमच, आपल्या मुलाला विनवणी करताना सज्जाद वृद्ध दिसला. "का? का तू ही इतकीशी गोष्ट करू शकत नाहीयेस? प्लीज रझा, माझ्या राजा– माझ्यासाठी तरी कर!"

त्याच्या पहिल्या वेळच्या अपयशाला आजूबाजूच्या पोरांनी हसून उचलून धरलेलं. "सगळं नाटक आहे! सगळ्या हीरो लोकांना एकदातरी असं नाटक

लागतंच ना? तसंच हे! पुढच्या वेळेस बघ तू कसा झरझर पेपर लिहून सरशी मिळवशील!'' ते सगळे म्हणाले होते. पण अर्थात, तसं काही घडलं नव्हतं आणि रझा पुन्हा नापास झाल्यावर त्यांना काय बोलावं, हेच समजेना. आता रझा खोलीत आल्यावर सर्वत्र शांतता पसरत असे. बाकीचे सगळे आता थोड्याच दिवसांत युनिव्हर्सिटीत जाणार होते आणि त्यांच्या सगळ्या गप्पा त्याच विषयावर असत. ते ज्या चांगुलपणाने रझासमोर विषय बदलण्याची धडपड करत – ते रझाला साहवेना. आणि म्हणून मग तो जास्त करून घरातच राहू लागला. कधीतरी त्यांच्या आग्रहाला दबून रझा त्यांच्यासोबत जाई तेव्हा त्याचं घरी परतणं, हे सगळ्यांसाठीच सुटकेचं ठरायचं. त्यांच्यासाठीही आणि स्वतः रझासाठीही. रझाला हे सगळं नीट समजत होतं.

रझाने ग्लासमध्ये पाणी भरलं आणि स्वयंपाकघराच्या खिडकीतून डोकावून अंदाज घेण्याचा प्रयत्न केला की, आतापर्यंत हॅरीला हे समजलं का की, हा 'और मुलगा' खरंतर 'मोठ्ठं मठ्ठ गाढव' आहे ते?

काही महिन्यांनंतर पुन्हा परीक्षा होती. त्याच्या वडिलांना ठामपणे वाटत होतं की, रझाने त्या परीक्षेला बसावं. पण रझाला माहीत होतं की, तो पुन्हा नापास होणार आणि म्हणून तो नकार देत राहिला होता. त्याच्या आतलं 'काहीतरी' बंदच पडलं होतं– इतकं सोपं होतं ते.

रझाने ट्रेमध्ये ग्लास ठेवला आणि काचेवर पडलेल्या त्याच्या अंगठ्याचे ठसे पुसून टाकले... 'आयुष्यातल्या सगळ्या चांगल्या गोष्टी अशाच एका झटक्यात पुसल्या जातात.'

१६

“अरे, त्या धक्क्यावर नव्हे; माशांच्या बंदरावर ने!”

रिक्षाचालक शेर महम्मद मागे बसलेल्या हॅरीच्या आवाजाने दचकून दुसरीकडे वळला. “सॉरी सॉरी, विसरलो. मी अजून झोपेतच आहे. इतक्या लवकर उठण्याची सवय नाहीये मला.” चालकाच्या स्थानावर बसलेल्या माणसाकडून हे शब्द ऐकणं फार निर्धास्त करणारं नव्हतं. पण एव्हाना हॅरीच्या लक्षात आलं की, शेर महम्मदची 'चालकगिरी' ही त्याच्या अंतर्ज्ञानामुळे आणि बरीचशी ईश्वरी कृपेमुळे नीट चालणारी होती. एरवी दुपारी गर्दीमधून रिक्षा चालवताना तो काहीतरी नियम पाळायचा; पण इतक्या भल्या पहाटे सापडलेल्या निर्जन रस्त्यावर त्याने आपली रिक्षा त्याच भरधाव वेगाने आणि आत्मविश्वासाने सोडली होती की, या भल्या प्रहरी समोरून कुठलं वाहन येणं केवळ अशक्य होतं!

रिक्षामध्ये पहाटेचा थंड वारा घोंघावू लागला तशी हॅरीने अंगाभोवतीची शाल अजूनच घट्ट लपेटली. 'हं, म्हणजे कराचीतही थंडी पडते तर!' तोंडातून गार वाफा सोडताना त्याच्या मनात आलं.

अखेर ते माशांच्या बंदरापाशी पोहोचले, तेव्हा हॅरीने पाहिलं की, सज्जाद आणि रझा आधीपासूनच दरवाज्यापाशी येऊन पोहोचले होते. ते दोघं सज्जादच्या गाडीतून आलेले; रझा तर रस्ताभर सज्जादच्या खांद्यावर डोकं ठेवून झोपूनच आलेला. किंबहुना, अजूनही तो तसाच झोपलेला. “उठा राजकुमार!” सज्जादने हळुवारपणे रझाच्या डोक्यावर हात फिरवत त्याला उठवण्याचा प्रयत्न केला. रझाने एकदाच डोळे उघडले आणि 'मासे' असं बडबडत पुन्हा झोपून गेला. मग सज्जादने हलक्या हाताने– ज्याप्रमाणे हॅरीने एकदा त्याला घरट्यामधून पडलेलं अंड उचलताना बघितलेलं– रझाचं डोकं आपल्या खांद्यावरून काढून त्याला शेजारच्या सीटवर आडवं केलं.

"आपण त्याला ब्रेकफास्टच्या वेळी उठवू या." जाड लोकरीचा स्वेटर आणि पुढून उघडे असलेले बूट घालून गाडीतून उतरता-उतरता (आणि बराच विचित्र दिसत असता) सज्जादने हॅरीला सुचवलं. "आपल्याला सुद्धा मग जरा बोलता येईल हेन्री-बाबा." तेवढ्यात सज्जादचं लक्ष हॅरीच्या बुटांकडे गेलं तशी त्याने मान डोलावली आणि गाडीतून रबरी सपाता काढून त्याच्या हातात दिल्या. "ह्या घाल."

सपातांची सवय नसलेल्या हॅरीची बोटं आपसूकच वळवळू लागली. त्याला अमेरिकेमध्ये त्याने पूर्वी पाळलेल्या बिली मांजरीची आठवण झाली. तो शाळेतून यायच्या वेळेला ती दारासमोर ठाण मांडून बसायची. तो आला आणि त्याने बिलीसमोर आपल्या पायाची बोटं वळवळवली की बिलीसुद्धा हवेत पंजा मारून त्याला प्रतिसाद देत असे.

"ऐक माझं; आत गेल्यावर तुलाच बरं वाटेल सपाता घातल्याबद्दल." हॅरीची अस्वस्थता लक्षात येता सज्जाद त्याला म्हणाला आणि मग दोघं बंदराकडे निघाले.

बिलीच्या आठवणीमुळे असेल कदाचित – ती सगळ्याच किड्याकीटकांकडे भक्ष्य म्हणून बघायची – पण आत गेल्यावर हॅरीच्या दृष्टीस पडलेल्या लाकडी नौका त्याला उताणं पडून हवेत आपले किडमिडे पाय हलवणाऱ्या टोळांसारख्याच दिसल्या! तिथे अक्षरश: शेकडो नौका उभ्या होत्या– हिरव्या, निळ्या, पांढऱ्या रंगांच्या पूर्ण बंदरभर पसरलेल्या, एकावर एक चार-पाच अशा टाकलेल्या.

"मार्केटला पोहोचेपर्यंत तोंडाने श्वास घे हां आणि झपाझप चाल." स्वत:ची चाल जलद करत सज्जाद हॅरीला म्हणाला.

"का?" हॅरीने विचारलं आणि तितक्यातच त्याच्या नाकात एक इतका उग्र दर्प शिरला की, त्याला वाटलं, जणू एखादा मोठ्ठा मासा कापून त्याला वर्षानुवर्षं इथल्या तळपत्या उन्हात सडत ठेवलंय.

"चल, चल–" सज्जादने हॅरीला हाताशी धरून दुसऱ्या दरवाज्यापर्यंत खेचलं. "हां! आता घे पुन्हा नाकाने श्वास."

आता ते माशांच्या बाजारात पोहोचले. सगळा बाजार इतका ताजा होता की, उग्र वासाची इथे भीती नव्हती. सिमेंटच्या फरशीवर बर्फाच्या लाद्या टाकून त्यावर मासे मांडून ठेवले होते. वितळणाऱ्या बर्फावर लागलीच बर्फाचे खडे नव्यानं टाकले जात होते, तर काही माणसं त्यांनी टोपलीत भरून आणलेल्या माशांचं वजन करण्यात गुंतलेली होती. जिथे पाऊल पडेल तिथे पाणी होतं– समुद्राचं नव्हे, वितळलेल्या बर्फाचं. खरंतर आताशा कुठे पहाट फुटत होती, पण बंदरावर उत्साहाला उधाण आलेलं.

दोन्ही बाजूंना मांडलेल्या माशांच्या आराशींमधून चालताना हॅरीने जरा घाबरूनच सज्जादचा हात धरला आणि हळूहळू पुढे चालू लागला, 'स्नॅपर, शार्क, ईल,

सॅल्मन... अरे, हे बघ– त्या मोठ्या मिशांचे अजस्र मासे! काय बरं म्हणतात त्यांना?' हॅरी मनातल्या मनात पुटपुटत चाललेला.

सज्जाद एका विक्रेत्याशी किमतीबद्दल हुज्जत घालत बसला. तो विक्रेता आपलं सगळं कसब पणाला लावून सज्जादला लहानग्या ट्यूना माशांपासून परावृत्त करून त्याला एका माणसाइतका अजस्र मासा घ्यायला भरीस घालत होता.

"काय करू मी ह्याचं? झोपू त्याच्याबरोबर?" सज्जादने हसत विचारलं. दुसरीकडे एक विक्रेता एक शार्क मासा धरून, त्याचे कल्ले फडफडवत हॅरीजवळ पोहोचला आणि त्याला इंग्रजीत म्हणाला, "सेक्ससाठी मस्त आहे! घ्या!"

"नको, नको!" हॅरीने उर्दूत उत्तर दिलं तसे सगळे खुशीने हसले.

"तुम्ही कुठून आलात?" शार्क विक्रेत्याने विचारलं.

"अमेरिका. आणि तुम्ही? कराचीचेच आहात का?"

"नाही. मियाँवाली. इथे लोक पाकिस्तानातल्या विविध प्रांतांतून येतात, त्यामुळे तुम्हाला इथे सगळ्या जाती-धर्मांचे लोक दिसतील. बलुच, पठाण, सिंधी– अगदी शीख आणि हिंदूसुद्धा. अगदी एखादा अमेरिकनसुद्धा इथे येऊन मासे विकू शकतो."

"थँक्स!" हॅरीने मोठ्ठं स्मित करत म्हटलं. प्रत्येक पाकिस्तानी कुठला विदेशी पर्यटक बघितल्यावर ज्याप्रकारे टुरिस्ट गाइड बने, ते हॅरीला फार आवडायचं. "मी लक्षात ठेवीन."

त्यांचं संभाषण ऐकून, तिथे पोहोचलेल्या सज्जादने एका लहानग्या मच्छीमाराला पकडलं आणि त्याच्याकडे खुणावत हॅरीला सांगितलं, "पण हॅरी, कराचीतले मूळ रहिवासी हे. मकरानी. आफ्रिकन गुलामांचे वंशज. बघ–" असं म्हणत सज्जादने त्या मुलाच्या चेहरेपट्टीकडे आणि केसांकडे जसा निर्देश केला, ते पाहून हॅरीला विचित्र वाटलं; पण त्या मच्छीमाराला मात्र काहीच वाटलं नाही. "ही किनारपट्टी म्हणजे त्या गुलामांना ने-आण करण्याचा महत्त्वाचा मार्ग होता. अर्थात तुमचा नव्हे, पूर्वेकडच्या लोकांचा."

"जरी असता, तरी मी त्याला कधीच 'माझा' मार्ग म्हटलं नसतं हं सज्जाद."

"नाही, नाही. तसं काही नाही." त्या मुलाच्या डोक्यावर थोपटत सज्जाद समजावणीच्या सुरात म्हणाला, "मला असं म्हणायचं होतं, की हे शहर म्हणजे पूर्वापार रहदारीचंच, जा-ये करण्याचंच शहर आहे. फाळणीच्या कैक वर्षे आधीपासून. सध्या तरी धुरा अफगाण्यांची आहे, इतकंच. कराचीत थारा मिळत असेल, तर कोण कशाला त्या निर्वासितांच्या छावणीत राहील?" सज्जादने मग खाली वाकून एका टोपलीत सुबकपणे मांडून ठेवलेल्या गुलाबी माशांना दाबून, त्यांच्यातले चांगले मासे निवडायला सुरुवात केली. तेवढ्यात हॅरीला हसताना बघून त्याला विचारलं, "कशावर हसतोयस, हेन्री बर्टन?"

"तुझ्यावर, सज्जाद. तू पूर्वी दिल्लीबद्दल असा भरभरून बोलायचास– जणू जगात राहण्यालायक दुसरं कुठलं शहरच नाहीये आणि आता बघ तर! तू नेमक्या त्याच शहराचे गुणगान करतोयस, ज्याच्यामधल्या सांस्कृतिक आणि काव्यात्मक सौंदर्याच्या अभावाबद्दल तू पूर्वी टर उडवायचास."

सज्जाद ह्यावर एकदम गंभीर झाला; एक बर्फाचा खडा उचलून आपल्या बोटांत खेळवत दूरवर नजर टाकत शुष्कपणे म्हणाला, "दिल्ली म्हणजे दिल्ली आहे! तिची जागा कोणीच घेऊ शकत नाही!" जड पावलांनी पुढे चालत बोलला, "दिल्ली म्हणजे माझं पहिलं प्रेम. मी तिला कधीच स्वखुषीने सोडलं नसतं. पण... पण त्या हरामखोरांनी मला माझ्याच घरी परतायची परवानगी नाकारली!" एव्हाना सज्जाद रागाने थरथरत होता.

"आय ॲम सॉरी..." हॅरी एकदम खजील आणि कष्टी होऊन बोलला. अर्थात, त्याला समजेना की, त्याला का अपराध्यासारखं वाटतंय! "काय झालं तुझ्या भावांचं? ते तिथेच राहिले का?"

"माझा सगळ्यात मोठा भाऊ अल्तमाश– फाळणीच्या दंगलीमध्ये ठार झाला. मी त्या वेळी इस्तंबूलला होतो; मला कोणीच कळवलं नाही. सगळे माझी घरी येण्याची वाट बघत होते. मग माझ्या दुसऱ्या भावाने, इक्बालने, घर सोडलं आणि लाहोरला राहायला गेला– अल्तमाश जिथे मारला गेला, तिथे त्याला राहवेना. त्याने बायको-मुलांना दिल्लीतच सोडलं. ते नंतर त्याच्यापाठोपाठ गेले खरे... पण, ते त्या ट्रेनमध्ये होते, ज्यातनं फक्त प्रेतं बाहेर पडली!" सज्जाद स्वत:शीच बोलल्यागत, हरवल्यासारखा बडबडत होता– जणू इतक्या वर्षांनंतरही स्वत:लाच हे सगळं खरंच घडलंय, ह्याची खात्री पटवून देतोय, असा.

"ख्राईस्ट, सज्जाद!" हॅरी हबकून म्हणाला. "मला तर हे काहीच माहीत नव्हतं. तुमचा अजून एक भाऊ होता ना?"

"हो, सिकंदर. तो दिल्लीतच राहिला; पण मी आणि इक्बाल पाकिस्तानला गेलो असल्यामुळे आमचं घर 'निर्वासितांचं' म्हणून घोषित केलं गेलं आणि सिकंदरला बाहेर पडावं लागलं. खरंतर, तो जरा आपल्या हक्कांसाठी झगडला असता ना, तर त्याला घरातला थोडातरी भाग परत मिळाला असता; पण तो कधी व्यवहाराचा विचार करणारा नव्हताच– त्याला आपण तरी काय करणार? सिकंदर स्वत:च्या आणि अल्तमाशच्या कुटुंबाला घेऊन बाहेर पडला आणि आता ते इतक्या दुर्दशेत राहतात ना हॅरी, की मला त्यांना त्या परिस्थितीत बघवतच नाही. म्हणून मी फारसा तिथे जातच नाही." शेवटचं वाक्य सज्जाद इतक्या सहजपणे म्हणाला की, दुसऱ्या कोणाला तो अगदी दगडी हृदयाचा वाटला असता. पण हॅरीच्या नजरेखालून आजतागायत इतके स्थलांतरित, निर्वासित लोक गेले होते की, त्यांनी

चढवलेला हा मुखवटा त्याला फसवू शकत नसे.

"तुला माहितेय, मी ह्या परिस्थितीसाठी बराच काळ तुझ्या वडिलांना दोष देत होतो."

"कशासाठी?"

"सगळ्याचसाठी... सगळ्या कारणांसाठी." सज्जाद स्मित करत म्हणाला.

"हो. मी पण तेच करतो. त्यांच्यात काहीतरी असं आहे, ज्यामुळे त्यांना दोष देत राहणं फार सोपं जातं; नाही का? तू त्यांना आता दोष नाही देत?"

"आता मी मानतो की, हे माझं आयुष्य आहे; मला ते आहे तसं जगलं पाहिजे."

"मुस्लीम प्रारब्धवाद?"

"नाही– नाही; पाकिस्तानी सहनशीलता. दोन्ही फार वेगळ्या गोष्टी आहेत." एवढं बोलून सज्जादने पुन्हा आपलं लक्ष मासे खरेदीवर केंद्रित केलं. तेवढ्यात हॅरीचं लक्ष, एका सिगारेट ओढत बसलेल्या मच्छीमाराकडे गेलं; तसं त्या मच्छीमाराने आपलं डोकं झुकवत, त्यांची जुनी ओळख असावी असं हॅरीकडे बघून स्मित केलं. हॅरीला समजेना की, हे निव्वळ एक अभिवादन होतं की, कसलासा इशारा? 'ह्या बंदरातले किती लोक सी.आय.ए.च्या शस्त्रांची तस्करी करण्यात सामील आहेत? आणि ह्यापैकी किती जणांना आय.एस.आय. हद्दीवरच्या आपल्या प्रशिक्षण छावण्यांमध्ये धाडणार आहे?' तो बुचकळ्यात पडला.

कराचीत राहण्यात आणि शेर महम्मदखेरीज कुठल्याही स्थानिकाला परिचित नसण्यात हॅरीला एक वेगळंच स्वातंत्र्य, एक वेगळाच मोकळेपणा जाणवत होता. इथे ना तो कुणाला ओळखत होता (अर्थात अश्रफ कुटुंब सोडल्यास), ना त्याला कुणी ओळखत होतं. ह्या अनोळखीपणात निराळाच मोकळेपणा होता– जरी प्रत्येक पाकिस्तान्याला सगळेच अमेरिकन हे सी.आय.ए.चे हस्तक वाटत तरीही!

हॅरीने सज्जादकडे बघितलं, तेव्हा त्याच्या हाताला प्लस्टिकच्या दोन मोठ्या निळ्या पिशव्या अडकवलेल्या होत्या. दोघांमध्ये भरभरून मासे कोंबलेले होते. पिशवीच्या पातळ पटलाच्या आतून एका माशाचा थिजलेला डोळा पाहून हॅरीला त्याने लहानपणी लंडनला बर्फाळलेल्या नदीच्या आत बघितलेल्या थिजलेल्या माशांची आठवण झाली. हॅरी संभ्रमात पडला की, अश्रफ दाम्पत्याने त्याच्या 'कॉन्स्युलर ऑफिसर' ह्या पदाबद्दल आणि कामाबद्दल फारसं काही विचारलं कसं नाही. ह्याचं कारण असं तर नसेल की, त्यांना ते त्याच्या सी.आय.ए.शी असलेल्या (?) लागेबांध्यांना झाकणारं निमित्त आहे, असं वाटलं असेल? अनाहूतपणे आणि उगीच त्याला त्या कुटुंबासमोर 'खोटारडा' म्हणून दिसण्याची शरम वाटू लागली, ज्यांच्यासोबत त्याने गेले तीन शनिवार-रविवारांपैकी बराचसा वेळ घालवलेला. तसंही, त्याला अफगाणिस्तानात वितळू लागलेल्या बर्फाबद्दल दुःख होत होतं.

कारण त्यामुळे, तिकडे अमेरिकेचं सुरू असलेलं लुटूपुटूचं युद्ध पुन्हा जोर धरणार होतं आणि ह्यांना सुट्ट्या घ्यायला वाव मिळणार नव्हता.

"हं, चला, आता खेकडे घेऊ या." हॅरीकडे एक पिशवी सुपूर्द करत सज्जाद म्हणाला, "म्हणजे, जेवताना मलाही काहीतरी खाण्यासारखं असेल. तू कधी कच्चे मासे खाल्लेत हेन्री बाबा?"

"सुशी? मला सुशी अतिशय आवडते!"

"खरंच! लग्नाला पस्तीस वर्षं झाली तरी आमची ही, मला 'ते' खायला काही भाग पाडू शकलेली नाहीये. तिचा बाकी सगळा जपानी स्वयंपाक मी आवडीने खायला शिकलोय. मी तिला सांगितलंय– तू जे शिजवशील, ते मी खाईन; फक्त ते शिजवलेलं हवं!"

हॅरीने इतक्यात एका मुलाकडे पाहिलं– त्याच्या हातातून एक (मेलेला) मासा निसटला आणि काही केल्या त्याला तो पुन्हा उचलताच येईना! प्रत्येक वेळेस त्याचं गुळगुळीत शरीर त्या पोराच्या हातून निसटतच होतं.

"तुम्ही दोघं– तुला माहितेय, मी जेव्हा मोठा होत होतो, प्रथमच प्रेमाबिमात पडलेलो, प्रेमाची 'दर्दभरी' गाणी ऐकून जेव्हा समजत होतो की प्रेमापेक्षा मोठं दु:ख आणि सुखसुद्धा दुसरं कुठलंच नाही... त्या वेळी मला तुम्ही दोघं– जगातलं सगळ्यात रोमॅन्टिक जोडपं वाटायचात."

"अरे, छे छे! काहीतरीच काय! आम्ही फक्त खूप लहान आणि म्हणूनच मूर्ख होतो. आम्हाला काय ठाऊक होतं एकमेकांबद्दल? हे केवळ नशीब होतं चांगलं नशीब– की, लग्नानंतर आमचे स्वभाव एकमेकांशी जुळते निघाले. आणि शिवाय..." हातातली पिशवी फिरवत सज्जादने पुढे म्हणाला, "आम्ही दोघांनीही आमच्या आयुष्यात फार लवकर खूप काही गमावलेलं. त्यामुळे आम्हाला परस्परांच्या आयुष्यातल्या पोकळ्या आणि त्यांचं अपार दु:ख नीट समजत होतं."

एवढं बोलून सज्जादने परत आपल्या हसऱ्या आविर्भावात येत जरासं नाक मुरडलं– 'माझ्या जपानी बायकोने लावलेली सवय' आणि म्हणाला, "हिरोकोने हे ऐकलं असतं, तर म्हणाली असती– माझ्यातला दिल्लीचा 'शोकिया' कवी जागा झालाय! अरे, ते बघ शिंपले. चल, तुझ्यासाठी घेऊ या थोडे. शिंपले म्हणजे... आहाहा! त्यातनं मोती तरी मिळेल, नाहीतर किमान 'ॲफ्रोडायसियाक' (प्रीतीचं फळ) तरी! हं, हसतोयस तू हेन्रीबाबा? मला वाटलं नव्हतं की, तुला 'ॲफ्रोडायसियाक'ला उर्दूत काय म्हणतात, ते माहिती असेल म्हणून. पटकन सांग बरं मला, तुला कसं माहितेय ते? नक्कीच त्यापाठी काहीतरी रहस्य आहे."

'कसं शक्य आहे?' हॅरीच्या मनात विचार आला– 'असे वडील असूनसुद्धा रझ़ाला जगातलं आपलं स्थान काय आहे ह्याबद्दल निश्चित माहीत नसणं? ठाम

नसणं? तुम्ही सज्जाद अश्रफचा मुलगा असल्यावर तुम्ही अवघ्या विश्वाला तुमच्या शिंपल्यात सामवू शकत नव्हता मग भले तुम्ही स्वत:ला त्या शिंपल्यातला मोती समजा अथवा शिंपल्यातले कालव!'

पण त्या क्षणीतरी रझा स्वत:ला ना मोती समजत होता, ना शिंपल्यातले कालव. तो फक्त स्वत:ला एक असा मुलगा म्हणून ओळखत होता ज्याच्या सपाता, तो झोपला असताना त्याच्या पायातून चोरल्या गेल्या होत्या! डोळे चोळत गाडीतून उडी मारण्याआधी त्याने ड्रायव्हर-सीटजवळ पडलेले हॅरीचे बूट बघितले नाहीत. तिरीमिरीतच सलवार ढोपरापर्यंत दुमडत कारमधून बाहेरच्या थंड, गुळगुळीत रस्त्यावर उतरून जर्मनमध्ये त्या चोराला शिव्या हासडत बाहेर पडला. चोराचा कुठेच पत्ता दिसत नव्हता; फक्त काही अंतरावर एक ट्रक उभा होता. त्याच्या मागच्या बाजूला एक धिप्पाड पठाण ऐसपैस पसरून समुद्र न्याहाळत बसलेला.

''काही मजेशीर चाललंय का तिकडे?'' रझाने पुश्तूत विचारलं. ती एकच भाषा होती, जी त्याला हिरोकोने शिकवली नव्हती. तो ती भाषा त्याला शाळेतून ने-आण करायला लावलेल्या व्हॅनच्या ड्रायव्हरकडून शिकला. सहा वर्षांच्या रझाने जेव्हा प्रथम त्या हसतमुख पठाणाची मूळ भाषा शिकण्याची इच्छा दर्शवली तेव्हापासून तो रोज त्याला व्हॅनमध्ये आपल्या शेजारी बसवून शाळेला जाता-येता पुश्तू शिकवत असे.

त्या अजस्त्र पठाणाने सलाम केल्यागत डोळ्यांवर हात धरून रझाला न्याहाळत विचारलं, ''तू अफगाण आहेस का?''

रझाचा हात चटकन आपल्या गालाकडे गेला. सोव्हिएत सैन्याने अफगाणिस्तानवर चढाई करेपर्यंत त्याने कधीच हा प्रश्न झेलला नव्हता; पण गेल्या चार वर्षांत, पाकिस्तानातल्या निर्वासितांची संख्या वाढू लागल्यापासून रझाला कैकदा एखाद्या मंगोल जमातीतला अफगाण समजून हा प्रश्न विचारला जाई.

''हो.'' रझाने उत्तर दिलं; तसं त्याच्या उत्तरातला खोटेपणा रझाला आपला आत्मविश्वास खूप वाढवून देतोय, असं जाणवलं.

त्यावर तो माणूस ट्रकवरून खाली उतरला आणि रझाला निरखत विचारलं, ''तुझे लोक कोण?''

''हाजरा.'' रझाने धीटपणे उत्तर दिलं. त्याला ठाऊक होतं की, हॅरी बर्टनला तो तसाच वाटलेला.

''ये, तुला कोणालातरी भेटवतो!'' रझाच्या गळ्यात हात टाकत तो माणूस सलगीने म्हणाला. ''अब्दुल्ला! ऊठ, बघ तुला भेटायला कोण आलंय.''

ट्रकचालकाच्या बाजूचा दरवाजा एका फिक्कट, पण गोऱ्यापान पावलाने लाथाडून उघडला गेला आणि क्षणार्धात त्यातनं एक मुलगा– जेमतेम चौदा वर्षांचा

असावा– टुणकन उडी मारून बाहेर पडला. त्याच्या फुगीर गालांचा बालिशपणा आणि हास्यातला निष्पापपणा, त्याने रझावर रोखलेल्या तपकिरी डोळ्यांमधला 'जाणतेपणा' लपवू शकत नव्हते.

"तुझ्या अफगाणिस्तानमधून एक बंधू आलाय तुझा–" तो माणूस ओळख करून देत म्हणाला, "हाजरा आहे."

त्या मुलाने रझाकडे दुर्लक्ष करत त्या माणसाकडे रागा-रागाने बघत तिडकीने म्हटलं, "हे पाकिस्तान माणसांच्या मेंदूवर गंज चढवतं काय? की इथल्या हवेतच काही दोष आहे? मी इथे जास्त वेळ राहिलो, तर मी पण बिनडोक होईन की काय, अशी मला कधी कधी शंका वाटते. हाजरा आणि पुश्तून बंधू कधीपासून झाले?"

पुश्तून; पठाण नव्हे, रझाच्या लक्षात आलं.

तो पोरगा इतकं बोलूनसुद्धा त्या माणसाला राग आला नाही; उलट तो त्याच्याकडे प्रेमाने बघत हसत बसला. रझानेच उत्तर दिलं– बाकी काही नाही, तर किमान हे दाखविण्यासाठी की, तो ह्या, त्याच्यापेक्षा किमान सहा इंचांनी बुटक्या असणाऱ्या पोराला घाबरणार नव्हता.

"सोव्हिएत सैन्य आपल्या घरांमध्ये घुसून आपल्याला खिडकीतून पळायला लावल्यापासून माझ्या मित्रा, हाजरा आणि पुश्तून बंधू झालेले आहेत."

पोरगा काही बधला नाही. कपाळाला आठ्या घालत त्याने रझाला विचारलं, "किती दिवस झाले तुला अफगाणिस्तानातून दूर जाऊन? तू अगदी ह्या पाकिस्तान्यासारखं पुश्तू बोलतोयस!" त्या माणसाकडे निर्देश करत अब्दुल्ला म्हणाला. ह्या वेळी मात्र तो माणूस फारसा खूश दिसला नाही. "तुझी भाषा दारी आहे का?"

"रझा!" सज्जाद हातात भरपूर पिशव्या धरून गाडीकडे येत होता. त्याच्यासोबतच्या हॅरीने रझाच्या पायांकडे हात दाखवून मग जराशा खजीलपणेच स्वत:च्या पायाकडे निर्देश केला.

"मला जायला हवं–" रझा म्हणाला.

हॅरीवर नजर रोखत अब्दुल्लाने मान डोलवली. मग विचारलं, "तो माणूस अमेरिकन आहे काय?"

रझाने मंद स्मित केलं आणि पुन्हा म्हणाला, "मला जायला हवं."

"तू राहतोस कुठे? मी तर तुला कधी सोहराब गोथमध्ये बघितलेलं नाही."

जायला वळलेला रझा सोहराब गोथचं नाव ऐकताच रस्त्यात थबकला. काय सांगावं– खरं की खोटं, हे मनात तोलून पाहू लागला. 'खरं सांगितलं तर अपमान व्हायचा....खोटंच सांगावं का? जे काही सांगावं ते असंच की, ज्यामुळे ह्या मुलाची मैत्री गमावता कामा नये.' त्याच्या मित्रांनी बऱ्याचदा सांगितलेलं की सोहराब गोथमध्ये टी.व्ही, कॅसेट-प्लेअर, टेलिफोन इत्यादी छान-छान वस्तू कवडीमोलाने

विकत मिळतात. रझाला इतकं निश्चित दिसत होतं की, हा मुलगा घासाघीस करून त्या वस्तू अजूनच स्वस्त किमतीत मिळवून देण्यात पटाईत होता. त्यामुळेच हे 'नाजूक संबंध' त्याला बिघडवावेसे वाटेना. शेवटी खूप विचार करून रझाने उत्तर दिलं, "मी तिथे लवकरच येणार आहे. तुला तिथे कसं शोधायचं?" त्याने अब्दुल्लाच्या प्रश्नाचं उत्तर देणं सपशेल टाळलं. त्याला आधीच लक्षात आलं की, अब्दुल्ला प्रश्न विचारतो ते उत्तराच्या अपेक्षेने नव्हे; तर केवळ स्वत:चा वरचष्मा दाखविण्यासाठी.

"बरा मार्केटजवळ एक ट्रक-यार्ड आहे. तिथे येऊन कुणालाही विचार, अब्दुल्ला कुठे आहे म्हणून. मेलेल्या सोव्हिएतचं चित्र असलेला ट्रक चालवणारा."

रझाने भयभीत होऊन ट्रककडे बघितलं. डोंगर, फुलं, पक्ष्यांची सुंदर चित्रं रंगवलेल्या त्या ट्रकच्या एका बाजूला एका सोव्हिएत सैन्याचा गणवेष घातलेल्या मृत सैनिकाचं चित्र होतं. त्याच्या शरीरातून विविध ठिकाणी छिद्रं पडून भळाभळा रक्त वाहत होतं– जणू त्याचं शरीर एखादा कारंजंच असावं.

रझाच्या चेहऱ्यावरचे भाव पाहून अब्दुल्ला खो-खो हसत सुटला. "सगळ्यांना मी आणि माझा हा ट्रक चांगलाच परिचित आहे." ह्यावर, इतका वेळ शांत असलेल्या त्या माणसाने घसा खाकरला. "खरं म्हणजे, हा ह्या आफ्रिदीचा ट्रक आहे; पण मी ते चित्र रंगवायला सांगितलं."

रझाने मान डोलावली.

"पुढच्या वेळी मी इथे आलो ना, की तुझ्याबद्दल विचारेन."

"हो, भेटू या... मी इथे असलो तर. माझं काय– कधी सरघोडा, कधी पेशावर, तर कधी कराची. मी पूर्ण पाकिस्तान पालथा घातलाय." असं बोलून अब्दुल्लाने रझाचं लक्ष हातात त्याच्या सपाता घेऊन येणाऱ्या हॅरीकडे वळवलं आणि जराशा खुशीनेच म्हणाला, "मित्रा, थोडक्यात मी बरंच काही बघितलंय; पण हे दृश्य मात्र प्रथमच पाहतोय."

इतक्यात हॅरी रझापर्यंत पोहोचला. मनापासून त्याची माफी मागत, वाकून रझाच्या पायात सपाता अडकवू लागला. एरवी रझा ह्यावर शरमेने चूर झाला असता; त्याने हॅरीलाच त्या सपाता काढू नका, असं सांगितलं असतं. पण अब्दुल्लाच्या डोळ्यांतला रझासाठीचा आदर आणि भक्तिभाव बघून – इतका आदर तर शाळेत पहिला आल्यावर त्याच्या वर्गमित्रांच्याही डोळ्यांत कधी आला नव्हता – रझाने निमूट हॅरीला त्याच्या पायांमध्ये सपाता चढवू दिल्या आणि आपल्या नव्या मित्राकडे डोळे मिचकावत, हॅरीला आशीर्वाद देत असल्यागत त्याच्या डोक्यावर हात धरला.

१७

त्या पंधरा वर्षांच्या अमेरिकन मुलीने निवडलेली, काळ्या बाजारात विक्रीला असलेली ती डीव्हीडी तिने दुकानदाराला बांधून देण्यासाठी दिली आणि पैसे परत मोजू लागली. दुकानदार अगदी ती डीव्हीडी पिशवीत टाकून तिला देणार इतक्यात त्याची नजर सिनेमाच्या नावाकडे वळली. नाव वाचून त्याच्या कपाळाला आठ्या पडल्या.

"तुमच्यासाठी योग्य नाहीये हे–" डीव्हीडी पुन्हा खणात टाकत तो त्या मुलीला म्हणाला– "त्यापेक्षा तुम्ही हा सिनेमा बघा." त्याने देऊ केलेल्या डीव्हीडी वरचं नाव बघून त्या मुलीने घोर नाराजीचा सूर उमटवत तिचे टपोरे हिरवे डोळे दुकानदारावर रोखले. त्याला तिची नजर अपरिचित आणि अस्वस्थ करणारी वाटली.

"मी ती पहिली डीव्हीडी घेण्यावर कायद्याने बंदी असेल तर ठीक आहे; पण माझ्यासाठी काय योग्य, अयोग्य आहे, हे ठरवण्याची कृपया तुम्ही तसदी घेऊ नका."

तिच्या दृष्टीने मोठ्यांच्या सल्ल्यापेक्षा कायदा जास्त महत्त्वाचा आहे, हे ऐकून दुकानदाराला हसू आलं; पण तिची धारदार नजर बघून त्याने आपलं हसू दाबलं.

"बरं, तुझे वडील 'हो' म्हणाले, तर मी देईन तुला ती डीव्हीडी." तह केल्याच्या आविर्भावात आणि त्याबद्दल धन्यवादाच्या अपेक्षेने दुकानदार म्हणाला.

मात्र, ह्यावर त्या मुलीने दुकानदाराला अपरिचित असा, पण तिची तिडीक स्पष्ट दाखवणारा आविर्भाव करत, पाय आपटत दुकानाबाहेर मोर्चा वळवला. दुकानदार ह्या विचित्र पोरीकडे बघतच बसला. धातू-जडित लेदरचं जॅकेट चढवलेली, काळी लिपस्टिक लावलेली, लालभडक केस रंगवलेली आणि डोईवर मुलांइतके बारीक केस ठेवून, पाठीवर उंदराच्या शेपटीइतकी वेणी मिरवणारी मुलगी तो प्रथमच

बघत होता.

"डॅडी वॉरबक्ष!" किम बर्टनने आपल्या वडिलांना हाक मारली. "तो मला 'ॲनी' पिक्चर बघ म्हणून सांगतोय... कसली जागा आहे ही?"

हॅरीने खुणेनेच आपल्या मुलीला दुकानात परत जायला सांगितलं आणि पुन्हा हातगाडीवर दाणे-सुकामेवा विकणाऱ्या माणसाशी बोलू लागला. त्याच्या आदेशाकडे सपशेल दुर्लक्ष करत किम तरातरा चालत हॅरीजवळ आली– आजूबाजूच्या लोकांच्या तिच्यावर रोखलेल्या नजरांकडे काडीचंही लक्ष न देता. इस्लामाबादमधल्या तिच्या गेल्या चार दिवसांच्या वास्तव्यात तिला लक्षात आलं की, लोक ती जाईल तिथे तिच्याकडे आ वासून बघत असायचे; पुरुषांपेक्षा अधिक बायका. काहींनी तर चक्क तिच्याकडे येऊन तिचे केस हाताळून 'चूहा' म्हणून खिदळण्याचाही कार्यक्रम आटोपलेला. त्या गावठी बायकांच्या ह्या कृतीपेक्षाही किमला संताप आला, त्या शब्दाच्या अर्थाचा– 'रॅट, उंदीर' असं तिच्या वडिलांनी तिला भाषांतर करून सांगितलं, तेव्हा तिच्या तळपायाची आग मस्तकात गेली!

हॅरी त्या विक्रेत्याशी उर्दूत बोलत बसला, तशी किम त्याला खेटून उभी राहिली आणि त्याचा हात आपल्या खांद्यावर टाकून घेतला– 'मी इथे आहे', असं त्याला सांगण्यासाठी. तिला हॅरीच्या मिठीत अतिशय सुखद आणि सुरक्षित वाटत होतं. इथे तो वेगळाच होता. जरासा निर्धास्त, जरा बेपर्वा. त्याला इथे आवडत होतं. ग्रॅन बरोबर म्हणाली होती.

थोड्या वेळाने एका मोठ्या, दुतर्फा मोठमोठे वृक्ष असलेल्या रस्त्यावरून दुसऱ्या टोकाला बांधल्या जाणाऱ्या मशिदीकडे जाताना किम कधी हॅरीकडे, तर कधी तिच्या मांडीवर ठेवलेल्या 'टूटसी'च्या डीव्हीडीकडे पाहत होती. (शेवटच्या क्षणी तिची वडिलांना सांगायची हिंमत झाली की तिला खरंतर 'पोरकीज' बघायचा होता.) जराशाने, तिने गाडी चालवणाऱ्या हॅरीला विचारलं, "डॅड, तुम्ही सतत मला इस्लामाबादला राहायला आवडत नाही, असं का म्हणत असता? खरंतर असं दिसतंय की, इथे तुम्ही न्यूयॉर्कपेक्षा – इतकंच काय, बर्लिन आणि वॉशिंग्टनपेक्षाही – जास्त खूष दिसताय."

हॅरी बर्टनने आश्चर्याने लेकीकडे बघितलं. तिच्या लाडक्या आजीप्रमाणेच किमलाही हॅरीमधल्या त्या सुप्त गोष्टी बघण्याची कला अवगत होती, ज्या इतर कुणाला दिसणं केवळ अशक्य होतं. त्याला ह्याची भीतीच वाटायची. नाही म्हटलं तरी इल्से वेईसचं एक ठीक होतं, ती त्याची आई होती; पण ह्या पोरीसाठी हॅरी म्हणजे तिच्या वयाच्या चौथ्या वर्षापासून तिच्या आयुष्यात कधी काळी डोकावणारा घटक होता. त्यांच्या घटस्फोटामुळे वॉशिंग्टनमधलं त्यांचं कौटुंबिक आयुष्य संपून गेलं होतं. किमचे आई-वडील विभक्त झाले, त्या शहरापासूनही वेगळे झाले– जिथे

त्यांना मुळातच राहायला आवडत नव्हतं. किमच्या आईने तिला अमेरिकेतच वाढवण्याचा निर्णय खरा करून दाखवला, तर वडिलांनी त्यांचा मनाप्रमाणे कारकीर्द बनवली.

पिता म्हणून तो हरला होता, नापास झाला होता, हे हॅरीला ठाऊक होतं. त्यामुळेच जेव्हा त्याला किम भेटायला येई– आधी बर्लिनला, आता इथे किंवा तो कधी थोडे दिवस न्यूयॉर्कला जाई तिला भेटायला– तेव्हा तो किमचे नखरे आणि हट्ट त्याची शिक्षा म्हणून पुरवायचा. पण मध्येच असल्या घटनांमधून हॅरीला तिच्यातल्या परिपक्व स्त्रीचा दृष्टांत व्हायचा आणि मग तो अस्वस्थ बनायचा. त्याच्यात असं बरंच काही होतं, जे त्याला मनापासून वाटत होतं की किमला कधीच समजू नये.

"मला इस्लामाबाद खरंच आवडत नाही." हॅरी ठामपणे म्हणाला.

तेवढ्यात त्यांची गाडी सिग्नलला थांबली आणि एक सायकलस्वार शेजारी येऊन उभा राहिला. हॅरीच्या गाडीतून येणारं संगीत त्याला फारच आवडलं आणि ते नीट ऐकता यावं, म्हणून तो जरासा त्यांच्या उघड्या खिडकीतून आत डोकावू लागला. हॅरीने एका झटक्यात ती कॅसेट काढून त्या माणसाला दिली. किमचं डोकंच फिरलं. खरंतर तिच्याकडे ह्या कॅसेटची मूळ प्रत होती; ही कॅसेट तिने खास त्या कारमधल्या 'टेप-खाऊ' कॅसेट प्लेअरसाठी बनवली होती आणि आता हॅरीने ती देऊन टाकली. तो माणूस मात्र अत्यानंदाने कॅसेट निरखण्यात दंग होता. त्याला विश्वासच बसेना की, हॅरीने त्याला ती देऊन टाकली.

"अमेरिकन?" त्याने हॅरीला विचारलं.

हॅरीने होकारार्थी मान डोलावली तसं त्या माणसाने त्याला प्रेमाने सलाम ठोकला आणि सायकलच्या दांड्यावर लटकवलेली सफरचंदांची पिशवी हॅरीला देत, सायकलची घंटी वाजवत, शीळ मारत निघून गेला.

"मला हे शहर निश्चितच आवडत नाही." हॅरी म्हणाला, "पण इथली माणसं खूप आवडतात. म्हणजे, सरकारी यंत्रणेतली नाही हं, ही सामान्य जनता."

"हं–" ही माहिती पचवण्याचा प्रयत्न करत किम म्हणाली, "गंमतच आहे! मला वाटायचं की, अमेरिकेचा जो नियम आहे, की तुम्ही जर अमेरिकेत जन्माला आले नसाल, तर तुम्ही इथले राष्ट्राध्यक्ष/राष्ट्रपती बनू शकत नाही; तो फारच मूर्खपणाचा आहे. कारण तिथे स्थलांतरित होऊन येणारे लोक देशाशी अधिक एकनिष्ठ नक्कीच राहतील. तिथेच जन्माला आलेल्यांप्रमाणे देशाला गृहीत धरणार नाहीत. मला हे जास्त करून तुमच्यामुळे वाटायचं आणि तुम्हाला इंग्लंडबद्दल काहीच कसं वाटत नाही, त्यावरनं. पण आता मला जाणवतंय, तुम्ही खरंतर इंग्लंडला सोडून आला नाहीतच ना?"

"इंग्लंड हा केवळ मधला थांबा होता." हॅरी उत्तरला. किम आपल्या आजोबांना हे सांगेल, तेव्हा त्यांच्या घशात घास अडकेल, ह्या समाधानाचा जरा आनंद लुटत. इल्से मात्र अत्यानंदित होईल.

हॅरीच्या बालपणाबद्दल किमला सगळं माहिती होतं. त्याच्याबद्दल ती एकच गोष्ट होती, जी हॅरी काही न लपवता सांगू शकत होता. त्याचं कारण असं की, केवळ तीच एक गोष्ट हॅरीच्या आयुष्यातल्या त्या पर्वाची होती, जिच्यात गुपितं राखण्याची वा खोटं सांगण्याची गरज पडली नव्हती.

'भारत सोडण्यापेक्षाही वाईट गोष्ट होती, इंग्लंडला येणं.' हॅरी नेहमी ह्याच वाक्याने कथेला सुरुवात करायचा. 'युद्ध अजून सुरू होतं; शाळेतली मुलं माझ्या भारतीय हावभावांवरनं (मौखिक आणि शारीरिकसुद्धा) माझी खूप टर उडवायची. विचारायची, तुझ्या वडिलांनी युद्धामध्ये नेमकं केलं तरी काय?' आणि मग सगळ्यात मोठं संकट कोसळलं होतं. भारतातून नुकताच आलेल्या एका मुलाने, ज्याला हॅरी आपला मित्र समजत होता, गौप्यस्फोट केला : ह्याची आई जर्मन आहे. झालं, त्यामुळे हॅरीच्या आयुष्यातला उरलासुरला आनंदही विरून गेला. शाळेतलं त्याचं पहिलं वर्ष असंच दुःखात, एकटेपणात गेलं. ईस्टरच्या दरम्यान जरा परिस्थिती सुधारू लागली, जेव्हा एका मुलाने हॅरीकडे क्रिकेटचा चेंडू भिरकावत त्याला विचारलं, "हे महाराजा फ्रित्झ, तुला बॉलिंग तरी येते का?" तेव्हा सज्जादने – या नावावर हॅरीच्या घशात नेहमी दुःखाचा आवंढा दाटून येई – त्याला शिकवलेली कला उपयोगी पडली आणि लवकरच हॅरी शाळेचा हीरो बनला.

दोन वर्षांनंतर, ईस्टरच्या सुट्टीत त्याच्या वडिलांनी हॅरीला सांगितलं की त्याच्या आईची तीन महिन्यांपूर्वी सुरू झालेली न्यूयॉर्कमधली लहानशी सुट्टी कायमस्वरूपी बनली आहे आणि हॅरीला आता तिथे राहायला जावं लागणार आहे. हे ऐकून त्या अकरा वर्षांच्या पोराचं हृदय तीळ-तीळ तुटलं. त्याला आईजवळ राहायचं तर होतं; पण त्याला हे सुद्धा समजत होतं की, त्याच्या क्रिकेटच्या नैपुण्याला न्यूयॉर्कमध्ये शून्य महत्त्व होतं. आणि बाकी त्याच्याकडे होतं तरी काय? एका विदेशी उच्चाराशिवाय इतर काहीच तर नाही. आतापर्यंत हॅरीच्या भाषेतला भारतीयपणा चांगलाच विरून गेलेला. उरलं होतं ते फक्त 'मारमाईट ॲण्ड सारडाईन्स' त्याची आई म्हणायची तसं.

त्यामुळे हॅरीने ठरवलं की आता आपल्याला एकच गोष्ट करण्यासारखी आहे– 'आपण उन्हाळ्याच्या सुट्टीच्या सुरुवातीला न्यूयॉर्कला जावं, अखेरीला नव्हे आणि तयारीला लागावं.' न्यूयॉर्कमधल्या त्याच्या पहिल्याच दिवशी त्याला अंकल विलीच्या अप्पर ईस्ट साईडच्या फ्लॅटमध्ये आत घेणाऱ्या सुंदर युवकाला हॅरीने विनवलं, "मला अमेरिकन इंग्रजी शिकवा." ("ह्याला अपार्टमेन्ट म्हणतात. तो तुझा पहिला धडा आहे.") इल्सेचे हॅरीला त्याच्या होणाऱ्या वर्गमित्रांना भेटवण्याचे सगळे प्रयत्न

त्याने हाणून पाडले. उलट, त्या वेळात हॅरीने बेसबॉलचे नियम शिकून घेतले; गेल्या वीस वर्षांतल्या यांकी प्लेयर्सचे विक्रम तोंडपाठ केले. इतकंच काय, तर बेब रूथच्या स्मारकासमोर जाऊन रडलासुद्धा.

मात्र, इतकं सगळं करूनही शाळेतल्या पहिल्या दिवशी हॅरी पुरता बुजून गेला; मूकच बनलेला जणू. पहिल्या काही तासांमध्ये त्याने बाकी सगळ्यांवरचं लक्ष काढून केवळ समोरच्या शिक्षिकांवर केंद्रित केलं. मधल्या सुट्टीत मात्र त्याच्या लक्षात आलं की, तो एकटाच परदेशी नाही. किंबहुना, देश-विदेशातले परदेशी विद्यार्थी त्याच्या आजूबाजूला होते. जर्मन, पोलिश, रशियन! सगळेच त्याच्यासारख्या उच्चभ्रू पब्लिक ('प्रायव्हेट हेन्री, प्रायव्हेट') शाळांमधून आलेले आणि त्यांतही, बऱ्याचशा मुलांच्या आई-वडिलांना (हेन्रीच्या आई-वडिलांसारखंच) युद्धानंतरच्या युरोपशी काही देणं-घेणं उरलं नव्हतं.

हॅरीने झाडाच्या घेरदार बुंध्याखालच्या एका घोळक्याला हेरलं आणि हिंमत एकवटत त्यांच्याकडे जाऊन स्वत:ची ओळख करून देत म्हणाला, "हाय! आय ॲम हॅरी."

त्या वर्षीच्या हिवाळ्यात जेम्स बर्टनने मुलाला शिकवण दिली की, आत्मविश्वास हे जीवन जगण्यासाठीचं फार मोठं अस्त्र आहे. तो सुरुवातीपासूनच आत्मविश्वासाने वावरला असता, तर त्याला त्याआधीच मित्र मिळाले असते.

पण हॅरीचं ह्याबाबतीतलं मत असं होतं की, अमेरिकेने त्याला आणि त्याच्यासारख्या इतर स्थलांतरित होऊन आलेल्या मुलांना स्वत:च्या सामाजिक अंतरंगात अतिशय प्रेमाने सामावून घेतलं. नव्हे, तसा आग्रहच केलेला. त्याबाबतीत तरी अमेरिका इतर देशांपेक्षा श्रेष्ठ होती खरी. हां, फक्त ह्यासाठी तुमची अमेरिकन बनण्याची तयारी असायला हवी होती. आणि १९४९ मध्ये तुम्हाला इतर बनायचं तरी काय होतं? ("आणि तुझ्या शाळेतल्या सगळ्या निग्रो मित्रांचंही हेच म्हणणं आहे का हेन्री?"... "मी असं कधीच म्हटलं नाही की, तो देश सर्वश्रेष्ठ आहे, डॅड. फक्त ह्याबाबतीत चांगला आहे खरा.")

"फार मोठं बलिदान दिलं आहे तुम्ही!" डोळे मिटून बाहेरून येणाऱ्या निशिगंधाचा सुवास घेत किम म्हणाली, "जगातल्या सर्वांत श्रेष्ठ देशाची सेवा करायला सदैव त्याच्या बाहेर राहून."

हॅरीने तिच्याकडे बघत सुस्कारा टाकला.

"मला तुझी फार आठवण येते किम. आणि विश्वास ठेव, जर न्यूयॉर्कमध्ये कॉन्स्युलर ऑफिसरची गरज असती ना, तर मी क्षणाचाही विलंब न करता तिथे आलो असतो, कायमसाठी."

"डॅड, तो कॉन्स्युलर ऑफिसरपणाचा फालतूपणा सोडा; समजलं ना?"

हॅरीने गर्रकन गाडी बाजूला घेत ब्रेक मारला.

"माफी माग."

किमने माफीशिवाय इतर काहीतरी सुनवायला तोंड उघडलं; पण तिला क्षणात लक्षात आलं की, ह्या गाडीतलं संभाषण ध्वनिमुद्रित करण्याची सोय केली गेली असेल; कदाचित तिच्या काही बोलण्याने नको त्या व्यक्तीच्या हातात नको ती माहिती जायची आणि हॅरीला त्रास व्हायचा.

तिने मन बदलून हॅरीला मिठी मारत म्हटलं, "सॉरी डॅडी, सॉरी. मी असंच बडबडले."

हॅरीने उद्वेगाने तिच्या कपाळाचं चुंबन घेतलं. ह्या नाताळच्या सुट्टीत किम इस्लामाबादला आल्यापासून तिच्यातलं लहान मूल पहिल्यांदाच बाहेर पडलं होतं आणि हॅरीला त्याबद्दल फार आनंद झाला. हॅरीला तिच्यासमोर कबूल करावंसं वाटत होतं की, त्याला आजकाल बऱ्याचदा असं वाटायचं की, त्याने वेगळी वाट चोखाळायला हवी होती. पण हॅरीने स्वत:ला आवर घातला. तसं करण्यात त्याची चोरी पकडली जाण्याचा संभव होता. आता ह्या क्षणी, हॅरीला माहीत होतं की, त्याच्या आयुष्यात तो जे करत होता, ते सगळ्यात रोमहर्षक होतं. 'हा बदल घडला तरी कधी?' स्वत:वर रागावून बसलेल्या किमकडे बघत हॅरीच्या मनात विचार चमकला. ध्येयवादापासून रोमहर्षकपणाचा त्याचा हा प्रवास झाला तरी कधी? त्याला स्वत:चा आणि १९६४ च्या नुकत्याच महाविद्यालयीन शिक्षण घेऊन बाहेर पडणाऱ्या त्या युवकाचा आता फारच जेमतेम संबंध दिसत होता. तो युवक शिक्षण संपवल्यानंतर अत्यंत ध्येयनिश्चितीने एका निराळ्याच कार्यक्षेत्रात दाखल झालेला. निवडप्रक्रियेच्या वेळी त्याची चाचणी घेणाऱ्या लोकांनी जेव्हा त्याला त्याच्या ह्या निर्णयापाठचं कारण विचारलं, तेव्हा त्याने मोठ्या उत्साहाने उत्तर दिलं होतं की, त्याला साम्यवादाचं पूर्ण उच्चाटन झालेलं बघायचं आहे; जेणेकरून अमेरिका जगातली सर्वश्रेष्ठ शक्ती बनू शकेल. हॅरीला सत्तेच्या संकल्पनेबद्दल फारशी चाड नव्हती; पण स्थलांतरित लोकांचा खजिना असलेल्या देशाच्या हातात सत्ता यावी, हे त्याचं स्वप्न होतं. कवी आणि स्वप्नाळूंनासुद्धा जागतिक राजकारणासाठी ह्यापेक्षा चांगली पद्धत सुचली नसती : एका लोकसत्ताक राष्ट्राचं एकछत्री राज्य... असं राष्ट्र– ज्याचे नागरिक जगातल्या इतर प्रत्येक राष्ट्राशी संबंध असणारे असतील. अशा राष्ट्राच्या हातात सत्ता गेली, तर न्यायीपणाशिवाय इतर कुठली गोष्ट त्याच्या राजकारणाचा सर्वांत मोठा स्थायिभाव बनेल? हॅरी बर्टनच्या डोळ्यांसमोर त्या काळी हे चित्र तरळत असे; त्याला ह्या चित्राचा भाग बनायचं होतं. त्याला त्या घोळक्याचा भाग बनण्यात रस नव्हता, जो युद्धात सामीलही न होता तिच्या निष्पत्तीची चिंता करत बसायचा.

ठीक आहे, तो आताही तितक्याच तन्मयतेने ह्या सगळ्या गोष्टींचा विचार करायचा; पण त्यांच्याकडे न्यायाच्या चष्म्यातून बघून हॅरीला बरीच वर्षं लोटलेली.

अखेरीस ते त्या मर्गल्ला हिल्सच्या हिरव्यागार पार्श्वभूमीवर गेली बारा वर्षं बांधकाम सुरू असलेल्या मोठ्या मशिदीपर्यंत येऊन पोहोचले. हॅरीने किमला ती मशीद बघून इस्लामाबादला आल्यापासून प्रथमच इतक्या मोकळेपणाने स्मित करताना बघितलं.

"ते तिथे आर्माडिलोच्या कवचासारखं आणि चार भाल्यांनी घेरलंय– ते काय आहे?" इस्लामाबादमधल्या किमच्या पहिल्या दिवशी तिला फिरायला नेलं असता, किमने हॅरीला विचारलं. ते तिचं पहिलं वाक्य होतं, ज्यात 'बोरिंग' (कंटाळवाणं) ह्या शब्दाचा समावेश नव्हता.

आता हॅरी किमकडे एकटक पाहत होता. तिने आपलं जॅकेट उतरवलं, ती 'उंदराची शेपूट' टी-शर्टमध्ये दडवली आणि गाडीमधून उतरण्यापूर्वी टिश्यू पेपरने ओठांवरचा घाम टिपला. क्षणार्धात तिचा नेहमीचा ताठा गळून पडून किमचं रूपांतर पुन्हा एका लहानग्या उत्साही मुलीत झालेलं– जी ह्या क्षणी चमकदार डोळ्यांनी मशिदीच्या कंत्राटदाराशी बोलायला निघाली होती. इस्लामाबादेतल्या इतर कुठल्याही व्यक्तीत किमने आजवर इतका रस दाखविला नव्हता.

हॅरीच्या मनात विचार आल्यावाचून राहिला नाही की, त्याने जर किमला अश्रफांना भेटायला कराचीला नेलं असतं, तर त्यांच्यासमोर तिचं कुठलं रूप उभं ठाकलं असतं? ताठ्यातलं, की लहान मुलीचं? हिरोको आणि सज्जादने किमला भेटण्याची खूप इच्छा प्रदर्शित केली; पण त्यांच्या शांत, सुसंस्कृत मुलामधला आणि त्याच्या ह्या वादळी 'नमुन्या'मधला फरक लक्षात घेता, ती भेट काय भयंकर परिणाम घेऊन येणारी ठरेल ह्याची कल्पना येऊन, हॅरीने तो बेत मोडीत काढला होता आणि तरीही ह्या क्षणी हॅरीला वाटलं, 'आपण चूक केली. तिथे किमला घेऊन जायला हवं होतं. तसापण नाताळ येतोच आहे; त्यांच्यासोबत साजरा करण्यात मजा आली असती.' हॅरीला अश्रफांची खूप आठवण येत होती; पण तो 'थोड्याच आठवड्यांत भेटणारच आहोत की त्यांना' हे स्वत:च्या मनाला समजावत होता. तोपर्यंत किम परत जाणार होती आणि हॅरीने तिकडच्या दूतावासातल्या मित्राकडून कराचीमधल्या एका 'बीच-हट'ची सोय करून ठेवली होती. रझाला ते 'बीच-हट' पाहून किती आनंद होईल ह्याची कल्पना करून हॅरी समाधानाने हसला. मग किमकडे पाहत त्याने सुस्कारा टाकला. इतर कुणाच्या किशोरवयीन मुलांना आनंदी करणं किती सोपं असतं!

"डॅड, तुम्ही सांगा ना त्याला, की आता ते छत आर्माडिलोच्या कवचाप्रमाणे न दिसता तंबूप्रमाणे दिसतंय, म्हणून!" त्यांच्याकडे हसतमुखाने येत असलेल्या

कंत्राटदाराकडे निर्देश करत किम म्हणाली. "पण ते चार मीनार अजून भाल्यांसारखेच दिसतायत हं!"

हॅरीने भाल्यांबद्दलचा भाग सोडून कंत्राटदाराला किमचा उरलेला निरोप अनुवादित करून सांगितला. मीनारांना भाले म्हटलेलं त्याला फारसं आवडणार नाही, हे तो समजून होता. अर्थात, किमचं बोलणं समजण्याइतकं इंग्रजी त्या कंत्राटदाराला निश्चित येत होतं. कंत्राटदाराने हसत, मान डोलवून त्यांना मशिदीच्या आत येण्याचं निमंत्रण दिलं. किमच्या डोक्यावर टोपी नाहीसं पाहून हॅरीने तिचा कडक उन्हापासून बचाव होण्यासाठी प्रेमळपणे तिच्या डोक्यावर हात धरला; एरवी हॅरीच्या ह्या कृतीवर किम वैतागली असती, पण आजचा तिचा उत्साह ह्या सगळ्याच्या पलीकडचा होता.

'वॉव!'... 'सुंदर'...'अप्रतिम'... कंत्राटदार त्यांना मशीद दाखवत असता, किमच्या तोंडात सतत हेच शब्द होते! ही पहिली वेळ होती, जेव्हा कंत्राटदाराने त्यांना मशीद आतून बघण्याची परवानगी दिली होती आणि किम पूर्णपणे हरखून गेली.

'कैक पिढ्यांची कहाणी...' हॅरीच्या मनात आलं... जेम्स बर्टनने ब्रिटिश साम्राज्य कोसळण्याचं दु:खद दृश्य बघितलं. हॅरी बर्टन साम्यवादाच्या नायनाटासाठी झटत होता... आणि आता किम बर्टनला... तिला फक्त 'निर्माण करणं', 'बांधणं' अवगत होतं– मग ती मशीद असो वा कलादालन वा तुरुंग. तिच्यासाठी ती इमारत काय आहे, हे महत्त्वाचं नव्हतं. महत्त्वाची होती, फक्त ती बांधण्याची प्रक्रिया.

संवेदनशीलपणाच्या एका दुर्दम्य क्षणात हॅरीच्या मनात किमबद्दल अपार आदर दाटून आला. त्या सगळ्यांमध्ये ती एकटीच ह्या विश्वात काहीतरी निर्माण करायला निघालेली; उद्ध्वस्त करायला नव्हे!

१८

दुरून बघितलं असतं, तर कुणाला असं वाटलं असतं की, ते प्रार्थना करताहेत.

हॅरी बर्टन आणि हिरोको अश्रफ– दोघे एका दगडी तलावाच्या बाजूला, मांडीवर हात ठेवून शांतपणे समोरासमोर बसले होते. त्यांचं ना दूरवर समुद्रावर घिरट्या घालणाऱ्या सीगल्सकडे लक्ष होतं, ना समुद्रकिनारी चाललेल्या गमती-जमतींवर. बरीच कुटुंबं वाळूत चटया टाकून बसली होती; त्यापैकी काही रसदार संत्री चाखत समुद्राची मजा लुटत होती. मुलांच्या एका घोळक्याने मुलींच्या एका घोळक्याकडे टेनिस-बॉल भिरकावला. त्यावर चिकटवलेली चिठ्ठी वाचून मुली खिदळत होत्या. बिलोरी झूल पांघरलेल्या उंटांवरून आनंद आणि भीतीच्या संमिश्र किंकाळ्या ऐकू येत होत्या. ती आपल्या लहानपणातली एक आवडती गोष्ट होती, असं हॅरीने सांगितल्यामुळे रझा त्याचं अनुकरण करत एक मोठा वाळूचा किल्ला बनवत होता; तर सज्जाद त्या किल्ल्यावर माशाच्या हाडकाने उर्दूमध्ये कलमं कोरत होता.

"कधीतरी तुम्हाला इथे सॅलॅमॅन्डर (उष्ण भागात राहणारे सरडे) आहेत, हे कळतं, ते फक्त त्यांनी वर फेकलेल्या वाळूच्या छोट्या ढिगांमुळे. त्यांचा छद्मवेष हा तुझ्यापेक्षा जरा बरा असतो म्हणू या!" हॅरीच्या मेंदी लावलेल्या केसांकडे निर्देश करत हिरोको हसत म्हणाली.

हॅरीही हसला.

"चिडवू नकोस बरं का हिरोको. मी सलवार-कमीज चढवला ना, की पठाणांनासुद्धा त्यांच्यातलाच वाटतो. मी त्यांना माझं नाव लाला बक्ष असं सांगतो; पण पुढे पुश्तूत काही बोलता येत नाही म्हटल्यावर माझी चोरी पकडली जाते. तुला माहितेय, त्याचं पुढे काय झालं? खऱ्या लाला बक्षचं?"

हिरोकोने मान डोलावली. समुद्राकडे तोंड करत, डोळे मिटून बारीकसं हसली.

“इथे किती बरं वाटतं; नाही? आपण शहराच्या इतक्या आत राहतो ना, की लक्षातच राहत नाही की, हेसुद्धा एक समुद्री-शहर आहे!”

“सुद्धा म्हणजे?”

“नागासाकीसारखं.”

हिरोकोने समोर बघितलं, तर तिला दिसल्या एकापाठोपाठ एक रांगेत चालणाऱ्या तीन लाकडी नौका. त्यांना ना शीड होतं, ना मोटारींचा आवाज येत होता. वाऱ्याच्या झोतासोबत चाललेल्या बापड्या. नागासाकी ते मुंबई, मुंबई ते इस्तंबूल. इस्तंबूल ते कराची. हिरोकोने अवघ्या वर्षभरात केलेला हा समुद्री प्रवास ह्यासाठीही अजब वाटत होता की त्याआधी ती कधी जपान सोडून कुठे गेलेली नव्हती आणि ना त्यानंतर कधी पाकिस्तान सोडून. खरंतर तिचा बराचसा वेळ कराचीतच जाई. सज्जाद कधी कधी रझाला घेऊन लाहोरला इक्बालकडे जायचा किंवा पेशावरला बहिणीकडे. दहा वर्षांतून वगैरे एकदा ते हद्दीपार दिल्लीला जाऊन उरलेल्या नातेवाइकांना भेटून यायचे; पण सहसा त्या सहली निराशाजनकच ठरायच्या. हिरोको ह्यापैकी कुठल्याच ठिकाणी त्यांच्यासोबत जायची नाही आणि सज्जादने फार पूर्वीच ही खूणगाठ बांधली होती की, त्याची जपानी बायको त्याच्या कुटुंबासाठी नेहमी परकीच राहणार. तिचं अस्तित्व सगळ्यांसाठीच गैरसोईचं ठरेल आणि मग त्यामुळे त्याने हिरोकोला आग्रह करणंही सोडून दिलं होतं. अलीकडं, कराचीत एकटं असताना हिरोकोच्या मनात बऱ्याचदा येई की, त्यांनी साठवलेल्या पैशातनं थोडे पैसे घेऊन लांबवर कुठेतरी सहल करून यावी – इजिप्त, हाँगकाँग, न्यूयॉर्क – आणि नवरा व मुलगा परत येईपर्यंत गुपचूप परत येऊन त्यांच्या स्वागताला उभं राहावं!

“तू अजूनही त्याबद्दल खूप विचार करतेस का गं? नागासाकीबद्दल?” एरवी एवढ्या कमी काळातल्या ओळखीत हॅरीने हा प्रश्न कुणाला विचारला नसता; पण हिरोको आपल्या आयुष्यात फार पूर्वीपासून आहे, असंच त्याला जाणवत होतं.

हिरोकोने हात पाठी नेऊन कमरेच्या जरा वर स्पर्श केला.

“ते नेहमीच असतं माझ्यासोबत.”

हॅरीने मान डोलवली.

“तू रझाला कसं सांगितलंस? मला जेव्हा किमने पहिल्यांदा कोनरॅडबद्दल विचारलं, तेव्हा मी तर खोलीतून निघूनच गेलो. मग माझ्या आईने तिला सांगितलं. काय सांगितलं, हे मला अजूनही माहीत नाही; पण ते ऐकून किम जेव्हा खोलीबाहेर आली, तेव्हा ती एकदम प्रौढ झाल्यासारखी दिसली. आठ वर्षांची होती ती तेव्हा.”

हिरोकोने हॅरीकडे बघितलं; तो त्या किल्ल्याकडे निरखून पाहत होता– त्या क्षणी तोच लहान बनून गेला होता.

"परिकथा–" हिरोको म्हणाली, "परिकथा तयार करायचे मी."

'मला समजलं नाही?' ह्या अर्थी हॅरीने मान डोलवली.

हिरोकोने दीर्घ श्वास घेतला आणि म्हणाली, "मी सांगते तुला."

तिच्या आवाजातल्या कंपनाने हॅरी समजला की, ती जे सांगणार होती, ते ती एरवी कुणालाच सांगत नसेल. "एक गोष्ट होती एका मुलीची, जिचे मरणाला टेकलेले वडील पालीसारखे सरपटत तिच्याकडे येत असतात. त्यांचा विद्रूप अवतार बघून ती इतकी घाबरते की, तिला हे समजायला बरीच वर्षं जातात की, त्यांचं तिच्याकडे येणं, हे आयुष्यभर तिच्यापासून दूर राहिल्याबद्दलचा पश्चात्ताप असतो. दुसरी गोष्ट होती एका मुलाची– ज्याला एक दिवस ठासवून-ठासवून सांगितलं जातं की, तो आतापर्यंत जगत आलेलं सुखद आयुष्य, त्यातली सगळी माणसं– हे निव्वळ एक स्वप्न होतं. सत्य होता तो फक्त हा तुरुंग, त्यातला तो अंधार! तिसरी गोष्ट होती मोडक्या कण्यांच्या पुस्तकी जीवांची– ज्यांना त्यांच्यात लिहिलेल्या सगळ्या गोष्टी कल्पनातीत आहेत हे समजल्यावर, ते आत्मदहन करून घेणं पसंत करतात. चौथी गोष्ट होती एका बाईची– जिच्या पाठीतून आगीचा गोळा तिच्या शरीरात शिरून तिचं हृदय जाळून टाकतो, ज्यामुळे स्वत:च्या बाळाचं प्रेत पाहूनही ती इतकाच विचार करते– 'हा गेला अजून एक!' अजूनही बऱ्याच गोष्टी होत्या... आसमंतात आपल्या प्रियजनांना शोधत फिरणाऱ्या स्त्री-पुरुषांच्या; आपले मोठमोठे पंख फडफडवत मानवी शरीरावर झडप घालून ते मांस खाऊ पाहणाऱ्या राक्षसांच्या; आभाळातून टाकल्या गेलेल्या त्या अग्नी-दैत्यांच्या, जे एका मिठीत तुम्हाला भस्मसात करतात. एका शिक्षिकेच्या, जिची जीवशास्त्राची पुस्तकं 'जागी' होतात आणि त्यातली चित्र-विचित्र चित्रं तिच्या डोळ्यांसमोर नाचू लागतात– त्वचा नसलेली शरीरं, अवयव बाहेर लटकलेली शरीरं, पोकळ शरीरं!"

"गॉड... हिरोको!"

हॅरीने जेव्हा सी.आय.ए.च्या डिरेक्टोरेट ऑफ ऑपरेशन्समधल्या नोकरीसाठी अर्ज केला, तेव्हा त्याचा परदेशातला जन्म आणि विविध देशांशी त्याचं असलेलं नातं– हे कदाचित त्या नोकरीच्या आड येईल, असं त्याला वाटलं होतं. पण प्रत्यक्षात मुलाखतीच्या वेळी इंग्लंड आणि इंडियाचा फारसा उल्लेखच झाला नाही. उलट, जराशी अडचण झाली ते त्याला हिरोशिमा आणि नागासाकीवरच्या बॉम्बहल्ल्यांबद्दल त्याची मतं विचारली, तेव्हा. त्याच्या शरीराला जोडल्या गेलेल्या आणि इतकंसंही खोटं चटकन पकडणाऱ्या पॉलिग्राफ मशीनचं भान ठेवत हॅरीने शेवटी उत्तर दिलं, "प्रेसिडेन्ट आयसेनहॉवरसारखंच मलाही वाटतं की, आपण ते करायला नको होतं."

आता पाकिस्तान त्यांचा अणवस्त्र कार्यक्रम तयार करत होता आणि सी.आय.ए.ला

त्याची खबर होती. हॅरीच्यानुसार सी.आय.ए. केवळ, ही खबर खरी आहे ह्याची खातरजमा करत होती आणि मग तो बेत यशस्वी व्हावा ह्यासाठी ह्या देशात करोडो डॉलर्स पाठवत होती.

हॅरीजवळ कोनरॅडची कुठलीच आठवण नव्हती; पण १९४५ मध्ये, त्याच्या आईने आणलेल्या एका मासिकातील बॉम्बहल्ल्यातल्या बळींचे फोटो बघून हॅरीच्या डोक्यातनं काही ते धुराचे ढग विरून जाईनात. त्याने एकवार त्या भयावहरीत्या जळालेल्या शरीरांवर नजर टाकून, कोनरॅडच्या लहानपणच्या एका फोटोवर नजर स्थिरावली होती. त्या फोटोत कोनरॅड ४५ मधल्या हॅरीइतक्याच वयाचा आणि त्याच पद्धतीने हसत होता.

सी.आय.ए.च्या मानसोपचारतज्ज्ञांनी नव्हे, तर इल्से वेईसने हा शोध लावला होता की, शीतयुद्ध ऐन भरात आलं असताना हॅरीने सी.आय.ए.मध्ये सामील होण्याचा निर्णय घेतलेला, तो ह्या येऊ घातलेल्या अणुयुद्धामुळेच. त्याचं उच्चाटन केवळ अमेरिका आणि रशियामधलं युद्ध थांबवूनच होऊ शकणार होतं. हॅरी तिचं बोलणं उडवून लावत हसला होता. त्याने कधीही हे आईसमोर कबूल केलेलं नव्हतं की, तो सी.आय.ए. मध्ये काम करतोय; पण तो अगदी 'फार्म'मध्ये प्रशिक्षणात असल्यापासूनच तिने ते ताडलं होतं.

हॅरी सी.आय.ए.मध्ये गेला खरा; पण जेव्हापासून त्याने त्याच्या एका सहकाऱ्याने पाकिस्तानातल्या अणुयुद्धाबद्दल लांग्लेकडे सादर केलेला अहवाल वाचला, तेव्हापासून बऱ्याचदा आय.एस.आय.च्या अधिकाऱ्यांसमोर बसला असताना हॅरीचा राग पराकोटीला पोहोचायचा– सी.आय.ए., आय.एस.आय.च्या संबंधांशी एरवी निगडित असलेल्या त्याचा संताप, उद्वेग आणि अविश्वासापेक्षा कैक पटींनी जास्त– आणि मग हॅरीला वाटून जायचं की, कदाचित त्याच्या आईच्या म्हणण्यात काहीतरी तथ्य होतं.

"पण मी रझाला कधी ह्या परिकथा सांगितल्या नाहीत, कुठल्याच नाहीत." हिरोको म्हणाली, "मी विचार करत राहिले– एक ना एक दिवस तो मोठा होणारच आहे. आतापासून त्याच्या डोक्यात ती चित्रं का भरा?" तिने ओंजळीत पाणी भरून हॅरीच्या तापलेल्या डोक्यावर थापलं. "त्याला एवढं माहीत आहे की, बॉम्ब पडला. त्याने बराच हाहाकार माजला. त्यात माझे वडील गेले आणि मी ज्याच्यावर प्रेम करत होते, तो माणूससुद्धा. त्याच्या एका वाढदिवसाला रझाला एक इतिहासाचं पुस्तक मिळालं. त्यात हिरोशिमाचं पानभर वर्णन होतं आणि नागासाकीचीही बरीच माहिती दिलेली. त्यामध्ये एका वृद्ध जपानी माणसाचं चित्र होतं. तो आपल्या रक्ताळलेल्या डोक्याला पट्ट्या बांधलेला हात लावून दु:खी चेहऱ्याने बसला होता. रझाने एकदाच मला ते चित्र दाखवलं, मान डोलावली आणि पुन्हा त्याबद्दल वाच्यता केली नाही."

"आणि तुझ्या पाठीवर भाजल्याच्या खुणा?"

हिरोकोच्या चेहऱ्यावर क्षणार्धात उफाळलेल्या तीव्र रागासाठी आणि तिच्या आवाजातल्या धारदारपणासाठी हॅरी मुळीच सज्ज नव्हता. "तुझ्या आईला, त्याबद्दल तुला काही सांगण्याचा संबंधच नव्हता!"

"आय ॲम सॉरी!" हॅरी खरोखरीच घाबरून म्हणाला. तिच्या नेहमीच्या हसतमुख चेहऱ्यावरील तो संताप त्याला थक्क करून गेला.

थोड्या वेळाने हिरोकोने आपल्या चेहऱ्यावर हात फिरवून हॅरीचा हात हळूच पकडला. "सॉरी. माझ्या स्त्रीसुलभ भावनेबद्दल मला माफ कर. पण एकटा सज्जाद असा आहे, ज्याला मी..." हिरोकोने अर्ध्यातच वाक्य तोडत हलकंसं स्मित केलं. हॅरी समजला, की ह्यापेक्षा जास्त सांगणं म्हणजे त्यांच्यातल्या जवळिकीबद्दल नको इतकं सांगण्यासारखं होईल. "खरंतर रझाने ते कधीच पाहिलेलं नाहीये."

"काय? त्याने ते बघितलं नाहीये?" हॅरी आश्चर्याने ओरडलाच.

"ओ! त्याला ते तिथे आहेत, इतकंच माहितेय. त्याला माहितेय की, माझ्या पाठीवर काही ठिकाणी संवेदनाच नाहीयेत. लहानपणी त्याचा एक नेहमीचा खेळ होता– ज्यात तो गुपचूप येऊन पेन्सिलीने किंवा काट्यानं नेमक्या त्या ठिकाणी टोचायचा आणि मला काही न जाणवल्यामुळे खो-खो हसत सुटायचा. सज्जाद खूप चिडायचा त्याच्या ह्या खोडीवर; पण मला उलट बरं वाटायचं की, तो त्या गोष्टीकडे गमतीने पाहू शकतो."

हॅरीच्या थक्क झालेल्या चेहऱ्याकडे पाहून हिरोकोला गंमत वाटली.

"अरे, ह्या ठिकाणच्या संस्कृतीमध्ये पोरांनी आपल्या आईची उघडी पाठ बघावी, हे बसत नाही. मी काही त्याला मुद्दाम ठरवून दाखवलं नाही, असं नाही. फक्त तशी कधी वेळच आली नाही. आणि हो, हॅरी बर्टन, एका अर्थी ते योग्यच झालं. जे आहे, ते फार विद्रूप आहे आणि मला ते दाखवण्याची लाजसुद्धा वाटते."

हॅरीला तिची कळवळून माफी मागण्याची तीव्र इच्छा झाली; पण त्याने ती वेळीच आवरली, कारण त्याला माहिती होतं, तो जे काही म्हणेल, ते फार अपुरं पडेल आणि तिलाही अस्वस्थ बनवेल.

"पण असं मुळीच समजू नकोस हं, की अजूनही माझ्या आयुष्यात जुन्या भुतांचं थैमान सुरू आहे." हिरोको पुढे म्हणाली, "मला सांगितलं गेलंय की, बहुतेक हिबाकुशांच्या मनात आपण वाचलो ह्याबद्दल अपराधीपणाची भावना असते; पण माझ्यात ती अजिबात नाहीये हं. बघ ना माझ्याकडे– काय कमी आहे माझ्या आयुष्यात? आज मी मस्त समुद्राचा खारा वारा घेत बसलेय; एका 'वेईस'सोबत बसून सॅलॅमॅन्डर आणि खेकडे बघत गप्पा मारतेय; माझ्या नवऱ्याला आणि मुलाला इतक्या आनंदाने तो किल्ला बनवताना न्याहाळतेय. इतकंच काय, तर काल मी फोन

उचलला तेव्हा तब्बल पस्तीस वर्षांनंतर माझ्या लाडक्या मैत्रिणीचा– इल्से वेईसचा आवाज ऐकला!'' शेवटचा वाक्यावर हिरोकोच्या आवाजात अपार संतुष्टी डोकावली.

हिरोकोला ह्या क्षणाची कमाल वाटत होती– ज्याप्रमाणे मधली वर्षं आपसूक गळून पडली आणि त्यांनी पूर्वीप्रमाणेच तासभर मस्त गप्पा मारल्या– त्या गोष्टीची तिला खरंच कमाल वाटत होती. इल्सेच्या आवाजातला आनंद ती जेम्ससोबत असताना कधीच दिसला नव्हता. ''आणि उद्या जेव्हा मी माझ्या शेजारी राहणाऱ्या मैत्रिणीसोबत– बिल्कीससोबत शाळेत जाईन – ती पण तिथे शिकवते – माझे सगळे विद्यार्थी चिवचिवाट करत माझ्याभोवती गोळा होऊन, प्राणिसंग्रहालयात नेलेल्या शाळेच्या सहलीबद्दल सांगतील. हो, मला माहितेय, हे सगळं एका चुटकीसरशी गायब होऊ शकतं; पण त्यामुळे त्यांची किंमत, त्यांचं मोल कुठे कमी होत नाही ना?''

एवढं बोलून हिरोको पाण्यामध्ये पाय टाकून बसून राहिली. तिला समजत नव्हतं की, हॅरीला संकोचू न देता त्याला हे कसं सांगावं की, त्याचं अस्तित्वसुद्धा तिच्या आयुष्यात मोलाचं बनून गेलं होतं. तो ज्या प्रकारे त्यांच्या नझीमाबादच्या घरात, त्यांच्या आयुष्यात प्रवेश करून आला; ते सगळंच फार अजब होतं. थोड्या वेळापूर्वी हॅरीला रझाबरोबर वाळूत क्रिकेट खेळताना पाहून हिरोकोला जाणवलं की, जरी कोनरॅडसुद्धा अगदी जाणून-बुजून शहरातल्या त्या प्रत्येक ठिकाणी जाऊन आला असता, जिथून त्याची बहीण नेहमी दूर राहिली असती– किंबहुना, तिथून तिने दूर राहणं पसंत केलं असतं; तरी त्याची ती कृती भिडस्तपणेच झाली असती– आपण आपल्या मर्यादांचं उल्लंघन करतोय, ह्या जाणिवेने. आणि इल्सेचं म्हणाल तर, न्यूयॉर्कमध्ये इतकी वर्षं राहूनसुद्धा आणि तिच्या भाषेत सांगायचं तर, प्रत्येक प्रकारच्या लोकांमध्ये मिसळूनसुद्धा ती नक्कीच सज्जादचं अस्तित्व ह्या विचारांशिवाय स्वीकारू शकली नसती, की तो त्यांच्यासाठी कधीकाळी नोकरापेक्षा एक पायरी वर होता, झालं! त्यांच्या संभाषणातच हे स्पष्ट झालं, जेव्हा इल्सेने हिरोकोला विचारलं, ''बरं, मग तुझे पतिराज काय म्हणतायत?'' पण हॅरीला मात्र त्याचं इथे इतकं मनमोकळं स्वागत झालेलं पाहूनच बरं वाटलं.

'अमेरिकन्स!' हिरोकोच्या मनात विचार आला. त्यातच हॅरीने त्याच्या शॉर्ट्सच्या खिशामधून 'सनब्लॉक' काढून चेहऱ्यावर काळजीपूर्वक चोपडलेलं पाहून तर तिला जरा हसूच आलं. पस्तीस वर्षांपूर्वी टोकियोमध्ये असताना हिरोकोने खूणगाठ बांधली होती की, लब्धप्रतिष्ठितपणा हा कधी एखाद्या वर्गाचा नसून, पूर्ण देशाचा असतो. ('बॉम्बने अमेरिकन लोकांचे प्राण वाचवले!' आताही त्या आठवणीने तिचा चेहरा लालबुंद झाला.)

पण हॅरी बर्टनपुढे ती जराशी नमू लागली होती. तो कॉन्स्युलर ऑफिसर होता; कोनरॅडचा भाचा– कॉन्स्युलर ऑफिसर, योग्यच होतं ते. तो दोन राष्ट्रांमधला

देवडीवान होता आणि तिने गेल्या काही आठवड्यांमध्ये त्याचं जे निरीक्षण केलं, त्यानुसार तो ते दरवाजा सताऽड उघडे करत असेल, असंच तिला जाणवलं.

"फाळणी आणि बॉम्ब..." हिरोकोचं बोलणं मध्येच तोडत हॅरी म्हणाला. "तुम्ही दोघं ह्याची मोठी ग्वाही आहात की, मनुष्य कशावरही मात करू शकतो."

'मात करणं– टू ओव्हरकम. किती अमेरिकन शब्द आहे हा? काय अर्थ होतो त्याचा खरंच?'

पण हॅरीने तो शब्द इतक्या प्रामाणिकपणे वापरला होता, की त्यांच्या हसऱ्या चेहऱ्याआड दडलेल्या दुःखद घटनांबद्दल त्याला सांगून उद्वेगाने तो शब्द हॅरीच्या तोंडावर परतवून लावणं योग्य दिसलं नसतं. काय सांगणार होती ती त्याला? त्या 'बिघडलेल्या गर्भाबद्दल– ज्याला तिच्या शरीराने त्यागलं होतं; की फाळणीनंतर विद्रूप झालेली त्याची दिल्ली पाहून सज्जादने ढसाढसा रडून ढाळलेल्या अश्रूंबद्दल?

त्याऐवजी हिरोको म्हणाली, "कधी कधी रझाकडे बघितल्यावर मला वाटतं की, आपल्याला जितक्या कमी गोष्टींवर मात करायला लागते ना, तितकाच आपल्यावर अन्याय झालाय, असं वाटतं."

परीक्षेत दुसऱ्यांदा नापास झाल्यानंतर रझाच्या जीवनात पसरलेल्या निराशेच्या जागी गेल्या काही आठवड्यांपासून स्वअनुकंपेचं रोपण झालं होतं. नेमकंच सांगायचं तर, सज्जाद ज्या साबणाच्या कारखान्यात जनरल मॅनेजर होता, तिथे तो रझाला कामासाठी घेऊन जायला लागला, तेव्हापासून. त्याचे मित्र जेव्हा बसमध्ये बसून युनिव्हर्सिटीत जायचे, तेव्हा रझा कारखान्यात कामाला जायचा.

"त्याला किमान कार्यालयात तरी काम करू द्या." रझा कामाच्या पहिल्याच दिवशी जेव्हा यंत्रांची दुर्गंधी अंगावर लेवून आला आणि अंघोळही करायला तयार होईना (कारण साबणांच्या वासाने त्याला उलटी येत होती) तेव्हा हिरोकोने सज्जादला विनवलं होतं.

"मी त्याला बजावून सांगितलंय, की तो जोपर्यंत परीक्षा द्यायला तयार होत नाही, तोपर्यंत तो तिथेच काम करणार! तुला माझी क्लृप्ती समजत नाहीये का हिरोको? मला त्याला त्याचं सगळ्यात नावडतं काम करायला लावायचंय; जेणेकरून तो शेवटी वैतागून का होईना, परीक्षा द्यायला तयार होईल. तू त्याला घरामध्ये दिवसभर दुःखात बुडून बसू देतेस. तू मला सांगितलंस की, त्याला वेळ दे. दिला मी वेळ. त्याचा काय उपयोग झाला? शून्य. मग आता मला माझ्या पद्धतीने जाऊ दे. परीक्षेला थोडेच आठवडे उरले आहेत."

हिरोकोला मान्य होतं की, रझाच्या निष्क्रियपणाबद्दल आता तिलाही चिंताच वाटू लागली होती. त्यामुळे ती जरी रझाला साबणाचा उबग येतो म्हणून त्याच्यासाठी हात धुवायला न चुकता राख आणि लिंबं ठेवायची, तरी त्याच्या वतीने सज्जादला

समजावण्याच्या रझाच्या विनंतीकडे पूर्ण दुर्लक्ष करायची. मात्र तिला रझाच्या निष्क्रीयतेचा कितीही राग येत असला तरी, अखेर तिलाही शस्त्रास्त्र कारखान्यांमधला तो दर्प सर्वांगाला कसा विळखा घालून राहतो, ह्याची अजूनही आठवण होती. त्यामुळे राख-लिंबांचा रतीब काही चुकायचा नाही!

"मलाही समजत नाहीये," हॅरी म्हणाला, "तो खरा इतका हुशार मुलगा आहे; प्रॉब्लेम तरी काय आहे त्याचा?"

रझाच्या पुटपुटण्यातनं तिला जे थोडंफार समजलं ते तिने हॅरीला तिच्यापरीने समजावण्याचा प्रयत्न केला होता. कसे त्याचे शब्द हवेत विरून जायचे; बोटांमधून पेन निसटून जायचं; काहीच सुचेनासं व्हायचं... आणि सगळ्यात वाईट म्हणजे, जेव्हा त्याला सगळी उत्तरं एकदम सुचायची, त्याच्या डोक्यामध्ये शब्द वेडीवाकडी वीण घालू लागायचे आणि डोक्यापासून पेपरावर उतरेपर्यंत ते एखाद्या खट्याळ पोरासारखे सैरावैरा धावत, लपत सुटायचे.

"एवढंच?" हॅरी उभा राहत बोलला आणि पायाला लागलेली वाळू झटकत हिरोकोला म्हणाला, "मला रझाशी बोलायचंय; आत्ता."

पाहता-पाहता सज्जाद आणि रझा किल्ला बांधत होते तिथे हॅरी गेला आणि रझाच्या खांद्यावर हात टाकत, त्याच्याशी बोलत-बोलत त्याला दूर घेऊन गेला. हिरोकोला त्या क्षणी मनापासून वाटलं की, तिचा जर स्वर्ग-नरक ह्या संकल्पनांवर विश्वास असता, तर फार बरं झालं असतं. कोनरॅड स्वर्गामधून हे सगळं बघतोय, हे जाणवून तिला आनंद वाटला असता.

हिरोकोची नजर स्वतःच्या कुटुंबीयांवरून बीचवरच्या कराचीवाल्यांवर स्थिरावली. एका बाजूला त्या मवाली पोरांचं टोळकं उभं होतं– जे थोड्या वेळापूर्वी रझाभोवती फेर धरून 'चायनीज, जापनीज, मनी प्लीज' म्हणत फेर धरून नाचत होतं; हॅरीने त्यांना पिटाळून लावलं ते बरं झालं. त्या पोरांच्या वागण्याचा तिला इतका त्रास नाही झाला; जितका रझाच्या त्यांच्या कृतीकडे एक द्वेषविरहित बालिशपणा म्हणून बघण्याच्या असमर्थतेमुळे झाला. हिरोकोला शंका वाटल्यावाचून राहिली नाही की, रझाचा हा अति संवेदनशीलपणा, हा तो तिच्या पोटात असताना तिने केलेल्या अतीव काळजीचा तर परिणाम नाही ना?

मग तिची नजर पोरांवरून तिथे असणाऱ्या बायकांवर गेली. सगळ्यांच्याच अंगावर लांब बाह्यांचे कमीज आणि सगळ्यांचीच डोकी अदबीने झाकलेली. तिला तर काही समजेनासंच झालेलं. 'इस्लामीपणा'– अर्थात, इस्लामचं नको ते भांडवल करणं– ह्याला सगळे जण हुकूमशहाच्या हातातलं राजकारणाचं अस्त्र म्हणून ओळखून नाक तर मुरडायचे, पण तरीही त्यांच्या आदेशांचं पालनही करायचे! त्या नियमांनुसार आपली पूर्ण जीवनशैली बदलून टाकायचे. हिरोकोला स्वत:ची काळजी

नव्हती; पण वयाच्या ह्या वेड्या वळणावर उभ्या असलेल्या रझावर, ह्या अर्धनिर्मित, धगधगणाऱ्या राष्ट्राचा काय परिणाम होईल ह्याची तिला चिंता लागून राहिली होती.

"आपल्या नवऱ्यासोबत चार पावलं चालाल का मॅडम?" सज्जादने तिची विचारशृंखला तोडत हसत विचारलं. हिरोकोला त्याच्या त्या कृतीमुळे जरा हायसंच वाटलं आणि सज्जादने पुढे केलेला हात पकडत ती उठून सज्जादसोबत चालू लागली. इतक्यात रझा आणि हॅरी पाण्याच्या दिशेने जाऊ लागले.

"मला तुला हे इतक्या वेळात देताच आलं नाही." हॅरीने खांद्यावरची बॅग उघडत रझाला म्हटलं, "पण मला अजूनही समजत नाहीये की, तुला हे का हवं होतं?" असं म्हणत हॅरीने रझाच्या हातात एक पारदर्शक पिशवी ठेवली. रझाने पिशवीतल्या त्या कापसाच्या बोंडांसारख्या रंगीबेरंगी गोळ्यांकडे बघितलं आणि कुतूहलाने विचारलं, "हे मार्शमॅलो आहेत ना?" तेवढ्यात एक मोठी लाट आली आणि त्यातून आलेल्या पाण्याच्या फवाऱ्यांपासून मार्शमॅलो भिजू नयेत, म्हणून रझाने लगेच पिशवीवर हात धरला.

"उंहुं! आता तरी मला सांगशील का, की तू मला, हे माझ्या मुलीला पार न्यूयॉर्कपासून – हातात हं, बॅगेत नाही; नाहीतर ते फुटले असते – आणायला का सांगितलेस?" हॅरीने किमला खोटंच सांगितलं होतं की त्याला ते मार्शमॅलो कॉन्सुल ऑफिसमधल्या एका माणसाच्या लहान मुलीसाठी पाहिजे होते. एका सोळा वर्षांच्या पाकिस्तानी मुलाला ते हवे आहेत, असं सांगितल्यावर किमची निश्चितपणे होणारी कुत्सित प्रतिक्रिया बघण्यात हॅरीला रस नव्हता.

"मला एकदा बघायचं होतं की, ते असतात तरी काय!" रझा मार्शमॅलो निरखत बोलला. "मी बऱ्याच अमेरिकन पुस्तकांमध्ये त्यांच्याबद्दल वाचलेलं. थँक्यू अंकल हॅरी."

हॅरी त्या मुलाच्या अपार आदराने फुललेल्या चेहऱ्याकडे टक लावून बघत होता. ह्यापूर्वी त्याला कुणीच 'अंकल हॅरी' म्हटलं नव्हतं आणि रझा ते म्हणेपर्यंत, आपण त्यामुळे काहीतरी गमावतोय, असंही कधी हॅरीला वाटलं नव्हतं.

"तू हे तुझ्या गर्लफ्रेंडला देणारेस का?"

ह्यावर रझा मनापासून हसला. क्षणार्धात पूर्वीचा संत्रस्त, पिचलेला रझा गायब होऊन त्याची हसरी, प्रसन्न प्रतिकृती समोर उभी राहिली. गेल्या काही आठवड्यांत अंकल हॅरी आणि अब्दुल्लाची आदरपूर्वक नजर सोडल्यास रझाच्या आयुष्यात अजून एक आशेचा किरण झिरपला होता– तो त्याचा आणि बिलालची बहीण सलमा ह्यांच्यामध्ये सुरू झालेला 'टेलिफोन रोमान्सचा!' रझाने आतापर्यंत हे कोणाला सांगितलं नव्हतं, फक्त एकदा हॅरीच्या कानात कुजबुजलेला.

"तुला माहितेय, तुला गर्लफ्रेंड आहे की नाही, असं मला कोण विचारत

होतं?'' हॅरीने सहजपणे विषय काढला. ''माझी मुलगी, किम.'' रझाच्या गालावर लाली चढली आणि हॅरीच्या डोळ्यांसमोर काळी लिपस्टिक लावलेली आणि 'फॅशनेबली' फाडलेले टी-शर्ट घातलेली किम उभी राहिली. किम ह्याला भेटलीच तर दोघं बोलतील तरी काय! हे खरं होतं की, किमने हॅरीला तसं खरंच विचारलं, पण त्याचं उत्तर नकारात्मक असेल, हे गृहीत धरूनच. त्यामुळे का होईना, तिला एरवी रझाच्या हुशारीचं कौतुक करणाऱ्या हॅरीसमोर रझाला कमी दाखवता आलं असतं.

''कशी आहे ती? बरी आहे ना?'' हॅरीला अपेक्षित होतं त्यानुसार रझाने विचारलं. त्याच्या ह्या चांगल्या सवयी पाहून किम तर हसून-हसून वेडीच झाली असती. 'किम इथे असती तर समुद्राकडे दुरूनच पाहून त्याचा आस्वाद घेणाऱ्या ह्या लोकांकडे दयनीयपणे बघत आतापर्यंत कधीच पाण्यात डुंबायला धावली असती.'

हॅरीला किमची खूपच आठवण येत होती; त्यांची शेवटची भेट बरीचशी भांडणात आणि आरडाओरड्यातच गेली होती तरी... किंवा किंबहुना, म्हणूनच!

त्यात, त्याच्या माजी पत्नीने तिच्या बॉयफ्रेंडसोबत पॅरिसला फिरायला गेली असताना, हॅरीला मोठेपणाचा आव आणत सुनावलं, ''आपल्यापैकी एकाला दररोज उद्भवणाऱ्या खऱ्या-खुऱ्या संकटांना तोंड द्यावं लागत असतं हॅरी; आणि त्या वेळी दुसरी व्यक्ती जगभरच्या सुंदर-सुंदर ठिकाणी बागडून लुटुपुटूच्या लढायांमध्ये गुंतलेली असते. असो! सध्या नशिबाने मला त्यातनं थोडीशी रजा मिळालेली आहे.'' वा! जसं काही त्याला माहीतच नव्हतं की, किमला वाढवण्याची सगळी जबाबदारी इल्सेने घेतलेली आणि ते ती नीट निभावतदेखील होती– किमच्या आईला पार्ट्यांमध्ये हुंदडण्याचा मनसोक्त मोका देत. कधी कधी हॅरीला प्रश्न पडायचा की, घटस्फोटानंतर तो मुद्दाम तर न्यूयॉर्कला राहायला गेला नव्हता ना– इल्से आणि अंकल विली किमला सांभाळतीलच ह्या विश्वासाने?

''हो, किम मजेत आहे.'' हॅरी रझाला म्हणाला. ''काही महिन्यांअगोदर मात्र मला तिची फारच चिंता लागली होती. जरा लवकरच वयात येऊ लागलीय ती... काहींच्या चेहऱ्यांवर मुरुमं उमटतात, स्तन वाढीस लागतात.'' रझाचा लाजेने चूर झालेला चेहरा बघून हॅरीला गंमत वाटली. ''आमच्या किमला परीक्षेचीच भीती बसली.'' रझाने गोंधळून हॅरीकडे बघितलं. ''काही नाही रे, म्हटलं तर एकदम फालतू गोष्ट. तिने समजवलं मला एकदा. तिला उत्तरपत्रिका हातात पडेपर्यंत सगळी उत्तरं तोंडपाठ असायची; पण ती लिहायला बसली, की डोक्यातून सगळं उडून जायचं! पाटी पूर्ण कोरी! नशिबाने किमच्या एक शिक्षिका होत्या, मिसेस ओ'नील. अतिशय चांगली स्त्री. तिने किमच्या मनातून ही भीती घालवायला तिला काही सोप्या युक्त्या शिकवल्या.''

हॅरी सपशेल थापा मारत होता. किमला असली 'टेस्ट अँक्झायटी' (परीक्षेची भीती) वगैरे काही नव्हती; पण नशिबाने बऱ्याच वर्षांपूर्वी शाळेत तसली समस्या असलेल्या हॅरीच्या एका सहकाऱ्याने – स्टीव्हने – त्याला त्याबद्दल सांगितलं होतं आणि त्याच्या नववीतील शिक्षिका मिसेस ओ'नील ह्यांनी त्याला दिलेल्या युक्त्यासुद्धा गाठीला होत्याच! 'कितीही मोठी समस्या असो; योग्य नियोजनाने ती नक्कीच सोडवता येते', असा कानमंत्र देऊन त्यांनी त्याला पुढच्या अपयशांपासून वाचवलेलं.

'टेस्ट अँक्झायटी' (परीक्षेची भीती) भारदस्त नाव होतं! आणि अंकल हॅरीच्या मुलीलाही तीच समस्या होती! रझाने मोठ्या अपेक्षेने हॅरीचा हात पकडत त्याला विचारलं, "तुम्हाला त्यातल्या काही युक्त्या आठवतात?"

हॅरीने होकारार्थी मान डोलवून म्हटलं "मी शिकवेन तुला." मनात... 'रात्री स्टीव्हला फोन करून विचारायला हव्यात.' ...."उद्या तुझ्या आईचीसुद्धा मदत घेऊ. आणि एकदा का तू हा अडथळा पार कलास ना रझा अश्रफ, लक्षात ठेव, तू जग जिंकशील! अमेरिकेत अशा खूप उत्तम युनिव्हर्सिटीज आहेत, ज्या तुझ्यासारख्या हुशार पाकिस्तानी मुलाला हसत-हसत दाखल करून घेतील. तू फक्त त्यांच्या प्रवेशपरीक्षेत भरपूर गुण मिळव; मग ते तुला स्कॉलरशिपसुद्धा देतील. मी तुला अर्ज करण्यासाठी सगळी मदत करीन. काय वाटतं तुला?" क्षणभर हॅरीला वाटलं की, सज्जाद आणि हिरोकोला विचारलं असतं तर बरं झालं असतं; पण मग त्याला वाटलं की, त्यांची हरकत असण्याचा प्रश्नच उद्भवत नाही. कुठल्याही मध्यमवर्गीय पाकिस्तानी आई-वडिलांसाठी, आपला मुलगा अमेरिकेत शिकतोय, ही अभिमानाचीच बाब असते.

रझाने शांत राहण्याचा प्रयत्न करत मान डोलवली.

"कूल!" तो म्हणाला.

"कूल!" हॅरीने 'हाय फाइव्ह' देण्यासाठी हात उंचावत उत्तर दिलं. "मग तू आणि किमसुद्धा भेटू शकता."

"किम!" रझाने ह्यापूर्वी तिचं नाव कधी मोठ्याने घेतलं नव्हतं; पण त्या 'टेस्ट अँक्झायटी' प्रकारानंतर त्याला त्यांच्यात एक आगळी जवळीक झाल्यासारखं वाटलं. "छान नाव आहे."

"हो," हॅरी म्हणाला. "मला माहीत नाही की तुझ्यात आणि किममध्ये मैत्री होईल की नाही; पण इतकं नक्की माहितेय की, तुझी आणि अमेरिकेची मैत्री नक्की होईल. मैत्री काय, लव्ह ॲट फर्स्ट साईट (पहिल्या नजरेत प्रेम) होईल तुला, मला झालं तसं. मी बारा वर्षांचा असताना तिथे गेलो आणि पहिल्या दृष्टिभेटीत समजून गेलो की मला माझं घर सापडलं!"

"अब्बा म्हणतात की, तुम्हाला दिल्ली खूप आवडायचं?"

"हो, खरंच आवडायचं. पण भारतात राहिलो असतो, तर सदैव इंग्रज म्हणूनच. लहानपणी मला तसं जाणवलं नाही, पण ते खरं आहे. मात्र अमेरिकेमध्ये प्रत्येक जण अमेरिकन बनू शकतो. तेच त्या जागेचं सौंदर्य आहे."

"माझ्या बाबतीत ते शक्य नाही, अंकल!" रझा म्हणाला, "तुम्ही क्लिंट ईस्टवूड आणि जॉन फित्झगेराल्ड केनेडीसारखे दिसता; त्यामुळे अमेरिकन वाटू शकता. मी ना धड असा दिसत, ना तसा."

"अं हं सगळे!" हॅरी रझाने केलेल्या तुलनेवर आलेलं हसू प्रयासाने दाबत ठामपणे म्हणाला. "सगळे अमेरिकन होऊ शकतात. तूसुद्धा. देवा शप्पथ!"

"अमेरिका...!" रझाने आपल्या जिभेवर तो शब्द खेळवला.

हॅरीने त्या स्वप्नाळू डोळ्यांच्या, भाषांची देणगी असलेल्या, कुठल्यातरी ध्येयाच्या शोधात असणाऱ्या आणि मध्य आशिया वा अफगाणिस्तानच्याही काही भागात फारसे उठून वेगळे दिसणार नाहीत, असे नाकडोळे असलेल्या त्या मुलाकडे बघितलं आणि त्याच्या मनात एक विचार चमकला!

क्षणभरच... आणि मग त्याने तो झटकून टाकला.

११

तिच्या आईऐवजी तिने फोन उचलेपर्यंत रझाला तीनदा फोन करावा लागला.

"हॅलो फातिमा?" तिने फोन उचलल्यावर म्हटलं. "तुझ्यासाठी ती टिपणं काढून ठेवली आहेत मी. थांब जरा, माझ्या खोलीतून फोन घेते."

रझा त्या मार्शमॅलोच्या पाकिटावरून हात फिरवत स्वत:शीच हसत उभा राहिला. ती जेव्हा परत फोन उचलून बोलली, तेव्हा तिच्या आवाजातला पूर्वीचा साधेपणा जाऊन त्यात खिजवण्याचा सूर उतरलेला. "किती बरं वाटलं म्हणून सांगू रझा, की तू शेवटी तुझ्या व्यग्र आयुष्यातून वेळ काढून मला फोन केलास!"

"सलमा..." तिला आवडतो तशा प्रेमळ आवाजात रझा बोलला. "असं करू नकोस गं. मी दिवसभर अंकल हॅरीबरोबर समुद्रावर गेलो होतो. आताच परत आलो."

"ओ! ठीक आहे... तुला तुझ्या अमेरिकनासोबत वेळ घालवायचाय, तर माझं काहीच म्हणणं नाही..." सलमा म्हणाली खरी, पण रझाला लक्षात आलं की तिच्यावर त्याच्या बोलण्याची छाप पडून गेली.

"मी त्यांना तुझ्यासाठी न्यूयॉर्कवरून काहीतरी आणायला सांगितलं होतं," पाकिटातले मार्शमॅलो कुरवाळत, सलमाचे स्तनही असेच असतील का, असा विचार करत रझा गोड आवाजात बोलला.

"चल! काहीतरीच काय!" सलमा हरखल्यासारखी उद्गारली. मग एकदम आवाज बदलून विचारलं, "तू सांगितलंस त्यांना माझ्याबद्दल?"

"छे! नाही गं. मी सांगितलं, मला पाहिजेत म्हणून. तुला हवंय का, त्यांनी जे आणलंय ते? मग तुला मला भेटावं लागेल. नीट."

"नीट म्हणजे काय?"

रझा क्षणभर थांबला. हे जरा नाजूक प्रकरण होतं... आणि त्याला तर

कुठल्याही अमेरिकन युनिव्हर्सिटीत दाखला मिळू शकतो. किम बर्टनला पण 'टेस्ट अँक्झायटी' होती. रझाला स्वत:ची किंमत खोलीभर चमचमताना दिसू लागली.

"म्हणजे... यू नो... मी तुझ्या घरी आल्यावर तू मला ज्याप्रमाणे दुर्लक्षित करतेस ना, त्याचा मला कंटाळा आलाय." तो गेले बरेच दिवस खरंतर सलमाच्या घरी गेलाही नव्हता, पण आता ही मोजमाप करत बसण्याची वेळ नव्हती.

"आणि तुला काय वाटतं, माझा भाऊ काय करेल– जेव्हा त्याला समजेल की त्याचा मित्र मला 'त्या'च्यासाठी भेटायला बोलवतोय म्हणून...?"

"मी तुला तसल्या कुठल्याही कारणासाठी बोलवत नाहीये सलमा. आपण गेला महिनाभर फोनवर गप्पा मारतोय. तुला खरंच असं वाटतं की, मला तुझ्याबद्दल तेवढाही आदर नाहीये म्हणून?"

समोरून कुठलीच प्रतिक्रिया उमटली नाही. मग रझाने आपला पवित्रा बदलला.

"यू नो, तुझ्या ह्या वृत्तीचा मी गेल्यानंतर तुला पश्चात्ताप होणार आहे."

"कुठे गेल्यावर? साबणाच्या कारखान्यात?"

सलमाने प्रथमच हे जाणवून दिलेलं की, रोज सकाळी रझा आपल्या वडिलांबरोबर कुठे जातो, हे तिला ठाऊक होतं. एरवी हे समजल्यावर रझा पूर्णपणे उद्ध्वस्त झाला असता, पण आज तो फक्त हसला आणि म्हणाला, "नाही, अमेरिकेला. मी तिथे शिकायला जाणार आहे. अंकल हॅरी मला अर्ज करण्यासाठी, स्कॉलरशिप वगैरे मिळवून देण्यासाठी सगळी मदत करणार आहेत."

"माझा नाही विश्वास तुझ्यावर!"

"अगं, खरंच. मला भेट, मग मी सगळं सविस्तर सांगतो तुला."

"तू हे काय चालवलं आहेस रझा? मी तुला नाही भेटू शकत. कुणाला समजलं तर माझी किती बदनामी होईल, ह्याचा विचार कर ना जरा."

"मग मी काय करू एवढं सांग. माझ्या आईला तुला मागणी घालायला पाठवू? तेसुद्धा करीन. तुलादेखील माहीतेय ते. चल सलमा, माझ्याशी लग्न कर; मग आपण दोघं अमेरिकेला जाऊ." रझाने खरंतर फक्त सलमाला हे दर्शविण्यासाठी म्हटलं की, तो तिचा अनादर करत नाहीये. पण पुढच्या नि:शब्द क्षणात जाणवलं की कदाचित सलमा हे सगळं नको इतक्या गांभीर्याने घेतेय... आणि मग त्याची गाळण उडाली.

पण ह्या समस्येतून मार्ग कसा काढायचा ह्याचा रझा विचार करत असतानाच सलमा ठाम शब्दांत बोलली, "रझा, माझे आई-वडील मला तुझ्याशी लग्न करू देणार नाहीत."

रझा हुश्श करत सोफ्यावर बसला. "मला समजतच नाही, हे लोक आपल्या वयातल्या अंतराला इतकं महत्त्व का देतात? तू फक्त दोनच वर्षांनी तर मोठी

आहेस माझ्यापेक्षा. पण ठीक आहे. मी त्यांचीही भूमिका समजू शकतो. शेवटी परंपरेचं पालन करावंच लागतं ना!''

''वयाचा प्रश्न नाहीये. तुझ्या आईमुळे म्हणतेय मी. सगळ्यांना तुझ्या आईबद्दल माहिती आहे.''

''तिच्याबद्दल? काय?''

''नागासाकी... बॉम्ब... कुणीही अगदी ते हतबल असल्याशिवाय, तुला त्यांची मुलगी देणार नाही रझा. तुझ्यात मोठं व्यंग असू शकतं. आम्हाला कसं समजणार?''

रझाची बोटं आपसूकच फोनभोवती घट्ट आवळली गेली.

''व्यंग? मी पूर्णतः निर्व्यंग आहे सलमा. अगं, तुझे वडील डॉक्टर आहेत. मी खरंच निर्व्यंग आहे.''

''बाहेरून असशीलही कदाचित. पण खात्री काय? तुझ्या आत काहीतरी व्यंग असू शकतं, जे तुझ्या मुलांमध्ये येऊ शकतं. मी स्वत: चित्रं बघितली आहेत, बॉम्बहल्यानंतर नागासाकीत जन्मलेल्या मुलांची.''

''मी तर कधी नागासाकीला गेलोसुद्धा नाहीये. माझा जन्म बॉम्बहल्ल्यानंतर वीस वर्षांनी झालाय. प्लीज, तुला माझ्याशी ह्यापुढे बोलायचं नसेल, तर ठीक आहे, तसं सांग. पण असं म्हणू नकोस... मला व्यंग असेल, असं तुला वाटतं... असं म्हणू नकोस.''

''तुला माहिती पाहिजे रझा. लोक तुझ्याबद्दल असाच विचार करतात. तू खरंच अमेरिकेला जा, डार्लिंग.'' इंग्रजीतला तो लाडाचा शब्द अडखळतच बाहेर आला. ''आणि तिथे कुणाला सत्य सांगू नकोस. गुडबाय रझा. मला पुन्हा फोन करू नकोस.''

फोन बंद झाल्यानंतरही रझा कितीतरी वेळ सुन्नपणे रिसिव्हर कानाला लावून बसला होता. संधिप्रकाशात झाडांच्या वेड्यावाकड्या छाया लोखंडी दरवाजावर भुतांसारख्या नाचत होत्या!

शेवटी भानावर आल्यावर रझाने आपले अश्रू पुसले आणि रिसिव्हर जागेवर ठेवला. तेव्हाच त्याला लक्षात आलं की, तो इतका वेळ त्या पुष्टीची वाट पाहत होता... की तो वेगळा नाहीये, बाहेरचा नाहीये... सलमा म्हणाली तसा तर नक्कीच नाही. पूर्ण आयुष्य ह्या मोहोल्ल्यात घालवल्यावर, इथेच खरचटत-ठेचकाळत, हसत-खिदळत मोठा झाल्यावर तर नक्कीच नाही. बाहेरचा नाही... फार तर फार, एक स्पर्शरिषा. मोहल्ल्याच्या सतत संपर्कात, पण तरी त्याला न भेटणारी स्पर्शरिषा. शेवटी स्पर्शरिषासुद्धा सामाईक कथांमधून, इतिहासामधून, विवाहांमधून आणि होऊ शकणाऱ्या विवाहांमधूनच तर निर्माण होत असतात. मात्र, अशाच एका विश्वामधून आता रझा कोनरॅड अश्रफला बाहेर फेकण्याचा कट सुरू झाला होता.

बधिर मनाने रझा अंगणात गेला. संध्याकाळचा बोचरा वारा त्याच्या अंगाला

झोंबू लागला. सज्जादने त्याला आपल्या शेजारी बसायला बोलावलं, सिकंदरचं दिल्लीहून आलेलं पत्र वाचायला. पण त्याला नकार देत रझा बाहेरच्या ओस गल्लीत आला.

'ती एक वेळ सिकंदरच्या मुलाशी लग्न करेल पण माझ्याशी नाही!'

तो उडता विचार कितीही वेडसर आणि अशक्य असला तरी रझाच्या मनात मूळ धरू लागला. हो, सलमाचे आई-वडील तिला एक वेळ सिकंदरच्या सगळ्यात धाकट्या मुलाशी, अल्तमाशशी लग्न करू देतील. मग तो भारतीय असला, गरीब असला आणि त्यांना त्याच्याबद्दल, तो सज्जाद अश्रफचा पुतण्या आहे हे सोडल्यास बाकी काही माहिती नसली, तरी करू देतील!!

रझाला एकदम भडभडून आलं आणि तो पोट धरून रस्त्यातच मटकन खाली बसला.

मोहल्ल्यामधले लोक अजूनही अल्तमाशची चौकशी करायचे. वास्तविक, त्याला आपल्या आईसोबत कराचीला येऊन पाच वर्षं होऊन गेली होती. त्याची आई खरंतर अल्तमाशच्या सगळ्यात थोरल्या भावासाठी सज्जादच्या सुसंस्कृत मोहल्ल्यात कुणी कुलीन मुलगी मिळते का, हे शोधायलाच आलेली. त्याच्या दिल्लीच्या चुलत भावंडांमध्ये एकटा अल्तमाशच रझाच्या वयाचा होता. त्यामुळे पहिल्या भेटीपासूनच त्यांच्यात घट्ट मैत्री झाली होती. पण दोघं एकत्र बाहेर पडले की, लोक हमखास रझाला नव्हे, तर अल्तमाशलाच सज्जादचा मुलगा समजत.

तशातच, एका शुक्रवारी दुपारी मुलांचं एक टोळकं मशिदीमधून क्रिकेट खेळायला मैदानाकडे जात असताना त्यातल्या बिलालने एका रिक्षावाल्याला थांबवून अल्तमाश आणि रझाकडे बोट दाखवत त्याला विचारलेलं "ओळख ह्या दोघांपैकी पाकिस्तानी कुठला नाहीये तो." गेले काही दिवस त्याला ह्या खेळाची चटकच लागलेली. इतके दिवस सगळं गमतीत घेणाऱ्या अल्तमाशचा त्या दिवशी मात्र पारा चढला आणि तो ओरडला, "ह्यात गमतीचं काही नाहीये बिलाल. भारतामध्ये जेव्हा मुसलमानांचा अपमान करायचा असतो, तेव्हा ते त्यांना पाकिस्तानी म्हणतात." ह्यावर बिलाल खदखदून हसत म्हणाला होता, "आणि पाकिस्तानमध्ये जेव्हा मुहाजिरांचा अपमान करायचा असतो, तेव्हा त्यांना भारतीय म्हणतात!" ह्यावर दोन्ही पोरांनी खेळकरपणे एकमेकांना धपाटे हाणले होते आणि रझा मती गुंग झाल्यागत त्यांच्याकडे पाहत विचार करू लागला होता की, 'असला अन्याय हे लोक इतक्या मजेत कसे काय घेऊ शकतात?'

त्याला त्या वेळी आपल्याला बिलालच्या खेळातलं नेमकं काय खटकलं, हे लक्षात आलं नव्हतं; त्याचप्रमाणे जसं त्याने कधीच स्वतःला हे विचारलं नव्हतं की, आपल्याला जपानी भाषा येते, हे त्याने आजतागायत त्यांच्यापासून दडवून का

ठेवलं होतं!

पण आता ह्या क्षणी, जेव्हा ह्या सत्यापासून दूर पळणं अशक्य होतं की, तो सलमासाठी एक दयेचा विषय होता; तेव्हा रझाने हे स्वत:शी कबूल केलं की, आपण ह्या मोहल्ल्यात सदैव उपरेच राहणार. एक अयशस्वी मुलगा, साबणाच्या कारखान्यातला कामगार, बाँबचा डाग माथी घेऊन हिंडणारा जंतू...

रझाने थुंकल्यागत ते शब्द वारंवार उच्चारले. रझा कोनरॅड अश्रफ. कोनरॅड. त्याला आपल्या नावाच्या आत शिरून या माणसाचं नाव टरकावून काढायचं होतं, ज्याचा मृत्यू रझाच्या नावाच्या दोन पाकिस्तानी शब्दांमध्ये काटा बनून रुतून राहिला होता.

हातांच्या मुठी आवळून दुकानांनी खच्चून भरलेल्या एका गल्लीत रझा शिरला आणि रस्त्यातच टेप-बॉल क्रिकेट खेळणाऱ्या पोरांच्या टोळक्याला बघितलं. नुकत्याच त्या चमूचा म्होरक्या झालेल्या एका पोराचं सगळ्यांनी 'ओ हो खलिफा!' असं म्हणत भरभरून स्वागत केलं. तेवढ्यात रस्त्यावरून एक अप्रतिम गाडी धुरळा उडवत गेली. गाडीत बसलेली सुंदर तरुणी गाडीमध्ये जोरात लावलेल्या 'बूम बूम' ह्या नव्या गाण्याच्या ठेक्यावर बेभान होऊन डोलत होती.

'काही महिन्यांपूर्वी मी आणि माझे मित्र असतो त्या टोळक्याच्या जागी...' असा विचार करत रझा विषण्ण मनाने पुढे चालू लागला. इतक्यात त्याने समोरून येणाऱ्या त्याच्या दोन वर्गमित्रांना कबाब खात येताना बघितलं. ते दोघंही अभियांत्रिकी शिक्षण घेत होते आणि त्यांच्या उत्साही हातवाऱ्यांवरून रझाला समजत होतं की, ते आज वर्गात काय शिकवलं ह्याबद्दल चर्चा करत होते. कशाबद्दल बोलत असतील ते? विमानं? रेल्वेचे रूळ? वीज? रझाच्या मनात आलं– 'ते आता बोलत असलेल्या भाषेबद्दल मला काहीच ज्ञान नाही.'

तेवढ्यात त्यातल्या एका मुलाने रझा होता त्या दिशेला बघितलं, तसा रझा चटकन लपला. तुम्ही एक वेळ अयशस्वी असू शकता किंवा बॉम्बचा ठपका 'मिरवणारे जंतू...' पण दोन्ही एकत्र? मुळीच नाही.

आणि मग रझाच्या मनात एक शब्द आशेचा किरण घेऊन आला– अमेरिका.

रझाने मुठी सोडत नि:श्वास टाकला. हो, मी तिथेच जाणार. अंकल हॅरी सगळी सोय करतील.

अमेरिकेचं स्वप्न डोळ्यांत तरळल्यावर रझाला बाकी सगळं निरर्थक वाटू लागलं.

२०

रझा त्याच्या आई-वडिलांच्या खोलीच्या दरवाज्यापाशी सज्जादचं कण्हणं सहानुभूतीने आणि अपराधीपणाने ऐकत उभा होता. "ओ अल्ला, दयाघना, कृपाघना, ह्याच दिवसासाठी आम्हाला जिवंत ठेवलंस का रे?"

रझाला समजेना की, आदल्या रात्री हॅरी बर्टनला घराबाहेर हाकलण्यामध्ये अल्लाचा काय हात होता; पण त्याला हे समजत होतं की, त्याच्या वडिलांच्या एरवीच्या अगत्यशील स्वभावाविरुद्ध जाऊन त्यांनी उचललेलं हे पाऊल, केवळ रझामुळे टाकलं गेलं होतं.

गोष्टी ज्या प्रकारे धडाधड बिघडल्या,त्यावर रझाचा अजूनही विश्वास बसेना. ती संध्याकाळ अगदी थाटात सुरू झाली होती. अंकल हॅरीने दिलेल्या युक्त्यांमुळे आपला गमावलेला आत्मविश्वास पुन्हा मिळवून रझा शेवटी परीक्षा द्यायला तयार झाला होता आणि तेच साजरं करायला अंगणात खमंग जेवणाचा बेत मांडला गेला होता. फेब्रुवारीच्या मोहक थंडीचं निमित्त करून रझाने आपलं कॅश्मियर जाकीट चढवलं. जेवणाच्या मध्यात रझाला ते अंकल हॅरीला 'परत' देऊ करावंसं वाटलं. अंकल हॅरीने अर्थातच नकार दिला आणि रझाकडे डोळे मिचकावत म्हणाला, "मी एकदा तुझ्या सपाता पळवल्या ह्याचा अर्थ असा नाही की, मी तुझं पूर्ण कपाट लुटून नेईन!"

सगळे किती खुशीत होते, हसत होते. त्याच्या आई-वडिलांनी तर, हॅरीने फक्त हिरोकोसाठी म्हणून आणलेल्या बाटलीमधून बरंच पेय संपवलं. रझाला त्यातून येणाऱ्या वासावरूनच समजलं की, ते साधंसुधं सरबत नाहीये; पण त्याच्या वडिलांनीही आपले नियम तोडत त्याचा मनसोक्त आस्वाद घेतला. अशा रात्री अपयश, बाँब ह्या फार दूरवरच्या गोष्टी वाटत होत्या... वेगळ्याच विश्वातल्या.

पण मग जेवणानंतर रझाने प्रश्न विचारला की, खरंच न्यूयॉर्कमध्ये इतकी रोषणाई असते का, की तिथे चांदण्या दिसतच नाहीत? कारण तसं असेल तर

त्याला कराचीतल्या चांदण्यांचा फोटो काढायला– युनिव्हर्सिटीतल्या त्याच्या खोलीच्या छताला डकविण्यासाठी.

एवढं बोलून रझा, त्याच्याकडे गोंधळून बघणाऱ्या सज्जाद आणि हिरोकोकडे वळून सहजपणे म्हणाला, "ओ! मी तुम्हाला सांगायचंच विसरलो. अंकल हॅरी मला एका चांगल्या अमेरिकन युनिव्हर्सिटीमधून शिष्यवृत्ती मिळवून देणारेत, तिथे शिकण्यासाठी."

तिथे सगळ्या गोष्टी बारगळू लागल्या. अंकल हॅरी म्हणाले, "नो! मी असं काहीच म्हणालो नाही. पण अर्थात, रझाने ह्या परीक्षेत चांगले गुण मिळवले तर त्याला कुठेही दाखला मिळू शकतो. अर्थात, निधी गोळा करणं जरा कठीण जाईल. पण मी नक्कीच रझासाठी ती पुस्तकं पाठवू शकेन; ज्यात विविध अमेरिकन युनिव्हर्सिटीजची, त्यांच्या प्रवेशप्रक्रियांची आणि शिष्यवृत्त्यांबद्दलची सखोल माहिती दिलेली असते."

हॅरी गंमत करत नाहीये, हे समजायला रझाला काही क्षण जाऊ लागले.

"पण तुम्ही म्हणालात...?" रझा सज्जादकडे वळाला. "ते म्हणाले...!"

"काहीतरीच काय रझा!" हॅरी कपाळाला आठ्या घालत पुढे झुकून समजावणीच्या सुरात बोलला. "मी तुला म्हणालो की, मी तुला परीक्षेची भीती घालवण्यासाठी काही युक्त्या शिकवेन आणि त्या मी तुला शिकवल्यासुद्धा. हो की नाही? मी तुला एवढंच वचन दिलं आणि मी ते निभावलंसुद्धा."

"त्या फालतू युक्त्यांमुळे काय होणारेय?" रझा फुरंगटत बोलला.

"फालतू आणि सोप्या गोष्टींमध्ये फरक असतो, रझा. ग्रो अप. एवढं समजण्याइतका तर तू निश्चित मोठा आहेस. ख्राईस्ट, काय होणार ह्या देशाचं? तुम्ही किती दिवस ह्या भ्रमात राहणार आहात की, तुम्हाला योग्य ती माणसं माहिती असली की सगळी कामं चुटकीसरशी होतात? रझा, तुला खरंच असं वाटलं का, की मी एक शब्द टाकून तुला वाटेल त्या युनिव्हर्सिटीत दाखल करू शकेन?"

"तुम्हीच म्हणालात की 'मी तुला अर्ज वगैरे करण्यासाठी मदत करेन' असं. तेच तुमचे नेमके शब्द होते." रझाने गेल्या काही दिवसांत ते शब्द त्याच्या हृदयावर कोरलेले.

"वेल, ऑफ् कोर्स, ते मी अजूनही निश्चित करीन. मी तुला अर्ज करायला पूर्ण मदत करीन. दूतावासातल्या सगळ्या प्रमाणित परीक्षांचीसुद्धा माहिती आणून देईन." आपण फार उदारपणा करतोय, ह्या अर्थी हात फैलावत हॅरी पुढे म्हणाला, "चल, मी तुझ्या 'पर्सनल स्टेटमेंट'कडे सुद्धा जातीने लक्ष देईन. पण ह्याउपर माझ्या हातात काही नाही. मी जर अजून काही करू शकलो असतो, कसलं आश्वासन देऊ शकलो असतो; तर मी तुला पुन्हा इस्लामिक स्टडीजची परीक्षा

द्यायला सांगितलंच नसतं ना. तसंही, अमेरिकन युनिव्हर्सिटीत दाखला मिळायला त्या विषयाची गरजच नसते. पण नाही, तुला ती परीक्षा द्यावीच लागणार. काही नाही तर, जर तुला अमेरिकेत दाखला मिळाला नाही, तर इथे पुढचं शिक्षण घ्यायला तरी... मी तुला कधीच असं आश्वासन दिलं नाही की, मी तुला अमेरिकेत नेईनच.''

स्वत:च्या डोळ्यांतून नकळत अलगद वाहणाऱ्या अश्रूंनी त्याला धक्का बसलाच; पण त्याहीपेक्षा सज्जाद टेबलावर ग्लास आपटून हॅरीकडे धावून गेला तेव्हा त्याला जास्त धक्का बसला.

''तुम्ही बर्टन लोक! तू अगदी तुझ्या वडिलांसारखा आहेस हेन्री. तुमची गुळमुळीत आश्वासनं, वचनं ही फक्त आम्हाला तुमच्याशी बांधून ठेवण्याची चतुर अस्त्रं असतात. तुझे वडील मला सतत सांगायचे की माझ्यापेक्षा हुशार, लायक इतर कोणी नाही. मला हे कधी समजलंच नाही की, त्याचा अर्थ असा होता की, मी त्यांचा सगळ्यात मेहनती आणि विनातक्रार काम करणारा नोकर होतो!'' पोराच्या चेहऱ्यावरच्या प्रखर नाराजीमुळे सज्जादने इतकी वर्षं आत दडवलेल्या रागाचा उद्रेक झाला आणि त्याने दरवाज्याकडे बोट दाखवत हॅरीला सांगितलं, ''आम्हा अश्रफांना आता तुम्हा कोणत्याच बर्टनांची गरज नाही. कृपा करून माझ्या कुटुंबाला एकटं सोड!''

आता रझा आपल्या वडिलांना पलंगावर झोपून दोन्ही हातांनी कपाळ दाबताना पाहत होता– जणू ते कालच्या घटनेची आठवण कपाळ पिळून बाहेर काढत असावेत– आणि विचार करत होता की, ते गोष्टी जुळून आणण्यापेक्षा बिघडवण्यात तरबेज का होते?

अचानक काहीतरी सुचून रझा दिवाणखान्यात धावत गेला आणि सज्जादची सगळ्यात लाडकी वस्तू, त्यांचा टेपरेकॉर्डर आत घेऊन आला. सोबत रझानेच काल त्याच्या पहिल्या पगारातून आणलेली सारंगी-संगीताची कॅसेटसुद्धा घेऊन आला. त्याला खरं तर ती भेट काल रात्रीच वडिलांना द्यायची होती; पण झाल्या प्रकरणामुळे सगळं वातावरणच दूषित होऊन गेलं आणि मग ते राहूनच गेलं...

रझाने टेपरेकॉर्डर सज्ज केला; त्यात ती कॅसेट टाकली आणि 'सुरू'चं बटण दाबून वडील किती खूष होतील, ह्या अपेक्षेने रुंद स्मित करत बाजूला उभा राहिला. पण हिलाच सूर उमटला नाही त्या रेकॉर्डरमधून; इतक्यात सज्जाद ओरडला, ''बंद कर ते!'' रझा प्रचंड दचकला आणि त्याच घाबरगुंडी उडालेल्या अवस्थेत 'थांबा'चं बटण शोधण्याची धडपड करू लागला. त्याच्या ह्या गडबडीमध्ये तो टेपरेकॉर्डर खळ्ळकन जमिनीवर पडून तुटून गेला!

सज्जादने महत्प्रयासाने मान हलवून तुटलेल्या टेपरेकॉर्डरकडे बघितलं आणि

हताश आवाजात "रझा!" एवढंच म्हणत रझाकडे पाठ करून गादीत तळमळत राहिला.

तेवढ्यात हिरोको सज्जादसाठी टोस्ट घेऊन आत आली; मोडलेला रेकॉर्डर पाहून कष्टी आवाजात ओरडली, "रझा! अरे तुटला की रे ह्यांचा टेपरेकॉर्डर!"

"आय ॲम सॉरी!" रझा बारीक आवाजात बोलला; पण तोपर्यंत हिरोको आपल्या नवऱ्याला टोस्ट खाण्यासाठी उठवायला गेली होती.

"मी मरतोय!" सज्जाद विव्हळायला लागला. "नाही, मी आधीच मेलोय आणि नरकात पोहोचलोय!"

त्यावर कमरेवर हात ठेवत हिरोकोने त्याला ठणकावलं, "हा जर नरक आहे, तर मग मी इथे काय करतेय?"

सज्जादने एक डोळा उघडून हिरोकोकडे आशेने बघितलं.

"मला इथून सोडवायला आली आहेस?"

"हो!" ती म्हणाली. "चल आता दारुड्या! ऊठ आणि हा टोस्ट खा पटापट."

पण हे सगळं संभाषण ऐकेपर्यंत रझा तिथे थांबलाच नव्हता. तो त्याच्या खोलीत गेला आणि काल मिळालेला पूर्ण पगार खिशात टाकून, निश्चयी चेहऱ्याने घराबाहेर पडला.

तासाभराने, 'यलो डेव्हिल' मिनाबसमधल्या गर्दीत घुसमटून प्रवास करत तो अखेर सोहराब गोथच्या बरा मार्केटमधल्या ट्रक-यार्डपर्यंत पोहोचला.

रझाच्या पठाणी व्हॅनचालकाने त्याला सांगितलं की रशियनांचा अफगाणिस्तानवर हल्ला होईपर्यंत सोहराब गोथ हे कराचीच्या हद्दीबाहेरचं एक छोटंसं गाव होतं– जिथे भटके अफगाण हिवाळ्यात त्यांची अफगाणिस्तानामधली शेती उजाड पडली की कराचीला कामधंद्याच्या शोधात येत आणि सोहराब गोथमध्ये झोपड्या बांधून पडाव टाकत. पण आता सोहराब गोथ हा झरझर पसरणाऱ्या कराचीचा एक अविभाज्य, पण 'अनौपचारिक' भागच बनून गेला. इथे सगळ्यांचीच सोय होऊ लागली : चिमूटभर पगारात भागेनासं झाल्यावर लाच खाऊ पाहणाऱ्या पोलिसांची; स्वस्त दरात कामगारांच्या शोधात असणाऱ्या कारखानदारांची; चोरीचा माल काळ्या बाजारात विकू पाहणाऱ्या दलालांची, तसंच चकमकीत नवी उपकरणं विकणाऱ्या दुकानदारांची.

रझाने एक हात कुर्त्याच्या खिशात टाकून, त्यातले पैसे मुठीत घट्ट आवळून धरले आणि चालता-चालता विचार करत राहिला की, परीक्षा देण्यात परत वेळ घालवण्यापेक्षा सरळ पुढच्या आठवड्यात कारखान्यात परत जावं का?

हॅरीच्या युक्त्यांवरचा रझाचा विश्वास तितकाच उडाला, जितका ह्या गोष्टीवरचा की, त्याला कुठल्याही अमेरिकन युनिव्हर्सिटीत शिष्यवृत्तीवर दाखला मिळेल.

'कदाचित हेच योग्य आहे की आपण आपल्या नशिबात जे लिहिलंय, ते निमूट मान्य करावं.' आपण आहोत एक अपयशी, बाँबचा डाग असलेला जंतू. त्याच्या हातून हिसकावून काढलेल्या आणि अंकल हॅरीच्या टाचेखाली चिरडल्या गेलेल्या 'अमेरिका' ह्या स्वप्नाला वाचवण्यासाठी कुठलाच ताईत, कुठलीच जादू नव्हती.

बरा मार्केटच्या ट्रक-यार्डमध्ये कोणीच नव्हतं; पण शेजारच्या जागेत कचऱ्याच्या ढिगातून उपयोगाच्या वस्तू हुडकणाऱ्या पोराला जेव्हा रझाने 'ट्रकवर मेलेला सोव्हिएत शिपाई असणाऱ्या अब्दुल्ला'बद्दल विचारलं, तेव्हा त्याने रझाला बरा मार्केटच्या दुसऱ्या बाजूला असलेल्या झोपडपट्टीकडे जायला सांगितलं.

रझा ह्यापूर्वी कधीच झोपडपट्टीत गेलेला नव्हता आणि तानाकांकडून त्याच्यात झिरपलेल्या चोखंदळपणाने तो वेड्यावाकड्या गल्ल्या आणि वाहणारी गटारं पार करत असताना, रझाला अगदी 'मागे जा, परत फिर', असं बजावून सांगितलंसुद्धा. पण तरीही तो कसाबसा पुढे सरकत गेला. ह्या गोंधळात अब्दुल्लाला कसं शोधावं, हे त्याला समजेचना. शेजारच्या श्रीमंतांच्या घरांच्या तारांमधून वीज चोरायच्या विजेच्या उघड्या तारा भीतीदायक प्रकारे डोक्यावर लटकत होत्या. शेवाळं तरंगणारं पाणी बादल्यांमध्ये भरून नेणाऱ्या माणसाला पाहून रझाने महत्प्रयासाने इकडच्या 'स्वच्छते'बद्दल आलेला विचार झटकून टाकला.

"अब्दुल्ला... ट्रकवर मेलेल्या सोव्हिएतचं चित्र असणारा–" आजूबाजूने चालणाऱ्या पुरुषांना विचारत-विचारत रझाचं शोध घेणं सुरू होतं. (बुरखे घातलेल्या स्त्रियांना हा प्रश्न विचारण्याचं मात्र त्याने टाळलं.) काहींनी फक्त खांदे उडवले, काहींनी त्याच्याकडे दुर्लक्ष केलं; पण बऱ्याच लोकांना तो कुणाचा शोध घेतोय, हे नेमकं समजलं आणि त्यांनी रझाला मदत केली. पक्क्या मातीच्या आणि कच्च्या ताडपत्रीच्या घरांच्या चक्रव्यूहातून वाट काढत अखेर रझा 'त्या' मातीच्या झोपड्याशी येऊन पोहोचला. बाहेरच खाट टाकून अब्दुल्ला एका लहान मुलीबरोबर, तिला एका रंगीत चित्रांच्या पुस्तकातून शिकवत बसला होता. ती मुलगी हळूहळू एकेका चित्रावर बोट ठेवत एकेक शब्द उच्चारत होती.

"अब्दुल्ला!"

त्या मुलाने वर बघितलं आणि हसला.

"रझा हाजरा!" न अडखळता अगदी कालच त्यांची भेट झाली असावी इतक्या चटकन अब्दुल्ला उद्गारला. अब्दुल्लाच्या डोळ्यांत तीच चमक, तोच आदर दाटून आला, जो त्या दिवशी बंदरावर आला होता. ते बघून रझासुद्धा आत्मविश्वासाने ताठ उभा राहिला. चेहऱ्यावरचा, मदत मागताना येणाऱ्या लाचारीचा भाव पुसून, एका तरुण मुलाला आपण येऊन भेटण्याची तसदी घेतली, असा भाव पांघरला.

अब्दुल्लाने त्या मुलीच्या कानात काहीतरी सांगितलं, तशी ती खाटेवरून

टुणूकन उडी मारून घरात गेली.

"तुझी बहीण?" रझाने विचारलं.

"हो, पण मानलेली. ती माझी खरी बहीण नाहीये. मी इथे तिच्या कुटुंबासोबत राहतो. आम्ही एकाच गावचे आहोत."

अब्दुल्लाचं खरं कुटुंब कुठे असेल ह्याचा विचार करत रझाने मान डोलावली.

"मला माहीत नव्हतं की, मला तू इथे सापडशील की नाही. बरं झालं भेटलास ते."

अब्दुल्ला ह्या बोलण्यावर खूष दिसला.

"मलासुद्धा आनंद झाला तुला बघून. आफ्रिदी ट्रक घेऊन पेशावरला गेलाय, पण मला इथे घरातल्या बायकांबरोबर थांबणं भाग होतं. माझा भाऊ, हे घर ज्याचं आहे तो थोड्या दिवसांसाठी बाहेरगावी गेलाय. बस ना."

रझाने खाटेवर बसता-बसता ते पुस्तक उचलून चाळलं. पुस्तकातील चित्रं बघून त्यांचं शब्दांत रूपांतर करताना त्या मुलीच्या चेहऱ्यावर जो आश्चर्यमिश्रित आनंद पसरला होता, तो बघून शब्दांशी लीलया खेळणाऱ्या रझाला फार कुतूहल वाटलं.

"तू शाळेत गेलास?" अब्दुल्लाने विचारलं.

"काय? आज?"

"गंमत करू नकोस." अब्दुल्लाने रझाच्या हातातून पुस्तक काढून आदराने बाजूला ठेवलं. "कधीही, ह्या आधी."

रझाच्या कधीही हे गावीच नव्हतं की, त्याला कधी कोणी अशिक्षित समजेल! त्याला कळेना की, हे अशामुळे होतं की अब्दुल्लाच्या विश्वात शिक्षणाला (शिक्षण घेण्याला) फारसं स्थान नव्हतं, की त्या व्हॅनचालकाने शिकवलेल्या पश्तू उच्चारांमुळे तो गावंढळ आणि अशिक्षित वाटत होता?

"हो." आपण ह्याबद्दल तरी खोटं बोलणार नाही, असा निश्चय करत रझाने उत्तर दिलं. "ह्या आधी."

"मी वर्गात पहिला यायचो." अब्दुल्ला भिंतीला टेकत आठवणींत रमून म्हणाला.

"तू उत्तरेतून आलायस का?"

एवढ्यात त्या लहान मुलीने दरवाज्याचं काम करणारा पडदा सरकवला आणि रझाला तितक्यातच घरातली हालचाल दिसली. ती बऱ्याचशा लोकांची, किंबहुना स्त्रियांची आहे, हे लक्षात येताच रझाने आपली नजर दुसरीकडे वळवली. त्या मुलीने रझाच्या हातात हिरव्या चहाचा कप ठेवला. त्याने तिचे आभार मानले तसं ती गोड हसली आणि लगेच घरात पळाली.

रझाने आवंढा गिळला.

"अब्दुल्ला, रागावू नकोस; पण मला माझ्या पूर्वायुष्याबद्दल तुला काहीच सांगता येणार नाही. मी तशी शपथ घेतली आहे... सोव्हिएतांनी माझ्या वडिलांना ठार केल्यापासून."

अब्दुल्लाने काही न बोलता रझाच्या खांद्यावर थोपटलं. त्याचा चांगुलपणा रझाला फार अस्वस्थ करत होता; पण आता त्याला माघार घेणं कठीण होतं. "मी तर आता माझी भाषासुद्धा बोलत नाही; फक्त ही उसनी भाषा बोलतो... शेवटचा सोव्हिएत अफगाणिस्तानमधून निघून जाईपर्यंत मी माझ्या वडिलांची भाषा बोलणार नाही, त्यांचं किंवा माझ्या गावाचं नाव घेणार नाही आणि कुठल्याही हाजराशी नातंही सांगणार नाही... आणि बघशील तू अब्दुल्ला, शेवटच्या सोव्हिएताला पळवून लावणारा मीच असेन!"

पुढच्या काही नि:शब्द क्षणांत रझाच्या मनात विचार आला की, अब्दुल्लाने तो नुकताच संपलेला टीव्हीवरचा कार्यक्रम बघितला असेल का, ज्यात हाजरा आणि सोव्हिएतांच्या जागी काश्मिरी आणि भारतीय लोक होते? आणि जर त्याने तो बघितला असेल, तर ह्या जागी जिथे कायद्याऐवजी सांकेतिक लिपींचं राज्य आहे, तिथे आपल्याला खोटं बोलण्याची काय किंमत मोजावी लागणार आहे?

अब्दुल्लाने रझाच्या खांद्यावरची पकड घट्ट केली.

"कदाचित, शेवटच्या सोव्हिएताला कोण पळवून लावणार ह्यावरून आपल्यात भांडणं होतील; पण तोपर्यंत आपण आजपासून एकमेकांची भावंडं आहोत!"

रझा हसला.

"बंधुराज अब्दुल्ला, तुम्ही मला काहीतरी मिळवून द्यायला मदत कराल का? मला असं वाटतंय, इकडचे दुकानदार तुम्हाला फसवू शकणार नाहीत."

अब्दुल्लाने छातीवर हात दुमडत विचारलं, "हे 'काहीतरी' अफूच्या शेतातून येतं का?"

"काय? छे-छे! अजिबात नाही."

रझाने दिलेल्या जोरकस प्रतिक्रियेवर अब्दुल्ला हसला.

"हं... मग तुला ते दुसरं 'काहीतरी' पाहिजे आहे तर, इथेच थांब-" असं म्हणत 'मी आत येतोय' अशी हाळी देत अब्दुल्ला घरात शिरला.

खिशातल्या १० रुपयांच्या जुडग्याशी खेळत रझा बाहेरच उभा राहिला. तो बसमधून उतरल्यापासून फारसं कोणीच त्याच्याकडे वळून बघितलं नव्हतं, त्याबद्दल रझाला जरा आश्चर्यच वाटलं, थोडीशी नाराजीही. त्याला अगदी त्याच्याचसारखे नाक-डोळे असलेला मुलगा दिसला; तेव्हा रझाला जोरात ओरडावंसं वाटलं, 'तोतया कुठला!' रझाने आपल्या चेहऱ्यावरून हात फिरवला. रझा हाजरा. त्याने ते

नाव उलटसुलट म्हणून बघितलं. रझा हाजरा. राजहाझार. नावात ताळमेळ होता खरा. रझा कोनरॅड अश्रफ ह्या नावापेक्षातरी नक्कीच होता. रझाने चहाचा घोट घेतला आणि आपला सगळ्यात जुना, मातकट सलवार-कुर्ता घातल्याबद्दल स्वत:ची पाठ थोपटली.

"हे घे–" अब्दल्लाने कपड्यामध्ये लपेटलेलं काहीतरी रझाच्या हातात ठेवलं. त्यात काही जिवंत आहे का, ह्या काळजीने रझाने घाबरतच हात पुढे करत ते गाठोडं हातात घेतलं.

पण रझाच्या हाताला स्पर्श झाला तो थंड धातू आणि गुळगुळीत लाकडाचा. अब्दुल्लाच्या हातात वाटत होती त्यापेक्षा रझाला ती वस्तू कैक पटींनी जड वाटली. रझाने तिच्या सरळ रेषांवरून थरथरत्या हाताने स्पर्श केला. जरा पुढे वाकला तर त्याच्या पोटाला गोळ्या भरण्याच्या खणाच्या अर्धगोलाकार आकाराचा स्पर्श झाला. अब्दुल्लाने जादूगाराच्या आविर्भावात तो कपडा दूर सारला तशी रझाच्या हातातली ती एके-४७ बंदूक चमचमू लागली!

"तू ह्यापूर्वी कधी पकडलेली दिसत नाहीयेस?" अब्दुल्ला म्हणाला.

चापावर बोट जात नाहीये ना, ह्याची दक्षता घेत रझाने नकारार्थी मान डोलवली.

"ही वापरता आली नाही, तर तू शेवटच्या सोव्हिएताला पळवूच शकणार नाहीस."

रझाच्या हातातून बंदूक काढत स्वत:च्या खांद्यावर पेलत अब्दुल्ला म्हणाला. त्याच्या चेहऱ्यावर एक प्रकारचं तेज पसरलं. रुंद हसत त्याने रझाच्या हातात पुन्हा ती बंदूक दिली.

सलवारला हात पुसत रझा कोनरॅड अश्रफ उठला खरा; पण बंदूक हातात घेतली ती रझा हाजराने... इतकंच नव्हे, तर त्या एका कृतीने माणसामध्ये काय आणि किती बदलू शकतं, ह्याचंही त्याला प्रत्यंतर आलं. रझाने ती सेमी-ऑटोमॅटिक हवेत उंचावली आणि मग अब्दुल्लाप्रमाणे ऐटीत आपल्या खांद्यावर घेतली. अब्दुल्लाच्या प्रोत्साहनाने रझाला अजूनच जोष चढला. आता रझाला समजलं – खऱ्या अर्थी समजलं की – अमिताभ बच्चन किंवा क्लिंट ईस्टवूड असणं म्हणजे काय असतं ते.

रझाच्या हातातली बंदूक बघून एक लहान पोरांचं टोळकं त्याच्यासमोर उभं राहून त्याला मोठ्या डोळ्यांनी निरखू लागलं. रझाने त्यांच्यावर बंदूक रोखली तसे ते खिदळत, किंचाळत सैरावैरा पळाले.

अब्दुल्लाने रझाला थोडा वेळ अजून त्या बंदुकीसोबत खेळू दिलं; मग पटकन त्याच्या हातातनं काढून घेत तिचे सगळे भाग वेगवेगळे केले.

"मी तिला पुन्हा कशी जोडायची, हे तुला दाखवीन, पण तरच; जर तू मला

सांगितलंस की, तू त्या दिवशी त्या अमेरिकनासोबत काय करत होतास...''

रझाने गोळ्यांचा खण हातात घेऊन तो फिरवायला बघितला. पण तो त्याच्या हातातून निसटून खाली पडला. अब्दुल्लाने रझाच्या पायावर चापटी मारली आणि तो खण उचलून कापडाने पुसू लागला.

''मी त्या अमेरिकनासोबत काय करत होतो, हे मी तुला सांगू शकणार नाही.''

स्वत:चा वरचष्मा दाखवायला रझा म्हणाला, ''पण कलाश्निकोव्ह झळकवण्यापेक्षा काही वेगळ्याही पद्धती आहेत सोव्हिएतांना पळवून लावण्याच्या. तुला... समजतंय ना, मी काय म्हणतोय ते?'' अब्दुल्लाच्या चेहऱ्यावर पसरलेल्या आदराचा आनंद लुटत खाटेवर लोळत रझा म्हणाला.

''तो पुश्तू बोलतो का, तुझा अमेरिकन?''

''थोडंसं. आम्ही जास्त करून इंग्रजीतच बोलतो.''

''तू इंग्रजी बोलतोस?''

'त्यात काय आहे?' ह्या अर्थी रझाने खांदे उडवले.

''मला शिकवशील?''

रझाला कुठलीही भाषा पटकन अवगत होत होती. पण म्हणून त्याला भाषा शिकवता येण्याचं आणि शिकवण्याचं मोल ठाऊक नव्हतं, असं मुळीच नाही. त्याची आई जर तर योशी वातानाबेच्या भाच्याला जर्मन शिकवत नसती, तर ती कोनरॅड वेईसला कधीच भेटली नसती. (अर्थात, त्या वेळी आईला एका जर्मन माणसाशी लग्न करायचं होतं, हे रझाला आजतागायत विचित्रच वाटायचं.) जर कोनरॅड वेईस नसता, तर ती बर्टनांना शोधत दिल्लीपर्यंत आलीच नसती. आणि भारतात आल्यावर, भाषेच्या शिकवणीमुळेच तर त्याचे आई-वडील एकमेकांजवळ आले ना? पुढे तर, रझाच्या बालपणाच्या सगळ्यात समृद्ध आठवणी त्याला आईकडून मिळालेल्या भाषेच्या देणगीशीच निगडित होत्या. तो मोठा होत असताना हिरोको त्याला विविध भाषांत घालायची ती कोडी; आवाज हळू न करता ते एकमेकांना सांगायची ती गुपितं; कुठल्याशा भाषेतल्या चपखल शब्दाने ते एकमेकांना आपला मुद्दा पटवून द्यायचे, त्या आठवणी... रझाला आठवत होतं, कसं ते सज्जाद कौतुक करत असणाऱ्या पण हिरोको आणि रझाला न आवडलेल्या कवितेबद्दल अथवा चित्राबद्दल उद्गारायचे– ''नो वाबी-साबी!'' (ताळमेळच नाहीये!) रझाला आश्चर्य वाटायचं की, इतक्या वर्षांनीही त्याच्या अब्बांना वाबी-साबीची संकल्पना कशी समजू शकलेली नाही? 'जर मला उर्दूतल्या उदास आणि इंग्रजीतल्या मेलॅन्कोलिकमधला सूक्ष्म फरक समजू शकतो, तर त्यांना का नाही?' असं बऱ्याचदा रझाच्या मनात येई.

''वॉल्नट!'' रझा अब्दुल्लाला इंग्रजीतून म्हणाला.

"वॉल्नट–" अब्दुल्लाने तो शब्द पुन्हा उच्चारला, "ह्याचा अर्थ काय?"

रझाने त्याला 'अक्रोड' असा अर्थ सांगितल्यावर अब्दुल्ला जोरजोरात हसला आणि बोलला, "आम्हाला असं का म्हणतात, हे मला आजतागायत समजलं नाही."

"कारण माणसाचा मेंदू एका लहान अक्रोडासारखा दिसतो, बथ्थड पुश्तुना!"

अब्दुल्लाने रुंद स्मित करत म्हटलं, "तू माझा भाऊ नसतास, तर हे म्हटल्याबद्दल मी तुला मारून टाकलं असतं!"

"मी तुझा भाऊ आहे आणि गुरूसुद्धा. कागद-पेन्सिल आण. आपण मुळाक्षरांपासून सुरुवात करू या."

अब्दुल्ला एके-४७ आवरत उठला, आणि रझाला म्हणाला, "तू मला इंग्रजी शिकव आणि तुला ह्यातली एक फुकटात देईन. एखाददुसरी बंदूक गायब झाली, तर कोणाच्याच लक्षात येत नाही. पुढच्या वेळेस माल आला की मी तुझ्यासाठी एक राखून ठेवीन."

रझाने आपले प्रश्न आणि हरकती मनातच दडवून ठेवल्या. तुम्हाला एके-४७ चे वायदे करणाऱ्या मुलाला हे कसं सांगणार की, तुम्हाला त्याच्याकडून फक्त एक चांगलासा कॅसेटप्लेअर हवा होता, ज्याच्यावरून सज्जाद अली अश्रफ सारंगीचा आस्वाद घेऊ शकेल!

२१

हॅरी बर्टनने व्हिस्कीचा ग्लास ओठाशी आणला आणि पाकिस्तानात आल्यापासून कैक वेळा त्याच्या डोक्यात आलेल्या विचाराने पुन्हा उचल खाल्ली : 'ह्या ग्लासच्या भोवती गुंडाळलेले पातळ पेपर नॅपकिन्स, त्यावर जमणारे पाण्याचे थेंब टिपण्यासाठी असतात की... इस्लामिक रिपब्लिक ऑफ पाकिस्तानमध्ये ह्या ग्लासातून कोण काय पितंय, हे लपवण्यासाठी असतात?' हॅरीने ग्लासवरचा नॅपकीन काढला आणि डोक्यावरून गालावर ओघळणारा घाम टिपला.

त्याने काचेच्या दरवाज्याआड, वातानुकूलित हॉलमध्ये जोरात चाललेल्या पार्टीकडे कटाक्ष टाकला. हॅरीला ह्या पार्टीचे यजमान कोण आहेत, हेदेखिल माहीत नव्हतं. फक्त एवढंच माहीत होतं की, ती उद्योगक्षेत्रातील कुणी बडी असामी आहे; थोड्याच वेळापूर्वी त्यांनी मोठ-मोठ्याने हसत हॅरीचा हात आपल्या गुबगुबीत हातात घेऊन 'मी तुमचा यजमान' अशी स्वत:ची ओळख करून दिली होती. हॅरीला खोलीतला गारवा खुणावत होता, पण त्या ठेचाठेच गर्दीमध्ये मिसळण्याचा मात्र त्याचा धीर होईना. त्यापेक्षा तो आता होता त्या हिरवळीवर खूष होता. कबाबांचा स्वर्गीय सुगंध आसमंतात दरवळत होता... बुफेच्या टेबलांनी सजलेल्या बाजूच्या रस्त्यावर छान धूर पसरला होता... हॅरीने त्या सुगंधाचा आस्वाद घ्यायला डोळे मिटले तसा तो विहरत गेला आपल्या बालपणात... सज्जाद... त्याच्यासोबत केलेली जुन्या दिल्लीची सैर... सज्जाद!

हॅरीने सुस्कारा टाकला. चार महिने लोटले होते त्या गोष्टीला, जेव्हा सज्जादने हॅरीला घराबाहेर काढलं आणि हिरोको त्याला दरवाज्यापर्यंत सोडायला आली. हॅरीचा हात आपल्या हातात घट्ट धरून म्हणाली, ''रझा अजूनही बऱ्याच अंशी लहानच आहे रे! तो बऱ्याचदा स्वत:च्या विणलेल्या कहाण्यांमध्ये गुरफटत जातो. आणि सज्जादचं म्हणशील, तर त्याचा राग काही मिनिटांच्यावर टिकतच नाही बघ.

पुढच्या वेळी कराचीला येशील, तेव्हा नक्की फोन कर. आणि येताना मात्र साके आणू नकोस!'' एवढं बोलून, हॅरी त्या रिकाम्या रस्त्यावर चालू लागण्याआधी हिरोकोने त्याच्या गालाचं प्रेमळ चुंबन घेतलं.

हॅरीचा खरंतर इतके दिवस दूर राहण्याचा इरादा नव्हता, पण गेल्या काही महिन्यांत त्याला स्वत:च्या खासगी आयुष्याबद्दल विचार करायला वेळच मिळाला नव्हता.

हं... आता खासगी आयुष्याबद्दलच बोलायचं तर... त्या वेळी हॅरीच्या समोरून एक सुंदर स्त्री तरंगत गेली... त्याच्यावर जराशीच नजर खिळवत, आपली संमती दर्शवत, ''बघू नकोस बर्टन,'' त्याच्या शेजारून आवाज आला, ''ती ढवळाढवळ करणाऱ्यांतली दिसते. ''आय शॅल इंटरफियर टाईपची वाटतेय!'' पुढे जाऊन त्या स्त्रीने मागे वळून हॅरीकडे बघितलं; तसं हॅरीने स्वत:च्या कामातील व्यग्रतेला शिवी हासडत तिच्याकडे पाठ फिरवली.

''मला वाटतं, 'इट्स सॉर्ट ऑफ इस्लामिक' हे जास्त योग्य वाटेल, नाही का?'' हॅरीने शेजारी उभ्या असलेल्या स्टीव्ह ह्या त्याच्या मित्राला प्रत्युत्तर देत म्हटलं. त्यावर स्टीव्हने आपला ग्लास उंचावत होकार भरला. स्टीव्हला आय.एस.आय. ह्या मुळाक्षरांपासून त्यांच्यासाठी वेगवेगळी नावं बनवण्याचा शौकच होता.

''तुला काय वाटतं?'' स्टीव्हने विचारलं, ''आपण आय.एस.आय.वर जी हेरगिरी करतो, त्यापेक्षा कैक पटींनी ते आपल्यावर चांगली हेरगिरी करतात का? त्यांना माहिती असेल का, की त्यांच्या धार्मिक योद्ध्यांना शस्त्रास्त्रं पुरवल्याबद्दल त्यांना आता इस्राईलचे आभार मानावे लागतील म्हणून?''

हॅरीच्या मनामध्ये जगाचा एक नकाशा कोरला गेला होता. ज्यामध्ये जगातल्या सगळ्या देशांचे आराखडे काढले गेले होते. ते सगळे देश लाल, निळ्या, पांढऱ्या रंगांमध्ये रंगण्याची वाट बघत थांबले होते; कारण ते सगळे ह्या ना त्या मार्गाने सोव्हिएत विरुद्ध अफगाणच्या प्रादेशिक लढ्यात ओढले जात होते. तो इस्लामाबादमध्ये प्रथम आलेला तेव्हा या युद्धात फक्त तीन देश सामील होते. सोव्हिएतमध्ये बनवलेली शस्त्रास्त्रं इजिप्त पुरवत होतं; अमेरिका वित्तीय, प्रशिक्षणार्थी आणि यांत्रिकी साह्य पुरवत होती; तर पाकिस्तान प्रशिक्षणशाळा चालवायला जागा पुरवत होतं. पण आता मात्र ती लढाई पूर्णपणे आंतरराष्ट्रीय झाली होती. इजिप्त, चायना आणि आता इस्राईलमधून येणारी शस्त्रास्त्रं; सगळ्या मुस्लीम देशांतून निवडले जाणारे सैनिक; स्कॉटलंडमध्ये चालवल्या जाणाऱ्या प्रशिक्षणशाळा! अशीही आवई उठली की रशियाकडून विकत घेतलेली शस्त्रास्त्रं विकायला भारत तयार होणार आहे. हॅरीला ह्या गोष्टीची गंमत वाटल्यावाचून राहिना की भारत, पाकिस्तान आणि इस्राईल अमेरिकेच्या लढ्यात एकत्र येत आहेत!

'ह्याला म्हणतात भांडवलशाहीने घडवून आणलेला आंतरराष्ट्रीय हितवाद. वेगवेगळी विश्वं त्यांच्या विभिन्न वर्तुळांपासून तुटून भूमितीची नवी व्याख्या तयार करत आहेत.' समाधान, विरोधाभास आणि दु:खाच्या मिश्र भावनेने हॅरीने आपला ग्लास उंचावून कोनरॅड वेईसच्या आत्म्याला सलाम केला!

त्याच वेळी कराचीमध्ये हिरोको अश्रफ आपल्या पलंगावर झोपून कोनरॅडचाच विचार करत होती. तिच्या हातात योशी वातानाबेचं पत्र होतं, ज्यात त्याने लिहिलं होतं की, अझालिया मॅनोरमध्ये चालवत असलेल्या शाळेचा मुख्याध्यापक म्हणून तो निवृत्ती घेतोय. युद्धानंतर कोनरॅडच्या भाडेकरूने – कागावा-सानने – अझालिया मॅनोरवर मालकी हक्क प्रस्थापित केला. शेवटी इतकी वर्षं ते तिथे राहत नव्हते का? मग कोनरॅड गेल्यावर हे घर त्याचं नाहीतर अजून कोणाचं होणार? म्हणून मग जरी योशीने ह्याबद्दल इल्सेला पत्र लिहून कळवलं, तरी वेईस किंवा बर्टन कुटुंबीयांपैकी कोणीच जागेचा ताबा मागायला आला नाही म्हटल्यावर ती आपोआप कागावा-सानला मिळाली. जेव्हा कागावा-सानच्या मुलाकडे १९५५ मध्ये त्या जागेचा ताबा आला, तेव्हा त्यांनी तिथे कोनरॅडच्या स्मरणार्थ 'इंटरनॅशनल स्कूल' काढलं आणि युद्धानंतर शिक्षक बनलेल्या योशी वातानाबेला ते चालवायला दिलं. कोनरॅडच्या शेवटच्या दिवसांत त्यांनी त्याला ज्या प्रकारे टाळलं त्याबद्दल त्यांचा अपराधीपणा केवळ या एकाच कृतीमधून दिसून आला. (आणि तो पुसण्याचा प्रयत्नसुद्धा!)

'मला आशा आहे, की नवे मुख्याध्यापक मुलांना कोनरॅडचा खडक पुरला आहे, त्या 'इंटरनॅशनल सिमेट्री'मध्ये घेऊन जाण्याची प्रथा सुरू ठेवतील'– योशीने लिहिलं होतं.

हिरोकोने पत्र खाली ठेवलं आणि पाठीला हात लावला. एक दिवस ती कदाचित रझाला नागासाकीला घेऊन जाईल. सज्जादलासुद्धा. योशीने स्वत:चा पाठवलेला फोटो उचलत हिरोकोने शेजारी झोपलेल्या सज्जादकडे बघितले. त्या फोटोमध्ये योशी त्याच्या शाळेतल्या मुलांसोबत अझालिया मॅनोरसमोर उभा होता. त्या फोटोतली मुलं लवकरच अमेरिकेतल्या लॉस अलामॉसजवळच्या एका शाळेला भेट द्यायला येणार होती.

हिरोकोच्या मनात विचार तरळला की रझा आपल्या वयाच्या जपानी विद्यार्थ्यांसोबत कितपत मिसळेल? कसा वागेल? हिरोकोला ह्या गोष्टीची कधीच पर्वा नव्हती की, ती पाकिस्तानमध्ये नेहमी विदेशी म्हणूनच गणली जाईल. तसंही, तिला इतक्या मिथ्या आणि हानिकारक राष्ट्राची नागरिक म्हणवून घ्यायची काही हौस नव्हती. पण त्यामुळे तिच्या नजरेतून रझाची अस्वस्थतता कधीच सुटायची नाही, जेव्हा कुणी पाकिस्तानी त्याला 'तू कुठून आलास?' असं विचारत असे.

कधी कधी कोनरॅड एक भास बनून हिरोकोच्या मनात उतरत असे... तेव्हा

तिच्या मनात विचार येई की, कोनरॅड जगला असता, तर त्यांचं आयुष्य कसं बनलं असतं? ते जेम्स आणि इल्सेला भेटायला दिल्लीला आले असते का? तिची आणि सज्जादची ओळख झाली असती का? झालीच असती, तर त्यांना एकमेकांची ओढ वाटली असती का? छे-छे! मुळीच नाही. तसं तर काहीच अपरिहार्य नव्हतं, त्या प्रकारे तर नाहीच नाही... कुठलंच नातं, घडलेल्या कुठल्याच घटना... काही गोष्टी फक्त तशा अपरिहार्य दिसतात, इतकंच. तिने सज्जादच्या ओठांवर आपली बोटं ठेवली. एका बोटाने त्याची मऊ करड्या रंगाची मिशी कुरवाळू लागली.

नाही, काहीच अपरिहार्य नव्हतं. सगळंच चित्र वेगळं असू शकलं असतं. कदाचित त्यांची मुलगी जगली असती... जिला तिने पाचव्या महिन्यात गर्भातच गमावलं, ती... जिला बाँबने मारलं, ती... (डॉक्टरांनी तिला कधीच नेमकं सांगितलं नाही की गर्भाला मुळात झालं काय? एवढंच म्हणाल्या की, काही गर्भपात हे देवाची कृपा असतात!) ती मुलगी आज पस्तीस वर्षांची असती. हिरोकोच्या मनातलं कोनरॅडच्या, तिच्या वडिलांच्या मृत्यूचं दुःख काळासोबत जरा तरी ओसरलं होतं; पण ज्या जिवाची तिच्याशी ओळख फक्त काही उचक्यांची, हालचालींची, इवल्या लाथांची होती... तिच्या मृत्यूच्या आठवणी अजूनही हिरोकोच्या मनात प्रचंड दुःख आणि राग वाढतच असत. तिला तो राग कसा व्यक्त करावा, कोणावर काढावा, हे समजत नसे; फक्त रझाच्या सान्निध्यात तो राग वितळत असे. ती मुलगी झाली असती, तर हिरोकोने तिचं नाव हॅना ठरवलं होतं– तिने आणि कोनरॅडने बर्फात गोठवलेलं ते नाव बघितलं, त्यावरून. अर्थात, मग मात्र रझा अस्तित्वात आला नसता– हिरोकोला ह्याची खात्री होती.

तेवढ्यात पुढचा दरवाजा उघडला आणि अंगणातील पानं फडफडण्याच्या आवाजापाठोपाठ रझा आत आला.

"कुठे गेला होतास माझ्या सोन्या?" रझाला भेटायला अंगणात पोहोचत हिरोकोने विचारलं. रझाने तिच्या गालावर हात ठेवला आणि म्हटलं, "मी तुला सांगितलं होतं ना अम्मी, मला उशीर होईल म्हणून? तू काळजी तर करत बसली नव्हतीस ना?"

गेल्या काही आठवड्यांत रझाच्या वागण्या-बोलण्यात अधिक खुलेपणा डोकावू लागलेला; त्यामुळे पूर्वीच्या प्रेमळ रझाचं दुर्लभ झालेलं दर्शन पुन्हा होऊ लागलं होतं. सज्जादला वाटत होतं की, हा केवळ परीक्षेला बसण्याचा आणि हॅरीच्या कामी आलेल्या युक्त्यांचा परिणाम होता... मात्र, हिरोकोला जाणवत होतं की, हा बदल परीक्षेच्याही पूर्वीपासून सुरू झाला होता आणि उलट त्यामुळेच रझा इतक्या आत्मविश्वासाने परीक्षा देऊ शकला.

"मी त्या अमेरिकन युनिव्हर्सिटीजची पुस्तकं चाळत होते." हिरोको म्हणाली.

सज्जादने हॅरीला घराबाहेर काढल्यानंतर शेर महम्मद रिक्षावाल्याने थोड्याच दिवसांत ती अश्रफांच्या घरी आणून पोचती केला होती. हिरोकोने रझाचा पिच्छा पुरवून त्याला अंकल हॅरीला आभाराचं पत्र लिहायला लावलं. अखेर रझाने ते लिहिलंसुद्धा. सलमाला लिहिलेल्या सगळ्या प्रेमपत्रांवर घालवला नव्हता इतका त्या पत्रावर वेळ घालवत... जेव्हा अंकल हॅरीने फोन करून त्या पत्राची पोच कळवली आणि त्याहीपेक्षा, तो पुन्हा कराचीत येईल तेव्हा नक्की त्या पुस्तकांतल्या मजकुरावर अधिक चर्चा करू, असं म्हटलं, तेव्हा रझाला हर्षोल्हास झाला!... हॅरीच्या बोलण्याने नव्हे, तर हॅरी त्याच्याशी बोलला म्हणजे तो आपल्यावर फारसा रागवला नाहीये, ह्यामुळे.

तसं तर रझाने कुठल्याही अमेरिकन युनिव्हर्सिटीत शिकण्याची स्वप्नं रंगवणं कधीच सोडून दिलं. बाकी काही नाही तरी, त्यांचे फॉर्म वाचून तिथे शिकण्यासाठी येणाऱ्या खर्चाचा अंदाज बघूनच त्याने तो विचार झटकून टाकला होता. इतक्या पैशांची कुणाहीकडून मागणी करू शकणं रझाला केवळ अशक्य होतं.

त्यामुळेच हिरोकोने तो विषय काढल्यावर रझाने तो लागलीच झिडकारून लावला.

"बरं तर मग–" हिरोकोने विषय बंद करत म्हटलं; रझाला हे जाणवू न देता की, तो त्यांच्यापासून दूर जाणार नाहीये, ह्या कल्पनेनेच तिला किती हायसं वाटलं!

"तू इथे युनिव्हर्सिटीत जा; चांगलंच आहे. इकडची पदवी घे. मग वाटलंच पुढे-मागे तर उच्च शिक्षणासाठी तिथे जा... तोपर्यंत काहीतरी सोय होईलच."

रझा जरासा अडखळला आणि मग तिच्याभोवती हात टाकत तिला कवेत घेऊन तिच्या दोन पक्ष्यांमधल्या ठरावीक जागेवर हात ठेवत म्हणाला, "तुम्हाला एक दिवस नक्की माझा अभिमान वाटेल; एवढं मी तुला वचन देतो!"

"आणि आता ह्याचा अर्थ काय घ्यावा?" त्याच्या कवेतून मोकळी होत हिरोकोने विचारलं, "तू आजकाल चक्क हसतोस, अगदी खिदळतोस रझा कोनरॅड अश्रफ; इतकंच काय, तर कधी रागवतही नाहीस. खरं सांगू का, ह्या सगळ्याचा मला आनंद होण्याऐवजी भीती वाटू लागली आहे. तू रोज जातोस तरी कुठे? मी आज सकाळी बिलालला भेटले. तो तर म्हणाला की, त्यांनी तुला गेल्या कित्येक आठवड्यांत बघितलं नाहीये."

ह्यावर रझा तिच्यापासून जरा दूर होत, ताठ उभा राहून म्हणाला, "अम्मी, तुला जर मी रागवायलाच हवा असेन, तर तू अगदी योग्य मार्गाने चालली आहेस. बिलाल आणि इतर मुलं युनिव्हर्सिटीतल्या त्यांच्या आयुष्यात मग्न असतात, त्यामुळे मी नवे मित्र शोधले आहेत आणि मी त्यांच्यासोबत खूष आहे. प्लीज, माझ्या आनंदावर विरजण घालू नकोस."

एवढं बोलून रझा दोन पावलं मागे गेला, झुकला. त्याही परिस्थितीत त्याच्या ह्या कृतीमुळे हिरोकोच्या चेहऱ्यावर हास्य उमललं आणि जणू चांदण्या खेचून काढण्यासाठी म्हणून आकाशाकडे उड्या मारत असं करत, रझा आपल्या खोलीकडे चालू लागला.

२२

गेले कित्येक महिने रझा दुहेरी आयुष्य जगत होता. एकात, तो सरळ-साधा रझा अश्रफ होता; आणि दुसऱ्या आयुष्यात तो होता रझा हाजरा– जो अफगाणिस्तानमधून अगदी शेवटचा सोव्हिएत घालवून लावेपर्यंत, त्याची स्वत:ची भाषा बोलणार नव्हता की इतर कुणाला (अगदी इतर हाजरांनाही) स्वत:च्या पूर्वायुष्याबद्दल किंवा कुटुंबाबद्दल काहीच सांगणार नव्हता. जो एक असा माणूस होता, ज्याच्यासाठी एक अमेरिकन स्वत:चे पादत्राण उतरवू शकत होता! अमेरिकनाच्या त्या कृतीचा एकच अर्थ निघत होता की, रझा सी.आय.ए.साठी कुणीतरी महत्त्वाची असामी होता. (अर्थात, तो अमेरिकन सी.आय.ए.चा माणूस आहे, हे गृहीत धरूनच! तसं तर पाकिस्तानात प्रत्येक अमेरिकन माणसाला हस्तक समजलं जायचं!) अर्थात, रझाला ह्याबद्दल काही विचारलं की, तो काही न बोलता फक्त एक गूढ स्मित फेकायचा.

जिथे रझा, अश्रफचा सगळ्यात मोठा आनंद होता, त्याच्या अब्बांना रोज संध्याकाळी कामावरून आल्यावर रझाने सोहराब गोथमधून आणलेल्या कॅसेट प्लेअरवर संगीत ऐकताना बघणं; तिथे रझा हाजराचा आनंद तसतसा वाढू लागला जसजसं त्याला एके-४७ बंदुकीचे भाग मोकळे करून तिला परत जोडणं कमीत कमी सेकंदांत जमू लागलं!

रझा अश्रफचा बराचसा वेळ त्याच्या पुस्तकांच्या आणि स्वप्नांच्या राज्यात, एकांतात जात असे; तर रझा हाजरा जेव्हा सोहराब गोथच्या झोपडपट्टीमध्ये, दिवसागणिक वाढणाऱ्या विद्यार्थ्यांना इंग्रजी शिकवायला येई, तेव्हा त्याचं स्वागत मोठ्या जोषाने टाळ्यांच्या गजरात केलं जाई. तिथे त्याला केसांच्या बटा पुढे काढून नाक-डोळे लपवण्याची गरज पडत नव्हती.

हे सगळंच फार उत्साहवर्धक होतं, रोमहर्षक होतं... आणि खूप थकवून टाकणारंसुद्धा. रझा जसजसा सोहराब गोथमध्ये जास्त वेळ घालवू लागला, तसतशी

त्याला आपल्या जुन्या आयुष्याची अधिकाधिक ओढ वाटू लागली... त्याला ह्या गोष्टीचं कितीही आश्चर्य वाटत असलं तरी हे सत्य होतं की, रझाला पुन्हा त्या आयुष्यात जावंसं वाटू लागलं– ज्यात ना युद्धं होती, ना बंदुका आणि ना बळकावलेला भूप्रदेश; ज्यात त्याला स्वत:बद्दलच्या कुठल्याही प्रश्नाचं उत्तर देताना विचार करून खोटं बोलावं लागत नव्हतं; ज्यामध्ये कुटुंब आणि खानदानांच्या इभ्रतीला वाजवीपेक्षा अधिक महत्त्व देऊन त्याचं अवडंबर केलं जात नव्हतं. आणि सरतेशेवटी त्याला परत त्या आयुष्यात जावंसं वाटत होतं, जिथे आजूबाजूला स्त्रिया दिसतात! आतापर्यंत रझाने स्वत:च्या आयुष्यात स्त्रियांना असं विशेष स्थान दिलं नव्हतं, कारण त्यांचं 'असणं' हे त्याने गृहीतच धरलेलं. पण सोहराब गोथमधल्या अनुभवानंतर त्याला चक्क त्यांची उणीव भासू लागली होती!

म्हणून मग आता तो बरेच दिवस, कधी कधी तर आठवडेच नझीमाबादलाच घालवू लागला. गल्लीत क्रिकेट खेळत, परीक्षेसाठी अभ्यास करत... मग त्याला परीक्षेत काय होणार ह्याची भीती वाटू लागली की फक्त एके-४७ जुळवण्याची आठवण डोळ्यांसमोर आणली की त्याच्या सगळ्या चिंतांचा चुटकीसरशी धुव्वा होई! मग तो पुन्हा रझा हाजरा होण्यासाठी तळमळे आणि बस पकडून अब्दुल्लाला किंवा तो नसला, तर त्याला गुरू मानणाऱ्या कुठल्याही अफगाणाला शोधत सोहराब गोथला येई. त्याच्या अचानक गायब होण्याबद्दल कुणी प्रश्न विचारलाच, तर तो त्याच्या ठरावीक गूढ स्मिताने तो परतवून लावी.

पण रझाला माहीत होतं की, असं दुहेरी आयुष्य जगणं शक्य नव्हतं– कायमस्वरूपी तर नक्कीच नाही. आणि ज्या दिवशी तो परीक्षा देऊन बाहेर पडला; त्याने उत्तम पेपर लिहिलाय, ह्या विश्वासाने; त्याच दिवशी रझाने तो कुठलं आयुष्य त्यागणार ह्याची खूणगाठ बांधली. रझाला आपण जे स्वप्न गमावलंय, असं वाटत होतं – भरपूर शिकायचं, शिक्षणाद्वारे नाव कमवायचं – ते पुन्हा त्याच्या दृष्टिपथात आलं होतं. ह्या माध्यमिक परीक्षांसाठी घोकंपट्टीशिवाय इतर कुठलं कसब फारसं गरजेच पडलं नव्हतं; पण आता त्याहीपुढे एक नवं विश्व रझाला खुणावत होतं– खुणांचा मागमूस घेण्याचं, नवनव्या ओळखी बनवण्याचं, मल्लिनाथी करण्याचं, वादविवाद करण्याचं... त्याला अमेरिकेची गरजच नव्हती! तो आता इथेच वकील बनू शकत होता; आपल्या अब्बांचं स्वप्न पूर्ण करू शकत होता. तो कधीच वकिली करू शकणार नाही, ह्या इतक्या महिन्यांच्या विचारामुळे तर आता रझाचा ते स्वप्न पूर्ण करण्याचा उत्साह द्विगुणित झाला होता.

रझाला हे लक्षात आलं नाही की, त्याचा विखुरलेला आत्मविश्वास पुन्हा बांधण्यात आणि शिक्षणाप्रतीची त्याची गोडी पुन्हा वाढवण्यात त्याच्या स्वत:च्या 'गुरू'पणाचा किती हात होता! त्याच्या नकळत त्याच्या समोर मांडी घालून बसून,

त्याने उच्चारलेला प्रत्येक इंग्रजी शब्द हा प्रत्यक्ष अल्लाचा शब्द समजून झेलणाऱ्या त्या अफगाण पोरांनी, रझावर खूप उपकार केले. त्यांनी त्याला त्याचा गमावलेला आत्मविश्वास परत मिळवून दिला; शिक्षणाची गोडी लावली.

पण, रझाला जरी त्या गोष्टीचं भान नसलं, तरी त्याला अब्दुल्लाप्रति मात्र फारच प्रेम दाटून येत होतं. त्यानेच तर रझा हाजराला जन्म दिला होता! आणि आता... आता कुठल्याही पूर्वसूचनेशिवाय किंवा निरोपाशिवाय एकदम त्याच्या आयुष्यामधून गायब होणं, हे रझाला कधी नव्हे ते खटकत होतं– ह्यापूर्वी त्याने अब्दुल्लाला मारलेल्या सपशेल थापा कधी खटकल्या नव्हत्या, इतकं.

ह्या सगळ्याचा विचार करत असल्यामुळे रझा कधी नव्हे तो प्रचंड अस्वस्थ झाला होता. अर्थात, रझा हाजरा. अब्दुल्लासोबत एका ढाब्यावर चापली कबाब खात बसलेल्या रझाचं त्या खमंग पदार्थात काहीच लक्ष लागेना. त्याला आठवण झाली त्या प्रसंगाची– जेव्हा तो आणि अंकल हॅरी अशाच एका 'रेस्तराँ'मध्ये गेले होते. (अर्थात, इतक्या साध्या जागेला इतकं कठीण नाव अंकल हॅरीच देऊ जाणे!) अंकल हॅरीला फार गंमत वाटली की, त्या रेस्तराँला भिंतीच नव्हत्या! "असं वाटतं, कोणीही पायात पाय अडखळून, बाहेरच्या रस्त्यावरून आतल्या खुर्च्यांवर फेकलं जाईल आणि खायला सुरुवात करेल!" तो उद्गारलेला.

पण आता जेव्हा रझा अब्दुल्लासोबत इथे बसला, तेव्हा त्याला राहून-राहून वाटत होतं की, ह्या ढाब्याला भिंती असत्या तर बरं झालं असतं. किमान त्याला आजूबाजूनं धावणारं ते जग तर बघायला लागलं नसतं, ज्यामुळं त्याचा ह्या विश्वातल्या अस्तित्वातला खोटेपणा अजूनच उठून दिसत होता. आज परीक्षेचे निकाल लागले होते. अपेक्षेप्रमाणे रझा उत्तम गुण मिळवून उत्तीर्ण झाला होता... आणि अखेर ती वेळ येऊन ठेपली होती, जिथे त्याला कुठल्या तरी एका आयुष्याची निवड करायची होती.

इतक्यात तो ट्रकचालक, आफ्रिदी त्यांच्या टेबलापाशी आला. इतका वेळ तो काही अनोळखी लोकांसोबत प्रदीर्घ संभाषणात गुंतला होता. त्याने रझाच्या खुर्चीला पाठीमागून पकडत गदागदा हलवलं. रझा दचकून ओरडलाच!

"चला, भांडण विसरा आता; बोला एकमेकांशी!" जाता-जाता अब्दुल्लाच्या डोक्यावर चापटी मारत तो सांगून गेला.

दोघा मुलांनी एकमेकांकडे गोंधळून बघितलं. खरंतर दोघंही आपल्या विचारांमध्ये इतके गुंतले होते की, आपण बोलत नाही आहोत, हे त्यांच्या लक्षातच आलं नव्हतं.

"काय झालंय?" दोघं एकदमच म्हणाले.

"काही नाही!" रझा म्हणाला, "तू इतका शांत आहेस तर मला वाटलं की, तू माझ्यावर रागावला आहेस की काय!"

अब्दुल्ला आपले तपकिरी डोळे मिचकावून हसला.

"तू मला राग कसा आणू शकशील रझा हाजरा?" मग अडखळत, इंग्रजीत पुढे बोलला, "यू ओन्ली कॅन कॉल मी वॉल्नट!"

रझाला फारच अपराध्यासारखं वाटू लागलं. 'रझाने आपल्या आयुष्यात येऊन आपल्यावर उपकार केले आहेत; आपल्याला समृद्ध केलं आहे', अशा ज्या निरलस भावनेने अब्दुल्ला त्याच्याशी वागत होता, तीच रझाला असह्य होत होती. काही आठवड्यांपूर्वी रझा पूर्ण आठ दिवसांनंतर सोहराब गोथला परतला; त्या वेळी अब्दुल्लाने जरासाही राग दाखवलेला नव्हता. फक्त एक रुंद स्मित करत रझाचं स्वागत केलं होतं. रझाला नंतर आफ्रिदीकडून हे समजलं की ते आठही दिवस अब्दुल्लाला अक्षरश: खेचून सोहराब गोथमधून बाहेर काढावं लागत होतं... तो रस्त्याकडे डोळे लावून आपल्या गुरूची वाट बघत बसत असे. त्यानंतर मात्र रझाने एकही दिवस इथे यायचं चुकवलं नव्हतं.

"मग तू एवढा शांत का आज?" रझाने विचारलं.

"मी आता चौदा वर्षांचा झालो आहे!" अब्दुल्ला खुर्चीत ताठ बसून सांगू लागला. "माझ्या भावांनी मला वचन दिलंय की, मी चौदा वर्षांचा झालो की मी प्रशिक्षण छावणीमध्ये दाखल होऊ शकेन." युद्धात मारल्या गेलेल्या त्याच्या एका भावाप्रमाणेच अब्दुल्लाचे बाकीचे जिवंत असलेले भाऊसुद्धा मुजाहिदीनच होते. बाकीचं कुटुंब पेशावरबाहेरच्या निर्वासितांच्या छावणीत राहत होतं. पण वयाच्या बाराव्या वर्षी अब्दुल्ला एका ट्रकवर चढून कराचीला पळून आला. त्याच्याच गावच्या एका कुटुंबाने त्याला आसरा दिला आणि ज्या ट्रकमधून पळून आला, त्याच्या चालकाने त्याला स्वत:सोबत काम करण्याचं आमंत्रण दिलं. अशा प्रकारे अब्दुल्ला कराची आणि पेशावरदरम्यान बंदुकांची ने-आण करू लागला.

"अच्छा! तुझा वाढदिवस तरी कधी झाला?" अब्दुल्लाच्या सान्निध्यात राहून रझाचं पुश्तू, पेशावरपेक्षा कंदाहारचं अधिक होऊ लागलं होतं.

"मला नीटसं माहीत नाही." अब्दुल्लाने खांदे उडवत उत्तर दिलं. "उन्हाळ्याच्या आधी असतो कधीतरी." त्याने नानचा तुकडा तोडत रझाला समजेनासे हातवारे केले आणि पुढे म्हणाला, "आफ्रिदी पुढच्या आठवड्यात पेशावरला चालला आहे. माझा भाऊ इस्माईल मला म्हणालाय की, मी त्याच्यासोबत पेशावरला यावं; तिथून तो मला प्रशिक्षण छावणीत घेऊन जाणार आहे... पण माझं अजून काही नीट ठरत नाहीये. तू मला एकदा म्हणालास की सोव्हिएतांशी लढण्याचे अजूनही काही मार्ग आहेत. मग, मी कदाचित इथे आफ्रिदीसोबत थांबलो, तर जास्त योग्य होईल, असं मला वाटतंय. शेवटी कराचीतून होणाऱ्या पुरवठ्याकडेही कुणीतरी लक्ष द्यायला हवंच की. तुला काय वाटतं?" अब्दुल्लाने मोठ्या आशेने रझाकडे बघत विचारलं.

रझाने सावकाश नानचा तुकडा तोडत, त्याच्यासोबत कबाब घेऊन, तो संथपणे चावला. अब्दुल्लासोबत मैत्री झाल्यापासून रझालाही त्याच्याप्रमाणे इथे-तिथे हुंदडावंसं वाटू लागलं होतं. त्यालाही ट्रकमध्ये बसून पाकिस्तानच्या पार उत्तरेपर्यंत जावंसं वाटत होतं; चांदण्यांखाली झोपावंसं वाटत होतं; रस्त्याकाठच्या ढाब्यांवर बसून, रांगड्या लोकांसोबत चहा, पराठा आणि कबाब चापायचे होते... किती मजा येईल! अम्मी-अब्बांची कटकट नाही. इथे जाऊ नकोस, ते करू नकोस, हे खाऊ नकोस! फक्त मोकळा रस्ता, निसर्गाचं सतत बदलणारं रंगरूप आणि चक्क बंदुकांची ने-आण करतोय, ह्याचा थरार!

पेशावर. सज्जादची बहीण आणि साडू तिथेच राहत होते. रझा बऱ्याच वर्षांपूर्वी गेला होता त्यांना भेटायला सज्जादबरोबर. त्या काकांनी त्याला शेवटच्या दिवशी तिकडच्या किल्ल्यावर नेण्याचं वचन दिलं; पण मग जोराचा पाऊस आला आणि त्यांच्या योजना बारगळल्या. "तू पुढच्या वेळी आलास ना, की आपण नक्की जाऊ हां तिथे!'' काकांनी सांगितलं. पण ती पुढची वेळ कधी आलीच नाही. त्यानंतर अश्रफ भावंडांच्या वार्षिक भेटीगाठी लाहोरमध्येच होऊ लागल्या आणि पेशावरला जमायचे मनसुबे तसेच विरून गेले.

"रझा?'' अब्दुल्लाने रझाची तंद्री भंग करत म्हटलं, "मी सांगावं ना माझ्या भावाला की, मी कराचीतच थांबेन म्हणून... काय वाटतं तुला, सांग ना?''

'आलाच तो क्षण' रझाच्या मनात आलं. रझा हाजरा आणि अब्दुल्लाच्या मैत्रीला योग्य अशा, तरीही थरारकपणे संपवण्याचा.

तो हसला.

"काय झालं, बाळा? घाबरलास?''

अब्दुल्ला एका झटक्यात उठला... रझाच्या हातातली कबाबची ताटली भिरकावून लावत... आणि ओरडला, "तू नुकत्याच एखाद्या सोव्हिएताचा गळा कधी चिरलास सांग?''

इतर टेबलांवरचे लोक माना वर करून तमाशा पाहू लागले; कोणीतरी आफ्रिदीला हाक मारली.

"खाली बस!'' अब्दुल्लाच्या ताटलीतला कबाब उचलत रझाने शांतपणे फर्मावलं. अब्दुल्लाची प्रतिक्रिया रझाला नेमकी अपेक्षित होती. तोपर्यंत तिथे पोहोचलेल्या आफ्रिदीला 'सगळं ठीक आहे', असं हाताने खुणावत रझा पुढे बोलला, "पुढच्या आठवड्यात तू आणि मी एकत्र पेशावरला जाऊ या.''

अब्दुल्ला त्याच्याकडे डोळे फाडून बघू लागला.

"तू... तू माझ्याबरोबर प्रशिक्षण छावणीत येणार?''

"का नाही?'' रझा उत्तरला, "खरा अफगाण सी.आय.ए. बरोबर वेळ दवडत

बसत नाही; तो परस्पर सोव्हिएतांवर हल्ला करतो, हे मी तुझ्याकडून तर शिकलो.''

अब्दुल्लाने मोठ्ठ स्मित केलं... त्याचा आनंद तर गगनात मावेनासा झाला होता.

''तू आणि मी एकत्र... सोव्हिएतांचा धुव्वा उडणार आहोत, धुव्वा!'' इतकं बोलून अब्दुल्लाने रझाला घट्ट मिठी मारली; इतकी घट्ट की तो आणि रझा दोघांनी जमिनीवर लोळण घेतली!

''वॉल्नट!'' अखेर रझा कसाबसा कपडे झटकत उठला आणि म्हणाला, ''घशात अडकला असता ना माझ्या कबाब!''

अब्दुल्ला तसाच रस्त्यावर पहुडून रझाकडे बघत हसत बसला.

''आपल्याला तिथे आपल्या शिकवणीसाठी वेळ मिळेल ना? प्रशिक्षण छावणीत? तू मला शिकवणं सुरू ठेवशील ना?''

''जर तू मला तुमच्यापेक्षा दुपटीने मोठ्या असलेल्या माणसांना कुस्तीत चीत करायला शिकवशील, तरच.''

अब्दुल्ला उभा राहिला आणि रझाला हात देऊन उठवत बोलला, ''अरे, मग तर केवढी मज्जा येईल!''

आणि मग अशा प्रकारे आठवड्याभराने रझा ट्रकमध्ये चढून कराचीहून पेशावरला निघाला. त्या तीन दिवसांच्या प्रवासात रझा बरंच काही शिकला. तो शिकला की, कराचीतलं वेडं ट्रॅफिक तुम्हाला निमुळत्या डोंगराळ रस्त्यांवरून ट्रक पळवण्याच्या अनुभवासाठी अजिबात सक्षम बनवत नाही; तो शिकला की तुम्ही बंदुकांनी भरलेल्या ट्रकमध्ये प्रवास करत असल्यावर तुम्हाला कुठेही अडवलं जात नाही; तो शिकला की ट्रकचालकांच्या हातांवरचे सिगारेटचे डाग ग्वाही देत होते त्यांच्या कामाबद्दलच्या प्रामाणिकपणाची – न थांबता दिवस-रात्र ट्रक चालवताना झोप आली की सिगारेटच्या चटक्यांनी उडवली जाते, ह्या सत्याची; तो शिकला की अब्दुल्ला किंवा आफ्रिदीला वाटेत लागलेल्या पुरातन दगडी शिल्पांबद्दल न विचारलेलंच बरं असतं, कारण त्यांच्या मतानुसार ते धर्मांधांचं हीन कृत्य होतं; तो शिकला की कमतरतेतही निराळं सौदर्य असतं. उघड्या-बोडक्या डोंगरांनी त्याला हे सौंदर्य दाखवून दिलं; तो शिकला की जसजसे ते अफगाणिस्तानच्या सीमेजवळ पोहोचू लागले तसतसं त्याच्या चेहरेपट्टीबद्दलचं लोकांचं कुतूहल कमी होऊ लागलं; तो शिकला, त्याला ठाऊकही नसणाऱ्या त्याच्या शरीरातल्या असणाऱ्या स्नायूंचं अस्तित्व, जेव्हा ते तीन दिवस ट्रकमध्ये धडाधड उडून ठणाठणा ठणकू लागले तेव्हा; पण ह्या सगळ्यापेक्षा अधिक तो शिकला की, त्याला अब्दुल्लाच्या मैत्रीची उणीव आयुष्यभर जाणवत राहील!

अब्दुल्ला... मुजाहिदीनांना सामील होण्याबद्दलची त्याची पूर्वीची अनिश्चितता पूर्णपणे विसरून हिरीरीने प्रशिक्षण छावणीबद्दल, तिकडच्या अनुभवांबद्दल बोलू

लागला होता. त्याच्या सळसळत्या उत्साहाची रझाला लागण झाली नसती, तरच आश्चर्य होतं! रझाही मग त्याच्यासोबत उत्तरेच्या पठारावर कुठकुठली धमाल करता येईल, ह्याची स्वप्नं रंगवू लागला होता. पण लवकरच त्याने स्वत:ला भानावर आणून बजावलं की, 'आपल्याला तिथे राहायचं नाहीये. आपण फक्त अब्दुल्लासोबत पेशावरला जाणार आणि दुसऱ्या दिवशीच तिथून गायब होणार!'

खरंतर रझा फक्त तिथून निघून आपल्या आत्याच्या घरी जाणार होता; पण अब्दुल्लाच्या दृष्टीने तरी ते गायब होणंच असणार होतं. रझाला संभ्रम पडला की, त्याच्या गायब होण्यानं अब्दुल्लाला नेमकं काय वाटेल? त्याला असं वाटेल का, की रझा ऐन वेळी घाबरून पळून गेला? की असं वाटेल की जिहाद आणि हेरगिरी दाटून भरलेल्या पेशावरमध्ये रझाचं सी.आय.ए.शी असलेलं नातं उघडकीस आलं? रझाला आशा वाटली की, अब्दुल्लाला दुसरंच कारण खरं वाटावं. पण ह्याउपर तो आफ्रिदी आणि अब्दुल्लापासून दूर जाण्याबद्दलचा फारसा विचारच करत नव्हता. त्याला फार दु:ख व्हायचं त्या विचाराने. खरंतर रझाला समजत नव्हतं की, त्याला कोणाची उणीव अधिक भासेल. अब्दुल्लाची, की रझा हाजराची? पण इतकं मात्र नक्की समजलं की, गेल्या काही आठवड्यांनी त्याचं आयुष्य जसं समृद्ध केलं, तसं ते आजतागायत कशानेच झालं नव्हतं.

अशा या समृद्धीचे मनात विचार आले की, रझाला कधी कधी वाटे, की काय हरकत आहे थोड्या दिवसांसाठी त्या छावणीत जायला? एवढं काय आभाळ कोसळणार आहे आपण तिथे गेलो तर? पण हे विचार फारसे तग धरू शकत नसत. 'पुरे झाले आता हे हाल! मी अजून नाही झेलू शकत!' असं मनाशी कबूल करत रझा ते विचार झटकून टाकी. असे अब्दुल्लासोबत ट्रकमध्ये तीन दिवस, मग त्याच्या अफगाण भावासोबत प्रवासाचे तीन दिवस... आणि मग बास!

ते पेशावरला यायला निघाले, त्या दिवशीच्या सोहराब गोथच्या आठवणीने रझाने आपले डोळे गच्च मिटून घेतले. रझा ट्रकमध्ये चढू लागला तसा त्याच्या प्रत्येक विद्यार्थ्याने त्याला कुठली न कुठली भेटवस्तू हातात ठेवली... मोडक्या-तोडक्या इंग्रजीत लिहिलेली पत्रं, छोटंसं कुराण, लोकरीचे मोजे, चिनीमातीचा शोभेचा बूट, अफगाणिस्तानची माती– एक ना दोन! रझाचं एक मन त्याला डागण्या देऊन सांगत होतं की, तो ह्या सगळ्यांना फसवत होता, त्यांचा विश्वासघात करत होता; पण दुसरं मन त्याला दिलासा देत होतं की, गेले काही महिने तो त्यांना देत असणारं शिक्षण त्यांना इतरत्र कुठेच मिळालं नसतं आणि त्याने त्यांना दिलेला हा वेळ त्यांच्यासाठी रझाची भेट होती; वचन नव्हे.

"उठ रझा–" अब्दुल्लाने रझाला हलवून म्हटलं. ट्रकच्या दरवाज्याला टेकून झोपलेला रझा खडबडून जागा झाला आणि चेहऱ्यावरून हात फिरवत त्याने

अब्दुल्लाला विचारलं, "पोचलो आपण पेशावरला?" त्याने काचेच्या बाहेर बघितलं, तर रझाला सगळीकडे फक्त माती आणि दगड दिसत होते. नजर जाईल तिथवर फक्त तेवढंच! ना एकही माणूस, ना जनावर. फक्त दगड आणि माती. पण तरीही रझा बिचकला नाही. 'ह्यातही एक प्रकारची शान आहे...' त्याच्या मनात विचार आला.

अब्दुल्ला खदखदून हसला आणि त्याने रझाला गाडीबाहेर ढकललं. ट्रक थांबल्यामुळे उडालेला धुराळा रझाच्या अंगा-खांद्यावर येऊन अलगद बसला. रझाने आजूबाजूला नजर टाकली तसं त्याला लक्षात आलं की, हे पेशावर नव्हतंच मुळी; गाडी फक्त जरा विश्रांतीसाठी थांबली.

रझा रस्त्याच्या कडेला गेला... आजूबाजूला नजर टाकली तर त्याला लक्षात आलं की, सगळं किती रितं, किती मोकळं आहे! त्याला ठाऊक होतं की डोंगराच्या पलीकडे भरपूर हिरवळ होती; पण ते जिथे आता होते, तिथे माती आणि दगडांशिवाय अक्षरश: काहीही नव्हतं. रझाला वाटू लागलं की, आपण एखाद्या उघड्या-बोडक्या ग्रहावर येऊन पोहोचलोय; आता इथे एखादा शिंग-शेपूट असलेला परग्रहवासी दिसला, तर आश्चर्य वाटायला नको!

रझा पुन्हा ट्रककडे आला, तेव्हा त्याने बघितलं की आफ्रिदी ट्रकमधूनच खाली उतरलेल्या अब्दुल्लाचा हात पकडून काहीतरी बोलत होता.

मग त्याने रझाकडे हात उंचावला आणि बोलला, "एकमेकांची काळजी घ्या. आणि शेवटच्या सोव्हिएताला कोण मारणार, ह्यावरून भांडू नका."

"काय? नाही, थांबा!"

पण रझाचा आवाज ट्रकच्या गडगडाटात विरून गेला!... आणि मग रझा आणि अब्दुल्लाला त्या एकांतात सोडून तो ट्रक निघून गेला!

"कुठे गेला तो?"

अब्दुल्लाने रझाकडे आश्चर्यचकित नजरेने बघितलं.

"अरे, असं काय करतोयस? पेशावरला! माझा भाऊ आपल्याला इथे जवळच भेटणार आहे. आपल्याला थोडं चालावं लागेल. चल, निघू या."

अब्दुल्लाचा आवाज त्या भयाण पोकळीमध्ये विचित्र पद्धतीने घुमत होता. रझाची नजर आपल्या पायांवर खिळलेली. त्यांना जणू मणामणाची ओझी बांधल्यागत वाटत होतं... रझाला एक पाऊलही पुढे टाकवेना.

"चल ना रझा–"

रझाने छातीत मोठा श्वास भरला. 'ठीक आहे'. त्याच्या मनात जेव्हा कधी छावणीत दाखल होण्याचा विचार आला, तेव्हा रझाने तिथून निसटण्याची एक क्लृप्तीसुद्धा आखून ठेवली होती. त्याने ठरवलेलं की, योग्य अशी वेळ साधून अब्दुल्लाकडे जायचं आणि अत्यंत व्यथित चेहऱ्याने त्याला सांगायचं की 'घरून

फोन आला आहे, माझे आजोबा मरणशय्येवर आहेत. मला जायलाच हवं' ह्या आजोबांना रझाने आधीच मनाच्या पोतडीतून बाहेर काढून ठेवलं म्हणून बरं... रझा हाजरांचा एकुलता एक जिवंत नातेवाईक; ज्यांच्यासोबत रझा रेल्वेरुळांजवळच्या एका झोपडीत राहत होता. इतर अफगाण निर्वासितांपासून दूर– ज्यांच्याकडे बघून आजोबांना अश्रू आवरत नसत.

अर्थातच, त्याच्याकडे छावणीतून थोड्या दिवसांची रजा घेऊन, आजोबांच्या अखेरच्या दिवसांत त्यांची शुश्रूषा करायला जाण्यावाचून गत्यंतरच नव्हते. शेवटी ही सुद्धा त्याचीच जबाबदारी होती की, मौलवी त्यांच्या आत्म्यासाठी प्रार्थना करत असताना त्याने आजोबांना मूठमाती द्यावी. त्यांचं क्रियाकर्म उरकल्यावर तो परत येणार, हे निश्चित.

हो... रझा विचार करू लागला. ही युक्ती काम करेल. फक्त थोडा वेळ आधी त्यांची थोडी मर्जी, त्यांचा विश्वास संपादन करावा लागेल. त्यासाठी तो पहिले एक-दोन दिवस छावणीत घालवेल. मुजाहिदीनांच्या गोष्टी ऐकेल, काही शस्त्रास्त्रं वापरायला शिकेल...

विचार पक्का झाला तसा रझा अब्दुल्लासोबत चालू लागला.

ते एका निमुळत्या कच्च्या रस्त्यावरून आजूबाजुच्या भयाण शांततेच्या साक्षीने, देव जाणे किती तास चालत राहिले. मात्र आजूबाजूच्या उंच डोंगरांमुळे काही वरच्या तळपत्या उन्हापासून संरक्षण मिळेना.

अखेर बराच वेळ चालल्यानंतर एका वळणानंतर, अब्दुल्लाने दूरच्या एका पठाराकडे निर्देश केला तेव्हा रझाला दिसले भरपूर तंबू... एकामागोमाग एक ठोकलेले. निर्वासितांचं शहर!

"मी प्रत्येक वेळी येतो तेव्हा ह्यांची संख्या दुप्पट झालेली दिसते!" रझाने त्याच्याकडून कधी ऐकला नव्हता, अशा धीर-गंभीर आवाजात अब्दुल्ला म्हणाला.

ते त्या 'तंबूच्या शहराकडे' चालू लागले; पण अगदी रझाला वाटणार की, आपण आता आत शिरतोय, तितक्यात अब्दुल्ला एके ठिकाणी रस्त्याच्या कडेला थांबून रझाला म्हणाला, "आता आपल्याला जरा थांबावं लागेल इथे."

"मला बघायचंय–" छावणीकडे निर्देश करत रझाने अब्दुल्लाला सांगितलं. इतक्या लांबून त्याला एवढंच दिसत होतं की, ती छावणी फारच मोठी होती.

"काय बघायचंय तुला?" अब्दुल्ला बोचऱ्या स्वरात म्हणाला, "जनावरांसारखी राहणारी माणसं? ह्या जागा म्हणजे मानवी प्रतिष्ठेच्या शत्रू आहेत. बरं आहे... बरं आहे की आपण तिथे तसे राहतो."

"कसं काय?"

अब्दुल्लाने रझाच्या खांद्यावरून समोर पसरलेल्या छावणीवर नजर टाकली.

“मी विसरत चाललो होतो रझा,” एखादा मोठ्ठा गुन्हा कबूल केल्यागत अब्दुल्ला म्हणाला, “मी कराचीला आलो. तिची अगदी सोहराब गोथपर्यंत पसरलेली झगमग, तिच्यात दडलेली स्वप्नं बघितली आणि मी हे सगळं विसरत गेलो. मी गेल्या वर्षभरात इथे आलो नव्हतो. आफ्रिदी नेहमी पेशावरला जाताना मला त्याच्यासोबत इथपर्यंत येण्याचं आमंत्रण द्यायचा, पण मी प्रत्येक वेळी नकार द्यायचो; मला हे सगळं भयाण वास्तव बघायचंच नव्हतं. कराचीच्या झगमगाटाने माझ्या बुद्धीवर पडदा टाकलेला जणू. मी विसरत चाललो होतो की, माझ्यासारख्या मुलांना मुजाहिदीनांना सामील होण्यावाचून गत्यंतरच नाहीये. इथे जी मुलं वाढतात, त्यांना ह्या गोष्टींचा कधीच विसर पडत नाही. ते आजूबाजूला बघतात आणि त्यांच्या लक्षात येतं की, हा पर्याय जर अधिक चांगला असेल, तर त्यांची मातृभूमी तर एव्हाना नरक बनली असेल. आणि मग ते तिला परत ‘जन्नत’ बनवण्याच्या कामाला लागतात!” एवढं बोलून अब्दुल्ला रझाकडे वळाला आणि त्याच्या आवाजाप्रमाणेच मोठ्या झालेल्या आविर्भावाने रझाला म्हणाला, “थँक्यू ब्रदर!”

रझाने छावणीकडे बघितलं, मग अब्दुल्लाकडे आणि पहिल्यांदाच त्याला आपला स्वार्थीपणा, मनाचा कोतेपणा खिजवू लागला.

“तू म्हणालास ते बरोबर होतं...” रझा बोलू लागला, “म्हणजे आधी म्हणालास ते– कराचीतल्या पुरवठ्याबद्दल. अब्दुल्ला, ते किती महत्त्वाचं आहे रे! ही इकडची मुलं...” छावणीकडे हात दाखवत रझा बोलला, “ही सगळी प्रशिक्षण छावणीत दाखल होतील. मग पुरवठ्याकडे कोण लक्ष देणार? तुझ्याशिवाय आफ्रिदी एकटा हे सगळं कसं सांभाळू शकेल? छावण्यांचा उपयोगच काय, जर मुजाहिदीनांना लढायला बंदुकाच नसतील, तर?”

अब्दुल्ला विचित्र नजरेने रझाकडे बघत उभा राहिला.

“हे सगळं तू आता का बोलतो आहेस?”

“कारण, मला हे आधी एवढं सुचलं नव्हतं!” अब्दुल्लाचा हात पकडत रझा कळवळून सांगू लागला, “तुझ्याकडे त्या पेशावरमधल्या मित्राचा फोन नंबर आहे ना, जिथे आफ्रिदी उतरणार आहे? प्रशिक्षण छावणीत पोहोचल्यावर त्याला लगेच फोन कर आणि आफ्रिदीसाठी निरोप ठेव की, त्याने परत येऊन आपल्याला इथून परत घेऊन जावं.”

अब्दुल्लाने रझाकडे अशा प्रकारे बघितलं, जणू त्याला आयुष्यात पहिल्यांदाच बघतोय! मग त्याच्या डोळ्यांप्रमाणेच थंड असलेल्या आवाजात बोलला, “समोरून जी जीप येताना दिसतेय ना; ते आपल्याला प्रशिक्षण छावणीत घेऊन जायला आले आहेत. आणि रझा, अगदीच शहरी मुलासारखा वागू नकोस. तिथे फोन नसतात.”

२३

रझा ज्या दिवशी घर सोडून निघून गेला, त्या दिवशी हिरोको नेहमीप्रमाणेच पहाटेच्या अझानच्या पुकाऱ्यासोबत जागी झाली. तिला तिच्या अंगणात हलक्या पावलाने प्रवेश करणारे ते अरबी स्वर फार आवडत असत– चोरपावलांनी प्रेयसीच्या घरात शिरणाऱ्या प्रियकरासारखे. ती त्याला गोड शब्दांनी का होईना पण घालवून लावणार हे माहीत असूनही रोज येणाऱ्या 'त्याच्या'सारखे. पण त्या सकाळी तिच्या खांद्याशी ऐकू येणाऱ्या सज्जादच्या घोरण्याची लय ऐकताना, घरातली निःशब्द शांतता तिला नेहमीसारखी वाटली नाही... आणि म्हणूनच, ती सज्जादचा आपल्या अंगावरचा हात बाजूला सारत पलंगावरून उठली.

रझाच्या खोलीचा दरवाजा उघडा होता. त्यात काहीच खटकण्यासारखं नव्हतं. उन्हाळ्याचे दिवस होते. सतरा वर्षांच्या पोराला एकांताऐवजी थंड वारा हवाहवासा वाटणं साहजिकच होतं. तरीसुद्धा, कुठल्याशा अंतःप्रेरणेने ती भराभर पावलं टाकत रझाच्या खोलीत गेली.

जपानीत लिहीलेली, त्याच्या उशीवर ठेवलेली चिठ्ठी बघून, हिरोकोचं अवसान गळायला सुरुवात झाली. तो असं काय करत होता, ज्याच्यासाठी त्याला पहाटेपूर्वी घर सोडून निघावं लागलं होतं आणि तेसुद्धा असं काहीतरी, जे नक्कीच त्याच्या वडिलांना आवडणार नाही. आणि म्हणूनच ते त्यांना सांगण्याची जबाबदारी तो हिरोकोवर सोपवून निघून गेलेला?

हिरोकोने थरथरत्या हाताने व धडपडणाऱ्या हृदयाने चिठ्ठी वाचली आणि धावत जाऊन सज्जादला उठवून शब्दांना जराही मुलामा देण्याच्या भानगडीत न पडता, त्यातला जपानी मजकूर त्याला उर्दूत घडाघडा वाचून दाखवला...

'प्लीज, माझी काळजी करू नका. मी अब्दुल्ला नावाच्या एका मित्रासोबत थोड्या दिवसांसाठी बाहेरगावी चाललोय. आम्ही अख्खा पाकिस्तान हिंडणार आहोत. ह्या देशात इतकं काही आहे, जे मी अजून बघितलं नाही आणि अब्दुल्लाचे बऱ्याच ठिकाणी मित्र आहेत; ते आमची सगळी सोय करणार आहेत. मी तुम्हा दोघांसाठी छान भेटवस्तू घेऊन येणार आहे. लवकरच मी युनिव्हर्सिटीच्या अभ्यासात बुडून जाणार आहे; तेव्हा असल्या सुट्ट्यांसाठी कुठून वेळ मिळणार? म्हणून आता जाऊन येतोय. माझ्यावर रागवू नका.

तुमचा लाडका, रझा'

इथे हिरोको काळजीने अर्धमेली झाली होती, तर तिथे सज्जाद पूर्ण शांत होता. खरंतर त्याला हिरोकोची थोडी गंमतच वाटत होती.

"अगं, तुला माहीत नाही; सतरा वर्षांचा मुलगा असणं, ही काय गोष्ट असते ते!" जांभई देत तिच्या गालावरच्या तिळाला स्पर्श करायला जात सज्जाद तिला समजावू लागला तिने त्याला स्पर्श करू दिला नाही, हे बघून थोडासा नाराज झाला.

"अगं, असं काय करतेस? तुला सुद्धा माहितेय की, त्याने सांगितलं असतं तर तू त्याच्यावर प्रश्नांचा भडिमार केला असतास. कुठे जाणार आहेस, कुणाबरोबर राहणार आहेस, हा अब्दुल्ला कोण, काय करतो तो, तू आधी त्याला घरी का घेऊन येत नाहीस, त्याच्या घरचा फोन नंबर सांग, ज्यांच्याबरोबर राहणार आहेस त्यांचे फोन नंबर देऊन ठेव, कुठले कपडे नेणार आहेस... एक ना दोन!" असं म्हणत सज्जादने लाडिकपणे बायकोला जवळ ओढलं आणि म्हणाला, "आणि बाईसाहेब, ह्या सगळ्यात तुम्ही एक गोष्ट विसरताय. आता थोड्या दिवसांसाठी, आपण ह्या घरात एकटेच असणार आहोत. अहाहा! इतक्या वर्षांनंतर संधी आली आहे." तिच्या तिळाचं हलकं चुंबन घेत पुढे म्हणाला, "आपलं नवीन लग्न झालं होतं त्या वेळेसारखं!"

"तू तुझ्या मुलासारखाच मूर्ख आणि बेजबाबदार आहेस!" तिच्या कमरेभोवतीचा सज्जादच्या हाताचा विळखा सोडवत हिरोको रडवेल्या आवाजात ओरडली, "हा अब्दुल्ला कोण?"

"त्याच्यासोबत शाळेत होता ना एक अब्दुल्ला? नाही? असणार गं, मला आठवतंय. अब्दुल्ला, सगळ्यांनाच कोणी ना कोणी अब्दुल्ला माहिती असतो."

"सगळ्यांनाच कोणी ना कोणी अब्दुल्ला माहिती असतोऽऽ" हिरोको संतापाने मान डोलावत सज्जादची नक्कल करत म्हणाली. "कुणास ठाऊक, तुझा मुलगा कोणाच्या संगतीत असतो, कुठे गेला आहे; आणि तू फक्त इतकंच म्हणू शकतोस?"

"तुझा तुझ्या मुलावर विश्वास नाही आहे का हिरोको?"

"त्याच्यावर आहे, पण त्या अब्दुल्लावर नाही!"

"पण तू तर त्याला ओळखतही नाहीस!"

"तेच तर! मग मी त्याच्यावर विश्वास कसा ठेवावा?"

सज्जादने कानावर हात ठेवले.

"नागासाकी, दिल्ली, कराची... तुम्ही बायका कुठेही वाढलात ना, तरी आया झाल्यावर तुम्ही सगळ्या एकाच पद्धतीने विचार करू लागता. हे बघ, तुला जर त्यामुळे बरं वाटणार असेल तर त्याच्या शाळेतल्या मित्रांना विचार. बिलालला विचार."

हिरोको चटकन उठली तसा सज्जादने तिचा हात पकडला. "आता नको. आताशी पहाट फुटतेय. ह्या प्रहरी कुठे लोकांना उठवणारेस तू?" पण हिरोकोच्या चेहऱ्यावरचा निर्धार बघून सज्जाद गप्प बसला.

काही मिनिटांतच हिरोको बिलालच्या अंगणातल्या पाठच्या दरवाज्यातून आत गेली आणि स्वयंपाकघराच्या खिडकीपाशी उभी राहिली. तिला माहिती होतं की, बिलालची आई कैसरा तिचा पहिला चहा बनवत असेल. इतक्या वर्षांत मुलांच्यातली मैत्री त्यांच्या आयांमध्येही वाढीस लागलेली.

"बिलाल घरी नाहीये गं–" हिरोकोने इतक्या सकाळी येण्याचं प्रयोजन सांगितलं तसं कैसरा म्हणाली, "तो रात्री होस्टेलवरच थांबला, त्याच्या दोन मित्रांबरोबर कसलातरी प्रोजेक्ट पूर्ण करायला. म्हणजे, मला तरी त्याने तसं सांगितलंय. काय माहिती काय करतात ही पोरं आताशा! शाळेतून बाहेर पडल्यावर ह्यांना वाटतं, आपण फारच मोठे पुरुष झालो आहोत!" हिरोकोच्या हातात चहाचा कप देत कैसरा म्हणाली. "पण मी त्याला कधी अब्दुल्ला नावाच्या पोराचं नाव घेताना ऐकलेलं नाहीये. आणि तसंपण तुला माहितीच आहे ना हिरोको, आपली मुलं एकमेकांना पूर्वीसारखी कुठे भेटतात आजकाल?"

"रझाने तो कुठे गेलाय, हे आम्हाला सांगितलं असतं; जर त्याला खात्री असती की, आम्ही नाराज होणार नाही." चहाचा कप खाली ठेवत हिरोको पुटपुटली आणि शेजारच्या रोपट्याची पिवळी पानं खुडू लागली.

"त्यांना तितकंच मोठं व्हायचं असतं जितकी ती आपल्याला लहान राहावीशी वाटत असतात... पण खरंतर ह्या वयात ते ना लहान असतात, ना मोठे. बरोबर की नाही? तूच तर मला हे म्हणाली होतीस ना, गेल्या वर्षी जेव्हा बिलाल मला न विचारता गाडी घेऊन गेला होता? हे बघ, काळजी करू नकोस आणि माझ्या रोपट्याला छळू नकोस! अगं, येईल तो परत लवकरच आणि निश्चिंत राहा; तो काहीही वेडंवाकडं वागणार नाही. तू चांगले संस्कार केले आहेत रझावर." मग

आवाज हळू करून पुढे बोलली, "अर्थात, तसं मी मोहल्ल्यातल्या सगळ्या पोरांबद्दल थोडीच म्हणू शकते? तू ऐकलंस? इफ्फतच्या मुलाचा घटस्फोट होतोय! भयंकरच आहे ना?"

"त्याच्या बायकोसाठी तरी नक्कीच नाही." हिरोको उद्‌गारली तशी कैसरा खदाखदा हसली.

"असलं काही तूच बोलू जाणे हिरोको."

गेली कित्येक वर्षं हिरोको आणि कैसराने मुलांना वाढवताना एकमेकींना आधार दिला, सांत्वन केलं आणि ह्या वेळी पुन्हा कैसराशी बोलून हिरोकोला बराच धीर आला. तिला कैसराच्या ह्या शब्दांचा फारच आधार वाटला की, रझावरचे संस्कार चांगले आहेत; तो चुकीचं पाऊल उचलणार नाही.

पण, हिरोको कैसराच्या घरातून बाहेर पडत असतानाच तिला कोणीतरी हाक मारली. "मिसेस अश्रफ–" कैसराची मुलगी सलमा, हिरोकाची एकेकाळची विद्यार्थिनी, तिच्या मागोमाग बाहेर पडली.

"तो कुठेतरी पेशावरजवळ गेला आहे." सलमा हळू आवाजात कुजबुजू लागली, "हा अब्दुल्ला कोणीतरी ट्रक चालवणारा मुलगा आहे. रझा त्याला काही महिन्यांपूर्वी बंदरावर भेटलेला. तो अब्दुल्लाबरोबर पेशावरजवळच्या कुठल्याशा प्रशिक्षण छावणीत गेला आहे– मुजाहिदीनांसाठीच्या."

"काहीतरी मूर्खासारखी बडबडू नकोस." हिरोकोचा पारा चढला, "रझाला प्रशिक्षण छावण्यांशी काय देणं-घेणं?"

"मी त्याला काल बस स्टॉपवर भेटले होते. आम्ही गप्पा मारायला लागलो. त्यानेच सांगितलं मला. तो म्हणाला की, प्रशिक्षण छावणीत दोन आठवड्यांमध्ये इतकं शिकवतात जेवढं लष्करी कॉलेजमध्ये दोन वर्षांतसुद्धा शिकवत नाहीत. त्याच्या बोलण्यावरून वाटत होतं जणू तो छानशा सुट्टीवरच चाललाय."

खरंतर हे तो तिला बस स्टॉपवर वगैरे मुळीच बोलला नव्हता. काल रात्री बऱ्याच महिन्यांच्या अबोल्यानंतर रझा तिला फोन करून म्हणाला होता की, 'तुझ्या सल्ल्यासाठी आभार मानायला फोन केलाय. तू बरोबर बोललीस. मी त्यांना खरंच कोण आहे, हे न सांगितल्यावर, लोकांना मी जास्त आवडतो.' रझाला आपलं गुपित कोणाला तरी सांगण्याची प्रकर्षाने इच्छा झाली आणि सलमाला त्याच्याशी बोलताना जाणवलं होतं की, रझा अश्रफच्या आयुष्यात आलेल्या अफगाण अब्दुल्लाबद्दल फक्त तिलाच समजलं होतं.

"तुला काय वाटतं की, तू ज्या प्रकारे त्या मूर्ख अफगाणांना फसवलं आहेस, त्याबद्दल मी तुझी वाहवा करावी?" तो अगदी तिला आपण अब्दुल्लाला प्रशिक्षण छावणीत जायला कसं पटवलंय, हे सांगणार इतक्यात सलमाने विचारलं; आणि मग

रझाने तिला खरं न सांगता उगाच फुशारक्या मारायला तिला सांगितलं की, तोसुद्धा अब्दुल्लासोबत दोन-चार आठवड्यांसाठी प्रशिक्षण छावणीत जाऊन येणार आहे.

सलमाला त्या वेळेस रझाचा बराच गर्व वाटला; कौतुकसुद्धा. तिने मग त्याला स्वत:ची काळजी घ्यायला सांगितली, तिला तिथून फोन करायला सांगितला (त्यावर त्याने 'बघू' असं उडतं उत्तर दिलं) आणि मग त्यांचं संभाषण संपलं. सलमाला खरंतर त्या वेळी वाटलं की हे सगळं कोणालातरी सांगावं. आई, वडील, बिलाल... पण मग तिला जसं जाणवलं की, ते उलट तिलाच विचारतील की, हे सगळं त्याने तुलाच का सांगितलं? तेव्हा तिने तो विचार झटकून टाकला आणि स्वत:च्या मनाला समजावलं की रझा पुन्हा कहाण्या विणत होता... अमेरिकेत जाण्याबद्दल विणलेल्या तशाच.

सलमाचं बोलणं संपलं तसं हिरोको तिला इतकंही विचारायला थांबली नाही की, रझाने हे सगळं तिलाच का सांगितलं!

एक क्षणही न दवडता हिरोको वळली आणि कात्री चालवल्यागत हवेतून हात भिरकावत घराकडे सैरावैरा पळत सुटली. आजतागायत इतकी पळण्याची वेळच आली नसल्यामुळे हिरोकोला पळणं कठीण जात होतं. कशीबशी ती घरापर्यंत पोहोचली तेव्हा सज्जाद नुकताच गाडी सुरू करून कामाला जायला निघालेला. इतक्यात त्याला आपली बायको सिनेमात दाखवतात त्याप्रमाणे उद्‌ध्वस्त चेहऱ्याने आणि थकल्या पायांनी त्याच्याकडे धावत येताना दिसली. सज्जादने लागलीच गाडी थांबवली.

हिरोकोने जेव्हा त्याला सलमाने सांगितलेलं सगळं कथन केलं, तेव्हा तर सज्जादला आधी हसूच फुटलं. काय कहाण्या रंगवतात ही पोरं मुलींवर छाप मारायला आणि सलमा तर नक्कीच अशी मुलगी होती, जिच्यावर आपली छाप पडावी, असं रझाला वाटलं असणार; ती त्याच्यापेक्षा दोन वर्षांनी मोठी असली, तरीसुद्धा. अर्थात, ह्याबद्दल रझाला तो जिथे कुठे आहे तिथून परत आल्यावर. ओरडावंच लागणार. हिरोकोला एवढा त्रास देणं योग्य नाहीच. पण त्याशिवाय, सज्जादला कुठेतरी आपल्या मताचं समर्थनही झाल्यासारखं वाटत होतं. तो बऱ्याचदा हिरोकोला सांगत असे की, रझामध्ये त्याला बराचसा इक्बालचा भास होतो आणि आता त्याचा कयास खरा ठरला होता. प्रत्येक वेळी हिरोकोने सज्जादच्या ह्या म्हणण्याचा विरोध केला होता; त्याला तिने निष्ठूर पिता असं दूषणही दिलं होतं. ह्या गोष्टीची दखल न घेता की, सगळ्या भावंडांमध्ये सज्जादचा लाडका इक्बालच होता. तो सर्वांत अधिक वैगुण्य असलेला होता, तरीही.

पण मग जेव्हा हिरोकोने जोरकसपणे त्याची मानगूट पकडली – जणू आता भर रस्त्यात त्याचं चुंबनच घेणार आहे, अशा आविर्भावाने – तेव्हा एखादा

साक्षात्कार झाल्यासारखा गेल्या काही आठवड्यांत रझाच्या वागणुकीबद्दल जे सगळं त्याला गोंधळून टाकत होतं, ते सज्जादच्या डोळ्यांसमोर लख्खपणे स्पष्टीकरण बनून उभं राहिलं. उदाहरणार्थ अफगाणिस्तानबद्दल रझाचं अचानक उद्‌भवलेलं औत्सुक्य! त्याने अफगाणिस्तानचा नकाशा आणलेला, सज्जादला तिकडच्या युद्धाबद्दल प्रश्न विचारलेले, पेपर-टीव्हीमध्ये अफगाणिस्तानबद्दल दाखवल्या जाणाऱ्या प्रत्येक बातमीकडे बारीक लक्ष दिलेलं. खरंतर तोपर्यंत रझा फक्त क्रिकेटच्याच बातम्या इतक्या निरखून वाचा-ऐकायचा.

सत्य त्यांच्या समोर नाचत होतं. वावरत होतं. इतक्या उघडपणे की, सज्जादला स्वत:चाच अचंबा वाटला! 'आपल्याला इतक्या दिवसांत रझाच्या ह्या महामूर्खपणाचा एकदाही संशय कसा आला नाही?'

तंद्रीतून जागा होत, सज्जादने हळुवारपणे हिरोकोच्या पकडीतून आपली मानगूट सोडवली आणि म्हणाला, ''मी त्याला शोधून काढीन.''

''कसं? तो कुठेही असू शकतो!''

ह्यावर, सज्जादने फक्त तिच्या गालाला मूकपणे स्पर्श करून हिरोकोला वचन दिलं आणि पुन्हा गाडीत बसला.

''मी बंदरावर चाललो आहे. तिथे कोणीतरी ह्या अब्दुल्लाला ओळखत असावं. काही सुगावा लागताच मी तुला तिथून लवकरात लवकर फोन करीन. तोपर्यंत सलमाला अजून काय माहिती आहे, ते जरा काढून घे.''

एवढं बोलून सज्जाद निघून गेला आणि तितक्यात कोणीतरी हिरोकोच्या हातावर हात ठेवला.

''मला एवढंच माहिती आहे.'' सलमा म्हणाली, ''आय ॲम सॉरी. मला वाटतं, ह्या सगळ्याला खरंतर मीच जबाबदार आहे.''

त्यानंतर सलमाने हिरोकोला तिच्या आणि रझामध्ये लग्नाबद्दल झालेल्या संभाषणाबद्दल सगळं सांगितलं, तेव्हा हिरोकोला सलमाचा राग येणं शक्यच नव्हतं. तिला कैसराचा – तिच्या लाडक्या मैत्रिणीचा आणि सलमाच्या आईचा, जिच्याकडूनच सलमाने रझाच्या वैगुण्याबद्दलच्या कल्पना उचलल्या असतील – राग येणंही शक्यच नव्हतं.

हिरोकोच्या डोक्यात एकच विचार पिंगा घालत होता– बॉंब! नागासाकीनंतरच्या पहिल्या काही वर्षांत हिरोकोला विचित्र स्वप्नं पडायची. तिला दिसायचं की, तिच्या अंगावरचे पक्षी उडून तिच्या शरीराच्या आत गेले आहेत; त्यांच्या चोची तिच्या रक्तात बुडाल्या आहेत; त्यांच्या जळक्या पंखांनी तिच्या अवयवांना कवेत घेतलं आहे.

पण मग तिची मुलगी मेल्यानंतर ती स्वप्नं थांबली होती. पक्ष्यांना त्यांचं भक्ष्य मिळालं होतं.

पुढे जेव्हा ती रझाच्या वेळेस गर्भार राहिली, तेव्हा ते पक्षी परत आले! त्या वेळची तिची स्वप्नं अधिक रागीट, अधिक घाबरवणारी होती. कधी कधी तर ती तिच्या गर्भात होणाऱ्या विचित्र झटापटींनी दचकून जागी व्हायची. पण मग, रझाचा जन्म झाला. हाता-पायांची दहाही बोटं शाबूत असलेल्या त्या गोंडस बाळाला पाहून हिरोकोला वाटलं, आतातरी मी सुटले. पक्ष्यांना जो त्रास द्यायचा होता, तो देऊन झालाय.

हिरोकोला ह्याची कल्पनाच नव्हती की, ते पक्षी कधी बाहेर उडतील आणि ह्या मुलीच्या मनात शिरून तिथून रझाच्या हृदयात शिरतील. तिला कधीच आपल्या मुलाची 'कशाचातरी घटक असण्याची' गरज समजली नव्हती; त्याच्या 'वेगळ्याच' चेहरेपट्टीबद्दल त्याला मिळणाऱ्या शेऱ्यांवर रझाला येणारा रागही तिला कधीच नीट समजला नव्हता. तिला खरंतर त्याचा तो राग म्हणजे देखावाच वाटायचा. विविध भाषा शिकण्याची भूक असलेल्या मुलाला त्याच्या चेहरेपट्टीवरून 'विदेशी' म्हटलं गेलं, तर त्याला राग येण्याचा प्रश्न येतोच कुठे? पण हिरोकोला बाँबच्या कलंकाने ओळखलं जाण्याचं दु:ख काय असतं, हे पुरतं ठाऊक होतं. हिबाकुशा– शब्दकोशातला हिरोकोचा सगळ्यात नावडता शब्द आणि सगळ्यात सशक्तसुद्धा– ज्याच्यापासून मुक्त व्हायला तिला भारतात यावं लागलं... भारतात! आणि ते सुद्धा अशा लोकांच्या घरी, ज्यांच्याबद्दल तिला तसूभरही माहिती नव्हती.

सलमा अजूनही बोलतच होती. हिरोकोने अधीरपणे हातवारे करत तिचं बोलणं तोडलं. 'किती बडबडते ही मुलगी?' आणि आपल्या घराकडे चालू लागली. तो तिचा मुलगा होता; तिचा. तिच्याप्रमाणेच निसटण्याबद्दल इतका निग्रही की, थांबण्याशिवाय बाकी काहीच अशक्य वाटू नये. हिरोकोने आपल्या घराचा दरवाजा उघडला आणि अंगणात येऊन उभी राहिली. कडुलिंबाच्या झाडाची सावली बरोबर तिथेच पडलेली जिथे तिला ह्या वेळेला अपेक्षित असते. त्या झाडाभोवतालच्या रिकाम्या जागेने दर्शवलं की, सज्जाद आता झिनियाची रोपटी लावायला तयार आहे. त्या अर्थी उन्हाळा सुरू होणार आहे. आता इथे झिनिया वाढू लागली की सुंदर फुलपाखरंही येतील मागोमाग. इतक्या वर्षांच्या तिच्या ह्या जागेच्या सहवासात हिरोको तिकडच्या नैसर्गिक वेळापत्रकाला पूर्णपणे सरावली होती.

तापू लागणाऱ्या अंगणामधून भरभर चालत हिरोको रझाच्या खोलीत गेली आणि त्याच्या उशीवर डोकं ठेवून लवंडली. कितीतरी वेळा रझाने आईच्या चित्तथारक प्रवासाची वर्णनं ऐकली होती. टोकियो ते बाँबे, बाँबे ते दिल्ली! तिने त्याला हे कधीच उघड केलं नव्हतं की, तो प्रवास किती असहायतेच्या भरात केला गेला होता. तिला रझासमोरची आपली 'निर्भय' प्रतिमा कायम ठेवायची होती. निर्भय आणि परिवर्तनशील– कुठल्याही परिस्थितीत स्वत:ला लगेच एकरूप करणारी.

हिरोकोने विचार केला, रझाला हे का सांगा की, त्या बाँबचा तडाखा इतका जोरदार होता की त्याने तिच्या नागासाकीला पुरेपूर बदलून टाकलं होतं; एवढं की, ते ओळखूनही येऊ नये. खरंतर, नागासाकीपेक्षाही हिरोकोसाठी अजून काही काही अनोळखी राहिलं, तर ते मरतानाचे तिचे वडील!

पण रझाला ह्या सगळ्या भयानकतेबद्दल कमीत कमी समजावं, अशावरच हिरोकोचा नेहमी भर राहिला. हिरोको अश्रफची जीवनगाथा बाँबबद्दल नव्हे, तर त्यानंतरच्या तिच्या प्रवासाची गाथा होती.

"तू कधी घाबरली नाहीस?" तिच्या भारताकडच्या प्रवासाबद्दल ऐकताना रझाने तिला एकदा विचारलेलं.

हिरोको हसून म्हणाली होती, "नाही." तिचं उत्तर ऐकून, रझाच्या चेहऱ्यावरचं आश्चर्य बघण्यासारखं होतं. पण खरंच ती कधी घाबरली नव्हती; कारण पूर्ण प्रवासभर तिने पुढे काय होईल ह्याचा स्वत:च्या मनाला विचारच करू दिला नव्हता.

आणि आता, तिच्या मुलाने तिच्या पावलावर पाऊल ठेवलेलं आणि हिरोकोला फक्त पुढे काय होऊ शकतं, एवढंच दिसत होतं... फक्त एवढंच!

हिरोकोला झोप लागली. झोपेत पडलेल्या स्वप्नात तिने रझाला एका अफगाण मुलाशी बोलताना बघितलं. तो मुलगा अफगाण असला तरी तिचा जुना विद्यार्थी जोसेफ होता... तोच, कामीकाझे वैमानिक. "कदाचित मी वैमानिक बनणार नाही!" जोसेफ म्हणत होता. रझाने त्याला खिजवलं, "घाबरलास की काय?"

त्यावर जोसेफ ताठ उभा राहिला; आपले मोठे काळे पंख उलगडले आणि जसं त्याने आपलं तोंड उघडलं तसं त्याच्या तोंडातून साकुरा फुलांची भुकटी बाहेर पडली आणि अफगाणिस्तानची रूक्ष जमीन त्या भुकटीने पांघरली गेली.

२४

ते आता होते तिथपासून ती छावणी गाडीने तासाभराच्या अंतरावर होती. छावणी एका मोठ्या पठारावर वसवली होती आणि तिथे पाकिस्तानहून जाण्यासाठी एकच निमुळता, कच्चा रस्ता होता. एकच प्रवेशमार्ग ठेवला की, अब्दुल्लाचा सगळ्यात मोठा भाऊ ज्या छावणीत प्रशिक्षित झालेला, तिकडच्यासारख्या गैरसोई टाळता येणं सोपं होतं. त्या छावणीमध्ये एकदा काही भटके लोक आडवळणाने चुकून येऊन पोहोचले होते आणि त्यामुळे त्यांना अक्षरश: एका दिवसात त्या छावणीला वेगळ्या ठिकाणी हलवावं लागलं होतं.

बसकं नाक आणि भरघोस दाढी असलेल्या त्या जीपचालकाने रस्त्यात लागलेल्या एका लहानशा कच्च्या रस्त्याकडे निर्देश करत, मोठ्या तुच्छतेने तिथे अरबांच्या प्रशिक्षण छावण्या असल्याचं नमूद केलं.

"पण काळजी करू नका," रझाकडे वळून स्मित करत तो पुढे म्हणाला, "आपण जिथे जातोय, तिथे सगळे पश्तून आहेत. तुला सुरुवातीला थोडा त्रास घ्यायला लागेल कदाचित– कारण तिथे काही लोक असे आहेत, ज्यांना एक हाजरा आपल्यात येतोय, हे पसंत नाही. पण शेवटी तू पण अफगाण आहेस, मुसलमान आहेस आणि आमच्या अब्दुल्लाचा दोस्त आहेस. मला खात्री आहे की, तू नक्की त्यांचा विश्वास संपादन करशील." एवढं बोलून त्या माणसाने अब्दुल्लाला हलकेच चापट मारली. अब्दुल्ला हसला, तेव्हा कुठे रझाला समजलं की, तो अब्दुल्लाचा भाऊ आहे.

रझाने छावणी बघण्यापूर्वी ती 'ऐकली'. आधी तर त्याला वाटलं, आपण समुद्राची गाजच ऐकत आहोत– रझाच्या डोळ्यांसमोर भूगोलाची पुस्तकं तरळली– पण मग तो गडगडाट फारच वाढला.

"एवढ्या आवाजात तुम्ही ह्या जागेला गुप्त कसं ठेवू शकता?" रझाने

मोठ्याने विचारलं.

अब्दुल्लाच्या भावाने, इस्माईलने ह्यावर फक्त खांदे उडवले.

"प्रतिध्वनींमुळे आवाज नेमका कुठून येतोय, हे ठरवणं कठीण जातं."

त्याने एके ठिकाणी जीप थांबवली आणि समोरच्या नागमोडी रस्त्याकडे बोट दाखवत बोलला, "त्या रस्त्याने पुढे जा– मी येतोच मागून." मग त्याने मागच्या सीटवरून दोन करड्या-तपकिरी रंगाची फडकी काढून अब्दुल्ला आणि रझाच्या हातात देत म्हटलं. "तुम्हाला लागणाऱ्या महत्त्वाच्या वस्तूंमधली ही पहिली. दुसरी वस्तू म्हणजे, तुमच्या बंदुका. तुम्ही तिथे पोहोचल्यावर मिळतीलच त्या तुम्हाला."

"हे कशासाठी?" जीप निघून गेल्यावर रझाने तो चौकोनी कपडा उलगडत अब्दुल्लाला विचारलं.

"सगळ्याचसाठी!" अब्दुल्लाने गोंधळल्या स्वरात उत्तर दिलं. "तुम्हा हाजरांकडे पट्टुशा नसतात का?" असं म्हणत अब्दुल्ला झपाझप पावलं उचलत तो निमुळता रस्ता उतरू लागला. रझाही त्याच्यामागोमाग पळू लागला. "हेच तुझं पांघरूण, हीच तुझी शाल; डोंगरा-वाळवंटात हाच तुझा छद्मवेष; तुला जखम झाली तर तुला उचलण्यासाठी हेच उपयोगी येतं; तुला जर तुझ्यासोबतच्या कोणावर विश्वास नसेल तर त्याच्या डोळ्यांवर बांधण्यासाठी हीच पट्टी म्हणून वापरतात; हीच तुझी मलमपट्टी; हेच तुझं प्रार्थनेसाठीचं आसन. तू जर युद्धात शहीद झालास, तर तुला तुझ्या रक्ताळलेल्या पट्टुशीतच पुरलं जाईल– मुजाहिदीनांना पुरण्यापूर्वी त्यांना शुचिर्भूत करण्याची गरज नसते. आपली स्वर्गामधली जागा राखीव असते!" अब्दुल्ला रझाकडे बघून हसला. "पण स्वर्ग अजून काही वर्षं तरी आपल्याशिवाय कळ सोसायला तयार आहे मित्रा. तिथे जाण्यासाठी इतकी घाई करण्याची गरज नाही. इतक्या कडे-कडेने चालू नकोस, नाहीतर खालच्या दरीत जाशील आणि तिथून थेट..." असं म्हणून अब्दुल्लाने आकाशाकडे बोट दाखवलं आणि खो-खो हसत सुटला.

तसा रझा टुणकन उडी मारून डोंगराजवळून चालू लागला. खाली पसरलेले तंबू, मधूनच दिसणारी गुरढोरं आणि मुख्यत: चमकणाऱ्या शरीरांची माणसं निरखता-निरखता आपण किती कडे-कडेने चालू लागलो, ह्याचं रझाला भानच उरलं नव्हतं. त्याचं सगळ्यात जास्त लक्ष वेधलं त्या चमचमत्या शरीरांच्या इसमांनी. 'इकडची लोक अर्ध-दैवीच दिसत आहेत.' रझाच्या मनात आलं... पण थोड्याच वेळात दिसलं की, तिथल्या प्रत्येक माणसाच्या हातात एक कॅल्शनिकोव्ह होती– जिच्यावरून सूर्याची किरणं परावर्तित होऊन त्या माणसांना वलयांकित करत होती!

ती दोघं त्या तंदूरसारख्या तापलेल्या पठारावर पोहोचेपर्यंत, रझाला भोवळ येऊ लागली होती; आणि हे फक्त डोंगर चढण्याच्या कष्टामुळे किंवा तळपत्या

उन्हामुळे होत नव्हतं. विचार करकरून त्याच्या डोक्याला मुंग्या आल्या होत्या की, ह्या अशा जागेतून निसटायचं तरी कसं? अगदी जरी गृहीत धरलं की, तो कोणाच्या नकळत चढणीवरून मुख्य रस्त्यापर्यंत पोहोचलाच, तरी तिथून जाणार तरी कुठे? त्या भयाण विराण्यातून कोण त्याला वाट दाखवत शहरापर्यंत नेणार? 'काय विचार करून आपण इथे यायला तयार झालो?' रझाच्या घशाला कोरड पडली. गेल्या काही महिन्यांत आपण इतक्या लीलया खोटं बोलू शकतो, ह्या धुंदीत त्याला असं वाटलं की, तो कुठल्याही परिस्थितीतून वाट काढू शकेल पण आता त्याचा फाजील आत्मविश्वास आणि मूर्ख विचार त्याच्या मानगुटीवर भूत बनून बसले होते!

हताशपणे रझा एका मोठ्या दगडावर बसला– कोसळलाच खरंतर. अब्दुल्लाला भेटायला आलेल्या आणि रझाकडे विचित्र नजरेने पाहत असणाऱ्या माणसांकडे दुर्लक्ष करत, रझा तिथे कितीतरी वेळ तसाच बसून राहिला.

रझाला त्याचे आई-वडील हवे होते. त्याची खोली, त्याची गादी हवी होती. तो क्रिकेट खेळायचा, त्या गल्ल्या हव्या होत्या. त्याला कारण सांगता येणार नाही, पण आंबा हवा होता.

एका माणसाने त्याला पायानेच हलवत, तंद्रीतून बाहेर काढत, खिजवणाऱ्या अशा नाही, पण मजेच्या स्वरात रझाला विचारलं, "निसर्गाशी एकरूप होण्याचा सराव चालवलास काय माझ्या दगडा?"

रझाने, त्याच्याकडे कुतूहलाने बघणाऱ्या त्या माणसाच्या हिरव्या डोळ्यांत डोळे घालून बघितलं. त्या क्षणी, रझाला त्याच्या घराजवळच्या मुहाजिरांकडून, अफगाण पुरुषांना नाजूक दिसणाऱ्या पोरांबद्दल वाटणाऱ्या आकर्षणाच्या ऐकलेल्या गोष्टी अचानक आठवल्या आणि मग तर त्याची पुरतीच गाळण उडाली.

"ह्याला पुश्तू बोलता येतं की नाही?" त्या माणसाने अब्दुल्लाला विचारलं.

अब्दुल्लाने रझाच्या डोक्याला खेळकरपणे फटकावत उत्तर दिलं. "तो पुश्तू सोडून इतर कुठलीही अफगाणी भाषा बोलणार नाही." मग त्याने त्या माणसाला रझाने घेतलेल्या 'पणा'ची हकिगत निवेदन केली. रझा ते कथाकथन ऐकता-ऐकता, हाजरा कसं व्हायचं ह्याची मनातल्या मनात उजळणी करत होता. त्याने आपण ऐटीत कलाश्निकोव्ह उचलतोय, अशी कल्पना करून बघितली खरी; पण इतक्या सहजपणे ती उचलणाऱ्या ह्या लोकांमध्ये आपलं पितळ उघडं पडायला वेळ लागणार नाही, हे रझाच्या लगेच लक्षात आलं.

इतक्यात अब्दुल्लाने रझाचा खांदा पकडून त्याला कुजबुजत दम भरला, "तू जर रडलास ना, तर मी तुला मारून टाकीन, सांगून ठेवतोय!"

रझाने अब्दुल्लाकडे बघितलं, मग त्या हिरव्या डोळ्यांच्या माणसाकडे, मग

आजूबाजूच्या डोंगराकडे, आभाळाकडे... सगळं जोरजोरात हलत होतं. त्याच्या नकळत रझाचे हात जमिनीला टेकले; त्याच्या तळव्यांना तिकडच्या लहानशा दगडांमुळे जखमा झाल्या. कसाबसा तो उठला आणि ज्या दगडावर बसला होता, त्याची उशी करून भराभर श्वास घेऊ लागला. त्याची नजर धुरकट होऊ लागली आणि त्याला वाटत होतं की, आपल्याला कुठल्याही क्षणी उलटी होईल. त्याने आजतागायत आयुष्यात ना इतकी उष्णता अनुभवली होती ना इतकी दहशत.

त्याच्या अवतीभोवती आवाज येत होते, मध्येच विरून जात होते. कदाचित तो छावणीत नव्हताच. कदाचित तो पुन्हा घरी पोहोचला, त्याच्या खोलीमध्ये. तिकडचा पंखा फारच खडखडाट करतो नाहीतरी. त्यामुळे अम्मी-अब्बांचे आवाज मध्येच ऐकू येतायत आणि मध्येच विरून जातायत.

रझाच्या तोंडावर कोमट पाण्याचे हबके मारले गेले तसे त्याने कसेबसे डोळे उघडले. बघतो तर समोर तो हिरव्या डोळ्यांचा माणूस एका बाटलीमधून हातात पाणी ओतून ते रझाच्या तोंडावर शिंपडत होता. अब्दुल्लाने रझाला हलकेच लाथ मारली; तो माणूस काहीतरी बडबडला. पण रझाला ते समजलं नाही. कारण तोपर्यंत तो पंखा पुन्हा खडखडाट करत फिरू लागला आणि रझाच्या डोळ्यांसमोरचं जग पुन्हा गरगर फिरू लागलं... फक्त ते हिरवे डोळे स्थिरपणे त्याच्याकडे बघत होते.

'अंकल हॅरी...' रझाच्या मनात विचार चमकला तसे ते डोळे मिटले आणि मग गुडूप अंधार पसरला.

रझाला शुद्ध आली तेव्हा त्याला त्या दगडावरून हलवलं गेलं होतं; त्याच्या पट्टुशीची उशी बनवली गेली होती आणि सावलीत हलवलं गेलं होतं. त्याच्या उशाशी पाण्याची बाटली ठेवण्यात आली होती. रझाने ते बघितल्यावर अधाशासारखं त्यातनं ढसाढसा पाणी प्यायला आणि पुन्हा शीण अनावर होऊन झोपून गेला. गेले काही दिवस ट्रकमधल्या दाटीवाटीत, कधी अगदी कलाश्निकोव्हांच्या अंथरुणावर झोपून आल्यामुळे रझाचं गात्रन्‌गात्र पिळवटून निघालं होतं आणि आता त्या अपुऱ्या झोपेच्या सत्रानंतर त्याच्या शरीराला आरामाची नितांत गरज होती... म्हणूनच पहिली संधी मिळताच रझा काहीही विचार न करता झोपेच्या अधीन झाला.

बऱ्याच वेळाने रझाला जाग आली ती त्याच्या बरगड्यांना कोणाच्यातरी बुटांची लाथ लागत असल्यामुळे. अब्दुल्लाने बहुतेक हे ठरवून टाकलं होतं की, घाबरून भोवळ येऊन ढेपाळणाऱ्या ह्या मुलाला जनावरासारखं वागवलेलंच योग्य ठरेल.

रझा खरंतर पहिल्या लाथेनेच जागा झाला, पण त्याकडे लक्ष न देता तसेच डोळे मिटून पडून राहिला. पण जशी अब्दुल्लाची दुसरी लाथ जवळ आली तसं रझाने एका झटक्यात त्याचा पाय पकडून असा काही पिळला की, अब्दुल्ला धाडकन जमिनीवर पडला! अब्दुल्ला आपली लाज सावरत कसाबसा उठला खरा; पण तोपर्यंत तिथे निस्वार चघळत बसलेल्या तीन मुजाहिदीनांनी त्याची फजिती बघितली होती आणि ते जोरजोरात अब्दुल्लाला हसू लागले.

''तुझ्या मित्राने तुला पहिल्याच दिवशी धडा दिलाय.'' त्यातला एक माणूस बोलला. ''कोणी डोळे मिटून पडलंय म्हणजे तो हल्ला करू शकत नाही, असं समजण्याची चूक कदापीही करू नका.''

अब्दुल्ला काही न बोलता निघून गेला आणि रझा पुन्हा शिणवट्याने नव्हे, पण वेगळ्याच कुठल्याशा, त्यालाही नकळत्या अशा गरजेने पोटाशी पाय दुमडून झोपी गेला.

पुढच्या वेळी त्याला त्या हिरव्या डोळ्यांच्या माणसाने गदागदा हलवत जागं केलं. मावळत्या सूर्याकडे बघत, गोंधळलेल्या रझाला बोलला, ''तू आधीच दोन नमाज चुकवले आहेत. चल, ऊठ. आता पुरे झालं हे झोपेचं कौतुक. तू पश्तून नसलास तरी पुरुष तरी आहेसच ना? कामाला लाग.''

रझा कसाबसा उभा राहिला... त्याच्या गात्रांत आणि मनातसुद्धा पसरलेल्या जडशीळपणामुळे ती साधी कृतीसुद्धा युद्ध जिंकल्यागत वाटू लागली त्याला. त्या हिरव्या डोळ्यांच्या माणसाने थोडी माती घेऊन ती हातापायांना आणि चेहऱ्याला फासली. 'छद्मवेष'... रझाच्या मनात आलं.

''आपण अरेबियातल्या वाळवंटाप्रमाणे पहिले मुसलमान आहोत.'' तो माणूस आपल्या केसांमध्ये हात फिरवत म्हणाला आणि मग आपलं विधिवत स्नान करू लागला.

रझाला खरंतर काहीच समजत नव्हतं; पण तो फक्त मान डोलवून त्या माणसाचं अनुकरण करू लागला. त्याने महत्प्रयासाने त्याची अम्मी कशी त्याच्यासाठी राख-लिंबू काढून ठेवायची, हा मनात डोकावणारा विचार उखडून टाकला. त्याला आजतागायत हे समजलेलं नव्हतं की, त्या साध्याशा कृतीत किती प्रेम दडलेलं होतं. नाही, तो हिरोकोचा विचार करणार नव्हता; सज्जादचाही नाही. तसं केल्याने तो भयानक एकटेपणा आपला फणा वर काढत होता– दहशतीपेक्षाही भयानक असा.

रझाचे हात-पाय धुऊन झाले तसं त्या माणसाने त्याला एका निष्पर्ण झाडाशेजारी मांडलेल्या नमाजासाठीच्या आसनावर बसायला सांगितलं. छावणीतले सगळेच

तिथे एकेक करून गोळा होऊ लागले होते. त्या झाडाच्या फांद्यांवरून त्यांच्या बंदुका लटकू लागल्या– जणू झाडाला धातूची फळंच आली असावीत! रझाने पाहिलं की त्यातले बरेचसे पुरुष खूपच लहान होते. काही तर अब्दुल्लापेक्षाही लहान. मावळत्या सूर्याने सगळ्या वस्तूंवर सोनं ओतल्यासारखं वाटत होतं. थोड्या वेळाने अंधार पसरू लागला. आता वातावरण बरंच गार होऊ लागलं आणि शांतही.

अचानक क्षणार्धात रझाला त्या क्षणांतलं अलौकिक सौंदर्य दिसलं आणि मग त्याला आजतागायत कधीही कशाबद्दलही वाटला नव्हता अशा आदराने, त्याने आपली पट्टुशी पसरली आणि अल्लासमोर मनोभावे नतमस्तक झाला.

पुन्हा उठला, तेव्हा अब्दुल्लाने हळूच त्याच्याकडे पाहिलं आणि दोन्ही मुलं एकमेकांकडे बघून हळूच हसली जणू दोघंही त्यांच्या होणाऱ्या वधूंना भेटायला चालले आहेत आणि एकमेकांच्या मनातला आनंद आणि धाकधुक पुरती ओळखून आहेत.

रझा हाजरा जागा झाला. त्याने समोर पसरलेल्या विश्वाकडे बघितलं आणि स्वत:शीच म्हणाला, 'अलौकिक, अकल्पित, दैवी आहे सगळं!'

नमाजाचं नेतृत्व करणाऱ्या माणसाने 'बिस्मिल्लाह' म्हटलं तसा त्याचा आवाज पूर्ण आसमंत भेदून गेला. रझाला वाटलं, 'इकडचं आकाशसुद्धा किती निराळं आहे; नाही? वेगळ्याच अशा जांभळ्या छटांचं...'

रझाला त्याचे प्रार्थनेतले शब्द हृदयाच्या गाभ्यापासून उमटताना जाणवू लागले. त्याला पूर्वी क्वचित अशी अनुभूती आली होती; पण आजच्या इतक्या तीव्रतेने कधीच नव्हे. जास्तकरून त्याची प्रार्थना मेंदूमधून उमटायची; हृदयामधून नव्हे. पाठ केलेले शब्द यांत्रिकपणे, त्यांचा अर्थ समजून न घेता, बोलले की संपायची त्याची प्रार्थना. पण आज, ह्या सन्नाट्यात पट्टुशीवर बसून त्याने जी प्रार्थना केली, त्यातल्या शब्दांचा नेमका अर्थ त्याला अजूनही ठाऊक नसला तरी, त्यापाठचा भावनिक गर्भितार्थ त्याला रंध्रा-रंध्रातून जाणवत होता; 'हे सर्वशक्तिमान अल्ला, मला ह्या जागेतून सोडव; मला मुक्ती दे, मुक्ती दे, मुक्ती दे!'

आणि मग त्यानंतरची प्रार्थना अशी होती : 'ह्या लोकांना तुझा आशीर्वाद दे.'

नमाज संपल्यानंतर अब्दुल्ला रझाजवळ आला आणि त्याच्या खांद्यावर हात टाकून म्हणाला. "मला तुझा राग आला होता. कदाचित मी असं काहीतरी बोलून गेलो असेन, जे मी बोलायला नको होतं."

"तू काहीच बोलला नाहीस," रझा म्हणाला, "तू फक्त लाथा मारल्यास!" असं म्हणून रझाने आपल्या पायाने अब्दुल्लाच्या पायाला स्पर्श करून मूकपणेच माफी मागितली.

"नाही; तुला नाही, त्याला!" असं म्हणून अब्दुल्लाने एका उंच, धिप्पाड

माणसाकडे निर्देश केला. तो माणूस छातीवर हाताची घडी घालून रझाकडे तीक्ष्ण नजरेने बघत होता.

"तो इथला कमान्डर आहे, इथला म्होरक्या. तुला त्याच्याशी जाऊन बोलावं लागेल."

"कशाबद्दल?"

पण तोपर्यंत अब्दुल्ला रझाकडे न बघता परत फिरून चालूही लागला होता.

"फक्त जा आणि बोल त्याच्याशी."

तिथून कमान्डरने मानेला झटका देऊन खुणेनेच रझाला जवळ बोलावलं; आता तर रझाला त्याच्याकडे जाण्यावाचून गत्यंतरच उरलं नाही.

रझा त्याच्यापाशी पोहोचल्यावर त्या कमान्डरने काहीही न बोलता रझाची मानगूट पकडून त्याला एका तंबूमध्ये ढकललं. परत एकदा रझाला अफगाणांना तरुण मुलांच्या असलेल्या आवडीची आठवण झाली आणि तेवढ्यात त्याला लक्षात आलं की, त्या तंबूमध्ये अजून एक मनुष्य होता, जो पठाण नव्हता. हा मनुष्य फारच किरकोळ शरीरयष्टीचा होता. रंगाने बराच काळसरही, त्याच्या ओठावर सुरवंटासारखी बारीक मिशी होती आणि तो वारंवार एका गुलाबी टिश्यूने आपले घामेजलेले हात पुसत होता.

"हाच का तो?" त्याने विचित्रच पद्धतीच्या पुश्तूमध्ये त्या कमान्डरला विचारलं. कमान्डरने मान होकारार्थी डोलवली आणि रझाला त्या माणसासोबत एकटं सोडून तंबूबाहेर गेला.

"नाव?"

"रझा."

"वडिलांचं नाव?"

रझा हाजराने तर गेल्या कित्येक वर्षांत आपल्या वडिलांचं नाव उच्चारलं नव्हतं. शेवटचा सोव्हिएत अफगाणिस्तामधून उपटला गेल्याशिवाय तो ते उच्चारणार नव्हता.

"सज्जाद अली अश्रफ." रझाने सांगितलं.

"ते हाजरा आहेत?"

"नाही, त्यांचं कुटुंब दिल्लीचं आहे. माझी आई जपानी आहे."

त्या माणसाने भुवया उंचावल्या आणि पाठी रेलून बसला.

"तू ज्या अमेरिकनासोबत बंदरावर होतास, त्याचं नाव?" त्याने पुश्तूची कास सोडून उर्दूत विचारलं.

"हॅरी बर्टन."

त्या माणसाने हैराण आविर्भावाने मान डोलवली.

"विश्वासाचा इतका अभाव असताना, आपण कसे काय एकत्र काम करू शकू?"

"माझा विश्वास आहे तुमच्यावर." रझा भस्सकन बोलून गेला तसा तो माणूस केविलवाणं हसला.

"तू कोण? तू माझ्यावर विश्वास ठेवतोस की नाही ह्याच्याशी माझं काय देणं-घेणं? हॅरी बर्टन, हॅरी बर्टन..." त्याने पुन्हा मान डोलवली. "मी त्याला भेटलेलो नाहीये, पण मला ती घटना माहितेय. तुला माहितेय ती? जेव्हा तो केस रंगवून, 'चादोर' लपेटून आमच्या एका छावणीत शिरला होता? त्याला वाटलं होतं की, आम्हाला समजणारच नाही की सी.आय.ए. तिथे पोहोचली आहे, जिथे जायला त्यांच्या सरकारनेच त्यांना मनाई केली आहे."

"अंकल हॅरी!"

"त्याला माझा एक सल्ला पोचव. त्याला म्हणावं, सी.आय.ए.ला आपल्या हस्तकांना आधी नीट चालायला शिकवायला सांग. अमेरिकन लोक इतरांपेक्षा खूप वेगळ्या पद्धतीने चालतात. मी दूरवरून माणसाची चाल बघून सांगू शकतो की, तो अमेरिकन आहे की नाही."

त्याने आपला टिश्यू पुढे केला, रझाने आपसूक पुढे जाऊन तो आपल्या हातात घेतला. तो माणूस जरा खूष झाला. "बरं, तर मग मला सांग– त्यांनी तुला इथे का पाठवलंय? तू तर फारच कच्चा खेळाडू दिसतोयस!"

"मला कोणीही पाठवलं नाहीये इथे."

"खोटं बोलून तू उगाच गोष्टी अजून बिघडवशील!" तो माणूस मृदू आवाजात म्हणाला, "तू आधीच कबूल केले आहेस की तू सी.आय.ए.साठी काम करतोयस. मग आता हे म्हणून काय फायदा की, त्यांनी तुला पाठवलं नाहीये?"

"तुम्हाला हवं तर मी इथून जायला तयार आहे." रझाला बोलून गेला आणि स्वतःच्या मूर्ख बोलण्यावर त्याला स्वतःच्या तोंडात मारून घ्यावीशी वाटली.

त्या माणसाचं हास्य ह्या वेळेस जास्त खरं वाटलं.

"हो, मला हवंय ते. जा तुझ्या मिस्टर बर्टनकडे आणि त्याला सांग की, आपण असं एकमेकांवर हेरगिरी करणं दोघांनाही परवडण्यासारखं नाहीये. तसाही, माझा बराच वेळ अफगाण कमान्डर आणि राजकीय नेत्यांमध्ये हस्तक्षेप करण्यात जातो– ते सोव्हिएतांचा करत नाहीत इतका एकमेकांचा तिरस्कार करतात– आणि त्याहीपेक्षा अधिक तिरस्कार करतात. आपल्या अरब बंधूंचा; जे ह्या जिहादचा भाग होण्यासाठी आले आहेत. ह्या सगळ्याचा ताण मला अक्षरशः असह्य होतो. ह्या सगळ्यामुळे! गेले कित्येक महिने मला अपचनाने भुतासारखं पछाडलेलं आहे,"

"आय ॲम सॉरी... खरोखरीच!" रझा मनापासून म्हणाला.

ह्या वेळी त्या माणसाच्या हसण्यामध्ये खरा आनंद होता.

"मला खरंच समजत नाहीये की सी.आय.ए. तुझ्यासारख्या मुलाला घेऊन करू तरी काय पाहतंय? तुझ्याकडे काही पैसे आहेत का?"

रझाने आपल्या कमीज़च्या खिशामधून मूठभर नोटा काढल्या.

"हे बघा, सर."

"हं. आता मला जरा-जरा वाटू लागलंय की, तू दाखवतोयस तेवढा मूर्ख नाहीयेस." तो माणूस हलकंसं स्मित करत म्हणाला, "तू माझ्याबरोबर येत आहेस; आता, ह्या क्षणी. मी तुला स्टेशनला घेऊन जाईन. तेवढ्या पैशात तुला कराचीपर्यंतचं ट्रेनचं तिकीट नक्की घेता येईल. आणि रझा अली अश्रफ, पुन्हा असलं काही करायचा प्रयत्न केलास, तर माझ्याकडून एवढ्या लीनतेची अपेक्षा ठेवू नकोस. हॅरी बर्टनला माझ्यातर्फे सांग, की प्रत्येक मैत्रीला एक हद्द असते."

"हो सर, मी सांगेन त्यांना." धडधडत्या हृदयाने रझा म्हणाला. जसा तो त्या माणसापाठी तंबूबाहेर पडून, त्याला स्टेशनपर्यंत पोहोचवणाऱ्या जीपमध्ये जायला डोंगराची चढण चढू लागला, तशी रझाची नजर सतत आकाशाकडे जात राहिली– त्याची प्रार्थना ऐकल्याबद्दल देवाचे मन:पूर्वक आभार मानण्यासाठी.

ते अर्ध्या रस्त्यावर पोचले असतील एवढ्यात रझाला वाटलं की, आपल्याला कोणीतरी हाका मारतंय! बघतो तर, मागून अब्दुल्ला धावत येत हाता.

"कुठे निघालास तू?"

रझाने उत्तर देण्याआधीच त्या माणसाने अब्दुल्लाकडे रोखून बघत हात उंचावला, "तो माझ्याबरोबर येतोय. तू जा परत खाली."

पण अब्दुल्ला काही बधेना.

"हे माझ्या बोलण्यामुळे झालं का?" त्याने डोळे मोठे करत रझाचा हात पकडत भयचकित होऊन विचारलं. "नाही, ते मी असंच म्हणालो; तो सी.आय.ए.चा हस्तक नाहीये. तो आमच्याबरोबर लढायला आला आहे. तो अफगाण आहे, त्याला मुजाहिदीन व्हायचं आहे; हेच सत्य आहे. मी त्याच्यावर रागावलो, म्हणून रागाच्या भरात खोटं बोललो."

"मागे फिर–" तो माणूस पुन्हा बोलला. ह्या वेळच्या त्याच्या स्वराने रझाला कापरं भरलं– पण अब्दुल्ला तरीही बधेना.

"तुम्ही त्याला असं बाहेर काढू शकत नाही. तो आमच्याबरोबर लढायला आला आहे. खरंच! तेच खरं आहे. मी कबूल करतो, मी खोटं बोललो... खरंच, मी खोटं बोललो."

त्या माणसाने रझाकडे पाहत मृदू आवाजात म्हटलं, "चल तू."

रझाने अलगदपणे अब्दुल्लाचा हात बाजूला काढला आणि त्याच्या गालावर झरझर ओघळू लागलेल्या अश्रूंकडे दुर्लक्ष करत चालू लागला.

“आय ॲम सॉरी!” अब्दुला रडत-रडत बोलला होता. “रझा हाज़रा, माझ्या भावा– रझा.” मान डोलवून पुढे-पुढे चालू लागला... प्रत्येक पावलाने त्याच्यात आणि अब्दुल्लात पडत जाणारं अंतर, रझाच्या मनाला घरं पाडत होतं...

“हे खरंच वॉलनट्स आहेत, वॉलनट्स!” रझाला जीपमध्ये घालत तो माणूस उद्गारला!

२५

रझा कराचीमधून गायब झाल्यापासूनच्या चौथ्या संध्याकाळपर्यंत सज्जाद अली अश्रफने खूणगाठ बांधली की, 'आजची शोधमोहीमही वायाच गेली म्हणायची.' संपूर्ण दिवस सज्जाद मुख्य बंदर आणि मासे-बंदर ह्यामध्ये हेलपाटे घालून दिसेल त्या मच्छीमाराला, ट्रकचालकाला, अब्दुल्ला नावाच्या ट्रकचालक पोराबद्दल काही माहिती आहे का, हे विचारत होता. पण आत्तापर्यंत त्याच्या हातात कुठलीच ठोस माहिती आली नव्हती. नाही म्हणायला, शोधमोहिमेच्या दुसऱ्या दिवशी एका माणसाने सज्जादला सांगितलं की, त्याला अब्दुल्ला आठवतोय आणि हेसुद्धा, की तो नेहमी एका दुसऱ्या पठाणाबरोबर असायचा. सज्जादलाही मग धूसरसं आठवलेलं की, हाच तो मुलगा आणि माणूस असावा ज्यांच्याशी त्या दिवशी रझाला आपण बोलताना बघितलं. पण त्या माणसाला अब्दुल्लाचा किंवा त्या पठाणाचा ठावाठिकाणा मात्र सांगता येईना. "ते इथे बरेचदा येतात, नाहीतर मग पश्चिमेच्या धक्क्यावर. येतील पुन्हा लवकरच."

"तो नाही येणार." त्या दिवशी दमून-भागून सज्जाद घरी परत आला तेव्हा हिरोको त्याला म्हणाली, "तो अफगाणिस्तानच्या सीमेवरच्या कुठल्यातरी छावणीत गेलाय, सज्जाद! तुला बंदरावर काय सापडेल अशी अपेक्षा होती?"

"मला वाटलं, त्याचा तो मित्र, तो दुसरा पठाण तरी तिथे भेटेल. त्याला कदाचित काहीतरी अजून माहिती असेल. मी काय करू गं हिरोको? घरी बसून पत्ते कुटत राहू...? आणि तिथे माझ्या मुलाला मोकाट सोडू? तो मूर्ख मुलगा– ज्याला बहुतेक वाटतंय की, आपण एखाद्या सिनेमातला नटच आहोत! पण नाही, तसं नाहीये ना गं! त्याच्या आजूबाजूच्या लोकांच्या हातात खऱ्या बंदुका असतील, त्या सुद्धा एके-४७! आणि अजून काय काय असेल ते देवच जाणे! अगं, हा त्यांच्याशी खोटं बोललाय, हे त्यांना समजलं, तर काय करतील ते त्याचं? हाजरा? काय आहे

काय तो... वेडा झालाय की काय? अमली पदार्थांचा नशा-बिशा तर करत नाहीये ना? ते अफगाण आणि त्यांचे ते ड्रग्ज... मी सांगतो तुला, ह्या अब्दुल्लाने त्याला ड्रग्जचा नाद लावलेला दिसतोय!''

म्हणून मग दररोज पहाटे सज्जाद त्या बंदराशी जाऊन त्या पठाण ट्रक-चालकाची वाट बघू लागला. त्याला माहीत नव्हतं की, त्या एका नजरभेटीने आणि इतर लोकांनी केलेल्या वर्णनांवरून तो त्याला ओळखू शकेल की नाही; पण तो काहीही करायला तयार होता. तसंपण, कामावर वगैरे जायला त्याला सुचतच नव्हतं... दिवस-रात्र, सज्जाद आपली गाडी काढून मासे-बंदर आणि पश्चिमी धक्क्यामध्ये हेलपाटे घालत राहायचा; अधे-मधे थांबलाच, तर फक्त त्या रस्त्यावरच्या भीक मागणाऱ्या पोरांना पैसे देण्यासाठी– सज्जाद त्या पोरांना पठाणांच्या येण्यावर नजर ठेवण्यासाठी रोजच पैसे देत होताच; वर तो सापडल्यावर त्याने शोधणाऱ्याला मोठी रक्कमही कबूल केली होती. पण आतापर्यंत सहा-सात वेळा, त्यांना चुकीच्या माणसाला शोधून आणण्यातच यश आलं होतं. सज्जादला ठाऊक होतं की, हा प्रकार अजून फार दिवस सुरू ठेवणं त्याला परवडणारं नव्हतं... खिशालाही नाही आणि त्याहीपेक्षा कामाच्या दृष्टीनेसुद्धा नाही. त्याच्या मोठ्या साहेबांनी– जो कामरान अलीचा नातेवाईक होता; तोच कामरान अली ज्याच्या गाडीमधून सज्जाद आणि हिरोको कैक दशकं आधी मसुरीभर हिंडले होते– सज्जादचं गाऱ्हाणं ऐकून, उदारपणे त्याला रजा देऊ केली होती खरी; पण सज्जादला ह्याचं भान होतं की, ती रजा काही दिवसांसाठीचीच होती, महिनोन् महिन्यांची नव्हे.

पण, चौथ्या संध्याकाळी उशिरा– ज्या वेळी, रझा ट्रेनच्या खिडकीवर प्रतिबिंबित झालेला स्वत:च्या चेहऱ्याकडे तुच्छतेने बघत बसला होता– तेव्हा सज्जादने पुन्हा एक प्रयत्न करण्यासाठी पश्चिमी धक्क्यावर सैर काढली. लहान-मोठ्या विविध प्रकारच्या होड्या, नौका तिथे नांगर टाकून उभ्या होत्या. समुद्राच्या खाऱ्या वाऱ्यासोबत तेलाचा झिणझिण्या आणणारा दर्पही अंगावर चाल करून येत होता. एका बाजूला उभ्या असलेल्या क्रेनचे अजस्त्र यांत्रिकी 'हात' बंदरावर पसरले होते. पण सज्जादचं ह्या कशाकडेही लक्ष नव्हतं... कारण... कारण अखेर एकदाचा त्याला एक ओळखीचा मनुष्य दिसला. शेर महम्मद– हॅरीचा रिक्षावाला. तो एका रागवलेल्या किरकोळ माणसाची समजूत घालत उभा होता.

सज्जादने गेले चार दिवस प्रार्थनेत काढलेले. आतापर्यंत देव-धर्म ह्या गोष्टी सज्जादच्या आयुष्यात फार प्रबळपणे अस्तित्वात नव्हत्या; पण गेल्या काही दिवसांत त्याला शोध लागला होता की, रझाचा शोध घेत कराचीच्या गल्ली-बोळांमधून ये-जा करताना ओठांवरचं अल्लाचं नाव हृदयाला खूप धीर देऊन जात होतं... जास्त करून तेव्हा, जेव्हा कुठल्याही पोराच्या 'हो, मी बघितलं त्याला' ह्या म्हणण्याने आशा

पल्लवित व्हायच्या आणि मग जेव्हा तो म्हणायचा, 'म्हणजे, बहुतेक.. नक्की नाही. किंवा मला वाटतं, मी चुकीच्या माणसाला बघितलं!' तेव्हा तितक्याच गतीने चिरडून जायच्या. तेव्हा पूर्ण प्रवासभर सज्जाद पुढे-मागे डोलत आयत-उल-कुर्सीचं नामस्मरण करत राहायचा. त्याला लक्षात आलं होतं की, त्याच्यामध्ये आपल्या अम्मीसारखी अल्लाशी 'गप्पा' मारण्याची कला नव्हती. तो अम्मीप्रमाणे अल्लावर जिव्हाळ्याने अनौपचारिक प्रेमाने ओरडू-बिरडू शकत नव्हता; म्हणून मग तो त्याच भाषेत 'त्या'च्याशी बोलणं पसंत करे, जी त्याला खरंतर मुळीच समजत नव्हती. खरंतर, त्याला 'त्या'ची गूढ भाषा न कळण्यातच योग्यता वाटली– आपल्याला त्या शक्तीची भाषा कुठून समजणार, जिने कुठल्याही दया-मायेशिवाय अल्तमाशला मरू दिलेलं, इक्बालच्या बायको-मुलांचा निर्दयी खून होऊ दिला होता, जिने सज्जाद जेव्हा इस्तंबूलच्या दूतावासात गेला, तेव्हा आपल्या कृपेचा हात त्याच्या डोक्यावरून उचललेला... आणि जिने दुसऱ्या बाजूला सज्जादवर कृपा करत त्याला रझासारखा मुलगा दिलेला. असा मुलगा, जो सज्जादला स्वत:ला किती प्राणप्रिय आहे, हे आजतागायत समजलेलं नव्हतं... कितीही खोटं वाटलं, तरी हेच खरं होतं.

रझाचा जन्म झाल्यानंतर सज्जादने जेव्हा त्या लहानशा 'गाठोड्या'ला पहिल्यांदा हातात धरलं, त्या क्षणापासून सज्जाद त्याच्या प्रेमात पडला; पण लवकरच सवयीनुसार त्याने आयुष्याच्या ह्या वरदानालाही गृहीत धरून टाकलं. हिरोको सोडल्यास सज्जादने नेहमीच त्याला आयुष्याने दिलेल्या सगळ्या वरदानांना गृहीत धरलं होतं.

पण ह्या क्षणी जेव्हा त्याच्या मेंदूला, शेर महम्मदची ओळख पटू लागली; रझा त्या अफगाण माणसाशी बोलत असताना ह्याची रिक्षा तिथे जवळच उभी होती, हे जसं लक्षात येऊ लागलं, तेव्हा सज्जाद अल्लाप्रतीच्या कृतज्ञतेने इतका भारून गेला, की त्याला तो आनंदाचा भार पेलवेना. पुढचे काही क्षण सज्जादला हलताच येईना– तो जणू आनंदाने आणि आश्चर्याने बधिर झालेला... जणू त्याला खरंच वाटेना की, इतक्या मनोभावे केलेल्या प्रार्थनेचं उत्तर ह्या पडक्या दातांच्या, फाटलेल्या कानपाळीच्या, किरकोळ माणसाच्या रूपाने त्याच्यासमोर उभं राहील! अंतर्यामी मात्र सज्जादला पुरेपूर खात्री होती की, शेर महम्मदच त्याला रझापर्यंत घेऊन जाईल; त्याचं इथे असणं, हे दैवी इशाऱ्याशिवाय अजून काहीही असू शकत नव्हतं.

त्याला खरंतर कृतज्ञतेने गुडघे टेकावेसे वाटत होते; पण जमिनीवर तेल-पाण्याचा थर दिसत होता आणि त्यामुळे सलवार खराब झाली, तर हिराकोचा ओरडा ऐकणं नशिबी येणार होतं. त्यामुळे त्याने त्या तेलपाण्यात प्रतिबिंबित झालेल्या स्वत:च्या डोळ्यांत डोळे घालूनच, स्वत:ला आणि ईश्वराला वचन दिलं की 'ह्यानंतर मी खूप चांगला पिता बनून दाखवेन. रझाला आपल्या आयुष्यात जे काही करायचंय, ते सगळं मी मान्य करेन.'

सज्जादला खात्री होती की, जे घडलं त्यापाठचा सगळ्यात मोठा गुन्हेगार तो स्वत: होता. हिरोको तर गेल्या काही दिवसांत मूकच बनून गेलेली. ना त्याच्याशी काही बोलत होती, ना तिला धीर द्यायला येणाऱ्या तिच्या मैत्रिणींशी. तोंड उघडायची, तर फक्त एकच प्रश्न विचारण्यासाठी– "आपण इतके कुठे चुकलो?" तिच्या विचारण्यापाठचा अर्थ एवढाच नव्हता की, 'रझा इतका मूर्खपणा करूच कसा शकला?' पण हासुद्धा की 'तो एका अफगाण मुलाला स्वत:च्या धाडसासाठी एका प्रशिक्षण छावणीत घेऊन जाण्यासाठी पटवू तरी कसा शकला?' सज्जादला त्या अफगाण मुलाची फिकीर नव्हती; त्याला फक्त आपलं लेकरू परत हवं होतं. त्याला फक्त एक चांगला पिता होण्याची संधी हवी होती– हिरोकोने आई म्हणून तिचं कर्तव्य चोख बजावलं होतं, तिच्या रझाच्या संगोपनात कुठे बोट ठेवायला जागाच नव्हती. रझात जे काही दोष उरलेले, ते सज्जादमुळे होते. वकिली शिक्षण! किती बिनमहत्त्वाचं वाटत होतं आता ते सगळं. काय फरक पडत होता तो परीक्षेत पास झाला की नाही; वकील बनला की नाही? त्याला फक्त परत येऊ देत– सुखरूप. बास! अजून काही नको!

त्या तेल-पाण्याच्या तवंगाच्या काठाने इंद्रधनुष्य दिसू लागले होते. सज्जादला वाटलं, ह्यातलं एक इंद्रधनुष्य उचलून हिरोकोसाठी घरी न्यावं. तो हे इंद्रधनुष्य हातात धरून घरी जाईल, अंगणातल्या कडुनिंबाच्या झाडावर त्याला लटकवेल आणि मग तो आणि हिरोको त्या रंगीबेरंगी छत्रीखाली बसून तो तिला आपण त्या किरकोळ माणसाच्या मदतीने रझाला कसं शोधून काढलं, ह्याचं वर्णन करेल.

ते जेव्हा कराचीमध्ये राहायला आला आणि सुरुवातीला निर्वासितांच्या छावणीत आसरा घ्यावा लागला, तेव्हा सज्जाद रोज सकाळी ह्याच विचाराने जागा होत असे की, 'आज तो दिवस असेल का, जेव्हा हिरोको मला सोडून बर्टनांच्या पुस्तकांनी भरलेल्या, बगीच्यांनी सजलेल्या घरी परत जात असल्याचा आपला निर्णय ऐकवेल?' त्यामुळे मग तो रोज त्यांच्या बोटभर जागेतल्या जगात कशाततरी सौंदर्य शोधून तिला दाखवू लागला की, 'बघ, इथेपण सौंदर्य आहे; त्यासाठी तुला परत बर्टनांकडे जाण्याची गरज नाही....' कधी समुद्राची गाज ऐकवणारा शंख, तर कधी फुलांनी बहरलेला निवडुंग, तर अजून कधी कागद परवडत नाही म्हणून पानांवर कविता लिहिणारा कवी! (त्याने सज्जादला त्यातली टोपलीभर पानं दिली; जी सज्जादने त्यांच्या गादीवर असलेल्या तंबूच्या छताला डकवली होती.)

हिरोकोला आयुष्य घालवण्यासाठी कराचीला सुंदर बनवण्याच्या नादात सज्जादला स्वत:लाच ह्या शहराच्या प्रेमात पडण्यासाठी कारणं मिळाली होती. त्याला हे फार नंतर समजलं की, हिरोकोला सुरुवातीपासूनच समजलं होतं की, तो हे का करतोय; पण तिने तसं न दाखवता सज्जादला त्याचे प्रयत्न सुरू ठेवू दिले होते. कारण,

तिला समजत होतं की, तिच्यापेक्षा सज्जादला ह्या शहरात राहण्यासाठी योग्य कारण सापडणं गरजेचं होतं– कारण, हे शहर सर्वार्थाने त्या शहरापेक्षा वेगळं होतं, ज्यामध्ये सज्जादने आयुष्यभर जगण्याची आणि मरण्याची स्वप्नं पाहिली होती!

सज्जादने हलकेच आपल्या हृदयावर हात ठेवला आणि त्या तेल-पाण्याच्या डबक्यावरून उडी मारली.

"शेर महम्मद!" चालण्याला गती देत पुन्हा जोरात ओरडला, "शेर महम्मदऽऽ!"

शेर महम्मद, त्या वेळेला मुजाहिदीनांना पोहोचवण्यासाठी म्हणून कराचीत शस्त्रास्त्रं घेऊन येणाऱ्या जहाजाच्या कप्तानाबरोबर वादात गुंतलेला. आय.एस.आय.चे लोक कप्तानाची चौकशी करायला आले होते– त्याचा पुरवठा सी.आय.ए.च्या यादीपेक्षा कमी का दिसत होता, ह्याबद्दल. आणि जरी त्याने त्यांना असं सांगून बाबापुता केलेलं की, ही गफलत पुरवठ्याच्या कुठल्यातरी सुरुवातीच्याच पडावात झाली असेल– आणि हे बऱ्याचदा खरं असल्यामुळे आय.एस.आय.ने ते मान्यही केलं होतं– तरीही तो कप्तान झाल्या प्रकरणाने खूपच घाबरला आणि संतापलाही होता. त्यामुळे त्याने आता ह्या गफलतीला जबाबदार असलेल्या माणसाला– शेर महम्मदलाच वेठीस धरलेलं. शेर महम्मद हा सी.आय.ए.चा स्थानिक हस्तक होता– त्यानेच ह्या कप्तानाला त्याच्या साहेबलोकांशी मिळून पटवलेलं की दोन-चार बंदुका गायब झाल्या, तरी कुणाच्या लक्षात येत नाही.

"घाबरू नकोस. आय.एस.आय.चा तुझ्यावर विश्वास नसता, तर आतापर्यंत त्यांनी कधीच हातोड्याने तुझी बोटं तोडली असती!" शेर महम्मद म्हणाला तसा त्या कप्तानाने मोठ्ठा श्वास घेतला. "हा माझ्याकडून जास्त पैसे उकळण्याचा डाव आहे का? माझ्याशी हे खेळ खेळू नका."

आणि नेमकं त्याच वेळेस शेर महम्मदने त्या ठिकाणी स्वत:चं नाव ऐकलं, जिथे त्याने ते कधीच कोणाला सांगितलं नव्हतं...

तो आवाजाच्या दिशेने वळाला; समोरून हॅरी बर्टनचा लाडका 'पहिला गुरू' धावत येत होता. शेर महम्मदला स्पष्ट आठवत होतं, हॅरी बर्टनने किती प्रेमाने त्या माणसाला 'माझा पहिला गुरू' असं संबोधलं होतं ते. शेर महम्मदने त्याचा अर्थ असा घेतलेला की, नझीमाबादमध्ये राहणारा हा साधा मुहाजिर, खरंतर सी.आय.एस.चे हस्तक तयार करणारा गुरू आहे!

'आणि आता तोच माणूस आपल्याकडे निश्चयी मुद्रेने धावत येतोय!'

सज्जादने शेर महम्मदला आपल्या सलवारच्या खिशातून पिस्तूल काढताना बघितलं.

'हा पिस्तूल घेऊन काय करतोय?' सज्जाद संभ्रमात पडला.

२६

हिरोकोने सज्जादच्या फुटलेल्या त्वचेच्या टाचेकडे आणि त्यांतल्या भेगांमध्ये रुतलेल्या बंदरावरच्या मळाकडे बघून रागाने मान डोलावली.

"काय तर म्हणे, साबणाच्या कारखान्याचा जनरल मॅनेजर!" सज्जादचा पाय दिवाणावरून उचलून ओल्या फडक्याने खसाखसा पुसत हिरोको त्याला ओरडली, "आणि माझ्याकडे बघा– माझ्या नवऱ्याचे पाय धुतेय! हे चुकीचं आहे, सज्जाद अली अश्रफ. हे चुकीचं आहे." तिचा शेवटचा शब्द तर अगदी कुजबुजल्यागत होता; जणू तिचा आवाज कुठेतरी दडी मारून बसला.

तिने हलक्या हाताने त्याचा पाय पुन्हा दिवाणावर ठेवला; तो दिवाण आता खोलीच्या मधोमध हलवला गेला होता; जेणेकरून तिला आपल्या नवऱ्याच्या प्रेताच्या अवतीभवती फिरून, त्याला नीट साफ करता येईल. आता ते पण करून संपलं. आता तिला त्याच्यासाठी एकच गोष्ट करणं बाकी होतं– तो ज्या पांढऱ्या चादरीवर पडला होता तिला, सांत्वनासाठी येणारे लोक आत येण्याआधी आणि सज्जादला पुरण्यासाठी नेण्याआधी, त्याच्या अंगाभोवती लपेटून एकदा त्याचा चेहरा निरखून पाहायचा होता– शेवटचा!

पण, सज्जादला चादरीचा बंदिस्तपणा आवडत नसे. चादर अगदी अलगदच अंगाभोवती पांघरावी, असा त्याचा कटाक्ष असे. झोपेमध्ये जर त्याला आपली पावलं चादरीमध्ये अडकतायत असं वाटलं, तर तो चादर चक्क लाथाडून देत असे. हिरोको किती वेळा त्याच्या त्या लाथाडण्याने झोपेतून खडबडून जागी झाली होती!

हिरोकोच्या आयुष्यात अशा खूप-खूपच गोष्टी होत्या, ज्या निव्वळ तिच्या जीवनाचा भाग न उरता 'त्यांच्या' जीवनाचा भाग झाल्या होत्या- इतक्या, की त्यांना आता वेगळं काढून निरखणंसुद्धा अशक्य होतं. तिला वाटायचं, की नागासाकीने तिला 'गमावण्या'बद्दल जे काही शिकायचं असतं, ते सगळं शिकवून झालं; पण

खरंतर, त्या अनुभवामध्ये ती फक्त 'भयानकता' ह्या गोष्टीशी परिचित होऊ शकली होती. वयाच्या एकविसाव्या वर्षी तिला दुःखाचे सगळे पदर समजणं शक्यच नव्हतं. तिला त्या वेळी हे समजणं शक्यच नव्हतं की, छत्तीस वर्षं प्रेम केलेल्या माणसाला एका क्षणात गमावण्याचं दुःख काय असतं ते!

दिवाणावर बसून हिरोकोने, सज्जादच्या छातीवर बंदुकीच्या गोळीने झालेल्या व्रणावरून बोट फिरवलं. किती लहानसं दिसत होतं ते; हिरोकोने येऊन आपल्याला घेऊन जावं, ह्याची वाट बघत त्याचं प्रेत हॉस्पिटलमध्ये ज्या रक्ताच्या थारोळ्यात पडलं होतं, ते निर्माण करण्यासाठी सर्वस्वी असमर्थ असं. 'सज्जादचा मृत्यू क्षणार्धात झालेला'... ते म्हणाले, जसं काही त्यात काही फार आनंदाची बातमी असावी. तिला त्याचा मृत्यू क्षणार्धात नको होता; तो मृत्यूशी झुंज देत असताना तिला किमान त्याचा हात हातात धरून नीट निरोप द्यायचा होता. तो त्या सकाळी बाहेर पडला तेव्हा हिरोकोने त्याला दिलेला निरोप हा काय निरोप होता? "तू पुन्हा का चालला आहेस? काही सापडणार नाहीये तुला. थांब. बरं ठीक आहे, जा मग."

'थांब, थांब, थांब–' तिने वेड लागल्यागत त्या शब्दाचा मारा करायला हवा होता; भिंतीवर डोकं आपटायला हवं होतं, रडायला हवं होतं, त्याला मारायला हवं होतं किंवा फक्त अजून एकदाच म्हणायला हवं होतं; जरा जास्त आग्रहाने. तिने त्याचं लाडकं, गोंडस डोकं हातात धरून त्याच्या डोळ्यांचं, कपाळाचं चुंबन घेऊन सांगायला पाहिजे होतं– थांब.

इस्पितळाच्या शवगृहात रात्रभर पडून राहिल्याने त्याचं प्रेत किती थंड, किती ताठर झालेलं होतं. त्यांच्या डोक्यावर जोराचा पंखा भिरभिरत असूनही हिरोकोच्या पाठीला घामाच्या धारा लागल्या होत्या; पण एरवी तिच्यापेक्षा कैक पटीने जास्त घामेजणारा सज्जाद मात्र कोरडा पडला होता. कोरडा– तिला या शब्दाची घृणा आली.

तिला त्याच्या पोटाला स्पर्श करण्याची हिंमत होईना; ते एरवी किती मऊसूत वाटायचं. म्हणून मग तिने त्याच्या शिश्नाला स्पर्श केला– पण त्याचा ताठरपणा तर सर्वाधिक असह्य होता. म्हणून मग तिने त्याच्या केसांकडे हात वळवला... त्याच्या शरीरातला तो एकच भाग अजून जिवंत वाटत होता. हिरोकोने आपले डोळे मिटले आणि जपानीतल्या लाडिक शब्दांनी त्याला 'खूष' करत, त्याच्या केसांमधून प्रेमळपणे हात फिरवू लागली... तिने त्याला जपानीतले जे थोडे शब्द शिकवले होते... ते फक्त लाडा-प्रेमाचे शब्द होते.

ना तिचं अनावर दुःख आणि ना त्या खोलीच्या बंद दरवाजे-खिडक्या बाहेरच्या गोंधळाला मिटवू शकत होत्या. तिचा दीर इक्बाल– हिरोकोने त्याला पैसे देण्याचं कबूल केल्यावर आदल्या रात्री लाहोरहून विमान पकडून कराचीला पोहोचला. त्या

क्षणी तो अंगणात उभा राहून दिल्लीत असणाऱ्या सिकंदरवर फोनवरून जोरजोरात ओरडत होता, "तू येऊ शकत नाहीस म्हणजे काय? असा कसा तुला व्हिसा मिळत नाहीये? तो मेलेला आहे. तू माझा एकुलता एक भाऊ उरलायस. मी सज्जादशिवाय काय करू शकतो आता?"

सज्जादच्या कबरीत शिरून त्याचे डोळे मिटणारा इक्बाल असणार आहे; रझा नाही.

रझाचा विचार आल्यावर हिरोकोला संतापाची थरथर रोखणं अशक्य होत होतं.

मग अंगणात अजून कोणाचातरी आवाज आला आणि हिरोको दिवाणावरून उठली. हॅरी बर्टन आला होता. हॅरी, ज्याचा रिक्षाचालक शेर महम्मदने सज्जादवर गोळी झाडली. सज्जादला इस्पितळात घेऊन आलेल्या एका क्रेनचालकाने हिरोकोला सगळ्या घटनेचं वर्णन करून सांगितलं होतं. सज्जाद त्या माणसाला हाका मारत होता... गोळी झाडल्याचा आवाज, रिक्षाचालकाने 'तो सी.आय.ए.चा माणूस आहे' असं कप्तानाला ओरडून सांगत दोघांनी धूम ठोकली होती आणि पोलिसांनी हिरोकोला सांगितल्याप्रमाणे आता ते दोघं अर्धा समुद्र पार करून गेले असतील!

हिरोकोने सज्जादच्या अंगावर चादर लपेटली – अलगदपणे – आणि खोलीचं दार उघडलं. समोर, लहान मुलासारखा रडवेला चेहरा घेऊन हॅरी उभा होता. हिरोकोला बघितल्यावर सांत्वनासाठी जमलेले सगळे लोक उठून उभे राहिले– अंगणाच्या मधोमध जमलेले पुरुष आणि छताच्या आडोशाला बसलेल्या स्त्रिया. हिरोकोने फक्त हॅरीकडे बघितलं. त्याला खुणेनेच आत बोलावलं. मग स्वत: खोलीमध्ये येऊन त्या दोन कोल्ह्यांच्या चित्राकडे बघत उभी राहिली... सज्जादच्या शवाजवळ बसून त्याच्या कानात हॅरी काहीतरी कुजबुजत होता, जे हिरोकोने ऐकण्याचा प्रयत्न केला नाही.

नंतर तो तिच्या पाठी येऊन उभा राहिल्याचं जाणवून हिरोको बोलली, "थँक्यू, आल्याबद्दल."

हॅरीला तिला मिठी मारावीशी वाटत होती, पण त्याने तसं केलं नाही. भल्या पहाटे हिरोकोच्या फोनने जाग आल्यानंतर हॅरीने कराचीमधल्या सी.आय.ए. प्रमुखाला आणि आय.एस.आय.मधील त्याच्या संपर्कांना फोनचा सपाटा लावून इस्लामाबादहून निघण्यापूर्वी पश्चिमी धक्क्यावर नेमकं काय घडलं ह्याची इत्थंभूत माहिती काढून घेतली होती.

स्टीव्हने हॅरीला विमानतळावर पोचतं करताना त्याला विचारलं, "एक बेजबाबदार पोरटं पळून जातं आणि एक नालायक चोरटा बंदुकीच्या गोळ्या झाडतो, तर ह्याचा दोष तुझ्यावर येण्याचा संबंध येतो कुठे?" तेव्हाच हॅरीला समजलं की, त्याच्या ह्या सहकाऱ्याला हे समजणं केवळ अशक्य होतं की, हॅरीला फक्त आणि फक्त त्याच्या

अतीव दु:खाने – अपराधी भावनेने नव्हे – मुळापासून हादरवून टाकलंय.

"तुला वाटतं की, तो पाकिस्तानी होता, तर मी त्याच्यावर प्रेम करणं शक्य नव्हतं काय?" हॅरी स्टीव्हवर ओरडला– ज्यावर स्टीव्हने फक्त 'हेल!' अशी प्रतिक्रिया देऊन पुढच्या प्रवासभर आपलं तोंड मिटून घेतलं होतं.

पण आता हॅरीच्या लक्षात येत होतं, की स्टीव्हचं म्हणणं पूर्णपणे चुकीचंही नव्हतं. हा अपराधीपणाच होता, जो त्याला हिरोकोला मिठी मारण्यापासून परावृत्त करत होता. अर्थात, हॅरीला हे समजत नव्हतं की, त्याला ह्याच गोष्टीसाठी एवढं अपराधी का वाटावं, जेव्हा त्याने आयुष्यभरात अशीही काही 'कर्तृत्वं' गाजवलेली, ज्यांच्या स्मरणाने त्याने उरलेलं आयुष्य मद्याच्या चषकात किंवा मग ईश्वरासमोर गुडघे टेकून ढसाढसा रडत काढायला हवं होतं!

"तुझ्या त्या रिक्षावाल्याने का मारलं त्याला?" हिरोकोने हॅरीकडे वळून विचारलं, "कोणी सज्जादला का मारेल? कशासाठी?"

"मला नाही माहिती." स्टीव्ह त्याला विमानतळावर सोडायला आला ते कुठल्या मैत्रीपोटी नव्हे, तर हॅरीने भावनेच्या भरात जास्त बोलून जाऊ नये, हे त्याच्या मनावर ठसवण्याच्या व्यावसायिक कर्तव्यापोटी.

"त्याला वाटलं की सज्जाद सी.आय.ए.चा माणूस आहे?" हिरोकोने दिवसभर 'अस्पर्शित' राहिलेल्या तिच्या डोळ्यांखालच्या तिळाला स्पर्श करत पुढे म्हटलं, "तुझ्यामुळेच असेल बहुतेक!" तिने असं म्हटल्यावर हॅरीला जाणवलं की, त्याला वाटतंय की तिने खरं काय आहे ते स्वत:च ओळखावं; पण तोपर्यंत तिने विषयांतर केलं. "मी आणि सज्जाद ह्याबद्दल बोलायचो कधी कधी– आम्ही गमतीने म्हणायचो की, तू सी.आय.ए.चा हस्तक आहेस. इथे प्रत्येक अमेरिकन माणसाला तसंच समजतात नाहीतरी." हिरोको बोलली आणि मग पटकन तोंडावर हात ठेवत उद्गारली, "सज्जादने शेर महम्मदशी तर हे बोलणं केलं नसेल ना गमतीने? तुला काय वाटतं? आणि म्हणून तर त्याने सज्जादला..." हिरोकोचा आवाज पुन्हा गायब झाला; तिने हताशपणे मान डोलवत हॅरीच्या खांद्यावरून सज्जादच्या शवाकडे बघितलं. हॅरीला शवाकडे तोंड करून उभं राहण्याची हिंमतच होईना!

"कदाचित–" हॅरी कसाबसा बोलला, "कदाचित तसंच काहीतरी असावं."

अंगणामध्ये सुरू असलेल्या प्रार्थनेचा आवाज अचानकपणे थांबला आणि मग काही क्षणात वेगळ्याच प्रकारचा गोंगाट ऐकू येऊ लागला. हिरोकोने त्याकडे दुर्लक्ष केलं.

रझा आला होता! त्याने आत येण्यासाठी पुढचा दरवाजा ढकलला तो घरी येण्यासाठी; पण समोर जमलेला ताफा बघून, कसं कुणास ठाऊक, पण त्याला क्षणार्धात लक्षात आलं की, त्याला आता घरच उरलं नव्हतं!

त्याच्या इक्बालकाकाने रझाला कवेत घेऊन त्याच्या कानात सांगितलं, ''तुझे अब्बा आता ह्या जगात नाही राहिले.'' आणि मग बाकीचे लोकही त्याच्या अवती-भवती जमून वेगवेगळ्या शब्दांत त्याचं सांत्वन करू लागले; वेगवेगळ्या प्रकारे काय घडलं, ते सांगू लागले. खरं काय घडलंय, हे अजूनपर्यंत कुणालाच नीटसं समजलं नव्हतं. पण तितक्यात रझाला ऐकू आलं, ''आणि तो ओरडला, सी.आय.ए...'' रझाला समजून गेलं की, ही हॅरी बर्टनची करणी आहे.

रझाने जमावाला कसंबसं बाजूला सारत, आतली खोली गाठली– तीच, जिथे त्याच्या वडिलांचं शव पडलेलं होतं.

आधी तर रझाला हसायलाच आलं. कोणीतरी विनोद करत होतं त्याच्याशी. मृत्यू इतका कसा झोपेसारखा दिसू शकतो? पण जेव्हा त्याने सज्जादचे खांदे पकडून त्याला हलवण्याचा प्रयत्न केला, तेव्हा रझाला लक्षात आलं की, अब्बांचं शरीर बर्फासारखं थंडगार पडलं होतं आणि त्यांच्या हृदयावर छिद्र पडलेलं होतं.

''रझा...!'' हिरोको पुढे होऊन आपल्या ढसाढसा रडणाऱ्या मुलाला जवळ घेत नाहीये, असं बघून हॅरी पुढे येत म्हणाला.

रझा आपल्या वडिलांच्या थंड पडलेल्या खांद्याला पकडून दिवाणापाशी गुडघे टेकून बसला होता; पण हॅरीचा आवाज ऐकताच तो उठला आणि मुठी आवळत त्वेषाने हॅरीवर धावून गेला. हॅरीने काही क्षणांतच त्याला जमिनीवर लोळवला.

''तुम्ही केलंत हे!'' रझा ओरडला होता. ''तुम्ही माझ्या अब्बांना मारून टाकलंत!''

''रझा कोनरॅड अश्रफ!'' हॅरीला मागे ढकलून आपल्या मुलाचं बखोटं पकडून त्याला उभा करत हिरोको ओरडली, ''हे काय वागणं झालं?''

''अम्मी, तुला माहिती नाहीये.'' हॅरीचा शर्ट पकडत रझा पुढे म्हणाला, ''मला त्यांनी छावणीमध्ये तुमच्याबद्दल सगळं सांगितलं. हे सी.आय.ए.चे अधिकारी आहेत. त्यांनी आजपर्यंत स्वत:बद्दल आपल्याला सतत खोटं सांगितलं. अब्बा मेले ते ह्यांच्यामुळेच.''

हॅरीने रझाचा हात झटकून त्याला म्हटलं, ''मूर्खा! तो मेला ते तुला शोधण्यासाठी बंदरावर गेला, म्हणून.''

रझा हादरलाच! अंगणात ऐकलेल्या गोंगाटामध्ये हा मुद्दा कुठेच त्याच्या कानी पडला नव्हता. त्याने उद्ध्वस्त चेहऱ्याने आपल्या अम्मीकडे बघितलं आणि हिरोकोला समजलं की, पुढे आयुष्यभर हे भूत काही रझाचं मानगूट सोडणार नाहीये. तो खूप लहान होता एवढं दु:ख झेलण्यासाठी; खूपच लहान, तिचं छोटं पिल्लू... हिरोकोने रझाला कवेत घेतलं; तिच्या उबेत तो सुरक्षित होता!

''हिरोको...'' हॅरीने तिच्याशी बोलायचा प्रयत्न केला; पण तिने फक्त मान

डोलावली आणि त्याच्याकडे पाठ करून उभी राहिली– तिला त्याची सावलीसुद्धा बघायची नव्हती. हॅरीने जाता-जाता मृत सज्जादकडे काही क्षण निरखून बघितलं– त्याला त्याच्या बालपणाचा सगळ्यात सुखाचा काळ आणि तो स्वत: तिथे मृत होऊन पडलेला दिसला– आणि मग तो निघून गेला.

सज्जादकडे टक लावून बघत, रझाच्या डोक्यावरून पाठीवरून हात फिरवत हिरोको उभी कितीतरी वेळ होती. सूर्य मावळायला आला होता. आता लवकरच सज्जादला घेऊन जातील. तिला आता शेवटचीच काही मिनिटं उरलेली, त्याच्याबद्दलच्या सूक्ष्म गोष्टी मनात कोरून ठेवण्यासाठी– त्याच्या हातावरचा तो छोटासा व्रण, त्याच्या मनगटावर उठून दिसणाऱ्या धमन्या...

नुकसानभरपाई करण्यासाठी लागणारा वेग

न्यूयॉर्क, अफगाणिस्तान, २००१-०२

२७

किम बर्टनने तिच्या पुढच्या दातांमधल्या पोकळीतून जिभेचं टोक बाहेर काढलं. मॅनहटन 'डाऊनटाऊन'चं आकाश तिच्याकडे आश्चर्याने पाहू लागलं. तिने दातांच्या टोकांवरनं जीभ फिरवली. आठ मजले उंच, खडबडीत धातूचा ढिगारा. तीन महिन्यांनंतर सगळं काही एकतर पुरावा तरी होता, नाहीतर आठवण तरी. मर्सर स्ट्रीटवरच्या तिसाव्या मजल्यावरच्या तिच्या आजीच्या घराच्या खिडकीपाशी उभं राहून आता कुठलीही मानवनिर्मित गोष्ट दृष्टीआड न येता दूरवरचं दृश्य बघणं शक्य झालं होतं. आभाळ तर इतकं दिसत होतं की, वाटावं– हे मॅनहटन नसून मॉन्टाना आहे.

तिने शेजारची छोटी खिडकी उघडी टाकली – 'स्मोकर्स विन्डो'... तिचे डॅड म्हणायचे – आणि त्यातनं मान काढून खाली वाहणारा रस्त्याला निरखू लागली : रात्रपाळी करून आपल्या प्रेयसीबरोबर सकाळची थोडी एकत्र झोप काढावी ह्यासाठी घरांकडे पळणारे कामगार; कुठल्या उत्तेजकामुळे देव जाणे, पण रात्रभर परीक्षेचा अभ्यास करूनही सकाळी टवटवीतपणे इथे-तिथे पळणारे एन.वाय.यू.चे विद्यार्थी; दोन बादल्या भरून सुगंधी फुलं वाहणारा एक फूलविक्रेता; एकमेकांच्या कमरेत हात घालून मजेत चाललेलं एक समलैंगिक जोडपं– त्यांच्या उंच टाचांचे बूट त्याच तालबद्धपणाने पडत होते. जसे ते लष्करात असताना त्यांचे मोठ्ठाले लष्करी बूट पडत.

इतक्या उंचावरून त्या इवल्या-इवल्याशा दिसणाऱ्या लोकांना कुठल्याही कथा जोडणं शक्य होतं. किमला विचार करायला आवडायचं की, तिच्या सगळ्या कथानकांमध्ये मनाच्या मोठेपणाचं दर्शन होतं- पण तिला हाही संशय होता की, तिचं प्रत्येक कथानक कुठे न् कुठे गेल्या आठवड्यात टीव्हीवर बघितलेल्या कार्यक्रमांशी मेळ साधत असे.

किमची नजर रस्त्यावरून, खिडकीमधल्या चेहऱ्याच्या वेड्यावाकड्या झालेल्या तिच्या प्रतिबिंबाकडे वळाली तसं तिने आपलं तोंड वेंगाडलं.

थकावटीने निस्तेज झालेले हिरवे डोळे; काळ्या केसांच्या अर्ध्यापर्यंत पोहोचलेली तांबूस मुळं; फिक्कट त्वचा आणि डोळ्यांभोवती मोठी काळी वर्तुळं, ज्यामुळे ती पृथ्वीपेक्षा चंद्रावरची अधिक शोभत होती... वेळी-अवेळीचे विमानप्रवास, सततचं कॉफीपान आणि उद्ध्वस्त होणाऱ्या इमारतींची पडणारी सततची स्वप्नं– ह्याने त्वचा सतेज राहणार तरी कशी?

स्वत:चं निरीक्षण थांबवून किमने जवळच पडलेलं तिचं सिगारेटचं पाकीट उचललं आणि कवटीच्या आकाराच्या तिच्या लाडक्या चांदीच्या लायटरने एक सिगारेट शिलगावली. तो लायटर तिने गेली वीस वर्षं स्वत:जवळ बाळगला होता– इस्लामाबादच्या दूतावासात केवळ आपल्या डॅडला खिजविण्यासाठी तिने ज्या नौदलातल्या शिपायासोबत थोडा प्रेमळ गमती-जमती केल्या, त्याने किमला तो लायटर, ती अमेरिकेला परत जात असताना भेट म्हणून दिलेला. एकदा लायटर हातात आल्यावर ती सिगारेट ओढायला लागणं भाग होतं. त्या वर्षाअखेर जेव्हा तिच्या ग्रॅन्डपा जेम्सने तिला त्यांच्या लंडनच्या घरापाठच्या बगीच्यात सिगारेट शिलगावताना पकडलं, तेव्हा ते म्हणाले होते, "माझा अंदाज आहे की, तुझ्या आजीनेच तुला ही सवय लागू दिली असेल– काही नाही तर मला त्रास व्हावा, ह्यासाठी!" जेम्सला हे मानण्यात आनंद वाटायचा की तो अजूनही एलिझाबेथसाठी – तो कधीच तिला इल्से म्हणायचा नाही – तितका महत्त्वाचा होता, की ती त्याला त्रास होईल ह्यासाठी तरी काहीतरी करत असेल! अगदी, ते दोघं किमच्या आई-वडिलांच्या लग्नाच्या दिवसानंतर कधीही भेटले नव्हते, तरीसुद्धा!

किमने सिगारेटचा एक झुरका घेतला आणि विचारात पडली की, ग्रॅन्डपा जेम्स आज जिवंत असते, तर त्यांना सध्याच्या विश्वाबद्दल काय वाटलं असतं? लॉरन बकॉल आणि किम सोडल्यास त्यांचा इतर सगळ्या अमेरिकन गोष्टींबद्दल असलेला पूर्वदूषित ग्रह कमी झाला असता, की वाढतच गेला असता? त्यांनी हॅरीच्या आयुष्याकडे बघून पश्चात्तापाने हा विचार केला असता की त्यातली कितीशी पडझड ते रोखू शकले असते; त्यातलं कितीसं अपयश, त्यांनी त्याला दिलेल्या जनुकांमधून वाहून आलं होतं? आणि ग्रॅन्डपांनी आजीच्या फ्लॅटमेटबद्दल काय विचार केला असता? जिच्या मृत नवऱ्याचं नाव त्यांना इतकं अपराधीपणाच्या डोंगराखाली नमवू शकत होतं, जे आयुष्यात इतर कोणीही करू शकत नव्हतं.

"अजून एक सिगारेट आहे का?"

किमने दचकून मागे बघितलं.

"तू कधीपासून सिगारेट ओढू लागलीस हिरोको?"

"१९४५ पासून. टोकियोच्या बारमध्ये भेटलेल्या एका अमेरिकनामुळे."

किम हसली आणि हिरोकोच्या हातात एक सिगारेट दिली.

"हे घे. मी तशीपण सिगारेट सोडलीय. तो अमेरिकन कोण होता?"

"एक जी.आय.; बाकी कोणी नाही." हिरोको सोफ्यावर रेलली आणि गमतीने सलाम ठोकला. "तुझी फ्लाईट कधी आली? मला वाटलं की, तू ह्या दुपारी सिॲटलहून निघणार होतीस." हिरोकोने सिगारेटचा मोठा झुरका घेतला आणि दबकत-दबकत धूर काढला– वर्षातली एकुलती एक सिगारेट ओढणाऱ्या व्यक्तीच्या 'आत्मविश्वासाने'(!)

"मीटिंग पुढे ढकलली गेली, म्हणून मी म्हटलं, जरा घरी येऊन आराम करावा." हिरोकोकडे निरखून बघत किम म्हणाली.

साडेतीन वर्षांपूर्वी ह्या घरामध्ये पहिल्यांदा प्रवेश करणाऱ्या हिरोकोपेक्षा आज समोर बसलेली हिरोको फारच कृश दिसत होती. अर्थात, हिरोको ज्या वयाची आहे, तिथे तिचा असं कृश दिसण्याबद्दल आश्चर्य मानणं, हे हास्यापदच होतं म्हणा– किमने स्वत:ला दटावलं. आणि तरीही, तिच्या मनाचा एक कोपरा ह्या विचारावर विश्वास ठेवायला तयारच होत नव्हता. हिरोकोच्या देहबोलीत– ती ज्या प्रकारे पाय दुमडून, एक हात सोफ्यावर पाठीवर टाकून दुसऱ्या हाताने सिगारेट ओढत सोफ्यावर पहुडली होती– एक इतकं विशिष्टसं यौवन सळसळत होतं की, सिल्कचा कुर्ता-पायजमा घालून समोर बसलेली ही छोट्या केसांची स्त्री, तब्बल सत्तर वर्षांची आहे, हा विचार एखाद्याने वेड्यातच काढला असता.

किमने अंधारून आलेली ती खोली उजळवण्यासाठी दिवा लावला, तसं हिरोकोच्या चेहऱ्यावरचं सुरकुत्यांचं जाळं थोडं उठून दिसू लागलं. किमच्या लक्षात आलं की, तिच्या गालावरचा तीळ पूर्वीपेक्षा जरा जास्त खाली घसरला होता. पण हिरोकोच्या शुभ्र केसांमधून धावणारी एकुलती एक हिरवीगार बट एका गोष्टीची ग्वाही देत होती– की ही स्त्री सतत नवनव्या अनुभवांना सामोरं जायला उत्सुक होती; मग त्याबद्दल तिला कोणी मूर्ख म्हणो वा उच्छृंखल!

"मीटिंग कशाबद्दल होती? मला वाटलं की, तू न्यूयॉर्क ऑफिसला स्थलांतरित होण्याचे सगळे शिष्टाचार पूर्ण करून आली आहेस."

"अगं, काही ना काहीतरी मुद्दा सोडवण्याचं राहून गेलेलं असतंच." किमने विमानप्रवासातून अंगात भरलेला आळस घालवण्यासाठी आळोखे-पिळोखे देत म्हटलं, "पण मी इथे आले, ते बरंच आहे. नाताळपूर्वीच्या काळात सगळ्या पूर्व-प्रियकरांना, आपल्या नात्यांना पुन्हा एक संधी देऊन बघण्याची उपरती होतेय. आणि तुला तर माहितेय की, गॅरीबरोबर असं काही करण्यात मला अजिबात रस नाही! तुला माहितेय ना, की मी नाताळ संपेपर्यंत इथेच राहणार आहे ते?"

"तुला एक सगळ्यांशी संभाषण साधणं कठीण जातं. म्हणजे, इतर सगळ्यांनाच ती बाधा आहे, असं नाही! माहितेय मला आणि मला त्याबद्दल फार आनंदही

आहे.'' हिरोको हसून बोलली. मग किमने ठेवलेल्या कॉफी-मगशेजारी पडलेल्या वर्तमानपत्राकडे बघत विचारलं, ''काय चाललंय सध्या जगामध्ये?''

''शेवटची आग आता कुठे विझली आहे!'' खिडकीसमोरच्या पोकळीकडे बघत किमने उत्तर दिलं.

''ते म्हणजे संपूर्ण विश्व नाहीये; फक्त त्यातला एक इलाका आहे!'' हिरोको धारदार शब्दांत म्हणाली.

किमने भुवया उंचावल्या आणि मनातल्या विरोधाभासाच्या भावनेने जड झालेल्या आवाजात म्हणाली, ''बरोबर आहे; फक्त एका इलाक्यातली आग.''

हिरोकोने क्षमायाचनेसाठी हात उंचावत म्हटलं, ''सॉरी, माझ्या म्हणण्याचा तो अर्थ नव्हता.'' किमने तिचा हात हातात धरत काळजीच्या स्वरात विचारलं, ''काय झालंय, रोको?''

कधी कधी किमच्या आंधळेपणाचीपण हद्दच होते; आणि तरीही ह्या प्रेमळ, मोहक मुलीवर फार काळ रागावणं कधीच शक्य नसतं. कोनरॅड, इल्से आणि हॅरीमधले सगळे चांगले गुण त्या तिच्या हाताच्या स्पर्शातून जाणवत होते. आता नेमकं तिचं काय चुकलं, हे जाणून घेण्याची प्रबळ इच्छा तिच्या नितळ निष्कपट चेहऱ्यावर दिसत होती. किमला भेटण्याच्या काही क्षणांतच हिरोको तिच्या प्रेमात पडली होती!

''मूर्ख! एक-दोन-एक करत चालणारे पुरुष, एवढंच झालंय! नेहमीप्रमाणेच!'' आपल्या शयनगृहातून बाहेर पडत इल्से वेईस उद्‌गारली. बाजूच्या एका टेबलावर उभ्या असलेल्या पृथ्वीच्या एका पुरातन गोलाशी येऊन थांबली आणि बोटांनी त्याला हलकीशी फिरकी दिली... ज्यामुळे तो गोल थोडा वेळ गरगर फिरून, अखेर तिच्या बोटांखाली फाळणीपूर्व हिंदुस्तानाला आणून थांबला. आता त्यावर तिला हॅरीने फार पूर्वी पेनाने रेखाटलेली फाळणीनंतरची हद्दी दिसत होती– जुन्या भौगोलिक माहितीला चिकटणारा गोल त्याच्या काय कामाचा होता?

''चांगली दिसतेस आज ग्रॅन!''

हिरोको आणि किमच्यामध्ये येऊन बसत इल्सेने फुरफुरल्यासारखं केलं आणि किमने कॉफी टेबलवर पसरलेल्या पायावर फटका मारत बोलली, ''एक्याण्णव... ह्या वयाला तुम्ही फक्त नीट टिकून राहण्याची आशा धरू शकता– अर्थात, माझ्या दृष्टीने ते चांगल्या लोणच्यासारखं दिसण्यासमान आहे!''

'खरं आहे ते!' हिरोकोच्या मनात आलं, पण चांगुलपणे. पण, पूर्वीच्या अणीदार चेहऱ्याची ठेवण आता जरी विस्कटली असली आणि त्यावर जरी सुरकुत्यांचं जाळं पसरलेलं असलं, तरी इल्सेच्या एकंदर दर्शनात आजही एका लुप्त झालेल्या सौंदर्याच्या आठवणी इतक्या ठळकपणे उठून दिसत होत्या, की लोक अजूनही थांबून टक लावून विचारमग्न व्हायचे की काळाने ओढलेल्या ह्या

पडद्याआड काय रूप दडलं असेल?

"मला वाटलं की तू म्हणालीस की, सकाळपर्यंत मरून जाणार आहेस तू!" हिरोकोकडे स्मित करत इल्सेने विचारलं.

"सकाळ अजून नीटशी फुटलेली नाहीये."

मग हिरोकोने इल्सेचं मनगट पकडून नाडी तपासली.

"हं, तुझ्या नाडीची स्पंदनं जाणवत नाहीयेत. मला वाटतं, ह्याचा अर्थ आपण दोघीही मेलेलो आहोत आणि हे सगळं त्यानंतरचं जग आहे... आणि त्यात किम आपल्याला भेटायला आली आहे!"

"नॉन्सेन्स! मी तिथे तुझ्याआधी पोहोचणार आहे. दिल्लीसारखंच; इथल्यासारखंच." इल्सेने हिरोकोच्या हातातली सिगारेट घेऊन छोटा झुरका मारला आणि सिगारेट ओढताना पकडल्या गेलेल्या शाळकरी मुलीचा मिश्किल भाव चेहऱ्यावर आणत धूर काढला. "पण, तुला माहितेय– काल रात्री मला खरंच असं वाटलं की, मी काही आता उद्याची सकाळ बघू शकणार नाही!"

"तुला आठवड्यातनं किमान दोन वेळा तरी असं वाटतच असतं." इल्सेच्या हातून आपली सिगारेट घेत हिरोको कुरकुरली.

"वेल, कधीतरी माझं बोलणं खरं ठरणार आहे, हे निश्चित... आणि हो, किम, आगी विझणं ही जगातली फार महत्त्वाची घटना आहे, असं हिरोकोला सांगण्याची चूक करू नकोस. तिला वाटतंय, पाकिस्तान आणि भारत अणुयुद्ध सुरू करण्याच्या तयारीत आहेत."

"शिट्!" किम म्हणाली, "सॉरी हिरोको."

"आणि किम, शिट् म्हणून नकोस! शिवी द्यायचीच असेल, तर निदान 'फक्' म्हण. त्यात एक रानटी का होईना, पण सौंदर्य तरी आहे!"

खरंतर इल्सेने हे फक्त हिरोकोची तंद्री भंग करून तिला हसवण्यासाठी होतं म्हटलं होतं, पण हिरोको मात्र अजूनही दूरवर नजर खिळवून सिगारेटीचा धूर काढत बसली होती.

इल्सेला तिच्या मैत्रिणीच्या नजरेतला हा भाव चांगलाच परिचित होता. हिरोको १९९८ मध्ये जेव्हा न्यूयॉर्कला आली, तेव्हासुद्धा तिच्या इथे येण्याच्या आनंदापाठी हाच भाव दडलेला होता. "तू दोन्ही वेळा माझ्या घरात दाखल झालेली आहेस, ती अणुबाँबच्याच निमित्ताने. एकदा ठीक आहे, पण पुन्हा तेच कारण वापरणं म्हणजे जरा जास्तच आळशीपणा वाटतो तुझा, नाही का हिरोको?" तिला हसवण्यासाठी म्हणून इल्से हिरोकोचं स्वागत करत म्हणाली; पण तिच्या नजरेतल्या भावाने – जो आताही तिच्या चेहऱ्यावर उतरलेला – इल्सेला जाणवून दिलेलं की, बाँब ही जगातली एक गोष्ट आहे, ज्याबद्दल हिरोको कधीच विनोद करणार नाही.

हिरोकोने ती अर्धी संपलेली सिगारेट विझवून टाकली आणि विचारलं, ''हॅरीची काही खबरबात? रझाने गेल्या बऱ्याच दिवसांत संपर्क साधलेला नाहीये.''

हॅरी आणि रझा गेले दशकभर एकत्र काम करत असल्यामुळे हिरोकोला रझाची खुशाली समजण्याची पर्यायी व्यवस्था सापडली होती– इल्से आणि खुद्द हॅरी. त्यापूर्वी, सज्जाद वारल्यानंतरच्या काही वर्षांत हिरोकोला कैक आठवडे, कधी कधी तर कैक महिने, रझाची खुशाली समजण्याशिवायच काढायला लागायचे. सुरुवातीला तिला वाटायचं, की तो तिच्यावर रागावलाय किंवा त्याला तिची काळजी वाटेनाशी झाली आहे; पण तिच्याशी बोलताना तो नेहमीच इतक्या आस्थेने बोलायचा की, हिरोकोला लवकरच जाणवलं की, त्याच्यातलं प्रेम तसूभरही कमी झालेलं नव्हतं. मात्र हिरोको रझातले कुठलेतरी अपराधी भाव जागृत करत होती... कदाचित सज्जादच्या मृत्यूबद्दलचा अपराधीपणा किंवा त्याच्या स्वतःच्या आयुष्याबद्दलचा... नेमकं काय, ते तिला आजतागायत समजलं नव्हतं.

कदाचित, असंही असेल की, ती त्याच्या कामाबद्दल तितकासा उत्साह दाखवत नसे, त्यामुळे त्याला वाटत असेल की, 'अम्मीला आपलं काम फारसं आवडत नाही, तर तिला त्याबद्दल सांगून त्रास न दिलेला बरा.'

आवडण्या-न आवडण्याचा प्रश्न नव्हता– उलट हिरोकोची अशी इच्छा होती की तिलासुद्धा समजावं, की हॅरी आणि रझासारख्या दोन हुशार व्यक्तींना 'खासगी सुरक्षा यंत्रणेच्या कारभारात' इतका का रस वाटावा? बँकांच्या, पाळत ठेवण्यासाठी लावलेल्या सुरक्षा यंत्रणांमध्ये आणि महत्त्वाच्या व्यक्तींना अंगरक्षक पुरवण्याच्या कामामध्ये ह्यांना काय आनंद मिळत होता, तेच तिला समजत नव्हतं. पूर्वी एकदा तिला असंही वाटलेलं की, ही त्यांनी सी.आय.ए.साठी चालवलेल्या कामांवर पडदा टाकण्याची युक्ती आहे. हॅरी पुन्हा रझाला त्या विश्वात ओढतोय, ह्या विचाराने तिला इतका राग आला होता की, तिने त्या दोघांना सज्जादच्या कबरीची शपथ घेऊन कबूल करायला लावलेलं की 'तसं काही नाहीये.' दोघंही ती शपथ घेताना इतके खजील दिसत होते की हिरोकोला पटलं की ते खोटं सांगत नाहीयेत आणि मग तिचा राग आणि संशय दोन्ही मावळून गेले होते. पुढे इल्सेने तिला ठामपणे सांगितलं की, 'हॅरी आता सी.आय.ए.बरोबर कार्यरत नाहीये आणि तो त्याबद्दल खोटं बोलत असता, तर मला लगेच समजलं असतं...' अर्थात, इल्सेला हे कुणाच्या शपथेवर सांगायला लावणं गरजेचंच नव्हतं. ती नेहमी म्हणत असे की, पूर्ण प्रामाणिकपणा हे म्हातारपणाचं वरदान आहे.

रझा खूष असला म्हणजे झालं– तिला त्याच्यासाठी एवढीच अभिलाषा होती आणि कदाचित तिची ही अभिलाषा पूर्ण करणं त्याच्यासाठी सगळ्यात कठीण होतं. तिने आपल्या हृदयाशी आपला हात आणला– कधी कधी त्याच्याबद्दल नुसता

विचार करणंही तिला मनातून उद्ध्वस्त करण्यासाठी पुरेसं होतं.

किम म्हणाली, "मला तर डॅडनी शेवटचा फोन कधी केला, हेसुद्धा आठवत नाहीये." खरंतर तिला ते चांगलंच आठवत होतं... ३१ ऑक्टोबर.

ते त्या दिवशी जुन्या आठवणी उकरून काढण्यात रंगून गेले होते– विशेषत: त्या एका हॅलोविनच्या (हॅलोविन उत्सवाच्या) आठवणी, जेव्हा किमने 'जागतिक शांतिदूताचा' वेष पांघरला होता– तिने आपल्या कपड्यांवर जगभरच्या देशांच्या झेंड्यांची चित्रं लावून त्यावर शांतीचं चिन्हं लावली होती. फक्त, ती त्या शांतीच्या चिन्हाचं तिसरं टोक काढायला विसरली होती आणि म्हणून हॅरीने तिला 'जागतिक शांती'ऐवजी 'जागतिक मर्सिडीज बेंझ' असं नाव ठेवलं होतं! कारण तिचं ते चिन्ह मर्सिडीज बेंझच्या चिन्हासारखं दिसत होतं! फोनवर तिच्याशी हे बोलताना हॅरी खूप हसला आणि आपणही त्यांच्यासोबत तसंच फक्त हसत रहावं– इतक्या दिवसांनी त्यांचा आवाज ऐकला ह्या आनंदाने– असा विचार करणाऱ्या किमने, का कुणास ठाऊक, पण पटकन म्हटलं, "अर्थात, हे सगळं तुम्ही हॅलोविननंतर बऱ्याच महिन्यांनी, फोटो बघून बोललात. त्या दिवशी तर तुम्ही इथे नव्हतातच– नेहमीप्रमाणे."

तिच्याही नकळत किम अजूनही तिच्या डॅडच्या समोर लहान मुलीसारखीच वागायची– तिच्या भक्तिभावातून आणि तिच्या फुरंगटण्यातूनही! आणि मग असं काही झाल्यावर हॅरी तिला नंतर बराच काळ फोन करत नसे.

अर्थात, त्याचं असंही कारण असू शकत होतं की, ते आणि रझा कुठे आहेत, हे त्यांना नेमकं ठाऊक होतं आणि ते तिला समजावं, असं त्यांना वाटत नव्हतं– किमशी बोलून तिच्यापासून काही लपवणं तर त्यांना शक्य नव्हतं; त्यामुळे फोनच न केलेला बरा, असा हॅरीचा पवित्रा असे.

"मी बोलले काल हॅरीशी." नातीकडे नापसंतीचा कटाक्ष टाकत इल्से म्हणाली, "आपणही त्याला स्वत:हून फोन करावा ना! नेहमी त्याच्याचकडून अपेक्षा करणं चुकीचं आहे!" ह्यावर किमने फक्त खांदे उडवलेले बघता इल्से हिरोकोकडे वळून म्हणाली, "दोघंही ठीक आहेत. कुठे आहेत, ते काही हॅरीने सांगितलं नाही; पण ते अगदी भारतात किंवा पाकिस्तानात पोहोचले आहेत, अशी धडकी भरून घ्यायची काही गरज नाही. ते कदाचित मायामीला परतण्याच्याही मार्गावर असू शकतील." कंपनीचं मुख्य कार्यालय मायामीला होतं; पण काही आठवड्यांपूर्वीच त्या दोघांनी सांगितलं होतं की ते पुढचं वर्षभर, जगभरातल्या वेगवेगळ्या देशांमध्ये असलेल्या त्यांच्या गिऱ्हाइकांना भेटायला फिरणार आहेत आणि त्यांच्याकडून पुढची वर्दी येईपर्यंत त्यांना आणि त्यांच्याशी सॅटेलाईट फोनद्वारेच संपर्क साधणं शक्य होतं. फक्त हिरोको ह्या बोलण्याला फसली होती.

"मी सज्जादला फोन करून हद्दीवर काय चाललंय ह्याचा मागोवा घ्यायचा

प्रयत्न केला, पण माझा त्याच्याशी संपर्क होत नाहीये.''

''सज्जादशी बोलायला तुला फोनपेक्षा कैक पटींनी मोठं साधन लागेल! त्याला जाऊन कित्येक वर्षं लोटली आहेत. ओ हिरोको, तू माझ्याआधी वेडी नाही होऊ शकत! तू मला तसंच वचन दिलं आहेस.''

'मी वृद्ध असते, तर किती छान झालं असतं!' त्या दोघींना पाहता-पाहता किमच्या मनात आलं. 'खूप वृद्ध– सगळे ताप मागे ठेवू शकण्याइतकी वृद्ध– काम प्रियकर, आई, वडील.... सगळं काही. पण... पण... मनुष्य कधी तरी इतका वृद्ध होतो का?'

हिरोकोने इल्सेचा हात थोपटत म्हटलं, ''मी माझ्या सज्जादबद्दल नाही बोलत... त्याचा पुतण्या– इक्बालचा मुलगा... त्याच्याबद्दल बोलतेय.''

''इक्बाल? ओहो... तो दुराचारी भाऊ! मी बघितलं एकदा त्याला– त्यांचे वडील वारले तेव्हा सज्जादला न्यायला बंगल-ओहवर आलेला तो. थंडीचे दिवस होते, अन् त्याने खूप सुंदर अंगरखा घातला होता.'' इल्से आठवणींमध्ये विहरू लागली. ''मला वाटतं, तू मला हजार वेळा तरी सांगितलं असशील की, त्याचा मुलगा कोण आहे, पण... मी पुन्हा विसरलेय! पुन्हा एकदा सांग बरं?''

कधी कधी इल्सेची ह्या वयातही तीक्ष्ण असलेली स्मरणशक्ती बघता, हिरोको संभ्रमात पडत असे की, इल्सेच्या वयाची होईपर्यंत आपलीही स्मरणशक्ती इतकीच चांगली राहील का? की, हळूहळू तिची धार कमी होऊन, हिरोकोच्या मन:पटलावरून तिच्या आयुष्यातल्या एकेक घटना उतरत्या क्रमाने पुसल्या जातील? आणि मग उरेल ती एकच आठवण– बॉंबची! ती पण, फक्त तिच्या अंगावर गोंदल्यासारख्या राहिलेल्या त्या खुणांमुळे...

हिरोकोने अधीरपणे हातवारे करत इल्सेला सांगितलं, ''तो, लष्करात आहे, तो...''

''अच्छा? भारताच्या लष्करात?''

''पाकिस्तानच्या लष्करात, इल्से! सिकंदर भारतात राहिला; इक्बाल नव्हे.''

''ते जे काय! मला आनंद आहे की तू इथे आहेस, तिथे नव्हे.''

हिरोकोने ह्यावर काही प्रतिक्रिया दिली नाही. फारा दिवसांनी तिला ह्या प्रशस्त सुंदर घरात राहण्याबद्दलची पूर्वीची अस्वस्थता वाटून राहिला होती. तुम्ही इतक्याच उंचावर राहणार असाल, तर डोंगरावर राहिलेलं काय वाईट? मसुरीसारखं भासणारं अबोत्ताबाद– हे सज्जादच्या मृत्यूनंतर बराच काळ तिचं घर बनून गेलेलं. सज्जाद गेल्यानंतरच्या वर्षभरात हिरोकोने त्यांचं राहतं घर विकून टाकलं, शाळेतून स्वेच्छानिवृत्ती घेऊन टाकली आणि वैधव्य येऊन अबोत्ताबादमध्ये राहणाऱ्या आणि तत्पूर्वी टोकियो व कराचीत राहिलेल्या तिच्या रेहाना ह्या मैत्रिणीचं आमंत्रण स्वीकारून तिथे राहायला गेली. सज्जाद आणि रझाशिवाय हिरोकोसाठी कराची तरी भकास, उजाड बनून गेलं आणि तिथे राहणं तिला दिवसेंदिवस कठीणच बनत चालल होतं.

अबोत्ताबादमध्ये हिरोकोला साक्षात्कार झाला की, तिला हिरवळ आणि डोंगरमाथे दिसले की खूष व्हायला अजून काही लागत नाही! 'क्यूबी' नाव ठेवलेल्या तिच्या अल्सेशियन कुत्र्याला सोबतीसाठी आणि सुरक्षेसाठी घेऊन हिरोको तासन्तास त्या निर्मनुष्य दऱ्या-डोंगरांमधून भटकू शकत असे. पण मग भारताने आपल्या अणुबाँबची चाचणी केली आणि सर्वत्र सूर उमटू लागला की, पाकिस्ताननेही त्याला तसंच सडेतोड उत्तर दिलं पाहिजे. (फक्त तीन लोकांना असं करणं अयोग्य वाटत होतं– तिच्या घराजवळ राहणारे एक निवृत्त जनरलसाहेब, हिरोकोला आपले लेख संपादित करायला देणारा एक पत्रकार आणि हिरोकोच्या घराची साफसफाई करायला येणारी बाई. त्या सगळ्यांना असं वाटत होतं की, कुठलाही प्रश्न अहिंसेने सोडवलेला योग्य असतो.) म्हणून मग हिरोकोने इल्सेला फोन लावून कळवून टाकलं की, ती रझाबरोबर मायामीला राहायला येणार आहे आणि वाटेत तिला न्यूयॉर्कला भेटायला येईल. कर्मधर्मसंयोगाने इल्सेच्या आग्रहामुळे (आणि रझाच्या आग्रहाच्या पूर्ण अभावामुळे) हिरोकोची ती भेट तीन वर्षांसाठी लांबली (आणि अजूनही सुरूच होती!).

"रझाने कालच ई-मेल पाठवला." हिरोको मध्येच काहीतरी आठवल्यागत म्हणाली, "अर्थात कुठे आहे वगैरे सांगायला मुळीच नाही; उलट ठरलेली भेट रद्द करायला. त्याच्या वेळापत्रकात बसत नाही म्हणे!"

हिरोकोने किमची सहानुभूतीपूर्ण नजर पकडली आणि धरून ठेवली. दोघींनाही, एखाद्या प्रियजनाच्या वेळापत्रकातून 'ऐन वेळी रद्द केलेली नोंदणी' असण्याचं दुःख काय असतं, हे चांगलंच ठाऊक होतं. अर्थात, हिरोकोला तिच्यात आणि तिच्या लाडक्या रझात हे अंतर कधी पडलं, ते समजलंच नाही... कुठेतरी ती अयशस्वी झाली होती, हरली होती– तेही जबरदस्त!

"अरेरे!" इल्से महत्प्रयासाने उद्गारली तसं हिरोको तिला म्हणाली, "इल्से, मी तुला आधीच सांगितलंय, तुला हे नाटक करायची गरज नाही. मला माहितेय, तुला माझा मुलगा तितकाच आवडत नाही, जितके त्याचे वडील."

"ओ! तसं नाहीये. मला वाटतं, मी सज्जादच्या तशी प्रेमातच होते. तुला नाही पटत? तो इतका देखणा होता आणि ह्या बाबतींमध्ये मी जरा उथळच होते."

हिरोकोने हसत इल्सेचा हात आपल्या हातात घेतला.

"इल्से वेईस, तू माझी मैत्रीण आहेस ह्याबद्दल मला इतका आनंद आहे, की मी सांगूच शकत नाही!"

'मला खरंच, खरंच वाटतं की, ह्या क्षणी मी ह्यांच्यासारखीच वृद्ध असायला हवे होते!' त्या दोघींना निरखताना किमच्या मनात आलं.

२८

"**को**न! कोन-मॅन! हे, रेझर!"

रझा झटकन त्या आवाजाच्या दिशेने आव्हानासाठी तयार, असा वळला. पण, समोरून फक्त एक टॉवेल लपेटून उन्हं खात पडलेला अमेरिकन माणूस त्याच्याकडे हात हलवत हसून बघत होता. त्याच्या धिप्पाड, मजबूत देहावर एका छोट्याशा काळ्या विजारीशिवाय अजून काही नव्हतं. त्याचं ते रूप रझाच्या अवताराच्या अगदी परस्परविरोधी दिसत होतं– किरकोळ शरीरावर लटकलेला भरपूर बटणांचा शर्ट आणि त्याखाली घातलेली पूर्ण विजार; तसंच चेहऱ्यावरचा सावध भाव... दोन ध्रुवांइतके वेगळे दिसत होते ते दोघे.

"मला त्या आइसबॉक्समधून एक बिअरचा डबा फेक ना!" केसांवरून हात फिरवून टॉवेलला घाम पुसत तो माणूस बोलला, "–आणि तुलाही एक घे."

एका सेकंदासाठी रझा त्या वाक्यातला टोमणा शोधण्यासाठी थबकला– खरंच तो मैत्रीपोटी त्याला बिअर देऊ पाहत होता की, त्याला असा भ्रम झाला की रझाला त्या आइसबॉक्समधून काही घेण्यासाठी ह्या माणसाच्या परवानगीची गरज होती? पण तो माणूस फक्त हसत राहिला आणि रझाने खांदे उडवत आइसबॉक्समध्ये हात टाकला. हाताला जाणवलेला गारवा एकदम हवाहवासा वाटू लागला. रझाने त्यातला बर्फाचा एक तुकडा काढून चेहऱ्यावर, मानेवर फिरवला. त्या माणसाकडे त्याची बिअर घेऊन पोहोचेपर्यंत तो बर्फ वितळून गेला.

"पुढच्या वर्षी ह्या जागेवर एक पंचतारांकित रिसॉर्ट उभं असेल." रझा जवळ पोहोचला तसा, उंच भिंतींच्या आणि बंदुकांसाठी मनोरे असलेल्या त्या मातीच्या प्रांगणाकडे निर्देश करत त्या माणसाने माहिती पुरवली. "माझ्याकडे एक योजना आहे. ऐकायचीय तुला?"

रझाने नकारार्थी मान डोलावली आणि शस्त्रास्त्रांनी लादलेल्या त्यांच्या वाहनाकडे

चालू लागला. खरंतर, परवानगीशिवाय त्याला ते वाहन प्रांगणाबाहेर नेता येणार नव्हतं; पण परवानगी घेणार तरी कोणाची? सगळे जण – तो बिअर पीत बसलेला माणूस सोडल्यास; त्याच्या पायाला इजा झाल्यामुळे त्याला सुट्टी दिली होती – आतंकवादाशी चार हात करण्यासाठी बाहेर पडलेले आणि बाकी उरलेले ते फक्त आचारी, सफाई कामगार आणि 'विकसनशील देशां'मधले काही अन्य नागरिक. (रझाला त्या गटामधून सूट मिळालेली, पण त्याच्या नागरिकत्वामुळे वा पासपोर्टमुळे नव्हे, तर त्याच्या पगारामुळे.)

रझाला खरंतर जीप आवडली असती– टप नसलेली, उघडी आणि म्हणूनच बंदूकधारी लोकांसाठी कमी आव्हानाची–पण त्याला टीसीएन्सना दिलेलं एकुलतं एक वाहन घेऊन जायचं नव्हतं. अर्थात, त्याला समजेना की इथे ते वाहन फिरवणार तरी कुठे? 'कदाचित त्यांच्यासाठी ह्या प्रांगणातून बाहेर पडता येणं, हीच मोठी गोष्ट असेल' ती मोठ्ठाली 'हमवी' घेऊन अफगाणिस्तानच्या धुळकट रस्त्यांवर पळवताना, रझाच्या मनात आलं.

त्यालासुद्धा तसंच वाटलं बहुधा– कसं? तब्बल एकोणीस वर्षांपूर्वी– त्याचे अब्बा वारल्यानंतर. सज्जाद अली अश्रफच्या हास्याने आणि प्रेमाने भरलेल्या त्या जागेमधून दूर पळून जावंसं... म्हणूनच जेव्हा त्याच्या चुलत भावाने, हुसेनने– (इक्बालचा सगळ्यात थोरला मुलगा)– सज्जादच्या मृत्यूबद्दल सांत्वन करण्यासाठी रझाला दुबईवरून फोन केला आणि सांगितलं की तो काम करत असलेल्या हॉटेलमध्ये नोकरीची संधी आहे आणि पाहिजे तर रझा तिथे येऊ शकतो, तेव्हा रझाने क्षणाचाही विलंब न करता होकार भरला होता.

त्या गोष्टीचा हिरोकोला प्रचंड संताप आला होता, ''युनिव्हर्सिटी...!'' तिने त्याला बजावलं, ''तू युनिव्हर्सिटीला जाणार आहेस, तुझ्या अब्बांच्या इच्छेप्रमाणे.''

''मला आता आपल्या दोघांची जबाबदारी उचलायला हवी.'' कुटुंबप्रमुखपदासोबत आलेल्या जबाबदाऱ्या पाळण्यासाठी स्वत:च्या इच्छा बाजूला सारणाऱ्या मुलाच्या आविर्भावात रझाने हिरोकोला समजावलं होतं.

हिरोको त्याच्या बोलण्याला फसणाऱ्यातली नव्हती– पण तिला जाणवलं की रझाला केवळ आपल्या अब्बांच्या आठवणींपासून दूर पळायचं नव्हतं, तर तिच्या दु:खापासूनही– ज्याच्या प्रत्येक अभिव्यक्तीमुळे रझाच्या मनातली अपराधी भावना उफाळून येत होती– दूर जायचं होतं. हिरोकोला त्या कारणामुळे, रझाला तिथे जबरदस्तीने थांबवून घेणं अशक्य झालं.

'तो क्षण होता का, जेव्हा आपण एका दिशेने वाहवत गेलो अन् आपली सदसद्विवेकबुद्धी दुसऱ्या दिशेने?' रझा संभ्रमात पडला... 'की हे त्याच्याही आधी झालं, जेव्हा आपण एका नकळत्या वयाच्या मुलाला अतिरेक्यांनी भरलेल्या

प्रशिक्षण छावणीमध्ये ढकललं?'

रझाने आपल्या 'हमवी'च्या काळ्या काचा खाली केल्या. खरंतर हे कंपनीच्या नियमांविरुद्ध होतं– आणि समोरच्या सीडीप्लेअरमधून इंग्रजी टॅपची सीडी काढून नुसरत फतेह अली खानची सीडी लावली. 'कधी भिंती थरथरतात, कधी दरवाजे कपकपतात...' नुसरत तल्लीन होऊन गात होते. रझाची नजर बाहेरच्या देखाव्यावर भिरभिरत होती– तिथे दगड कुठला नि कचरा कुठला, हेसुद्धा समजेनासं झालेलं. अशाच एका ढिगामधून धातूची कुठलीशी वस्तू चमकून गेली... आणि रझाच्या डोळ्यांसमोर एक घड्याळ तरळलं... स्पंदन नसलेल्या मनगटावरची वेळ दाखवत बसलेलं!

हॅरी त्याच्या आयुष्यात परतण्याआधीच्या, दुबईमधल्या त्याच्या दशकभराच्या वास्तव्यात रझाने अगणित राष्ट्रीयत्वांच्या लोकांशी मैत्री करून, अपार उत्साहाने निरनिराळ्या भाषा शिकून घेतल्या होत्या. हॉटेलातल्या कामगारांकडून बंगाली आणि तमिळ, तिकडच्या स्वागतिकांकडून अरेबिक, हॉटेलमध्ये जॅझ संगीत वाजवणाऱ्या बॅण्डवाल्यांकडून स्वाहिली, क्लॉडिया– त्याच्या अनेक प्रेयसींपैकी सगळ्यात जास्त वेळ टिकलेल्या प्रेयसीकडून फ्रेंच, त्याच्या घराशेजारी राहणाऱ्या (आणि गिऱ्हाइकं गेल्यानंतर त्याच्या दुसऱ्या चावीने त्याच्या घरात येऊन हसत-खिदळत बसणाऱ्या) दोन वेश्यांकडून रशियन... आणि ह्याशिवाय जगभरच्या भाषांमधले थोडेफार कामचलाऊ शब्द. जितक्या अधिक भाषा तो शिकत गेला, तसं रझाच्या लक्षात येत गेलं की, सगळ्या भाषांतले शब्द इथून-तिथून एकमेकांशी जोडले गेले होते : जसं अरेबिकमधलं 'काहवे' म्हणजे फारसीतली 'गेहवे', म्हणजेच फ्रेंचमधली 'कॅफे' म्हणजे इंग्रजीतली 'कॉफी' म्हणजे जपानीतली 'कोही'...

पण तो नेहमीच अफगाणांपासून कटाक्षाने दूर राहिला. त्यांच्याकडून एक शब्दही घेणं, हे त्याला चोरी केल्यासारखं वाटत होतं.

रझाने खिडकीच्या काचा वर केल्या आणि पुन्हा आपल्या सुरक्षित, आभासमय विश्वात शिरला. तिथे त्याला अब्दुल्लाची आठवण करून देणारं निळंशार आभाळ नव्हतं– अब्दुल्लाच म्हणायचा ना, की अफगाणिस्तानमधल्या हिवाळ्यातलं आभाळ हे 'त्या कराचीवाल्यांच्या' कल्पनेपेक्षा कैक पटींनी सुंदर असतं.

बऱ्याच तासांनी रझा त्या 'हमवी'च्या आभासमय विश्वातून खाली उतरून बाहेर पडला. तो काही मोठ्या डोंगरांच्या मधल्या एका खिंडीमध्ये उभा होता. पण नेहमीच्या बंदुकींच्या ठणठणाटाऐवजी तिथे त्याला चक्क पैशांची किणकिण ऐकू येत होती. चहाचे ठेले आणि टॅक्स्या, वेगवेगळ्या प्रकारचं सामान लादलेल्या गाढव-गाड्या, मिनरल वॉटर आणि कचकड्याचे चष्मे विकणारी पोरं... रझाने बघितलं, एका मोठ्या गाडीमधून माणसांचा एक जथा उतरला... वीस फूट पुढे

चालत गेला, दुसऱ्या वाहनात बसला... आणि निघून गेला. त्या वीस फुटांच्या अंतरामधल्या एका बिंदूवर अफगाणिस्तान, पाकिस्तानमध्ये परिवर्तित झालं. इकडून तिकडे बागडणाऱ्या पठाणांची कागदपत्रं तपासण्यात तिकडच्या पाकिस्तानी सैनिकांना फारसं गम्य वाटेना. पण रझा पुढे जाऊ लागला तसा एकाने त्याच्या तोंडासमोरच हात उंचावला.

"अच्छा, म्हणजे तुम्ही अफगाणांना पाकिस्तानमध्ये विनासायास येऊ देऊ शकता; पण आपल्या घराकडे परतणाऱ्या पाकिस्तान्याला मात्र अडवणार!" रझाने उर्दूत विचारलं. "विचित्र झालंय सगळं म्हणायचं. जा, कॅप्टन अश्रफना जाऊन सांग की, त्यांचा भाऊ त्यांना भेटायला आलाय."

रझा पुन्हा अफगाणिस्तानच्या सीमेअल्याड आला आणि इतर पुरुषांबरोबर उकिडवं बसून चहा पिऊ लागला. सलवार घातलेल्या लोकांमध्ये विजार घालून बसलेलो आपण एकच आहोत, हे बघून त्याला जरा विचित्रच वाटू लागलं. तितक्यात त्याला समोरून येणारा कॅप्टन सज्जाद अश्रफ दिसला. तो इक्बालच्या मुलांमधला सर्वांत धाकटा होता आणि त्या क्षणी त्याला छाती पुढे काढून, हवेत काठी भिरकावत ऐटीत चालत येताना बघून रझाच्या मनात आलं की, दुबईमध्ये असलेल्या हुसेनला सगळं सार्थकी लागल्यासारखं वाटत असेल का?– इतकी वर्षं दुबईच्या त्या स्वयंपाकघरांमध्ये मरमरून खपणं, जेणेकरून ते ह्या सज्जादला ते सगळं शिक्षण देऊ शकले, जे त्यांना कधीच मिळालं नाही– आणि त्यासोबत अशा संध्या, ज्याबद्दल त्यांचे वडील जुगारावर आणि बायकांवर चार हातांनी पैसा उधळत असताना, इतर मुलांना फक्त स्वप्नं पाहत बसावं लागलं.

रझा त्याच्या भावाला भेटायला पुढे गेला– पण जसा सज्जाद थांबला, तसा तोदेखील. त्या दोघांमधला रझा मोठा होता– पूर्ण दहा वर्षांनी– शिष्टाचारानुसार धाकट्या भावाने त्याच्याकडे यायला हवं होतं.

सज्जाद हसला आणि बोलला, "मी पुढे आलो, तर पाकिस्तानी लष्कराने अफगाणिस्तानवर चाल करून गेल्यासारखं होईल."

रझाने डोळे फिरवले आणि स्वतःच पुढे झाला.

"वेलकम होम!" सज्जादने त्याला गळामिठी मारत म्हटलं, "चांगला दिसतोयस. अमेरिकन सैन्य तुझी चांगली बडदास्त ठेवतंय, असं दिसतंय."

"मी त्यांच्यासोबत नाही..." इतकं बोलून रझा थबकला. अमेरिकन सैन्यासाठी काम करणं आणि त्या सैन्याशी करारबद्ध असलेल्या एका खासगी लष्करी कंपनीसाठी काम करणं, ह्यातला फरक इतका सूक्ष्म होता की, तो समजावून सांगण्याच्या प्रयत्नात आपणच मूर्ख दिसू, हे जाणवल्यामुळे रझाने तो विषय तिथेच थांबवला. "तू कसा आहेस? हुसेन काय म्हणतो? बाकीचे सगळे कसे आहेत?"

"मस्त! सगळे मजेत आहेत. हुसेन आणि अल्तमाशचा व्यवसाय अजून वाढलाय. ह्या महिन्यात अजून एक सुपरमार्केट उघडतायत."

रझाने स्मित केलं. दुबईमधलं त्याचं आयुष्य हुसेन आणि दिल्लीच्या चुलत भावाच्या, अल्तमाशच्या आयुष्यापासून खूप वेगळ्या वाटेने गेलं. त्याच्या भाषेच्या समृद्ध ज्ञानामुळे आणि त्याच्या 'पाकिस्तानी' असा छाप नसलेल्या चेहरेपट्टीमुळे रझा त्याचे भाऊ खपत असलेल्या स्वयंपाकघरांमधून (हुसेनने वर्णन केलेलं दुबईमधलं ऐषारामाचं जीवन, ते हेच!) निघून, पंचतारांकित हॉटेलांमधल्या 'गोल्ड स्टार स्वागत कक्षा'पर्यंत मजल मारू शकला होता. त्यांच्यापासून दूर गेल्याबद्दल जी काही अपराधीपणाची भावना त्याला सलत होती, ती त्या दिवशीच धुतली गेली जेव्हा रझाने त्यांना आपल्या 'आर्कराईट अॅण्ड ग्लेन'च्या कमाईमधून त्यांचं पहिलं छोटंसं दुकान काढण्यासाठी मुद्दल दिलं.

"मी आताच माझ्या बायको-मुलांना त्यांच्याबरोबर दुबईला राहायला पाठवलंय." सज्जाद सांगत होता. "ज्या प्रकारे गोष्टी घडत आहेत, त्यात तोच सगळ्यात सुरक्षित मार्ग आहे. नालायक इंडियन्स!" हवेत काठी भिरकावत सज्जादने शिवी हासडली. "एक संधी सोडत नाहीत ते लोक. बघूच देत, ह्या वेळी काय करतात ते."

"काय करणार आहेस तू?" रझाने त्याची टर उडवत विचारलं, "तुझ्या ह्या काठीने त्यांना पळवून लावणार आहेस?"

सज्जादचा चेहरा रागाने फुलू लागला– आयुष्यभर मोठ्या भावंडांच्या टपल्या खात वाढलेल्या मुलासारखा दिसू लागला तो. "आमच्याकडे त्यापेक्षा बरीच चांगली शस्त्रास्त्रं आहेत, रझाभाई."

"अणुबॉंब?" रझाने विचारलं. "माझी आई त्याबद्दल विचार करकरून थकून गेली आहे. मी तिला समजावत राहतो, की कोणी इतकं मूर्ख नाही..."

सज्जाद विचारमग्न झाला. मग बोलला, "आमची समस्या ही आहे. भारत इतका मोठा देश आहे. आम्ही त्यांची क्षेपणास्त्रं, दक्षिणेतली आणि पूर्वेतली त्यांची अणुकेंद्रं उद्ध्वस्त करू तरी कशी? आमची विमानं तिथे पोहोचण्याआधीच उडवली जातील. आमची क्षेपणास्त्रं इतका मोठा पल्ला गाठू शकत नाहीत. बरं, त्यातून भारत आमचे लॉन्चर्स घेऊन जाऊ शकतात– त्यांना रोखलं जाणार नाही. पण मग आमच्याकडे काय उरतात? फक्त अणुशस्त्र आणि त्यांना पोहोचवण्यासाठी मात्र काही नाही."

पोहोचण्यासाठी. किती विनम्र शब्द आहे हा.

"मग आपल्याकडे काय पर्याय उरतो?"

"एकच पर्याय. युद्ध सुरू झाल्याक्षणी त्या हरामखोरांनी आपले लॉन्चर्स

नेण्याआधी आपण चटकन आपली क्षेपणास्त्रं सोडायची. आपली सगळ्यात मोठी क्षेपणास्त्रं. दिल्लीमधल्या त्यांच्या सरकारच्या घशातच घालायची ती! इतका हाहाकार माजवून द्यायचा की, ते धूम ठोकून परत जायला पाहिजेत आणि पुन्हा आपल्याकडे नजर उंचावून बघण्याची त्यांची हिम्मतच नाही व्हायला पाहिजे.''

''दिल्ली?''

''हो, दिल्ली.''

रझाच्या पायाखालची जमीन सरकली आणि क्षणभर त्याला वाटलं की, सज्जाद अली अश्रफ त्यामधून बाहेर येऊन त्यांचं नाव धारण करणाऱ्या ह्या पोराला ओढून आपल्यासोबत थडग्यात नेतील!

रझा एका बाजूला ह्या विचाराने हैराण होत असतानाच काहीतरी सुचून खदाखदा हसायला लागला.

''तू चक्क ही पराकोटीची गुप्त सैनिकी माहिती अमेरिकन लष्कराशी निगडित असलेल्या माणसाला फोड करून सांगतोयस?''

''तू माझा भाऊ आहेस.'' सज्जाद दुखावल्या सुरात उत्तरला. ''काय? का हसतोयस?''

''हे तुमचे डावपेच. आमचे? आम्ही तर तुमच्यापेक्षाही वेडसर आहोत. आम्ही तर इतक्याशा चिथवणीवरसुद्धा 'ते' बटण दाबू; त्यामुळे आम्हाला नखभरसुद्धा चिथवू नका.'' रझा इंग्रजीत बोलू लागला. ''वेडे नाही, ठार वेडे! तुला अशी आशा आहे का, की हे सगळं मी पेन्टॅगॉनमार्फत भारतापर्यंत पोहोचवावं?''

''तू काय बोलतोयस, मला काही समजत नाहीये!'' सज्जाद बोलला, ''आणि तू जर अशाच आर्विभावाने वागत राहिलास, तर मी तुला पाहिजे ती माहिती देणार नाही. ती मिळवणं सोपं नव्हतं अजिबात; समजतंय ना?''

रझाने आपल्या भावाला शांत करायला त्याचा हात थोपटला.

''सॉरी. प्लीज, सांग मला. काय माहिती काढली आहेस तू?''

काबूलमधल्या एका माणसाचं नाव आणि फोन नंबर– सज्जादकडे रझाला द्यायला एवढंच होतं. हा माणूस १९८३ मध्ये त्या प्रशिक्षण छावणीचा कमांडर होता, जिथे रझाने तो भयानक दिवस घालवलेला.

''मला त्या छावणीची माहिती मिळाली फक्त एवढ्याचमुळे की, आय.एस.आय.ने कराचीहून अमेरिकनांनी पाठवलेल्या रझा अश्रफच्या नावाची नोंद आहे, म्हणून.'' रझाच्या थरारपूर्ण पूर्वायुष्याचं मनातून कौतुक करत सज्जादने कबूल केलं.

''आय.एस.आय.ने ह्याची काही नोंद केली आहे का, की छावणीतल्या कुणाला माझ्याबद्दल काही सांगितलं गेलं का? माझं नाव, आय.एस.आय.नुसार मी तिथे काय करत होतो वगैरे?''

सज्जादने नकारार्थी मान डोलावली. ''कठीण आहे. आय.एस.आय., अगदीच गरज असल्याशिवाय कोणाला माहिती पुरवत नाही. अफगाणांना तर नाहीच नाही. पण, मी तरी ह्या काबूलमधल्या माणसाबद्दल फारसा आशावादी नाहीये. त्याला अगदी तो अब्दुल्ला आठवत असेलच, तरी रझाभाई, तो जिवंत आहे ह्याची शाश्वती काय?''

'आणि तो जिवंत असलाच, तरी पुढे काय?' रझा परतीच्या वाटेवर विचार करत राहिला. तो त्यांच्यापैकीच झाला असेल तर काय? काळे फेटे घालून सगळ्या आनंदाच्या गोष्टींवर बंदी घालणारा, प्रेषितांच्या पुरातन पुतळ्यांचं खंडन करणारा? रझाला आठवल्यावाचून राहत नव्हतं की पेशावरच्या रस्त्यावर दिसलेल्या कोरीवकामाला त्याने धर्मनिंदकांचं कृत्य म्हटलं होतं आणि स्त्रिया– चौदाव्या वर्षीसुद्धा अब्दुल्लाला स्त्रियांचं ह्या जगातलं स्थान नेमकं ठाऊक होतं आणि ते हिरोकोच्या मुलाच्या बुद्धीबाहेरचं होतं.

त्यावेळी रझाला ह्या गोष्टींचं फारसं काहीच वाटलं नव्हतं– खोटं का बोला? पण आता, ह्या देशातल्या केवळ दोन आठवड्यांच्या वास्तव्यात, सदैव मयतीला चालल्यासारख्या अंगभर काळ्या कपड्यांत लपेटलेल्या बायका पाहून, रझाला जोरजोरात ओरडावंसं वाटत होतं. मायामीमध्ये दुबईप्रमाणे स्त्रियांनीच रझाच्या आयुष्याला रटाळ, कंटाळवाणं होण्यापासून रोखल होतं. सेक्सच्या कुशीत विसावताना त्याला सर्वाधिक आराम वाटत असे– त्यातली सलगी आणि क्षणभंगुरता त्याच्या प्रकृतीला चांगलीच मानवायची. त्याला शय्यासोबत करणाऱ्या स्त्रियांच्या तो प्रेमातही पडायचा– थोडा वेळ का होईना, पण अगदी मनापासून– पण त्याला हे कधीच लक्षात आलं नाही की, असं करताना तो खरंतर त्याच्या स्वतःच्या त्या रूपाच्या प्रेमात पडायचा– जे, त्याच्या अब्बांचा हलके-फुलकेपणा आणि अम्मीचा धीटपणा लेवून त्या स्त्रियांच्या सान्निध्यात बाहेर पडायचं.

सूर्य मावळताना रझा एका मशिदीसमोरून चालला होता. त्याच्या घुमटाच्या निळ्या सौंदर्याने भारावून जाऊन त्याने आपली 'हमवी' थांबवली आणि नमाज़ाची बांग ऐकून त्यासोबत मशिदीसमोर नतमस्तक झाला. इतक्यात वरतून गरगरणाऱ्या चॉपरच्या आवाजाने सगळा आसमंत भारून गेला. ते चॉपर, तिथे थांबवलेल्या हमवीची खबरबात घ्यायलाच घिरट्या मारत होतं. रझाने उडी मारली, वैमानिकाकडे बघून हात हलवला आणि हमवीत उडी मारून बसला.

इतक्यात, मशिदीमधून वृद्ध भाविकांचा एक घोळका काय प्रकार चाललाय, हे बघण्यासाठी बाहेर पडला. ''माफ करा, तुमच्या प्रार्थनेत व्यत्यय आणला.'' रझा पुश्तूत बोलला; पण त्या माणसांची कळी काही खुलेना. ते कपाळावर आठ्या घालून कधी त्या अमेरिकन वाहनाकडे, तर कधी पश्तूनांशी वैर असणाऱ्या जमातीतल्या

लोकांसारखी चेहरेपट्टी असलेल्या रझाकडे पाहत राहिले. एका माणसाने आपल्या खांद्यावरची कलाश्निकोव्ह काढली. त्या क्षणी रझाला अब्दुल्लाने एखाद्या जादूगाराप्रमाणे कपड्याखालून काढलेली कॅल्शनिकोव्ह आठवली. इतक्यात दुसरा म्हणाला, ''चल, निघ इथून.''

'ही शेवटची वेळ आहे की मी ह्या धुडामधून प्रवास करतोय...' प्रांगणात शिरता-शिरता रझा स्वत:शीच बडबडत राहिला. स्वत:च्या विचारांमध्ये तो इतका गर्क झाला होता की, 'हमवी' गायब आहे हे लक्षात आल्यावर हॅरीच्या रागाचा झालेला उद्रेक बघितलेल्या श्रीलंकन पहारेकऱ्याच्या सूचनेकडे त्याने पूर्ण दुर्लक्ष केलं.

''चॉपरमधून कोण आलं?'' रझाने विचारलं.

''अमेरिकन!'' पहारेकऱ्याने असे काही खांदे उडवत म्हटलं, जणू इतर कुणी असतं, तर रस्त्यानेच आलं असतं, असंच सूचित करत असावा.

२१

"**मी** तुला कधी सांगितलं का, की मी न्यूयॉर्कला आले ना, तेव्हा मी मिसेस बर्टनच्या आयुष्याला जखडून राहिलेले बंध झुगारून टाकण्याबद्दल इतकी निश्चयी होते, की विलीच्या आयुष्यातल्या कुठल्याही गोष्टीने मी हादरणार नाही, असं वचनच घेतलं. अर्थात, मी इथे येण्यापूर्वी त्याने मला भरपूर पत्रं लिहून सविस्तरपणे सांगितलं होतं की, त्याचं आयुष्य माझ्या कल्पनेतल्यापेक्षा खूपच बदललंय." सोफ्यावर ऐसपैस रेलून पूर्वीच्या गोष्टींमध्ये इल्से रममाण झाली.

दिल्लीमधल्या कितीतरी रात्री त्यांनी अशाच जागवल्या होत्या. इल्से ह्याच पद्धतीने दिवाणखान्यातल्या सोफ्यावर पहुडलेली असायची, शेजारच्या आरामखुर्चीत हिरोको आपला जास्मिन चहा पीत बसलेली असायची आणि दोघींमध्ये हमखास रंगणाऱ्या गप्पाटप्पा. आत्तासारखंच तेव्हासुद्धा हिरोको असं भासवायची की, इल्से सांगत असलेली गोष्ट ती पहिल्यांदाच ऐकतेय– अगदी शंभराव्यांदा ऐकत असली तरीही– कारण आवडत्या गोष्टी सांगताना आनंदाने फुलत जाणारा इल्सेचा चेहरा बघायला हिरोकोला फार आवडायचं.

"तर मग, न्यूयॉर्कमधल्या माझ्या दुसऱ्याच दिवशी मी मध्यरात्री विलीच्या घरातल्या माझ्या खोलीतून उठून पाणी पिण्यासाठी स्वयंपाकघराकडे जाऊ लागले, नेमका तिथेच मला विली एका सुंदर तरुण मुलाबरोबर दिसला– दोघंही नग्न– आणि असं काहीतरी करत, जे मी तोपर्यंत कधीच बघितलं नव्हतं– अगदी चित्रातसुद्धा नाही! पण, स्वत:वर कशाचाही परिणाम न होऊ देण्याबद्दल मी इतकी ठाम होते की, मी त्यांना आवाजातलं कंपन अगदी शिताफीने लपवत म्हटलं, 'तुमचं चालू द्या; माझ्याकडे लक्ष देऊ नका!' आणि काहीच न बघितल्यासारखं पाणी पिऊन निमूट झोपायला गेले! बिचारा विली शरमेने भोवळ येऊन पडायचाच बाकी होता... आणि तो पोरगा, त्याने तर दुसऱ्या सकाळी जे तडक आयोवा गाठलं,

तो परत कधी फिरकलाच नाही!''

''अच्छा, आता मला समजलं, मला मध्ये कित्येक वर्षं कराचीमध्ये असताना तुझी पत्रं येईनाशी का झाली ते!'' हिरोको पोट धरून हसत म्हणाली, ''असल्या मजकुराने भरलेली पत्रं सेन्सॉर कार्यालयातले लोक त्यांच्या भिंतीवरच डकवून ठेवत असतील!''

''ओ! मला निरतिशय गरज होती त्या मुक्ततेची!'' हवेत पाय झटकत इल्से उद्गारली, ''युद्धानंतरचं न्यूयॉर्क... फार मजेदार असा वेडसरपणा भरून राहिलेला इथे. मला सतत वाटत राहायचं की, तू इथे माझ्याबरोबर हवी होतीस.''

''मी तिथे होते, जिथे मला असायचं होतं.'' हिरोको हळुवारपणे म्हणाली.

इल्सेने हिरोकोच्या हातावर थोपटलं.

''ते मला चांगलंच माहितेय. ती इच्छा मी माझ्यासाठी करायचे; तुझ्यासाठी नव्हे.'' क्षणभर विचार करून इल्से पुढे म्हणाली, ''बरं, चल– थोड्या अंशी तुझ्यासाठीसुद्धा. मला नेहमीच ऐषारामाचं आयुष्य हवंहवंसं वाटत आलं आहे. तुझ्यातली जपानी विरक्ती माझ्यात नाही, बाई.''

''तू कधी कधी किती मूर्खासारखी बडबड करतेस ना इल्से!'' हिरोको तितक्याच कडवटपणे म्हणाली, जितक्या प्रेमाने.

तितक्यात पुढचा दरवाजा धाडकन उघडला गेला आणि इल्सेच्या नावाचा पुकारा करत येणाऱ्या किमने खोलीतली शांतता भंग केली.

''डॅड, तुम्हाला डॅडचा काही निरोप आला का? माझा त्यांच्याशी संपर्क होत नाहीये.''

''किम, अगं, काय झालंय काय?'' धडपडत उठवण्याचा प्रयत्न करत इल्सेने विचारलं.

''तुम्हाला समजली नाही का बातमी? मायामीला येणाऱ्या एका विमानात एका माणसाने आपल्या बुटातला बॉंब उडवून द्यायचा प्रयत्न केला आहे... आणि माझा डॅडशी संपर्क होऊ शकत नाहीये!'' ह्यावर इल्सेने किमला फक्त जवळ ओढून एखाद्या लहान मुलीचं लाडकं खेळणं हरवल्यावर तिची समजून घालताना करतात त्याप्रमाणे तिच्या गालावर थोपटलं; तशी किमला खात्री पटली की, अखेर आपल्या आजीच्या डोक्यावर वयाचा व्हायचा तो परिणाम झालाच!

''मायामीला दररोज शेकडो विमानं येत असतात आणि तुझे डॅड जास्त करून त्यातल्या एकावरही नसतात.'' इल्सेने समजावणीच्या सुरात म्हटलं.

''आणि त्या विमानातले सगळे लोक सुरक्षित आहेत.'' हिरोको मधेच बोलली. ''फक्त त्या मूर्ख माणसाला सोडून. बुटाला आग लावताना त्याने तो आपल्या पायात घालून ठेवला होता का? बातम्यांमध्ये त्याबद्दल नीट काही सांगत नाहीयेत.''

किम आलटून-पालटून इल्से आणि हिरोकोकडे बघत राहिली... 'ह्या एवढ्या बिनधास्त कशा राहू शकतात?'

"ते विमान होतं!" किम रोखलेला श्वास सोडत म्हणाली, "पुन्हा एकदा विमानात आत्मविनाशी हल्ल्याचा प्रयत्न झालाय!"

"इकडे ये–" इल्सेने तिला सोफ्यावर बसवत खांद्यावर हात टाकत म्हटलं, "तू जे करतेयस ना, ते करणं आधी थांबव. उडत्या विमानामध्ये बॉंब फुटला, तर काय होईल ह्याबद्दल सतत विचार करणं आधी बंद कर."

किमने हताशपणे डोळे मिटले.

"मी मुद्दाम विचार करत बसत नाही गं ग्रॅन; मला ते विचार आल्यावाचून राहत नाहीत." किमने 'स्ट्रक्चरल इंजिनिअरिंग'मध्ये (रचनाविषयक अभियांत्रिकी) शिक्षण घेतलं होतं– हे समजून घेण्यासाठी की गोष्टींना, वस्तूंना एकत्र जोडून कसं ठेवता येईल; त्यांना तुटण्यापासून कसं वाचवता येईल! पण गेल्या काही महिन्यांत ती हे शिकली होती की तसं करायला तिला आधी मुळात त्या तुटण्याबद्दल खूप काही शिकणं बाकी आहे.

"चल, तुझ्या डॅडना शोधून काढू या." हॅरीचा सॅट-फोन नंबर फिरवत इल्से म्हणाली. हॅरीने लगेचच फोन उचलला.

कुठलीही प्रस्तावना न देता इल्सेने त्याला ठणकावून विचारलं, "तू आज कुठल्या ज्वालाग्राही रिकामटेकड्यांच्या सान्निध्यात तर नव्हतास ना?"

"काय?" कशाच्यातरी (बहुतेक हेलिकॉप्टरांच्या) गडगडाटावर आवाज चढवून हॅरी ओरडला, "तू त्या विमानातल्या बूटवाल्या माणसाबद्दल बोलते आहेस का? नाही, अजिबात नाही. किम म्हणूनच फोन करत होती का इतका वेळ? माझा फोन आतापर्यंत माझ्याजवळ नव्हता. आता बघितलं, तर तिचे तीन कॉल येऊन गेल्याचं लक्षात आलं."

इल्सेने किमला फोन दिला. "तीन फोन आल्याचं बघितल्यावर एखाद्याला परत फोन करावासा वाटला पाहिजे." ती जवळजवळ ओरडलीच.

"मी तेच करणार होतो गं!"

'झालं! सुरू झालं ह्यांचं!' इल्से आणि हिरोकोने एकमेकींकडे हैराण चेहऱ्याने बघितलं आणि हिरोकोने खुणेनेच 'त्याला आणि रझाला आमचा आशीर्वाद सांग' असं सुचवल्यावर त्या दोघी स्वयंपाकघरात निघून गेल्या.

"मला हे अजिबात आवडत नाही." फोन ठेवल्यावर आत येऊन आजीच्या खांद्यावर डोकं ठेवत किम करवादली. तेवढ्या रागातही तिने आजीच्या खांद्यावर जास्त जोर न देण्याची काळजी घेतली– हे जाणून की, तिची हाडं आता किती नाजूक बनलेली होती. "मला त्यातला तो परिचितपणा अजिबात आवडला नाही...

त्यांच्याशी संपर्क साधण्यात मनाला ग्रासून राहिलेल्या भीतीतला... ९/११ च्या वेळी तुमच्याशी संपर्क न साधता येऊन घालवलेले ते काही तास..."

"तास नव्हे, मिनिटं होती ती." इल्सेने तिची चूक सुधारत म्हटलं. मग एकदम विषय बदलत किमच्या हातावर थोपटत बोलली, "बघ, बघ– तुझी त्वचा माझ्यापेक्षा किती छान आहे; तुझ्यासमोर तर मी परग्रहातलीच वाटते."

इल्सेच्या युक्त्यांना न बधता, किम उसासा टाकत म्हणाली "मला हे विश्व पुन्हा पूर्वीसारखं व्हायला हवं आहे."

ह्यावर इल्से काहीच बोलली नाही; फक्त किमचा हात थोपटत राहिली. फक्त ग्रॅनबरोबरच हे शक्य होतं– हे असं एकदम शांत-क्लांत वाटणं.

तिच्या डॅडने ह्यावर सी.आय.ए.च्या ठरावीक आविर्भावात, बदलत्या भौगोलिक-राजकीय स्थितींचं विवेचन केलं असतं. त्याहीपेक्षा वाईट म्हणजे, तिच्या आईने आपल्या गमतीशीर मानसोपचारिक पद्धतीने तिला समजावलं असतं– "असं बघ किम डार्लिंग, हे म्हणजे तू माझ्या आणि तुझ्या डॅडच्या घटस्फोटावेळी मनात कोंडलेल्या भावनांचा उद्रेक झाल्यासारखं आहे. मला माहितेय की, तू ही कारकीर्द निवडली आहेस, ती एका अर्थी तुझ्या दृष्टीने तू आम्हाला एकत्र ठेवू शकली नाहीस, ह्याबद्दल पश्चात्ताप करण्यासाठीच. त्यामुळेच जेव्हा काही तुटू लागतं; विखरू लागतं, तेव्हा आमचं लग्न तुटण्यामधलं तुझं स्वतःचं अपयश तुझ्या डोळ्यांसमोर नाचू लागतं..." आणि त्यातही तिची आई तुटणं-विखुरणं हे शब्द अशा काही ठसक्यात वापरायची की, जणू किमला इंजिनिअरिंगबद्दल वाटणारी ओढ, ही तिच्यामुळेच (आणि तिच्या ह्या मानसोपचारिक संकल्पनांमुळेच) निर्माण झाली असावी.

"मी हिटलर, स्टॅलिन, शीत युद्ध, ब्रिटिश साम्राज्य, वर्णद्वेष आणि देव जाणे अजून कसल्या-कसल्या गोष्टींमधून तरलेली आहे. हे विश्व ह्यातनंदेखील टिकून राहील आणि चिमूटभर नशिबाच्या कृपेने तुझे प्रियजनही. उलट, मला असं वाटतं की, त्याआधी तुलाच कुठेतरी छानशा सुट्टीवर जाऊन यायला लागेल; किमान थोडीशी तरी सुट्टी घ्यावी लागेल." शेवटचं वाक्य म्हणताना इल्सेने किमच्या हातावर चापट मारली. किम खरंतर म्हणाली होती की, ती न्यूयॉर्कला फक्त काही थोड्याफार औपचारिक बाबी पूर्ण करायला आली आहे आणि नाताळच्या सुट्ट्या संपेपर्यंत रजेवर असणार आहे. पण उलट, ती न्यूयॉर्कच्या कार्यालयातून कुठल्याशा महत्त्वाच्या प्रकल्पावर काम करण्यात गढून गेली होती.

किमने ह्यावर काहीच उत्तर दिलं नाही. उलट, विषय बदलत म्हणाली, "मला समजत नाहीये, इतकी वर्षं डॅड सी.आय.ए.मध्ये असताना मी कधीच त्यांची काळजी केली नाही– तशी गरजच वाटली नाही. पण आता..." ती पुढे बोलणार

इतक्यात इल्सेने तिला चिमटा काढला आणि खुणेनेच आत असलेल्या हिरोकोकडे निर्देश करत तिला गप्प बसायला सांगितलं. त्यांनी त्याबद्दल कधी चर्चा केली नव्हती; पण न बोलताच दोघींनी हे ठरवून टाकलं होतं की हॅरी आणि रझा सुरक्षा यंत्रणेचं काम करतात, हा तिचा समज बदलण्याची गरज नव्हती. मग किम हळू आवाजात बोलू लागली, "जगात सगळं इतकं भयंकर होत चाललंय ना, सतत विचार येत राहत की, ते पुढे कुठे असतील, कसे असतील? मी सतत घाबरलेली असते, सतत! आणि मला ते मुळीच आवडत नाहीये! मी तुम्हाला किती कंटाळवाणी वाटत असेन ना?"

"तुझी बडबड आताशा जरा कमी झाल्यासारखी वाटते." इल्सेने आपलं निरीक्षण जाहीर केलं. "मी युद्धकाळात लंडनमध्ये असते, तर किती बरं झालं असतं! विमानहल्ल्यांच्या गोष्टी सांगून आता तुझं मन तरी रिझवू शकले असते."

"अगं ग्रॅन, इतकं वाईट वाटून घेण्याची गरज नाही. तसंपण, त्याचा उपयोग झाला नसता." प्रेमाचं भरतं येऊन इल्सेला घट्ट मिठी मारत किमने सांगितलं.

"पण, मी जे सुट्टीबद्दल म्हणाले, ते मनापासून बोललेय हां किम." इल्सेने तिच्या त्या खास गंभीर आवाजात बजावलं, जो तिने किमशी काही अगदी गंभीर गोष्टींची चर्चा करण्यासाठी राखीव ठेवला होता.

"मला माहितेय ते. पण ह्या क्षणी तरी मला आठवड्यातून किमान पाच दिवस तरी अशा ठिकाणी जावंसं वाटतंय, जिथे सगळे अधिकार माझ्या हातात असतील!"

इल्से – जी किमला तिच्या आई-वडिलांपेक्षा कैक पटींनी अधिक चांगलं ओळखून होती – हे कधीच समजून गेली की, किमने ही कारकीर्द निवडली ती पश्चात्तापापोटी नव्हे, तर त्यातून मिळणाऱ्या अधिकाराच्या समाधानासाठी. इल्सेला आजही तो दिवस आठवत होता जेव्हा किम हिवाळी सुट्ट्यांसाठी यूनिव्हर्सिटीतून परत आली आणि आल्या-आल्या अतिशय विजयी मुद्रेने– जणू विश्वाला मोठं आव्हानच देतेय, अशा आविर्भावात– इल्सेला म्हणाली, "मला आता इमारतींना भूकंपापासून वाचवण्याचं तंत्र अवगत झालंय!" जणू पृथ्वीने आ वासून तुम्हाला गिळंकृत करायचं ठरवलं, तर तुम्ही तिच्याशी वाटाघाटी करू शकणार होतात!

'बिचारा गॅरी!' इल्सेला अचानक त्या माणसाबद्दल दया दाटून आली, जो तिला पहिल्यापासूनच आपल्या नातीसाठी फारच अयोग्य, कमकुवत वाटला होता. किमने मुळातच त्याची निवड केली, कारण तो तिला कधीच 'विना-अधिकारित' वाटू देऊ शकणार नव्हता. तेवढ्यासाठी तिचे डॅड पुरेसे होते. किमला नेहमीच त्यांच्या असण्याबद्दल आणि नसण्याबद्दलही अलिप्तता वाटावी, असं प्रकर्षाने वाटत राहायचं... आणि एक अलिप्तता सोडल्यास बाकी सगळं वाटत राहिल्याचा खूप रागही दाटून यायचा. आणि निश्चितच, ती कधी ना कधी गॅरीला सोडून देणार, हे

नक्की होतं. कारण त्याच्याप्रति इतक्या आस्थाहीन भावना असणाऱ्या माणसाबरोबर तडजोड करून राहणं, हे तिच्या उत्कट स्वभावाच्या अगदी विरुद्ध होतं. 'एक दिवस' इल्सेच्या मनात आलं– 'कुणीतरी येईल आणि हिला मंत्रमुग्ध करेल; तो तिच्या आयुष्यातला सगळ्यात चांगला किंवा सगळ्यात वाईट दिवस असेल!'

इतक्यात हॅरी ठीक आहे, हे समजल्यावर चिंतामुक्त होत किमने बूट काढून सोफ्यावर रेलून बसत इल्सेला विचारलं, "मी अशी वेड लागल्यागत किंचाळत येण्याआधी तू आणि हिरोको काय बोलत होतात गं?"

"ती 'विली इन द किचन'ची गोष्ट!" इल्से हसत म्हणाली.

"जर खरंच स्वर्ग असेल ना, तर अंकल विली ह्या क्षणी तिथून तुझ्याकडे रागारागाने बघत उभा असेल." हताश आविर्भावात मान डोलावत इल्सेला दटावत किम म्हणाली. पण, इल्सेला माहिती होतं की, खरंतर किमला तिचा हा अश्लीलपणा खूपच आवडायचा आणि म्हणूनच तीच तिला बऱ्याचदा असं बोलायला प्रोत्साहित करायची.

"छ्या! जर स्वर्ग असेल ना, तर विली आताही तेच करत असेल जे त्या दिवशी स्वयंपाकघरात करत होता! नाहीतर मग तो स्वर्ग राहणार नाही. किमान विलीसाठीतरी!" अचानक, इल्से खदखदत पुढे म्हणाली, "ए! कल्पना कर, ते विमानातल्यासारखे अतिरेकी विलीच्या स्वर्गात पोहोचले तर? काय अवस्था होईल त्यांची ते सगळं बघून!"

"ग्रॅन, ह्यात हसण्यासारखं काहीच नाहीये!"

"हसण्यासारखं नाहीये? हे तर पोट धरधरून हसण्यासारखं आहे; हो की नाही हिरोको?"

तोपर्यंत खोलीत परत आलेल्या हिरोकोने किमच्या हातात कुठल्याशा वाफाळत्या पेयाचा कप हातात ठेवून किमला 'भरल्या' आवाजात सांगितलं, "मी तिला आधी ओळखत होते ना, ती इल्से खरंच खूप सभ्य होती. तुझी शप्पथ किम!"

ह्यावरचं इल्सेचं हास्य मुक्त आणि खळखळतं होतं– एका अशा स्त्रीचं हास्य; जिला ही जाणीव होती की, आपल्याला आपल्या घटस्फोटानंतरचं हे समृद्ध आयुष्य लाभणं, हा नशिबाचाच भाग आहे– नव्हे, वरदान आहे.

हेच ते हास्य होतं, जे हिरोकोच्या डोक्यात रुंजी घालत होतं, जेव्हा थोड्या दिवसांनी किम सिॲटलला आवराआवर करायला परतली आणि हिरोको तिच्या स्वभावाविरुद्ध सकाळी उशिरापर्यंत झोपून राहिलेल्या इल्सेला जागं करायला गेली. तिने जोरजोरात दरवाजा ठोठावत इल्सेला हसत-हसत विचारलं, 'अजून किती वेळ झोपणार आहात, आळशीबाई?' आणि बराच वेळ, जेव्हा काहीच प्रतिक्रिया आली नाही, तेव्हा त्याच हास्याचा विचार करत– हिरोको इल्सेच्या खोलीचा दरवाजा

ढकलून त्या सत्याला सामोरं जायला सज्ज झाली– ज्याची खूणगाठ तिच्या मनाने आधीच बांधली.

आपल्या प्रिय मैत्रिणीच्या चेहऱ्यावरचे केस बाजूला सारत हिरोको विचार करत राहिली की 'मृत्यू असाही असू शकतो तर! बॉंब आणि बंदुकांच्या खडखडाटाऐवजी अखेरीस शांतीसुद्धा लाभू शकते तर...'

हिरोकोने मग इल्सेच्या पलंगाशेजारचा फोन उचलून रझाच्या सॅट-फोनवर फोन लावला. सुरुवातीला रझाचा स्वर विचलित वाटला; पण हिरोकोच्या आवाजातलं गांभीर्य लक्षात आल्यावर त्याने तिला काळजीने विचारलं, "काय झालं अम्मी? सगळं ठीक आहे ना?" त्यावर हिरोकोने निःश्वास सोडत त्याला सांगितलं, "तुला आज हॅरीला आधार द्यावा लागेल. रझा, इल्सेला आज सकाळी झोपेतच देवाज्ञा झाली."

हिरोको स्वतःला सांभाळू शकेल; न्यूयॉर्कमधल्या कोणालातरी फोन करून तिच्या आधाराला पाठवायची गरज नाही ह्याची दहादा खात्री करून रझाने फोन ठेवला आणि मग हिरोको बराच वेळ इल्सेचा हात धरून मूकपणे रडत बसली– दुःखाने; पण नैराश्याने नव्हे.

मग अखेर तिने इल्सेच्या आत्म्याला तिला शक्ती देण्याची विनंती करून, किमला हे कळवण्यासाठी फोन उचलला, की तिची आजी आता ह्या जगात नाही.

३०

हॅरी बर्टन एका हिवाळी सकाळी न्यूयॉर्कमध्ये दाखल झाला, तेव्हा विमान प्रवासाच्या थकव्यामुळे आणि त्याच्या दुःखाने, त्या शहरातलं सगळंच अस्ताव्यस्त झाल्यासारखं वाटलं त्याला. ही बातमी समजण्यापूर्वी त्याला अपेक्षा होती की, तो जेव्हा पुन्हा न्यूयॉर्कमध्ये येईल, तेव्हा त्याला हे शहर आपल्यावर आलेली संकटं झटकून उभं राहिलेलं दिसेल; परंतु त्याच्या खासगी दुःखाने त्या इच्छेवर पडदा टाकला होता.

त्याला हे दुःख पूर्णपणे झटकून टाकायचं होतं. असह्य होत होतं त्याला ते... सगळ्याच गोष्टींमध्ये झिरपून राहिलं होतं. तिचा आत्मा त्याला सोहोच्या रस्त्यांवर प्रत्येक ठिकाणी जाणवत होता. किमलाही जाणवत असेल का? त्याने त्याच्या शेजारून लांब ढांगा टाकत चाललेल्या आपल्या मुलीकडे बघितलं. तिच्या सगळ्याच रूपातून एक धोक्याचा इशारा परावर्तित होत होता– लष्करात घालतात तशी विजार, पुढच्या भागावर स्टीलच्या पट्ट्या असलेले बूट, आतला काळा टी-शर्ट दिसेल इतपत उघडं ठेवलेलं बॉम्बर जाकीट, स्कल-कॅपखाली चापूनचोपून बसवलेले आणि नुकतेच बारीक कापलेले तांबूस केस– त्यांच्या टोकांशी डोकावणारा काळा रंग...

"कसला विचार करते आहेस, पॅन्थर?" हॅरी अखेर म्हणाला.

"मी न्यूयॉर्कला स्थायिक व्हायचा निर्णय घेतला, तो जास्त करून ग्रॅनमुळेच." असं म्हणत तिने हॅरीकडे बघत विचारलं, "तुम्हाला माहिती नव्हतं ना, की मी तसा निर्णय घेतला आहे म्हणून?"

"नाही. पण चांगलं केलंस. म्हणजे, माझ्या मते, तू इथेच जास्त शोभतेस. मला माहितेय, तू सिॲटलला आता बरेच दिवस झाले राहते आहेस. पण... त्या डोंगरदऱ्या, कॉफी पीत बसणं– हा तुझा पिंड नाही. अंहं, ते माझ्या मुलीसाठी योग्य नव्हतंच मुळी. सिॲटल हे तुझ्यासाठी मला नेहमी 'थोड्याशा मौजमजे'सारखं वाटत

आलं आहे... म्हणजे, तुला समजतंय ना मला काय म्हणायचंय ते?''

''डॅड, मला 'थोडीशी मौजमजा' ह्याचा अर्थ चांगलाच माहितेय; हो, फक्त तुमच्याइतका चांगला नाही!'' किम हसून म्हणाली आणि त्यांच्या हातात हात घालून चालू लागली.

हॅरी तिच्याकडे आश्चर्याने (पण नाराजीने नक्कीच नाही) पाहून विचार करू लागला की, त्याच्या मुलीच्या ह्या निरीक्षणावर उत्तर द्यावं तरी काय? त्याला आनंद मात्र झाला– ह्या गोष्टीचा की कालपासून, इल्सेला मूठमाती दिल्यापासून, रडून-रडून डोळे सुजलेली किम, त्या कारणाने का होईना, पण हसली!

''स्वीटहार्ट, ती तशीच गेली जशी तिला जायची इच्छा होती... झोपेमध्ये, अतिशय शांतपणे आणि हिरोकोने सांगितल्याप्रमाणे अतिशय चवदार जेवणावर तिच्याशी भरपूर गप्पा मारून. आपण स्वत:ला भाग्यवान समजलं पाहिजे.''

''हे सगळं जरी खरं असलं तरी मला तिची आठवण येऊ नये, असं तर नाही ना डॅड?'' हॅरीच्या खांद्यावर डोकं ठेवत किमने विचारलं.

ते तशाच प्रकारे बराच वेळ चालत राहिले. नाताळ संपलेला असल्यामुळे सोहोच्या रस्त्यावरची गर्दीसुद्धा खूप विरळ झालेली होती... आणि त्याबद्दल हॅरी खरंच कृतज्ञ होता. गेल्या काही आठवड्यांत त्याला निमुळत्या डोंगरांच्या खिंडींमध्ये काढावे लागल्यामुळे त्याचं शरीर अजूनही धोक्याचा इशारा ओळखून त्यावर प्रतिक्रिया द्यायला सज्ज होतं. मात्र, इथे गर्दी नसल्यामुळे त्याला जरा बेफिकीरपणे चालता तरी येत होतं.

''बाकीची राहिलेली कारणं कोणती–'' त्याने विषय बदलत विचारलं, ''तुझ्या इथे स्थायिक व्हायच्या निर्णयापाठची?''

''हे!'' किमने समोरच्या ओस दिसणाऱ्या क्षितिजाकडे निर्देश करत म्हटलं, ''आमच्यासारख्या स्ट्रक्चरल इंजिनिअर्सना ना डॅड, लगेच समजतं– समजलं. टीव्ही लावला, ज्वाला बघितल्या आणि लगेच समजून गेलो की आता ही इमारत पडणार. बाकीच्या लोकांना हे समजण्यासाठी नियतीने थोडा अवधी तरी दिला, पण आम्हाला... आम्हाला मात्र ते बघतानाच समजलं की, आता ही पहिली इमारत कोसळणार आहे. मग, दुसरी. तेव्हापासून मला इथल्याऐवजी बाकी कुठेही राहायचं नव्हतं.'' तिने तीक्ष्णपणे आजूबाजूला नजर फिरवत घोषित केलं, ''आम्ही बांधत राहू...!''

''तुमचा बांधण्याचा वेग कमी झाला किंवा आचके देऊ लागला, की आतंकवादी जिंकले, असं समजू ना मग आम्ही?'' हॅरी म्हणाला आणि किमने त्याच्या हातातून आपला हात काढत धारदार आवजात म्हटलं, ''तुमच्यासाठी तर हा रोजचाच कारभार असेल; नाही? विनाश आणि मृत्यू. धंद्यासाठी चांगलं आणि अनपेक्षित असं

अजिबात नाही.'' एवढं बोलून किम तिथे असलेल्या एका कुत्र्याशी खेळण्याचा प्रयत्न करू लागली. आपण आपल्या डॅडकडून समजुतीची अपेक्षा केली, ह्याबद्दल स्वत:लाच दूषणं देऊ लागली.

एवढ्यात हॅरीने त्या कुत्र्यासमोर आपला हात पुढे केला आणि किमकडे सपशेल दुर्लक्ष करणाऱ्या त्या प्राण्याने जेव्हा लाडिकपणे हॅरीचा हात चाटला, तेव्हा तर किमचा पारा अजूनच चढला.

'गद्दार कुठला!' ती त्याच्यावर मनातल्या मनात करवादली.

''अनपेक्षित असं अजिबात नाही, हा भाग खरा आहे.'' हॅरी बोलला. हे खरंच होतं, की ९/११ ची घटना त्याला मुळीच अनपेक्षित वाटली नव्हती; खरंतर त्याने १९९५ च्या ओक्लाहोमा शहरात झालेल्या बाँबहल्ल्याशीसुद्धा जिहादी संदर्भ जोडलेला. पण त्याला आश्चर्य वाटलं ते ९/११नंतरच्या त्याच्या स्वत:च्या प्रतिक्रियेबद्दल... त्याला आलेल्या प्रचंड संतापाबद्दल... पूर्ण विश्वाने थांबून त्याच्यासोबत त्या शहरासाठी रडावं, ज्याने त्याला त्याच्या अकराव्या वर्षी आपलंसं केलं, ह्या त्याच्या अपेक्षेबद्दल...

तो त्या वेळी डेमोक्रॅटिक रिपब्लिक ऑफ काँगोमध्ये होता– आर्कराईट अॅन्ड ग्लेनने एका बेल्जियम हिरे-निर्यात कंपनीच्या सुरक्षिततेच्या घेतलेल्या कामाची पाहणी करत. त्याला समजत होतं की, त्याचं हे दु:ख त्या देशामध्ये किती विजोड दिसत असेल; ज्याने तोपर्यंत युद्धामध्ये २.५ लाखांपेक्षाही अधिक लोक गमावले होते आणि ज्यांचं युद्ध तरीही थांबायचं नाव घेत नव्हतं! १२ सप्टेंबरला हॅरीने आकडेमोड करून तो आकडा तीन वर्षांच्या हिशोबाने 'दिवसागणिक अडीच हजार मृत्यू' असल्याचा निष्कर्ष काढून आपल्या व्यथित मनाला समजवण्याचा प्रयत्न केला... पण तो विफल ठरला.

''हो, धंद्यासाठी तर नक्कीच चांगलं आहे.''

''वेल! प्रामाणिकपणे सांगितलंत, ते चांगलं केलंत.'' कुत्र्याशी खेळताना खाली बसलेल्या किमने उठून जोरजोरात पॅन्टला लागलेली धूळ झटकत म्हटलं.

''हा पूर्ण कथानकाचा फक्त थोडासा अंश आहे बरं का, पॅन्थर. आपण नेहमीच एकमेकांच्या कथानकांचे थोडेच अंश ऐकत आलो आहोत.''

''आपण?'' किमने हॅरीकडे रोखून बघत म्हटलं, ''तुम्ही सारखे निघून जाता; मी नाही.''

''मी आता इथेच असणार आहे.''

''किती वेळासाठी?''

त्याने तोंड फिरवलं.

''वाटलंच मला.'' झालेल्या विरसातही आपला अंदाज बरोबर असल्याचं तिला

समाधान वाटलं.

"किम, तू आणि मी आपण लवकरच एकमेकांबरोबर खूप वेळ घालवणार आहोत. तुला इच्छा आहे त्याहीपेक्षा खूप जास्त. ह्याला तू धमकी समज किंवा वचन."

"हो; का नाही?" आवाजातला अविश्वास लपवण्याचा प्रयत्न न करता किमने विचारलं, "पण कधीपर्यंत?"

किमच्या आवाजातला अविश्वास आणि नाराजी हॅरीच्या नजरेतून सुटली नाही आणि त्यातनं डोकावणाऱ्या लहानशा हट्टी मुलीकडे बघत हॅरी हसत म्हणाला, "तुझा डॅड आता म्हातारा होत चाललाय किम! म्हटलं तरी जास्त वेळ ही धावाधाव नाही करू शकणार आता. ह्या जूनमध्ये ६५ वर्षांचा होईन मी– आहेस कुठे तू? निवृत्ती घेण्याची वेळ जवळ आलीय!"

"तुम्ही आणि निवृत्ती? छत्तीसचा आकडा तुमच्यात! कधीच होणार नाही ते!"

"वेल, ठीक आहे. तू म्हणतेस तेसुद्धा खोटं नाही." हॅरीने कबूल केलं. "पण मी किमान सुट्टी तर घेऊ शकेनच की? मग आपण दिल्लीला जाऊ या. चालेल? मी तुला माझं बालपण दाखवीन."

हे हॅरीचं खूप जुनं वचन होतं, अजूनही पूर्ण केलं गेलं नव्हतं; पण तरीही किमला त्याबद्दल उत्साह वाटल्यावाचून राहिला नाही. हॅरी बॅटर्नची ही एक खासियत होती– तो जे म्हणायचा, ते पूर्ण मनापासून... किमान त्या क्षणापुरता तरी!

दोघे पुढे चालू लागले... थोड्या वेळाने किम हॅरीला म्हणाली, "मॉमने तुमच्याप्रति सहानुभूती दर्शवली आहे. ती खरं तर इथेच येणार होती सांत्वनासाठी, पण मीच नको म्हणाले. तुम्हा दोघांना एका वेळी सांभाळायचं म्हणजे तारेवरची कसरत आहे!"

हॅरीच्या दिलखुलास हास्याने किमच्या विधानाला पुष्टी दिली.

"कशी आहे ती? अजूनही मी तोडलेलं हृदय, मिस्टर– काय नाव त्याचं– सोबत आपण खूप खूष आहोत, अशा उभारलेल्या देखाव्यापाठी, यशस्वीपणे लपवते आहे?"

"हो डॅड, ती खूप खूष आहे त्याच्यासोबत. माझ्याबाबतीत मात्र खूप चिंतेत आहे खरी. गेले तीन महिने मला कोणी बॉयफ्रेंड नाही, तर तिला वाटायला लागलंय की मी शापित आहे! जसं काही मी सध्या एकटी आहे तर जगबुडीच होणार आहे! तुम्हाला माहितेय, आम्ही मागच्या वेळी बोलत होतो तेव्हा ती मला काय म्हणाली? म्हणाली, तू काय काम करतेस, ते मुलांना सांगू नकोस. त्यांना म्हणे, इंजिनिअरिंग फार 'पुरुषी' काम वाटतं! मुलगी इंजिनिअर आहे बघितल्यावर मुलं घाबरतात म्हणे! ती असं स्पष्ट बोलली नाही; पण मला वाटतं, तिला म्हणायचं होतं की मी लेस्बियन

आहे, असं वाटतं त्यांना!''

''त्यांना काही वाटू दे, तू 'तू' दिसतेस!'' हॅरी म्हणाला. ''आणि तुझ्या कामामुळे किंवा इतर कुठल्या कारणाने, जर मुलांना तू त्यांच्या क्षमतेबाहेरची वाटतेस, तर मग ते योग्य तोच विचार करत आहेत.''

किमला माहीत होतं की, हॅरी फक्त तिला बरं वाटावं म्हणून हे म्हणत नव्हता. वडील म्हणून त्याच्यात काहीही कमी-जास्त असो; एका बाबतीत तो नेहमीच ठाम होता– की त्याने आयुष्यात किमपेक्षा अजून काही चांगलं निर्माण केलंच नव्हतं! किमने हॅरीचा हात हातात घेतला– त्या क्षणात ती पुन्हा ती लहानगी किम बनली, जी रस्ता पार करताना, आपल्याला डॅडच्या मदतीची गरज आहे, असं 'दाखवून देण्यासाठी' असाच त्याचा हात पकडायची.

ते दोघं चालत-चालत रस्त्याच्या टोकाला पोहोचले तसं त्यांना एक स्त्री दिसली. पिवळसर रंगाचा लोकरीचा कोट आणि सुंदर लोकरीची टोपी घालून, ती दिमाखदारपणे उभी राहून एका दुकानाच्या खिडकीत निरखून पाहत होती.

''काय बघतीय ती?'' भयचकित झालेला हॅरी कुजबुजला... तसा, किमने त्याचा हात सोडवला आणि हसतच हिरोकोशेजारी जाऊन उभी राहिली.

दुकानाच्या खिडकीत एका पुरुषाचा मोठा पुतळा उभा केला होता– त्याच्या अंगावर अगदी घट्ट बसलेला लेदरचा ड्रेस होता, त्याच्या कमरेखालचा भाग जरा जास्तीच फुगीर असा... किमने हिरोकोला घट्ट मिठी मारली आणि त्या दोघी 'डोळ्यांत आसू, ओठांवर हसू' अशा अवस्थेत इल्सेची आठवण काढत, तो पुतळा निरखत उभ्या राहिल्या... तिच्या नव्वदाव्या वाढदिवशी इल्से ह्या पुतळ्यासमोर उभी राहून म्हणालेली, ''हे दशक कसं जाईल, देव जाणे! नशीबाने, माझं ऐंशीचं दशक तरी मला वाटलं होतं तसं गेलं नाही... वायाग्रामुळे गं!सगळे जुने प्रियकर कुठून-कुठून बाहेर पडून आले की माझ्या दाराशी!''

हॅरीने त्यांची तंद्री भंग करायला घसा खाकरला तसं किमने हिरोकोकडे बघून डोळे मिचकावले. ''मला नाही वाटत ह्यांना सांगता येईल हे... अजून तेवढेपण मोठे नाही झाले आहेत ते!''

ह्यावर हिरोको छानसं हसली आणि टाचा उंचावून हॅरीच्या गालाचं चुंबन घेतलं. असले निखळ प्रेमाचे क्षण फारच कमी उपभोगलेल्या हॅरीच्या गालावर लाली पसरली.

''चल माझ्याबरोबर चायनाला–'' हॅरीच्या हातात हात गुंफत हिरेको म्हणाली आणि ते दोघे, छानपैकी गप्पा मारत पुढे चालू लागले. हिरोकोची चाल मंदावत आहे ह्याची तिला जाणीव न करू देता हॅरीला तिच्या चालीशी चाल मिळवून पुढे जाताना बघत किमच्या मनात विचार आला– 'जाणारच आपण दिल्लीला– हॅरी, हिरोको, मी स्वत:... आणि रझा.'

किम कधी रझा कोनरॅड अश्रफला भेटली नव्हती. त्याच्या हिरोकोशी काही क्षणांच्या भेटींचं आणि किमच्या न्यूयॉर्क वाऱ्यांचं गणितच जमायचं नाही. पण त्याचे फोटो त्यांच्या मर्सर स्ट्रीटच्या घरभर विखुरले होते आणि हिरोको व हॅरीच्या तोंडात तर सततच त्याचं नाव असायचं. त्यामुळे तो बऱ्याचदा किमच्या स्वप्नात यायचा ह्याचं तिला तरी आश्चर्य वाटायचं नाही. तो नेहमीच तिच्या स्वप्नात फारच विचित्र परिस्थितींमध्ये उद्भवायचा, पण त्याच्या अस्तित्वाचं तिला कधीच आश्चर्य वाटलं नाही.

'आम्ही भेटलो तर एकमेकांना पार वेडं करू'... किमच्या मनात आलं. हे तर नक्की होतं की, रझा म्हणजे हॅरीची पूर्ण प्रतिकृती होता. त्यांची भेट म्हणजे दोन परस्परविरोधी व्यक्तिमत्त्वांची टक्कर ठरणार, हे नक्की होतं. त्या विचाराने किमला हसू आलं आणि ती दिल्लीची स्वप्नं रंगवत हॅरी आणि हिरोकोच्या पाठोपाठ चालत चायनाटाऊनला पोहोचली.

इथे किम त्यांच्यापासून जरा अंतरावर चालत होती, ह्याबद्दल हॅरीला बरंच वाटलं; कारण हिरोकोशी रझाबद्दल बोलत असताना ऐकून तिची निश्चितपणे बोचरी होणारी नजर त्याला झेलायची नव्हती. तो हिरोकोला सांगत होता– "खरंच, रझा पाकिस्तान किंवा भारतात नाही. मी तुला वचन दिलंय ना एकदा, की मी त्याला कुठल्या अडचणीत येऊ देणार नाही म्हणून?"

हॅरीने आपल्या आयुष्यात बऱ्याच लोकांना बरीच वचनं दिली होती; पण हिरोकोला दिलेलं वचन त्या थोड्या वचनांपैकी होतं, जी त्याने खरंच पाळली होती... किमान तसा मनापासून प्रयत्न तरी केला होता आणि त्यात आजपर्यंत यशस्वीसुद्धा झाला होता. शक्य तितका तो रझाला आर्कराईट ॲन्ड ग्लेनच्या मायामीच्या कार्यालयातच ठेवायचा– गिऱ्हाइकांशी वाटाघाटींमध्ये, कंत्राटांमध्ये, ई-मेल्समध्ये आणि वायरवरून चालणाऱ्या संभाषणांमध्ये अनुवादकाची भूमिका वठवण्यासाठी. पण अफगाणिस्तानची गोष्ट निराळी होती– ती पहिलीच वेळ होती जेव्हा अमेरिकन सैन्यदलाने 'ए ॲन्ड जी'ला कंत्राट दिले– ज्यामुळे कंपनीचे भागधारक ह्या संबंधांतून उद्भवू शकणाऱ्या उत्कृष्ट संधींमुळे व फायद्यांमुळे आनंदाने वेडेपिसे झाले होते. आणि अशा वेळी, रझा कोनरॅड अश्रफ त्यांचा सर्वोत्कृष्ट अनुवादक– ज्याने कधी काळी स्वत:ला अफगाण म्हणवण्याचं धाडस दाखवून त्यात फत्तेही झालेला– त्याला मागे ठेवणं अशक्य होतं.

हिरोकोला पुढचा प्रश्न कसा विचारावा, ते कळेना. तो अशा विषयाशी निगडित होता, जो त्यांनी त्या दिवसापासून चर्चिला नव्हता, जेव्हा ते सज्जादच्या प्रेताजवळ उभे राहून बोलत होते. योग्य ते शब्द जुळवण्यासाठी ती जराशी थबकली; तर शेजारच्या विद्रूप झालेल्या भिंतीवर तिला एक फिका पडत चाललेला सूचना फलक

दिसला. त्यावरच्या हसऱ्या युवकाच्या चित्राखाली लिहीलं होतं– '९/११ पासून बेपत्ता. लुईस रिवेराबद्दल काही माहिती मिळाल्यास कृपया ह्या नंबरावर संपर्क साधा...'

हिरोकोला त्या दिवसाची आठवण झाली, जेव्हा ती योशीसोबत टोकियोला जाण्यासाठी नागासाकी स्टेशनावर उभी होती. पूर्ण फलाटावर असेच फलक लावलेले–बेपत्ता झालेल्या आप्तस्वकीयांबद्दल माहिती मागणाऱ्या आर्जवांनी भरलेले. हिरोको त्या युवकाचे चित्राला निरखून पाहू लागली– त्याचे कपडे, त्याचं मोहक हास्य... अशाच क्षणांमध्ये तिला वाटायचं की, हे म्हणणं चूक आहे की आपला आणि ह्या शहरातल्या लोकांचा इतिहास निराळा आहे म्हणून...

"तुझे अजूनही सी.आय.ए.मध्ये मित्र आहेत." अनाहूतपणे हिरोकोच्या ओठांतून शब्द निसटले.

"सगळेच जण ह्या गोष्टीसाठी पराकोटीचे प्रयत्न करत आहेत की, दोन्ही पक्षांनी आपापल्या परीने माघार घ्यावी." तिच्या प्रश्नाचा रोख नेमका लक्षात येऊन हॅरीने हिरोकोला समजावलं.

त्याच्या उत्तरावर हिरोकोचा त्या सगळ्या निर्वाळ्यांपेक्षा जास्त विश्वास होता, जे तिला विश्वास देऊ पाहत होते की अणुयुद्ध होणार नाही. हिरोकोने हॅरीच्या हातावर थोपटलं आणि लुईस रिवेराचा निरोप घेऊन पुढे चालू लागली. पण तिच्यामागून आलेली किम मात्र बराच वेळ त्याच्याकडे टक लावून पाहू लागली.

चायनाटाऊनच्या अस्ताव्यस्त पसरलेल्या गल्ल्यांमध्ये, तिकडच्या मोठमोठ्याने चाललेल्या खरेदी-विक्रीच्या गडबडीत हिरोको जशी शिरली तशी तिला तिची तिकडची पहिली भेट आठवली. नागासाकीनंतर प्रथमच तिला इथे बालपणी बघितलेल्या (आणि खाल्लेल्या) भाज्या बघितल्यावर जो आनंद वाटला, तो केवळ अवर्णनीय होता. तिला आजही त्या भाज्यांची चिनी नावं आठवत होती. (तिची आई त्या भाज्या चिनी बाजारातून आणायची, त्यामुळे हिरोकोच्या जिभेवर तीच नावं बसलेली) तसंच तिला कोनरॅड वेईसने त्याच्यासाठी अनोळखी असलेल्या त्या भाज्यांना दिलेली नावंही चांगलीच लक्षात होती. पाकचोई म्हणजे 'वाऱ्याने विस्कटलेला कोबी'; मधून चिरलेलं कमळाचं मूळ म्हणजे 'पुरातनकाळातील फूल'; तसंच आलं (जे सज्जाद लोणच्यात बुडवून सतत खात राहायचा) म्हणजे 'पृथ्वीच्या गाठी'.

हॅरी रस्त्याच्या कडेला फतकल मारून बसलेल्या एका माणसापाशी येऊन थांबला. तो मेलेल्या तीन माशांना त्या रस्त्यावर 'चालवण्याचा' प्रयत्न करत होता आणि आजूबाजूचे लोक टाळ्या-शिट्ट्यांनी त्याला दाद देत होते. काहीतरी जादूचा प्रयोग, कसलीशी पैज– ते जे काय होतं, त्या माणसाला जिंकायचं होतं, हे

निश्चित. हॅरीला तिथे गुंतलेला बघून हिरोको एका दुकानापुढे पुठ्ठ्यांच्या डब्यात मांडलेली फळं-भाज्या न्याहाळू लागली. एका डब्यातल्या हिरव्या-पिवळ्या गोळ्यांकडे निर्देश करत ती स्वत:शीच पुटपुटली– "हॉन्ग ग्लाझो,"– नागासाकीनंतर ती प्रथमच तो शब्द उच्चारत होती.

'उर्दूत ह्याला बैर म्हणतात; इंग्रजीत काय म्हणतात देव जाणे!'

नागासाकी... तिच्या नकळत तिचा हात पाठी गेला.

"हे बैर आहे का?" मागून आलेल्या हॅरीने विचारलं तशी कोनरॅडच्या ह्या भाच्याकडे बघून हिरोको हसली.

सज्जादचा मृत्यू झाला; त्यानंतर हॅरी त्यांच्या आयुष्यातून बरीच वर्षं गायबच झाला. मग, नव्वदीच्या दशकाच्या सुरुवातीला एक दिवस हिरोकोच्या अबोत्ताबादच्या घरी येऊन उभा राहिला आणि तिला सांगितलं की, त्याने आपली जुनी नोकरी सोडली आहे (त्याही वेळेला त्याने आपल्या खऱ्या मालकाचं नाव सांगितलं नाही) आणि आता तो खासगी सुरक्षेच्या व्यवसायात आहे. म्हणजे अंगरक्षकाचीच नोकरी. तिथे त्याला चांगल्या अनुवादकांची गरज आहे... तर रझा तयार होईल का? त्यांच्याशी खोटं बोलल्याबद्दल तिने त्याला माफ करावं की नाही, हे त्या वेळी हिरोकोला सुचलंच नाही– तिला एवढंच पुरेसं वाटलं की, तो वेईस कुळातला होता आणि रझाला दुबईच्या निर्जीव आयुष्यातून बाहेर पडण्याची संधी देत होता. आणि हेसुद्धा होतं की, त्याने हिरोकोला वचन दिलं की, रझा कधी बंदुका-बिंदुकांना सामोरं जाणार नाही.

थोड्या वेळाने किम, हॅरी आणि हिरोको, कोलंबस पार्कमधल्या एका बाकड्यावर बसलेले– हॅरी आणि हिरोको चवीचवीने खात असलेल्या त्या विचित्र गंधाचं फळ खावं की न खावं ह्या संभ्रमात, किम हातात खेळवत बसलेली.

"तू न्यूयॉर्कला स्थायिक होणार असशील, तर तू इथे राहायला हवंस," हॅरी म्हणाला.

"इथे? का?" किम आजूबाजूला बघत गोंधळात पडली की तिच्या वडिलांना असं वाटलं असावं... असं काय आहे ह्या जागेत, ज्यामुळे त्यांना वाटलं असेल की मी इथे रमू शकेन? ....समोरच्या बाकड्यावर बसून चायनीज चेस खेळणारे, बेसबॉल कॅप घातलेले ते दोन वृद्ध? अंगाभोवती कोट लपेटून माह-जॉन्गच्या पटांवर वाकलेल्या त्या बायका? करुण आवाजात, आपल्याला न समजणारी गाणी गाणारा तो अंध पुरुष आणि त्याचे साथीदार?

"असंच!" हॅरी म्हणाला. खरं कारण त्याने तिच्यापासून दडवून ठेवलं... त्याने जर तिला सांगितलं असतं की, अमेरिकेवर हल्ला करण्याचा बेत आखणारे शत्रू चायनाटाऊनला हात लावणार नाहीत, तर किमने नक्कीच त्याला सुनावलं असतं

की त्याचं काम त्याला थोडं वेडसर बनवतंय! पण, थोड्या वेळाने जेव्हा किमने हॅरीकडे वळून बघितलं, तेव्हा तिच्या चेहऱ्यावरचा संभ्रम वितळून त्याची जागा सामंजस्याने घेतली होती. तिने हलकेच स्मित करत, मान डोलावून, हॅरीची भीती आपल्याला समजली आहे, ह्याची ग्वाही दिली. पण हॅरीला त्याबद्दल हायसं वाटण्याऐवजी रुखरुखच वाटत राहिली...

'किमला भीतीची इतकीसुद्धा जाण असू नये, की आपले विचार तिला इतक्या चटकन जाणवावेत...' हॅरी अस्वस्थपणे, सदैव भीतीच्या सावलीत वाढून अति सतर्क व संवेदनशील झालेल्या आपल्या पोरीला निरखत विचार करू लागला.

हॅरीला आठवलं की, थोड्या वेळापूर्वी एक काळ्या केसांचा माणूस रस्त्यात वाकून आपल्या बुटाची नाडी बांधू लागला, तेव्हा किम किती ताठरलेली. त्या वेळी तर हॅरीला तिचं घाबरणं मजेशीर वाटलं होतं.

तो तिला म्हणालासुद्धा, "अगं किम, तो फक्त बुटाच्या नाड्या बांधतोय; बॉंब फोडायला बघत नाहीये!" पण आता त्याला तिच्या भीतीची गंमत वाटेना. अफगाणिस्तानच्या दऱ्याखोऱ्यांमध्ये 'भीती' ही भावना एक मूलभूत गरज होती; त्याला त्या भावनेचा वापर करण्याचं योग्य ते प्रशिक्षण मिळालं होतं. पण किमला हे ज्ञान कुठून अवगत झालं– पाठीशी डोळे लावून असता कसं वागावं ह्याचं? 'माकडाच्या हाती कोलीत...' हॅरीने सुस्कारा टाकत विचार केला आणि तेव्हा त्याला जाणवलं की न्यूयॉर्कबद्दलची ती कुठली गोष्ट आहे, जी त्याला अस्वस्थ करते.

"मी हिरोकोला सांगितलंय की, मी कुठे राहावं ह्याबद्दलचा माझा निर्णय होईपर्यंत, ती आणि मी ग्रॅनच्या घरात राहू." हातातल्या फळाचा स्वाद घेत, त्याची विचित्र चव आवडल्याचं नाटक करत किम म्हणाली.

"आम्हा दोघींना वाटतं की, समोरचीला माझ्या आधाराची गरज आहे." हिरोकोने खुलासा केला. मग किमच्या हातातल्या फळाकडे बघत उद्गारली, "अगं, अगं– ते कच्चं आहे. एकदम खराब चव असेल त्याची. का खातीयेस तू ते?"

किमने तातडीने ते फळ टाकून दिलं आणि हिरोकोला म्हणाली, "ते भयंकर आहे; असं म्हणून मला तुला दुखवायचं नव्हतं."

"अरे देवा!" हिरोकोने निःश्वास टाकला. "तुझा हा सांस्कृतिक संवेदनशीलपणा असाच कायम राहिला, तर तुझ्यासोबत राहणं फार कठीण जाणार आहे बाबा!"

ते ऐकून मात्र, "हे एक विचित्र वासाचं, घाणेरडं फळ आहे आणि मला ते अजिबात आवडलं नाहीये!" असं किमने सांगून टाकलं.

"दॅट्स बेटर!" हिरोकोने हसून दाद दिली. "थँक यू. आता मला सांग, तुझ्याकडे किती काळे टी-शर्ट आहेत?"

हॅरी समाधानाने हसला. जगात इतरत्र काही का होत असेना, पण वेईस-बर्टन आणि तानाका अश्रफांनी एकमेकांसोबत प्रेमाने आणि सहचर भावनेने राहण्याची कला अवगत केलेली; त्यांचा एकमेकांशी संलग्न आणि जटील इतिहास त्यांना दूर न सारता, एकत्र आणत राहिला होता!... आणि बहुधा पुढेही राहणार होता!

३१

हॅरी बर्टनने मातीच्या एका ढिगाऱ्यावर पाय ठेवला, तसा तो ढिसाळ ढिगारा विखुरला. खाली दिसणाऱ्या खड्ड्यामधून विचित्रसा झगमगाट दिसू लागला. हॅरीने आपला काळा चष्मा काढला आणि डोळे किलकिले करून आत धगधगणाऱ्या ठिणग्यांचा अचूक वेध घेतला.

"कोणीतरी इथे येऊन गेलंय... अगदी थोड्याच वेळापूर्वी."

हॅरीने त्या निमुळत्या गुहेच्या भिंतीवर साचून राहिलेल्या काळिम्यावरून बोट फिरवलं, तसं त्याखाली त्याला काही खाचण्या आढळल्या. थोड्या वेळाने लक्षात आलं की, ते कोरून काढलेलं ससाण्याचं चित्र होतं.

"अरब?" त्याचा माजी सहकारी स्टीव्हने विचारलं. स्टीव्ह आता गेली बरीच वर्षं सी.आय.ए.चा मदतनीस म्हणून काम करत होता आणि त्याच्या विचारण्याचा रोख होता 'अल-कायदा'.

हॅरीने खांदे उडवले.

"हे शब्दचित्र तर इस्लामच्या कल्पनांना धरून नाहीये."

"हो, पण हत्याकांड... ते ठीक आहे." स्टीव्हने थकल्या हताश चेहऱ्याने शेजारच्या गुहेतून बाहेर पडलेल्या कंत्राटदाराला सांगितलं, "सगळ्यांना सूचित कर की, आपण निघायचंय. इथे काही नाहीये. पुन्हा."

"मला तर शंका आहे की, आपल्या येण्याची वर्दी त्यांना आधीच पोहोचते." शेजारच्या गुहेत पुन्हा एकदा डोकवत कंत्राटदार म्हणाला.

हॅरीला शंका आली होती की, आपण मुळातच इथे येण्याचं प्रयोजन काय? तो स्वत: जर अफगाण असता, तर त्याने सहजपणे ह्या डोंगरातल्या प्रत्येक खड्ड्यात, गुहेत आगी पेटवून त्या विझवल्या असत्या आणि मग धावून, अमेरिकनांकडे जाऊन खबऱ्यांसाठी घोषित केलेलं भरघोस बक्षीस गिळंकृत केलं असतं. नाहीतरी,

अमेरिकन लोक तर पैशाची झाडं लावल्यागतच खिरापत वाटत सुटलेले!

हॅरीने शर्टाच्या बाहीला थुंकी लावून त्या ससाण्याला पुसून काढलं. अतिशय सुंदर शिल्प होतं ते. एक पाय अगदी राजरोसपणे वर करून उभा असलेला ससाणा. हॅरीच्या मनात आलं– 'देव जाणे, हा किती वर्षं ह्या कोंदट गुहेमध्ये बाहेर चाललेला बंदुकींचा गडगडाट ऐकत बसला आहे. बहुतेक ८०च्या दशकातल्या अरब मुजाहिदीनाने ठेवलंय ह्याला इथे.'

त्याला नेहमीच अफगाणिस्तानने रशियाविरुद्ध पुकारलेल्या युद्धात 'विदेशी सैनिकांचा' समावेश अस्वस्थ करत असे. तो हेसुद्धा मान्य करायचा ते ह्यासाठी नव्हे की, त्याला त्यामुळे घडणाऱ्या इतिहासाची पूर्वकल्पना येत होती.... फक्त इतकंच की, त्याच्यातल्या ध्येयवाद्याला हे जास्त योग्य वाटायचं की एखाद्या राष्ट्राची जनता देशाभिमानाने जागृत होऊन आपली जमीन इतर राष्ट्राच्या सत्ताधीशांकडून बळकावते आहे. दोन राष्ट्रांच्या भांडणात तिसरेच कुणीतरी लोक कारण नसताना पडतात, हे त्याला फारच मागासलेलं, मध्ययुगीन वाटायचं.

तो त्या गुहेतून बाहेर पडला आणि दुर्बिणीतून नदीच्या कोरड्या पात्राचे आणि ओसाड गल्ल्यांपुढच्या परिसराचे निरीक्षण करू लागला. गोमल तालुक्याच्या पठारावरची जमीन आणि त्यावरचं आकाश हे दोन्ही दोन वेगवगळ्या शतकांतले शोभतील असे होते. आकाशावर ह्यूई चॉपर भिरभिरतात, तर जमिनीवर मातीच्या घरांचा आणि पडझड झालेल्या किल्ल्यांचा 'सुकाळ' असतो. दोन दशकभर चाललेल्या युद्धानंतर इथे हातभर लोकांशिवाय आणि रानटी झुडुपांशिवाय काहीही राहिलेलं नाही.

"आम्ही सगळं उद्ध्वस्त करतो आणि मग त्याला शांती म्हणतो!" आपली एम-४ रायफल हताशपणे जमिनीवर भिरकावून हॅरी त्याशेजारी बसला. त्याच्याबरोबर आलेले बाकीचे तरुण आणि सशक्त सहकारी कुठलंसं गाणं गात, झरझर पावलं टाकत डोंगर उतरून येत होते– त्यांच्यासोबत येणारे अफगाण मात्र शांतपणे चालत होते.

"तुला मरायचंय का इथे बसून?" हॅरीच्या हातात त्याची एम-४ देत स्टीव्हने त्याला विचारले आणि मग म्हणाला "चल, ऊठ इथून."

"त्यांनी जर मला मारलं, तर आपल्याला ते कुठे आहेत याचा लगेच अंदाज येईल. ते असलं धाडस करणार नाहीत; किंबहुना मी त्यांच्यासाठी इतका सुद्धा महत्त्वाचा नाही." हॅरीने उत्तर दिलं.

"तू कधीपासून इतका रडका झालास रे?" हॅरीची रायफल त्याच्या मांडीवर फेकत आणि सिगारेट शिलगावत स्टीव्हने विचारलं, "लोक मला विचारत राहतात की हॅरीला झालंय तरी काय?"

"माझ्या अवती-भवतीचे लोक बिनडोक झाले आहेत, त्यामुळे माझी चिडचिड होतेय."

“महान सिद्धपुरुष लाला बक्ष बोलले!” स्टीव्ह कमरेत लवून म्हणाला. हॅरीने प्रतिक्रिया देण्याचे कष्ट घेतले नाहीत. त्याला बऱ्याच वर्षांपासून शंका होती की नव्वदीच्या सुरुवातीला स्टीव्हनेच, सी.आय.ए.ला अफगाणिस्तानमधून सोव्हिएत बाहेर पडल्यानंतर त्याकडे पाठ फिरवण्याच्या सी.आय.ए.च्या निर्णयाबद्दल एका महत्त्वाच्या लष्करी मासिकात खरमरीत लेख लिहिणाऱ्या ‘आतल्या माणसाबद्दल’ खबर दिली होती.

स्टीव्ह हा त्या हाताच्या बोटावर मोजण्याइतपत लोकांपैकी एक होता – ज्याला माहिती होतं की, लाला बक्ष, त्या लेखाच्या लेखकाचं टोपणनाव हे हॅरीचं सुद्धा पठाणी नाव होतं. हॅरीने ह्या घडामोडी कधी फारशा मनावर घेतल्या नव्हत्या– तो तसंपण सी.आय.ए. सोडण्याच्याच मार्गावर होता... थोडे अधिक महिने, ठरल्यापेक्षा काही महिने आधीच त्याला तिथून रजा घ्यावी लागली ह्याबद्दल त्याला फारसं काहीच सोयरसुतक नव्हतं.

“मग काय, आता तुला फुशारक्या मारायला संधी मिळाली– तू बरोबर होतास, इतर सगळे चुकले. ‘जिहादी तडाखा’... असंच म्हणालास ना तू?” आय.एस.आय. बरोबरच्या प्रत्येक बैठकीनंतर स्टीव्ह न चुकता जी उपहासात्मक शिट्टी मारी, ती त्याने आताही मारली.

“मी ‘तडाखा’ वगैरे म्हणालो नव्हतो आणि मला असंही वाटलं नव्हतं की, आपण इथे परत येऊ म्हणून. ‘सौदी अरेबियामधील हिंसक क्रांती’ असं भविष्य वर्तवलेलं मी. आणि इथे येण्यात फुशारक्या मारण्यासारखं काही नाहीये; उलट अपयश आहे ते.”

“आपण ‘आयर्न कर्टन’ फाडलं; नव्हे, चिंधाडलं. त्या तसल्या अपयशासोबत मी जगू शकतो.”

भिंगांवरून प्रकाश परावर्तित होऊन त्यांची गुप्त जागा उघडकीस येण्याआधी स्टीव्हने हॅरीच्या हातातली दुर्बीण हिसकावून घेतली. हॅरीला त्याला सांगावंसं वाटलं की, त्याचे भगभगीत सोनेरी केसही ते काम लीलया करू शकतात... पण हॅरीने स्वत:ला आवर घातला.

“पण मला तुझी एका गोष्टीसाठी माफी मागायची आहे.” स्टीव्ह म्हणाला. गेल्या वीस वर्षांच्या ओळखीत स्टीव्हने हॅरीला इतका मोठा धक्का कधीच दिला नव्हता! “तुझं पितळ उघडं पाडल्याबद्दल नव्हे– त्याबद्दल मला मुळीच पश्चात्ताप नाही! पण, मला आठवतंय, मी पूर्वी म्हणालो होतो की खासगी लष्करी संस्थांमध्ये माणसाला काही भविष्य नाही. चुकीचं होतं ते. ह्या खासगी लष्करी संस्थाच उद्याच्या युद्धांच्या कर्त्या-धर्त्या आहेत– युद्ध लढण्यासाठी आणि त्यानंतरची पुनर्बांधणी करण्यासाठीसुद्धा– आणि तू, हॅरी बर्टन, त्यात अग्रेसर आहेस!”

"चला! मला ह्यामधली स्तुती तर समजली– आता, उपरोध काय आहे, ते सुद्धा सांगून टाक!'' हॅरी आणि स्टीव्ह एकमेकांना जितक्या जवळून ओळखत होते, त्यातही एक गंमत होती. अशा दोन व्यक्ती एकमेकांचा कितीही दुस्वास करत असल्या, तरी त्यांच्या वागण्या-बोलण्यात एकमेकांबद्दल इतका सुपरिचितपणा असतो, की ते नातं अगदी जवळिकीचंच वाटत राहतं.

"तू त्या सगळ्या विकसनशील देशांमधल्या लोकांना इथे काम देऊन शुद्ध गाढवपणा करत आहेस. मान्य आहे मला की, आर्थिकदृष्ट्या तुझा निर्णय फार हुशारीचा आहे. पण, किमान पाकिस्तान आणि बांगलादेशामधल्या लोकांना तरी घेऊ नकोस. तू तर असा वागतो आहेस जणू हे एखादं प्रादेशिक युद्ध आहे आणि हे त्यातले तटस्थ सैनिक! एक वेळ श्रीलंका, नेपाळ, फिलिपाइन्सचे लोक घे. भारतातलेसुद्धा चालतील; फक्त ते मुसलमान नसावेत.''

"मी ह्या माणसांबरोबर वर्षानुवर्षं काम करत आलो आहे.'' हॅरी उठला आणि स्टीव्हच्या हातातली आपली दुर्बीण हिसकावत म्हणाला. हॅरीला खरंतर स्टीव्हला ह्या गोष्टीची आठवण करून द्यायची होती की, पंधरा वर्षापूर्वी तोच असं गमतीने म्हणायचा की व्हिएतनाम आणि अफगाणिस्तानमध्ये इतकाच फरक होता की, व्हिएतनाममध्ये त्यांच्याकडे जी.-आय. होते आणि इथे जि-हाद. पण त्याला स्टीव्हशी इतक्याही अधिक शब्दांची देवाण-घेवाण करण्याचे त्राण उरले नव्हते.

"हॅरीऽ हॅरीऽऽ हॅरी...अरे, जागा हो! ऊठ आणि अवती-भवतीच्या जळालेल्या इमारतींकडे बघ. तुला काय वाटतं, इस्लामाबादनंतर आपण जी इतकी वर्षं एकत्र आहोत, त्यात मी तुला ओळखू शकलेलो नाही? तू भूतकाळातून बाहेरच यायला तयार नाहीयेस. तू ह्या लोकांकडे बघतोस आणि तुला तुझं बालपण आठवतं. आचारी, माळी, ड्रायव्हर... तुझा उर्दूचा शिक्षक.''

"तुझा रोख जर रझाकडे वळत असेल, तर वेळीच थांब, स्टीव्ह.'' स्टीव्हकडे आपली करडी नजर रोखत हॅरीने तंबी भरली.

"मला धमकावून काय होतंय हॅरी? बंद कर ते. तुला ह्याबद्दल चिंता नाही वाटत की ह्या काळात, ह्या जागेत तो धर्माकडे अधिकाधिक झुकत चाललाय?'' हॅरीच्या गोंधळलेल्या डोळ्यांत डोळे घालून स्टीव्हने खुलासा केला. "मी पहिल्यांदा जेव्हा इथे दाखल झालो, तेव्हा मी त्याला एका मशिदीसमोर नतमस्तक झालं बघितलं. त्याला वाटलं असेल की, त्याला कोणी बघत नाहीये...''

"हं! कदाचित तो जमिनीवर नाक टेकवून, हुंगत कुणी मुलगी सापडतेय का ह्याचा अदमास घेत असेल! देव साक्षी आहे, ह्या ठिकाणी डोळ्यांना शोधून तर तुला कुणी मुलगी सापडूच शकत नाही!'' स्टीव्हचं म्हणणं उडवून लावत हॅरी म्हणाला.

"तो फसवाफसवी करण्यात किती तरबेज आहे, हे तर सगळ्यात जास्त तुला

माहिती आहे हॅरी! अरे, जरा विचार कर! कराचीमधला निव्वळ १७ वर्षांचा पोरगा, अफगाणांना हे लीलया पटवून देतो की तो त्यांच्यातलाच आहे; इतकं की ते त्याला त्यांच्या प्रशिक्षण छावणीत नेतात! आणि त्यावरही कडी म्हणजे, ते एका 'हाजरा'ला पश्तूनांच्या छावणीत नेतात! कमाल आहे! आणि आजतागायत आपल्याशिवाय इतर कुणाला हे सगळं माहितीसुद्धा नाहीये! नाही ना? पाकिस्तानी लोकांच्या मधोमध असून कोणालाही शंका आली नाही की, तो त्यांच्यातला एक आहे!''

स्टीव्हचं म्हणणं बरोबर होतं. रझा कोनरॅड रोजच्या रोज विकसनशील देशांच्या विविध प्रतिनिधींसोबत उठ-बस करत होता; त्यांच्यासाठी उर्दू, बंगाली, तमिळ, इंग्रजीमधून अनुवाद करत होता; पण त्याने कधी हे उघड केलं नव्हतं की, त्यातली एक भाषा त्याच्या पूर्वजांशी, वडिलांशी, बालपणाशी अतिशय जवळून निगडित होती. त्या माणसांनी तर खासगीत हे एकमताने ठरवून टाकलं की, रझा कोनरॅड हे त्याचं टोपणनाव आहे. त्याचा काही शेंडाबुडखाच निघेना.

स्टीव्हच्या बोलण्याने हॅरीची विचारधारा तुटली. तो हॅरीला विचारत होता, ''तू असा उद्धटपणे विचार कसा करू शकतोस, की तू एकटाच खऱ्या रझाला ओळखतोस? हा तोच मुलगा आहे, ज्याने वीस वर्षांपूर्वी तुला त्याच्या वडिलांच्या मृत्यूसाठी जबाबदार ठरवलं. हेल! हॅरी! मी माझ्या वडिलांचा तिरस्कार करायचो; पण मला जर वाटलं असतं की कुणी...''

हॅरीने झटक्यात हात उंचावला आणि गरजून म्हणाला ''बास! पुरे झालं!''

स्टीव्हने हताशपणाचे आविर्भाव करत माघार घेतली आणि म्हणाला, ''मी फक्त इथून जाण्यापूर्वी तुला मित्रत्वाच्या नात्याने सल्ला देऊ पाहत होतो.''

''तू इथून चालला आहेस?''

''युनायटेड स्टेट्स ऑफ अमेरिका, उद्या तुमच्या पाकिस्तानच्या प्रदेशातल्या 'खासगी' चढाईमध्ये भाग घेणार नाही!'' स्टीव्ह हसला आणि युद्धात निर्जीव झालेल्या त्याच्या हातावरच्या एका भागावर सिगारेट विझवून उठला. ''त्या हरामखोरांना नक्की पकड, हॅरी. अंकल सॅमला आता अपयशाचा कंटाळा येत चालला आहे.''

''येस सर!'' स्टीव्हला 'मानाचा मुजरा' करत हॅरी बोलला. ''पण माझ्या वतीने अंकल सॅमला एक निरोप दे. त्यांना म्हणावं, जरा तिकडचं वातावरण थंड करा. माझा मामा होता नागासकीमध्ये– आमच्या कौटुंबिक इतिहासातल्या त्या भागाची पुनरावृत्ती व्हावी, असं मला वाटत नाही.''

''देईन तुझा निरोप मी त्यांना.'' असं कबूल करत स्टीव्हने हॅरीला आपल्यासोबत वाट दाखवण्यासाठी यायला खुणावलं. हॅरीला धडधड करत डोंगरदऱ्या पार करताना बघून स्टीव्हने मनोमन प्रार्थना केली की, 'माझ्या वयाच्या पासष्टाव्या वर्षी माझ्याकडे कामाशिवाय इतरही बरंच काही असावं; जेणेकरून मला अशा गोळ्या

चुकवत डोंगरदऱ्यांमधून फिरण्यापेक्षा आरामात निवृत्त होता येईल!'

आरमार प्रांगणात पोहोचेपर्यंत आकाशात चांदण्या चमकू लागल्या होत्या आणि बोचरा वारा शिवाशिवी खेळू लागला होता. तो आणि हॅरी राहत असलेल्या एका खणाच्या घरात दारात घोंगडं लपेटून रझा बसलेला.

"ते हाताचे ठसे पुन्हा छळतायत वाटतं तुला?" आत शिरता-शिरता हॅरीने रझाला विचारलं.

त्या घराच्या भिंतीवर एका लहान मुलाच्या हाताचे ग्रीसने उमटवलेले ठसे होते. बऱ्याचदा जेव्हा हॅरीला सकाळी जाग यायची, तेव्हा त्याला रझा त्या ठशांवरून अलगदपणे बोटं फिरवताना दिसायचा. अमेरिकन इथे पोहोचले तत्पूर्वीच ते घर ओस पडलं होतं– खरं तर पूर्ण प्रांगणच. आजूबाजूच्या लोकांनी ह्या घरावर शत्रू-जमातीकडून झालेल्या हल्ल्याबद्दल अमेरिकनांना सांगितलं की, त्या जमातीने हल्ला केला तेव्हा त्यांना आत फक्त एक मृत लहान मूल सापडलं– अजून काही नाही. 'कुठल्याशा काळ्या जादूमुळे बाकीचं कुटुंब गायब झालं!' त्या लोकांनी सांगितलं. 'लहान मुलाचं रक्त वापरून केलेली काही जादू असावी बहुधा!'

पण रझाने नकारार्थी मान हलवत म्हटलं, "नाही अंकल हॅरी; फक्त आत जरा घुसमटल्यासारखं होत होतं, म्हणून इथे येऊन बसलो."

ह्यापूर्वी रझाने त्याला अंकल हॅरी म्हटलं त्याला पुरती दोन वर्षं उलटलेली. त्या वेळी ते कोसोवोमध्ये होते आणि के.एल.ए. सोबत एका गुप्त ठिकाणी भेटगाठ करायला जीपमधून जात असताना, युद्धात मेलेल्यांसाठीच्या स्मशानभूमीवरून जाताना रझाने त्याला तसं संबोधलं होतं.

हॅरी रझाच्या खांद्यावर हात ठेवत त्याच्याशेजारी बसला. रझाने स्वत:भोवती गुंडाळलेलं घोंगडं हॅरीच्याही खांद्यावरून लपेटलं आणि दोघं डोक्याला डोकं लावून बसून राहिले. एव्हाना हॅरीला पाकिस्तान्यांच्या अशा शारीरिक जवळकीची सवय झाली होती. मात्र, प्रांगणाच्या दुसऱ्या बाजूने बघत असलेल्या स्टीव्हच्या मनात आलं– 'हे दोघं आता त्या घोंगड्यामधून जग निरखणाऱ्या दोन मुंडक्यांच्या जनावरासारखे दिसत आहेत!'

"तुमच्या इथल्या एका स्थानिक माणसाने आज एका माणसाला पकडून आणलं– तालिबानचा आहे, असं म्हणून ए ॲन्ड जीच्या दोन नवीन अधिकाऱ्यांनी त्याची झडती घेतली. मला अनुवाद करायला सांगत होते."

"कोण ते दोन अधिकारी?" हॅरीने सावध आवाजात विचारलं.

"काळजी करू नका. मी त्यांना सांगून टाकलं की मी भाडोत्री अधिकाऱ्यांकडून आज्ञा घेत नाही! तसंपण त्यांनी सोडून दिलं त्याला. नंतर त्या माणसाचं आणि तुमच्या खबऱ्याचं काहीतरी जुनं वैर होतं, त्याचा वचपा काढला त्याने असं मला

समजलं. तुम्ही कधी कोणाची झडती घेतली आहे का हॅरी?''

''हो. पण तू विचारतोयस त्या पद्धतीची फारशी कधीच नाही. काही उपयोग होत नाही अरे त्याचा.''

''असं काही आहे का, ज्याचा तुम्हाला उपयोग वाटत असूनही तुम्ही करणार नाही?'' रझाला तो दिवस आठवत होता, जेव्हा हॅरी त्याच्या शोधात दुबईला आला. रझाने हॅरीला विचारलं की, सी.आय.ए.ने त्याच्या अब्बांच्या खुन्याला शोधायचा किमान प्रयत्न तरी केला का? ''मी शोधलं त्याला– आणि मारून टाकलं.'' हॅरीने अभिमानाने सांगितलं. जरी रझाला ठाऊक होतं की, हॅरीच्या ह्या कृतीमुळे त्यांच्या अब्बांना (ते जिवंत असते तर) धक्का बसला असता आणि त्याची अम्मी प्रचंड संतापली असती, तरी रझाला त्याच्याप्रति कृतज्ञता वाटल्यावाचून राहिना.

'काय करणार नाही बरं?' हॅरी विचार करू लागला. ''बहुतेक काहीच नाही. मुलांना मारणं, हे माझ्या तत्त्वात बसत नाही... बलात्कार तर मुळीच नाही; पण ते सोडून जे चालतं ते चालतंच रे. रझा, मी मेल्यावर जर माझ्या मुलीने– किमने तुला कधी विचारलं की, मी माणूस म्हणून कसा होतो, तर तिला हे सगळं अजिबात सांगू नकोस; समजलं?''

'किम बर्टन'... कुठल्याही लाल केसांच्या मुलीला बघितल्यावर प्रथम ज्या बर्टनचा विचार त्याच्या मनात यायचा, ती हीच. कुठेतरी ह्या विश्वापासून हजारो मैल दूर ती हिरोकोसोबत राहत होती. रझा आपल्या गुडघ्यांवर डोकं टेकवून विचार करू लागला.

'आईच्या चरणांत त्रिभुवन सापडेल'... त्याच्या शाळेतल्या इस्लामियत शिक्षिकेने एकदा शिकवलं. रझाने घरी येऊन भिंगाने आईच्या पायाचं निरीक्षण केलं आणि हसत-हसत विचारलं, ''हे? हे त्रिभुवन? ही तुझ्या पायाखालची सतरंजी? त्यावर पळणारी मुंगी?'' हिरोको शेवटी त्याच्या शर्टाची कॉलर पकडून वर उभं करत, त्याच्या हसऱ्या चेहऱ्याकडे भिंगातून बघत म्हटली, ''तिथे नाही...इथे! इथे! इथे! त्रिभुवन आहे!''

रझाचा हा शांतपणा हॅरी चांगलाच ओळखून होता– नक्कीच रझा आत्ता हिरोकोबद्दल विचार करत होता. त्याची लाडकी आणि दुर्लक्षित आई. हॅरीने रझाच्या हातावर थोपटलं. इल्से आता ह्या जगात नाही, ह्यावर विश्वासच बसत नव्हता. तिच्या वृद्धपणातही ती इतर सर्वांपेक्षा उल्हसित, चेतनामय वाटायची.

हॅरीला रझाला कळकळीने सांगावंसं वाटतं होतं की, आपण मनुष्य म्हणून किती हीन पातळीवर गेलो आहोत, हे आपल्या आईला समजू नये. म्हणून तिच्यासोबत इतका कमी वेळ घालवल्याबद्दल त्याला खूप पश्चात्ताप होई... पण हॅरीला हेसुद्धा समजत होतं की, रझाला त्यातला मथितार्थ समजण्याऐवजी स्वत:

हॅरीचा पश्चात्तापच जास्त प्रखरपणे दिसेल... आणि तसंही, त्याच्यात काही मथितार्थ असेलच, असंही नाही.

"मी अजून अब्दुल्लाला शोधू शकलो नाहीये." रझा अचानकपणे म्हणाला.

"कोण?"

"अब्दुल्ला. ज्याच्यासोबत मी ८३ मध्ये त्या छावणीत गेलो, तो. माझ्या एका चुलत भावाने त्या वेळी त्या छावणीचा कमांडर असलेल्या माणसाशी गाठ घालून दिली आहे."

हॅरीने कपाळाला आठ्या घालत नाराजीने मान डोलावली.

"तू कशासाठी... तो कमांडर आता आहे कोणाच्या बाजूने?"

"तुम्ही जरा ए ॲन्ड जीच्या अधिकाऱ्याच्या तुमच्या भूमिकेमधून बाहेर पडून माझ्याशी बोलाल का? मला नाही माहिती, की तो कोणाच्या बाजूने आहे. मी विचारलं नाही. पण मी त्याला हेसुद्धा नाही सांगितलं की, मी काय काम करतोय. त्याला वाटतंय की, मी गल्फमधल्या एका आपत्कालीन मदत पुरवणाऱ्या संस्थेसाठी काम करतो."

"थांब रझा, विचार कर जरा! तुला खरंच हे शहाणपणाचं वाटतंय का? अफगाणांना स्वत:हून फोन करून तू ह्या देशामध्ये आहेस, हे सूचित करणं? ते पण, असे अफगाण– ज्यांच्या निष्ठा कुठल्या बाजूने आहेत, ह्याबद्दल तुला काहीच गंध नाही?"

"हा देश बराच मोठा आहे आणि मी त्यांना ह्याचा सुगावासुद्धा लागू दिलेला नाही, की मी कुठल्या प्रांतात आहे."

रझाला धाकधूक होती की तो कमांडर त्याला सी.आय.ए.सोबत काम करणारा मुलगा म्हणून स्मरत असेल; पण त्याच्याशी बोलल्यावर रझाची ती भीती फोल ठरली. त्या कमांडरने रझाला लक्षात ठेवलं ते असं : 'तूच तो भोवळ येऊन पडलेला हाजरा मुलगा ना– ज्याने त्या पश्तून मुलाला इतपत मूर्ख बनवलं की त्याला वाटू लागलं की तू सी.आय.ए.चा कुणीतरी महत्त्वाचा माणूस आहेस! आणि ते पण का? तर, फक्त एका अमेरिकन माणसाने तुझ्या सपाता पकडल्याचं पाहून!"

"अजून काय म्हणाला तो?" हॅरीने विचारलं.

रझाने मूकपणे आकाशाकडे बघितलं. त्याच्या नकळत त्याची बोटं वाळूमध्ये वेडीवाकडी चित्रं रेखाटत होती.

अखेर बऱ्याच वेळाने रझाने उत्तर दिलं की, त्याने अब्दुल्लाबद्दल शेवटचं ऐकलं तेव्हा तो अफगाणिस्तानच्याच एका छावणीत होता, जिला रशियनांनी उद्ध्वस्त केलं!

हॅरीने त्याच्या मदतीशिवाय रझाने अब्दुल्लाला शोधण्याबद्दलचं दुःख गिळून

टाकलं आणि म्हणाला, "आय ॲम सॉरी. मला माहितेय की, तो तुझा खूप चांगला मित्र होता. पण त्यालाही आता बरीच वर्षं झाली की."

"अब्बा वारल्यानंतर मी एकदा माझ्या अम्मीची रीतसर माफी मागितली. ती मला म्हणाली की, जे घडलं, त्यात माझा दोष नव्हता. मला कसं ठाऊक असणार की पुढे काय घडणार आहे? त्यामुळे मी स्वत:ला अपराधी समजू नये. आणि मग ती पुढे म्हणाली की, पण जर तुला त्या मुलाला, अब्दुल्लाला त्या छावणीमधून बाहेर काढण्याचा मार्ग दिसला, तर तो नक्की वापर आणि त्याला तिथून सोडव. तिथे त्याला काय होतं, ही मात्र तुझीच जबाबदारी आहे. तू त्याला तिथे जायला लावलंस– खरं तर तू त्याला परावृत्त करू शकत होतास."

"पण तो मुजाहिदीन झाला तो तुझ्यामुळे नाही."

"हो, माझ्यामुळेच झाला! मी त्याला भेटलो नसतो, तर तो रशियन बॉंब चुकवत बसण्याऐवजी आज ट्रक चालवत असता. आणि अम्मीने कितीही नाही म्हटलं, तरी हे तितकंच खरं की माझे अब्बासुद्धा जिवंत राहिले असते." रझाने बोलता-बोलता वाळूमध्ये ओरियनचा तारासमूह रेखाटला– पट्टा, धनुष्य, वाकलेले गुडघे.... सगळं काही व्यवस्थित जुळवून.

हॅरी रझाकडे अनिमिष नेत्रांनी पाहू लागला. त्याला प्रकर्षाने वाटत होतं की, किती बरं झालं असतं, जर त्याला हे रझाला सांगण्याची जबाबदारी दिली गेली नसती की सज्जाद त्याला शोधायला बंदरावर गेला होता. तो एक वेळ त्या दूषणांसोबत जगला असता, जी रझाने त्याच्याकडे सज्जादच्या शवावरून भिरकावली– पण रझाने हे ठरवून टाकलं की सज्जाद मेला तो केवळ त्याच्यामुळे– आणि दिवसेंदिवस रझाला ह्या खूणगाठीच्या ओझ्याखाली अधिकाधिक दबताना हॅरीला बघवेना.

"अब्दुल्लाचे सगळे भाऊ मुजाहिदीन होते. तो हेच समजून मोठा झाला की, तो १४ वर्षांचा झाल्यावर तोही मुजाहिदीनच होणार.... ज्याप्रमाणे असं आपण गृहीत धरतो की, आपण नववीनंतर दहावीत जाणारच."

"हो– हो–" रझाच्या आवाजात आत राग डोकवू लागला होता. "मी सुद्धा स्वत:ला तेच समजावलं. आणि म्हणूनच मी त्याच्यासाठी काहीच केलं नाही. किंबहुना, मला त्याच्यासाठी काही करता येईल का, ह्याचा विचारसुद्धा केला नाही. वीस वर्षांत मी त्याचा फारसा विचारसुद्धा केला नाही."

"आणि तेच योग्य होतं!" हॅरी समजावणीच्या सुरात म्हणाला, "हे बघ रझा, तुलाही माहितेय की, मला तुझ्या आईबद्दल खूप प्रेम आणि आदर आहे. पण हेही तितकंच खरं की, तिला युद्धामधल्या सत्य परिस्थितीबद्दल ज्ञान नाही." शब्द निसटून गेले तसा हॅरीचा चेहरा शरमेने लालबुंद झाला.

पण रझाने त्याच्या बोलण्याचं भांडवल न करता म्हटलं, ''तुम्हाला जेव्हा युद्धामधील सत्य परिस्थिती समजत नाही ना, तेव्हाच तुम्ही असल्या सगळ्या गोष्टी डोक्यातून बाहेर काढू शकता. पण इथे येऊन, इथे राहून, इकडच्या तरुणांना बघून; जे खरंतर कधी तरुण म्हणून जगतच नाहीत; अकाली वृद्धत्वाचा शापच असतो त्यांना जणू; तुम्हाला काहीतरी जाचू लागतं. ते तुम्हाला जाचलं पाहिजे हॅरी! तुम्हाला कुठल्याच बाबतीत जबाबदारी वाटत नाही?''

''कधी कधी मी अमेरिकेमध्ये त्या उदारमतवाद्यांची भाषणं ऐकतो आणि मला फार अचंबा वाटतो की, ते ज्या प्रकारे जगातल्या सगळ्या वाईट गोष्टींचं मूळ, अमेरिकेने काय केलं किंवा अमेरिकेने काय केलं नाही इथपर्यंत आणून सोडतं! तुला तोच आजार झालाय; फक्त राष्ट्रीय नाही, तर वैयक्तिक पातळीवर. तू अब्दुल्लासाठी जबाबदार नाहीयेस. आणि तुझ्या अब्बांबद्दल बोलायचं तर....''

''त्यांच्याबद्दल बोलायचं तर, आज त्यांनी आपल्या दोघांना बघितलं असतं, तर आपण कुठल्या प्रकारची माणसं बनलोय, हे बघून ढसाढसा रडले असते ते!'' वाळूत रेखाटलेला ओरियन हाताने पुसत रझा म्हणाला. ''तुम्ही कधीपासून जबाबदारीला आजाराचं नाव देत आपल्या आयुष्याचं समर्थन करू लागतात?'' असं म्हणून रझा उठला आणि अंगावरचं घोंगडं झटकून पाकिस्तानी गाणी ऐकवणारा रेडिओ चॅनल ऐकायला निघून गेला.

''बरं झालं!'' घोंगडं उचलून आत जाता-जाता हॅरी पुटपुटला. स्वत:ला हॅरीपेक्षा श्रेष्ठ दाखवणं, ही रझाची आपल्या सदसद्विवेकबुद्धीला शांत करण्याची पद्धतच होती.

'आता तरी तो त्या ठशांकडे बघत वेळ घालवण्यापेक्षा नीट कामाला लागेल!'

३२

हिरोको अश्रफ जेव्हा तीन वर्षांपूर्वी न्यूयॉर्कच्या विमानतळावर उतरली, तेव्हा तिकडच्या अधिकाऱ्याने गोंधळलेल्या नजरेने तिच्या चेहऱ्याकडे आणि त्याच्या हातातल्या तिच्या पासपोर्टकडे बघितले. मग पासपोर्ट उघडून तिच्या नवऱ्याच्या नावाखाली लिहिलेल्या तिच्या जन्मस्थानाचं नाव वाचलं आणि नि:श्वास टाकत पासपोर्टवर शिक्का मारत हिरोकोला म्हणाला, "ठीक आहे. तुम्ही इथे सुरक्षित राहाल."

त्याने तिचा हात आपल्या हातात घेऊन थोपटण्यापेक्षाही हिरोकोला आश्चर्य वाटलं ते त्याच्या बोलण्यातल्या विरोधाभासाबद्दलच्या त्याच्या अनभिज्ञतेबद्दल. तिला स्वत:ला तसं अनभिज्ञ होता येईना. भारताच्या अणुचाचणीनंतर एक आठवडा लोटला होता आणि सगळ्या जगाची नजर आता पाकिस्तानच्या प्रत्युत्तराकडे लागली होती. अशा परिस्थितीत हिरोकोला आपल्या पाठीला लागलेली रग ही त्या मोठ्या विमानप्रवासाची परिणिती वाटत नव्हती... तिला समजत होतं की, तिने अशा परिस्थितीत जगातले सगळे देश सोडून अणुयुद्धापासून स्वत:चं संरक्षण करण्यासाठी ह्या देशाची निवड करावी, ह्याबद्दल 'पक्ष्यांनी' दाखवलेला रोष होता.

टॅक्सीची प्रतीक्षा करत जेव्हा हिरोको विमानतळाबाहेर आजूबाजूचा परिसर निरखत उभी राहिली, तेव्हा तिने इंग्रजी सिनेमांमध्ये बघितलेल्या त्याच्या रूपाशी तुलना करत– तेव्हा तिच्या एकदम लक्षात आलं की, आपण सातासमुद्रापार प्रवास करत असताना पाकिस्तानने चाचणी केलीसुद्धा असेल! म्हणून मग तिच्यासमोर जेव्हा एक तरुण टॅक्सीचालक– जो भारतीय किंवा पाकिस्तानी कोणीही असू शकत होता– थांबला आणि तिचं सामान उचलण्यासाठी गाडीबाहेर उतरला, तेव्हा हिरोकोने अधीरपणे उर्दूत विचारलं, "पाकिस्तानने चाचणी केली का हो?"

त्या माणसाने एकदम अचंबित चेहऱ्याने तिच्याकडे बघितलं आणि खो-खो हसायला लागला. "तुम्ही उर्दू बोलू शकता!... नाही, नाही– आपण अजून चाचणी केलेली नाहीये. अजूनतरी नाही. तुम्ही इतकं चांगलं उर्दू कसं बोलू शकता?"

"मी ४७ पासून पाकिस्तानात राहिलेली आहे." हिरोकोला ह्या संभाषणाची गंमत वाटू लागली. "मी पाकिस्तानीच आहे."

"वाह्!" तिच्यासाठी गाडीचा दरवाजा उघडत तो चालक म्हणाला, "तुम्ही पाकिस्तानी आहात आणि मी अमेरिकन! गेल्याच आठवड्यात नागरिकत्व मिळालं इकडचं." मग इंग्रजीत बोलला, "वेलकम टू माय कंट्री, आंटी!"

त्याचं नाव होतं ओमर. तो होता गुजरनवालाचा; पण एकदाच आपल्या दूरच्या नातेवाइकांना भेटायला कराचीत आला होता, नझीमाबादमध्ये.

"बरं झालं, तुम्ही काल आला नाहीत ते." एका मोठ्या चंदेरी पृथ्वीगोलापाशी क्रिकेट खेळणाऱ्या घोळक्यासमोरून पुढे जात ओमर हिरोकोला म्हणाला. "टॅक्सी-चालकांचा मोठा संप होता काल. ९८ टक्के पिवळ्या टॅक्सी चालविणाऱ्या चालकांनी भाग घेतलेला ९८ टक्के!"

त्याचा उत्साही, पण जरासा अचंबित स्वर ऐकून हिरोको हसली– तिला तो स्वर चांगलाच परिचयाचा होता. १९८८ मध्ये तिने ह्याच स्वरात तिच्या बराचशा पूर्वाश्रमीच्या विद्यार्थ्यांकडून त्या मुलांच्या गोष्टी ऐकलेल्या– जे पूर्वी वर्गात तर सगळ्यात पाठीमागच्या बाकड्यावर बसत– पण नंतर मोठे झाल्यावर आपापल्या राजकीय गटांचे झेंडे फडकावत रस्त्यावर मोठमोठ्याने घोषणा देत आणि गाणी गात फिरू लागले होते. ह्या ओमरबद्दल तिला अद्याप खूप माहिती गवसलेली नव्हती; पण त्याच्या भरभर बोलण्याशी वेग जुळवता-जुळवता तिला अचानक एक गोष्ट सुचली.

"बरेचसे टॅक्सीचालक भारतीय आहेत ना हो?" समोरच्या आरशातल्या तिच्या प्रतिबिंबाकडे बघत ओमरने होकारार्थी मान डोलावली. "आणि बरेचसे पाकिस्तानीसुद्धा आहेत का?"

"नाही– नाही, प्लीज–" ओमर पटकन बोलला. "हे विचारू नका की आमचे देश एकमेकांचा काटा काढायला टपले असताना आम्ही इथे एकत्र येऊन संप कसा करू शकतो? सगळे पत्रकारसुद्धा तेच विचारतात. आंटी, आम्ही टॅक्सीचालक आहोत आणि काही अयोग्य नव्या नियमांबद्दल आमचा विरोध दर्शवत आहोत. बास! मग ह्यामध्ये ज्या सरकारांनी आम्हाला कैक वर्षांपूर्वी आयुष्यभरासाठी नाराज केलं, त्यांचा विचार करून आम्ही इथे एकत्र येऊ नये, हे योग्य आहे का?"

ह्यावर हर्षोल्हासाने भारली जाऊन हिरोकोने टॅक्सीची खिडकी उघडली. मग मोठा श्वास घेऊन तिने न्यूयॉर्कची विशुद्ध हवा आपल्या छातीत भरली. इतक्यात एका फेटेवाल्या चालकाची टॅक्सी त्यांच्या शेजारी येऊन उभी राहिली आणि त्या चालकाने प्रेमाने ओमरचा हात आपल्या हातात घेऊन थोपटला. सिग्नल सुटेपर्यंत... क्षणभरच... पण ते काही क्षण हिरोकोला आयुष्यभरासाठीचा दिलासा देऊन गेले.

'गुजरनवालाचा ओमर' हे हिरोकोच्या डायरीमधलं पहिलं नाव ठरलं. ''मी दिवसपाळीत काम करतो.'' तो म्हणाला. ''तुम्हाला कधीही सकाळी ६:००ते संध्याकाळी ६:००च्या दरम्यान टॅक्सी लागणार, असं आधीपासून माहिती झालं तर बिनदिक्कत ह्या नंबरवर फोन करा. मी येईन.'' त्याच्या ह्या वचनामुळे, वागण्यामुळे आणि 'वेलकम टू माय कंट्री, आंटी' ह्या प्रेमळ स्वागतामुळे हिरोकोचे न्यूयॉर्कशी आयुष्यभरासाठीचे प्रेमाचे धागे बांधले गेले!

न्यूयॉर्क असं शहर होतं जिथे ती काही मिनिटांच्या अंतरातच उर्दू, इंग्रजी, जपानी, जर्मन– सगळ्या भाषा ऐकू शकत होती. काय आश्चर्य!

तिला सगळ्यात गंमत वाटायची ती तरुण जपानी मुलींची. त्यांचं खळाळतं हसणं, तिला न उमजणारे शब्द पेरलेली त्यांची भाषा– ज्यामुळे तिला लक्षात येऊ लागलं होतं की, आपलं जपानी अगदीच पुरातन पठडीतलं झालंय! सगळं तिच्यासाठी गंमतीशीर होतं.

पण तरी ह्या सगळ्या विदेशी, परक्या लोकांमध्ये हिरोकोला एकटेपणाची जाणीव कधीच झाली नाही. इल्से म्हणायची तेच खरं– 'मॅनहॅटन म्हणजे मेरी पॉपिन्सच्या बॅगेसारखं आहे... अख्खं विश्व स्वतःत सामावून घेणारं!' हिरोकोला जाणवलं की, आपण आयुष्यभर अशाच तर ठिकाणाच्या, आयुष्याच्या शोधात होतो!

आणि मग जेव्हा त्या इमारती कोसळल्या, तेव्हा हिरोको त्या लोकांच्या दुःखाने इतकी निरातिशय हेलावून गेली की तिचं तिलाच आश्चर्य वाटलं. सिॲटलहून तडक पोहोचलेल्या किमसोबत हिरोकोसुद्धा कित्येक पहाटे त्या आणिबाणीच्या प्रसंगात मदतकार्य करणाऱ्या लोकांसाठी खाऊ-वाटप करण्यासाठी रस्त्यावर उभी राहिली. नंतर तर तिने आपल्याला रक्तदान करता यावं ह्यासाठी हट्टच धरला– 'वृद्ध असले म्हणून काय झालं? उलट, मला इतक्या रक्ताची काय गरज?' अखेर जेव्हा तिला समजावलं गेलं की, प्रश्न वयाचा नसून ती मलेरियाग्रस्त देशातून आली आहे, हा आहे; तेव्हा कुठे तिने ऐकलं. अर्थात, हिरोकोला त्यात काही अपमानास्पद वाटलं नाही; उलट तिला फार बरं वाटलं की रक्तदान केलं नसूनही तिला 'रक्तदान केलंय', असा बिल्ला दिला गेला, कारण त्या

रेड क्रॉसच्या कार्यकर्तीने तिला सांगितल्याप्रमाणे 'इच्छा महत्त्वाची'! जेव्हा हिरोकोने त्या कार्यकर्तीला सांगितलं की महम्मद पैगंबरांनीसुद्धा हेच सांगितलंय. आपण तिला हे का सांगितलं, (ह्याचं मनात आश्चर्य करत) तेव्हा ती कार्यकर्ती हसून म्हणाली, "निश्चितच सांगितलं असेल!"

पण मग गोष्टी बदलल्या. अचानकपणे ते बेट सगळ्यांना समावून घ्यायला फार लहान वाटू लागलं. लोकांची विचारधारा संकुचित झाली. कसं काय देव जाणे, पण इतक्या विविध देशांतल्या लोकांनी भरलेल्या त्या राष्ट्रात राष्ट्रप्रेमाची भावना अधिकाधिक प्रखर होऊ लागली. ह्याबद्दल इल्सेने हसून अभिप्राय दिला– 'काही नाही; नव्याची नवलाई नऊ दिवस; झालं!' तिचं हे विधान आणि टोकियोमधल्या त्या हसऱ्या तरुणाने उच्चारलेले ते दोन शब्द, 'अमेरिकन आयुष्य!'... हिरोकोला वारंवार आठवत होते. त्या तरुणाचे शब्द तर हिरोकोच्या गळ्यातील ताईतच बनले. त्यांचा दुसरा भाग पहिल्या भागामुळे अजून वजनदार बनलेला.

गेले कित्येक आठवडे ही सगळी दृश्यं, हे सगळे शब्द हिरोकोच्या मनात अस्वस्थपणे पिंगा घालत होते; पण आता जानेवारीच्या मध्यावर न्यूयॉर्कमधल्या एका गोंडस बिस्ट्रोमध्ये न्याहारी करणाऱ्यांची गर्दी ओसरल्यावर आणि लंच करणाऱ्यांची गर्दी पोहोचण्यापूर्वी हिरोको जेव्हा शब्दकोडं सोडवत जास्मिन चहा पीत बसली, तेव्हा तिला सगळं विश्व निराळं भासू लागलं. थोड्या वेळाने तिच्याशिवाय त्या बिस्ट्रोच्या एकुलत्या एक गिऱ्हाइकाने बाहेर जाण्यासाठी दरवाजा उघडला तेव्हा बाहेरचा गोंगाट आणि बोचरी थंडगार हवा हिरोकोला झोंबून गेली. मोबाइल फोनवर कटकट करणारा एक माणूस, भुंकणारा कुत्रा, गडगडत जाणारा ट्रक... मग दरवाजा बंद झाला आणि ती परत त्या नीरव शांततेत गुरफटून गेली...

ह्याला शांतता म्हणणं कदाचित अतिशयोक्ती ठरेल, पण किमान तिला मोकळा श्वास घ्यायला काहीतरी जागा मिळाली. कित्येक महिन्यांनंतर तिला अणुयुद्धाच्या दिशेऐवजी तिच्या दिशेविरुद्ध हालचाल दिसू लागली होती आणि हिरोकोच्या मनात सगळ्या विश्वाप्रति प्रेमाचे धुमारे फुटू लागले होते... अगदी न्यूयॉर्कपासून दुसऱ्या टोकाला असलेल्या हुकूमशहाबद्दलसुद्धा! अर्थात, तिला पुढाऱ्यांबद्दल कधीच विश्वास वाटला नव्हता– ना जपानमध्ये, ना पाकिस्तानात! हिरोकोला तो प्रसंग नेमका आठवत होता, जेव्हा ती नागासाकीच्या इस्पितळाच्या फरशीवर उताणी पडून, शेजारी आपल्या आईच्या धडधडणाऱ्या लालभडक छातीमधून चॉपस्टिकने अळ्या वेचणाऱ्या मुलाला निरखून पहात होती. तो एकटाच होता, जो रेडिओवर ऐकू येणाऱ्या आपल्या सम्राटाच्या आवाजाकडे साफ दुर्लक्ष

करून आपल्या आईच्या सेवेत गुंतला होता. खरंतर ती पहिलीच वेळ होती, जेव्हा जपानची जनता आपल्या सम्राटाचा आवाज ऐकत होती (ते जपानच्या शरणागतीबद्दल घोषणा करत होते)... पण त्या मुलाला त्याचं काहीच सोयरसुतक वाटत नव्हतं. आपल्या वडिलांकडून मूर्तिभंजकतेबद्दल मिळालेल्या सगळ्या शिकवण्या लक्षात असूनही, सम्राटाचा आवाज किती किनरा आणि अशक्त वाटत होता, ह्याबद्दल हिरोकोला महदाश्चर्य वाटलं. त्या शब्दांपेक्षा त्या आवाजाच्या पोतामुळे हिरोकोचा जास्त भ्रमनिरास झाला.

"सात आडवं?" ब्रिस्ट्रोतल्या वेट्रेसने आपलं शब्दकोडं वर धरत हिरोकोला विचारलं.

"क्वीट, शब्द नाहीये ना असा कुठला?"

"हनी, असेलही–" वेट्रेसने दाराकडे निर्देश करत बेफिकीरपणे उत्तर दिलं. "मी सिगारेट ओढायला बाहेर जातोय. तू ठीक असशील इथे–" प्रश्नापेक्षा विधानच अधिक होतं ते.

पुन्हा एकदा उघडलेला दरवाजा.... थंडी आणि गलबला.... मग पुन्हा शांती...

हिरोकोने आपल्या बॅगेतला मोबाइल फोन काढला. ह्या अणुयुद्धापासून दूर जात असल्याचा आनंद साजरा करायला नेमकं कुणाशी बोलावं, हे तिला नक्की ठाऊक होतं. क्षणभर तिला असं वाटलं खरं, की घरी जाऊन घरच्या फोनवरून बोलावं म्हणून– बरंच स्वस्त पडलं असतं ते. खरंतर तिला पैशाची चिंता करायचं मुळीच कारण नव्हतं; रझा तिच्या खात्यामध्ये भरपूर पैसे टाकत राहायचा. पण काटकसरीची तिची जुनी सवय काही जाईना. पण मग तिचं मन बदललं– 'जरासा धांदरटपणा करावाच', असा विचार करत हिरोकोने मोबाइलची बटणं जोरजोरात दाबून फोन लावला. आधी तर तिला योशी वातानाबेचा आवाज ओळखूच आला नाही! तो मुळीच त्या माणसासारखा वाटत नव्हता, जो तीन वर्षांपूर्वी हिबाकुशांचं एक मंडळ घेऊन पाकिस्तानात आलेला– पाकिस्तानला अणुचाचणीपासून परावृत्त करण्याच्या निर्धाराने. त्या वेळी भरगच्च पत्रकार परिषदेमध्ये हिरोकोने सगळ्या हिबाकुशांचे अनुभव उर्दूत अनुवादित करून सांगितले होते; भरपूर हसत आणि तितकंच रडत योशीसोबत भरपूर जुन्या आठवणींना उजाळा दिला होता आणि मग न्यूयॉर्कला यायला निघाली होती.

"मीच आहे," तिथून योशी बोलत होता. "तू ऐकते आहेस, तो आवाज मात्र कॅन्सरचा आहे!"

"योशी-सान!"

"सगळीकडे पसरलाय तो आता. करण्यासारखं काहीच उरलं नाहीये."

हिरोकोला तिच्या डोळ्यांत झोंबणाऱ्या अश्रूंचं आश्चर्य वाटलं. खरंतर

योशी तिचा जवळचा असा कोणीच नव्हता. नागासाकीमधला तिच्या जराशा परिचयातला माणूस– कोनरॅडचा मित्र; ज्याने खरंतर कोनरॅडचा विश्वासघात केला. आणि मग हिरोको त्याच्यासाठी 'पश्चात्तापाचं साधन' बनली. त्यामुळे त्याच्यानंतर पत्रांद्वारे, फोनद्वारे योशी हिरोकोसाठी नागासाकीमधला एकमेव दुवा बनून राहिला.

"मला वाटतं, तू आनंद साजरा करायला फोन केला असशील; नाही का?" योशीने तक्रारीच्या सुरात विचारलं. "तुझ्या त्या वेड्याविद्र्या देशाबद्दल... अख्ख्या विश्वाची राखरांगोळी झाली तरी तुझा तो चिवट देश टिकून राहील!!"

"तुला नाही वाटत की, ही साजरी करण्यासारखीच गोष्ट आहे म्हणून?"

"माझा कबुलीजबाब नीट ऐकून घे, हिरोको-सान. मला महिन्यापूर्वी समजलं की गला कॅन्सर आहे आणि तेव्हापासून माझ्या डोक्यात एक विचित्रच तर्क थैमान घालून राहिला आहे.... त्यानुसार, अणुयुद्ध झालं तर मी वाचीन. ते किंवा मी. आणि गेले कित्येक दिवस मी टीव्ही लावतो तो ह्याच आशेने की, मला बातम्यांमध्ये सर्वत्र पसरलेले ते अजस्र, शुभ्र ढग दिसावेत."

हिरोकोने जोरात घेतलेला श्वास ऐकून योशी अजूनच चढ्या आवाजात म्हणाला, "माझ्या अंगात झपाट्याने वाढणाऱ्या पेशी आणि अवघ्या विश्वाला हादरवून टाकण्याची क्षमता असलेल्या पेशींपैकी कुणा एकाची निवड करणं शक्यच नाहीये. निवड करण्याचा प्रश्नच उरत नाहीये."

जराशा झटापटीचा आवाज आला आणि मग एका बाईने फोन घेतला.

"कॅन्सर त्यांच्या मेंदूपर्यंत पसरलेला आहे. त्यांचं हे बोलणं मनावर घेऊ नका."

मागून योशी ओरडत होता– "मनावर घेतलंच पाहिजे! मी जे म्हणालो, ते सगळं खरं आहे!"

हिरोकोने थरथरत्या हाताने फोन बंद केला. टेबलावर दोन-चार नोटा फेकून ती भराभरा बिस्ट्रोबाहेर पडली. बोचरा वारा तिच्या अंगाला झोंबू लागला. ती तिची टोपी आणि हातमोजे आतच विसरली होती. पण हिरोकोला त्याची पर्वा नव्हती... तिला त्या मृतवत, सुतकी वातावरणात पुन्हा जावंसं वाटेना.

वेस्ट साईड हायवेला पोहोचेपर्यंत हिरोकोची दृष्टी तिच्या डोळ्यांत साठलेल्या अश्रूंमुळे धूसर होऊन गेलेली. इच्छा नसूनही तिच्या डोळ्यांसमोर गजबजलेल्या कराचीचं बॉंब पडल्यानंतरचं भयानक चित्र तरळू लागलं.

हिरोकोला श्वास घेणं कठीण जाऊ लागलं... तिला त्या बेटाच्या कडेला जाऊन पाण्याकडे बघायचं होतं. 'सज्जाद... सज्जाद'.... ती विव्हळू लागली. तिला त्याच्या अस्तित्वाची, त्याच्या हातोटीची निरातिशय गरज होती, ह्या क्षणी...

हिरोकोचा मोबाइल वाजू लागला, तेव्हा तिने बराच वेळ तो उचललाच नाही; पण शेवटी किमचा फोन होता म्हणून उचलला. हिरोकोचा रुद्ध आवाज ऐकून किम तडक एका टॅक्सीत बसली आणि दहा मिनिटांत हिरोकोजवळ येऊन पोहोचली. ती एका धक्क्यावरच्या खांबाशी एकटीच उभी होती. तिचे चंदेरी केस वाऱ्यावर भुरभुरत होते... तिच्या गोठलेल्या हातांवर हातमोजे नाहीत, असं पाहून किमने नि:शब्दपणे स्वत:चे हातमोजे काढून हिरोकोच्या हातांवर चढवले. "न्यू जर्सीकडे पाहता-पाहता कुणाला न्यूमोनिया होऊ नये." असं म्हणत हिरोकोच्या डोक्यावर रुमाल बांधला.

"मला ह्या विश्वाला इतकं क्रूर होण्यापासून वाचवायचंयऽऽ" हिरोको म्हणाली. किमला ह्यावर काय बोलावं, तेच समजेना. तिला स्वत:लाच ह्या जगामधल्या क्रौर्याखाली, भीषणतेखाली दबून गेल्यासारखं वाटत होतं. दररोज ती जेव्हा वर्तमानपत्र उघडत असे आणि अफगाणिस्तानमधल्या वाढत्या मृत्यूंबद्दल वाचत असे, तेव्हा न चुकता तिचे विचार हॅरीकडे धाव घेत. मग तेच विचार तिच्या कामाकडे वळत. पूर्वी तिचं काम म्हणजे किमसाठी छान निवाऱ्याचं ठिकाण होतं. स्ट्रक्चरल इंजिनिअर्सची मनोवृत्ती! युनिव्हर्सिटीत असताना ती आणि तिच्या मैत्रिणी नेहमी ह्या गोष्टीवर विनोद करायच्या. आपण येणाऱ्या संकटांची नेमकी चाहूल घेऊ शकतो, एखाद्या गोष्टीच्या दबावाचं अगदी चोख गणित मांडू शकतो. आपलं वैयक्तिक आयुष्य जितकं गुंतागुंतीचं, तितकेच आपण असं बांधकाम करण्यात निपुण जे कुठल्याही प्रकारचा आघात सहन करू शकतं. आणा तुमचे ते वादळवारे, आणा तुमचे भूकंप... आम्ही आमची गणितांची अस्त्रं सरसावून तयार आहोत! आणि प्रिय लोकहो... लक्ष असू द्या (इथे तो विनोद, जो खरंतर विनोद नसायचा, शिगेला पोहोचत असे)– आम्ही जेव्हा तुम्हाला सोडायचा निर्णय घेतो तो पूर्णपणे परिस्थितीचा आढावा घेऊन, कंपनं कुठल्या दिशेने चालली आहेत, ह्या सगळ्याचा विचार करूनच; बरं!'

पण आता तर जगात चाललेल्या घडामोडींचा परिणाम कामावरही होऊ लागला होता. भूकंप आणि पूर ह्या वेगळ्या गोष्टी होत्या; पण बॉंब किंवा विमानाची कार्यान्वितता मोजायची म्हणजे विचित्रच म्हणायचं! विमानाचा आकार काय? बॉंबचं वजन काय? एखाद्या माणूस छातीवर विस्फोटकांचा पट्टा लावून एखाद्या इमारतीत शिरला, तर काय होईल? वायुवीजन संस्थेद्वारे रासायनिक वायू सोडला गेला, तर काय होईल?

"ह्या सगळ्याचा विचार करणं, हा माझ्या कामाचा भाग नाहीये!" कालच ती एका स्थापत्यकारावर ओरडला होती.

"आपण थोडं हॉट चॉकलेट पीत कुठेतरी आत बसलो, तर हे विश्व जरा कमी

किंवा जास्त भयंकर होईल, असं वाटत नाही मला.'' हिरोकोला हसवायचा प्रयत्न करत किम म्हणाली. ''अर्थात त्यात थोडे मार्शमॅलो टाकले, तर थोडं कमी भयंकर वाटेल, हे खरं!''

''जाऊ या आतमध्ये...'' हिरोको किमचा हात थोपटत म्हणाली, ''आय ॲम सॉरी. मला वाटलं नव्हतं की, तू असं काम सोडून माझ्यासाठी धावत येशील. मला फार मूर्खासारखं वाटतंय आता.''

''तू एवढा कसला विचार करत होतीस, ते सांग मला आधी.'' तिच्या कोटाच्या खिशांमध्ये गारठलेले हात खुपसत किमने विचारलं.

''परिकथा!'' हिरोको शेजारून वाहणाऱ्या नदीकडे बघत म्हणाली. 'अजून थोडातरी गारठा वाढला तर ही थिजेल, हे नक्की! इथे कोणी प्रियकर किंवा चित्रकार होते का, गोठणाऱ्या बर्फात नाव कोरण्यासाठी सज्ज असे? हाना. तिंची मृत मुलगी.' हिरोकोने शेजारी उभ्या असलेल्या मुलीकडे नजर टाकली आणि बोलू लागली– ''रझा लहान असताना त्याला मी काय-काय भोगलंय, ते समजू द्यायचं नव्हतं; पण त्यातलं दु:ख, त्रास मात्र समजावून द्यायचा होता. समजतंय ना तुला? म्हणून मग मी चित्रविचित्र कथा निर्माण केल्या... घाबरवणाऱ्या कथा.. इतक्या घाबरवणाऱ्या, की अखेर मला त्या रझाला सांगायलासुद्धा भीती वाटू लागली. मी आजकाल त्यांचाच विचार करत राहते.''

किमने मान डोलावली.

''डॅडने सांगितलं एकदा मला त्याबद्दल. तुला राग नाही ना आला?''

''नाही. उलट, आता मला वाटतं की, मी त्या रझाला सांगायला पाहिजे होत्या. सगळ्यांनाच सांगायला पाहिजे होत्या. खरंतर त्या लिहून काढून त्यांच्या प्रती छापून प्रत्येक शाळा, वाचनालय, सार्वजनिक ठिकाणांवर वाटायला पाहिजे होत्या.'' ती थांबली. तिच्या कपाळावर आठ्या पडल्या, जणू एखादा गुंता सोडवायचा प्रयत्न करत असावी. ''पण असं बघ, मी इतिहासाची कैक पुस्तकं वाचली होती. ट्रूमन, चर्चिल, स्टॅलिन, आमचे सम्राट... ह्या सगळ्यांसमोर माझ्या त्या कथा अगदीच लहानशा, बिनमहत्त्वाच्या वाटू लागल्या. नागासाकीसुद्धा. ७५,००० मृत्यू– युद्धामध्ये मेलेल्या ७२ दशलक्षांपुढे किती केविलवाणा आकडा होता तो! इवलासा. फारतर फार '०.००१' इतका! ०.००१ टक्का इतका! त्या एवढ्याश्याबद्दल इतका आक्रोश तरी का करावा?''

''तू जगलीस, त्यामध्ये वाचलीस...'' किम उद्गारली, ''तुझे वडील त्यात मारले गेले. तुझा प्रियकर– नव्हे, होणारा नवरासुद्धा... ह्या गोष्टीचं भांडवल करण्यात कसली आलीय शरम?'' चुकीचं विधान होतं ते.

हिरोको तिच्याकडे वळली... तिचा चेहरा रागाने लालबुंद झाला होता.

"म्हणून? म्हणून नागासाकी इतकं भयंकर ठरलं का? त्याचा परिणाम माझ्या आयुष्यावर झाला, म्हणून?'' हिरोको हातमोजे काढून किमच्या अंगावर भिरकावत म्हणाली, "मला नको तुझं हॉट चॉकलेट!'' आणि ताडताड पावलं टाकत निघून गेली.

किमने एक हातमोजा उचलला आणि त्याने स्वत:च्या तोंडात चपराक मारली– खाडकन!

३३

“रझा हाजरा?”

रझा अफगाण माणसांच्या एका घोळक्यात सॅटेलाईट फोन कानाला लावून त्यांच्या बोलण्याचा अनुवाद करत बसला होता. आपल्या नावाची हाक ऐकून तो चट्कन मागे वळाला.

“रझा हाजरा?” दुसऱ्या बाजूच्या व्यक्तीने पुन्हा विचारलं.

स्टीव्हने रझाकडे बघत चुटकी वाजवली.

“मी म्हटलं, तिथे जो कोण आहे, त्याला सांग की, तू परत फोन करशील.”

“कोण बोलतंय?” रझाने पुश्तूत विचारलं.

“तू हाजरा आहेस का?”

“हो, हो, कोण बोलतंय?”

स्टीव्हने रझाचा हात गच्च पकडत त्याला दरडावलं, “तू इथे कंपनीचा वेळ फुकट घालवतोयस, हे लक्षात ठेव.” मग अमेरिकनांशी एकनिष्ठता दाखवण्यासाठी तिथे पोहोचलेल्या त्या अफगाण घोळक्याकडे निर्देश करत म्हणाला, “आता त्यांना सांग की, मला त्यांच्या एकनिष्ठतेचा काहीतरी पुरावा लागेल.”

“तुमच्यापैकी कोणी उर्दू बोलू शकतं का?” हॅरीने स्टीव्हचं बोलणं मध्येच तोडत त्या घोळक्याला विचारलं. एका माणसाने पटकन हात वर केला– अगदी आज्ञाधारक मुलाप्रमाणे. “तू तुझं बोलणं संपव रझा. मी बघतो इथे काय ते.”

“त्याच्या पगारातून तुझा वाटा काढायला विसरू नकोस, म्हणजे झालं.” स्टीव्ह कुरकुरला.

“कोण बोलतंय?” त्या अफगाणी आणि अमेरिकन लोकांपासून थोडं दूरवर जात रझाने पुन्हा विचारलं.

“इस्माईल. अब्दुल्लाचा भाऊ! तुझ्याकडे अजूनही ती पट्टुशी आहे का रे? मी

वीस वर्षांपूर्वी तुला त्या छावणीमध्ये दिलेली?''

कुंपणालगत असणाऱ्या रुंद पानांच्या झाडाच्या खोडाला टेकून रझा उभा राहिला.

''अब्दुल्ला जिवंत आहे का?''

''हो!''

रझाने खोडाभोवती हाताचा विळखा करून त्यावर आपले डोके ठेवले.

''त्याने सगळ्यात आधी तुझी माफी मागायला सांगितलंय.''

गेली वीस वर्षं रझा ह्या विचाराने व्याकूळ झालेला की, अब्दुल्ला नक्कीच त्याच्या गद्दारपणावर रागावला असेल. तो नंतर कधीच सोहराब गोथला फिरकला नव्हता. आफ्रिदी किंवा इतरही कोणाद्वारे अब्दुल्लाची चौकशी केली नव्हती. आणि हेसुद्धा अपरिहार्यच होतं की, युद्धाची धग जाणवू लागली की अब्दुल्लाला हे दिसलंच असतं की रझाने त्याला सर्वांत जास्त फसवलं ते त्याला कराचीमध्ये थांबू देण्याऐवजी छावणीकडे ढकलून. पण इथे मात्र इस्माईल म्हणत होता, ''त्याला माहिती आहे, की तू सी.आय.ए.शी संलग्न होतास की नव्हतास, ही गोष्ट अलाहिदा, तू त्याच्यासोबत छावणीत गेलास तो त्याचा भाऊ म्हणून, वीस वर्षं अब्दुल्ला ह्या शरमेच्या ओझ्याखाली खंत करीत राहिलाय की, त्याने फालतू रागाच्या भरात त्या कमांडरला सांगितलं की, तू अमेरिकनांचा हस्तक आहेस; जेणेकरून तुला छावणी-मधून हाकलण्यात आलं.''

रझाने मूकपणे मान डोलावली. त्याला काहीच समजेनासं झालं.

''पण मग तू का मला फोन करतोयस; अब्दुल्ला का नाही?''

''कमांडरने मला सांगितलं की, तू त्याला फोन करून अब्दुल्लाची चौकशी केलीस. त्याच्याकडे तुझा नंबर होता. रझा हाजरा, हे खरं आहे का? तू खरंच सी.आय.ए.शी संलग्न होतास का?

''आजच्या घडीला कुठला अफगाण असं काही कबूल करेल?'' काहीतरी चुकत होतं; पण रझाला समजेना की, त्याने काय उत्तर द्यावं; कितपत खरं सांगावं.

''पूर्वीचा काळ वेगळा होता.'' इस्माईल बोलला. ''आपल्याला विश्वास होता की, ते आपली मदत करत होते.'' रझाने होकारार्थी वाटावा, असा हुंकार भरला.

''तू मला का फोन केला आहेस? अब्दुल्ला कुठे आहे?''

बराच वेळ कोणीच काही बोलेना. दोन्ही माणसांना दुसऱ्याचा डाव समजेपर्यंत काही बोलायचं नव्हतं, पण रझाच्या लक्षात आलं की, तो फायद्यात होता.

''बरं, मी सांगतो तुला–'' इस्माईल शेवटी म्हणाला. ''कारण माझ्या भावाने मला सांगितलं तसं करायला. तो म्हणाला की, तू माझी मदत करशील.''

काही वेळाने रझा त्या झाडाच्या तळाशी बसलेला, सॅटफोन शेजारीच ठेवून.

'हा देश, हा देश...' त्याने दूरवरच्या टेकड्यांकडे नजर वळवली. त्या अंधाऱ्या हिवाळी रात्रीच्या पार्श्वभूमीवर त्या टेकड्या म्हणजे दोन खांबांना ताणून बांधलेल्या रंगीत कापडासारख्या दिसत होत्या. काही धुवट, काही ताज्या रक्तासारख्या नव्या कोऱ्या. प्रत्येक कापड इथे वीस वर्षं चालत असलेल्या युद्धामध्ये ठार झालेल्यांच्या कबरींचं चिन्ह बनून राहिल्यासारखं वाटत होतं. रझाला वाटलं की, तो जगभराच्या त्या हजारो-लाखो लोकांमधलाच एक आहे, ज्यांची सदसद्विवेकबुद्धी ह्या अफगाणिस्तानात जमिनीखाली खोल पुरली आहे. त्यावर त्याची प्रतिक्रिया अशी होती की, अनायसे तसं झालंच असेल, तर त्याला किमान त्याबद्दल काही कमाई तरी करता यावी. पण झालं काही वेगळंच! इथे त्याची सदसद्विवेकबुद्धी मध्येच जागृत होऊन त्याला पुन्हा एक संधी देऊ पाहत होती!

करल्याशा निर्धाराने रझा ताडकन उठला आणि त्यांच्या खोलीत जाऊन हॅरीचा सॅटफोन उचलून त्यावर असलेल्या एका नंबरावर फोन करू लागला.

"डॅड!" किम बर्टनचा स्पष्ट आवाज रझाच्या कानात घुमला.

कदाचित तिचा आवाज हॅरीच्या 'आन्सरिंग मशीनवर' इतक्या वेळा ऐकल्यामुळे असेल किंवा अजून कशामुळे असेल; पण रझाला तिचा आवाज इतका सुपरिचित वाटला की, तिला परकेपणाने संबोधणं त्याला केवळ अशक्य होतं.

"हे किम! मी बोलतोय... रझा!"

"डॅडना काही झालंय का?"

"नाही, नाही– हॅरी मजेत आहे." खोलीबाहेर पडत समोर दिसणाऱ्या हॅरीकडे पाहत रझा उद्गारला. हॅरी त्या उर्दू बोलणाऱ्या अफगाणाला आणि त्या टोळीच्या म्होरक्याला आलिंगन देऊन त्यांना दारापर्यंत सोडायला जात होता... शेवटी, अमेरिकेचे नवे दोस्त होते ते!

किमने टाकलेला निःश्वास रझाला ऐकू गेला.

"तुम्ही लोकांनी खरंच काहीतरी वेगळं काम धरावं बाबा!"

'तुम्ही लोकांनी!' मधल्या प्रेमळ दमदाटीवर रझा जरासा हसला.

"माझी आई कशी आहे?"

"हे तू तिलाच फोन करून विचारायला हवंस." त्याचा आवाज नीट ऐकता यावा म्हणून किम त्या बांधकामाच्या जागेपासून थोड्या अंतरावर चालत आली आणि डोक्यावरची घट्ट टोपी उतरवली. रझाच्या उच्चारामध्ये हॅरी आणि हिरोको दोघांचा प्रभाव जाणवत होता. किमने नेहमी गृहीत धरलं होतं की तो आगाऊपणे, शिष्टपणे बोलत असेल; पण प्रत्यक्षात त्याच्या आवाजात एक प्रकारची याचनाच ऐकू येत होती... जणू सांगणारी की 'प्लीज, माझ्यावर प्रेम करा!'

"करीन मी तसं. काय मग, कशा काय नांदताय एकत्र?"

"अधेमधे वादावादी होते आमची, पण ते वाद तितक्याच पटकन निवळूनही जातात."

किम आणि हिरोकोमध्ये 'मला नको तुझं हॉट चॉकलेट' हे वाक्य मोठाच विनोद होऊन बसलं होतं. "जणू काही मी तुला द्वंद्वयुद्धासाठीच आमंत्रण देत होते!"

त्या रात्री किमला मनवण्यासाठी जेवण बनवताना हिरोको उद्गारली.

"मी पुढच्या महिन्यात स्वत:च्या जागेत जातेय, पण ती हिरोकोच्या घराजवळच आहे, त्यामुळे काळजी करू नकोस."

"उं हूं..." रझाला त्याच्याशी फारसं गम्य नव्हतं, हे किमला समजलं.

"मला तुझ्याकडून एक मदत हवी आहे किम. माझ्या ओळखीचा एक अफगाण मुलगा होता." रझा अडखळत सांगू लागला. "अब्दुल्ला... अब्दुल्ला म्हणून."

"अब्दुल्ला?" किमने खात्री करत विचारलं. "तू ज्याच्यासोबत प्रशिक्षण छावणीत गेला होतास तो? तू अफगाणिस्तानात आता नेमका आहेस तरी कुठे?" किमची नजर अवती-भवतीच्या गगनचुंबी इमारतींवर, समोरून छोटासा स्कर्ट घालून फिरणाऱ्या मुलींवर, 'हलाल'ची पाटी लिहिलेल्या हॉट-डॉगच्या गाडीवर, तिच्या अवती-भवतीच्या कोंडाळ्यावर पडली आणि किमला वाटलं... जणू रझा एखाद्या परग्रहावरनं बोलत असावा, इतका दूर आहे!

"तुला माहितेय की मी तुला ते नाही सांगू शकत. माझं बोलणं ऐकून घे किम. तुला त्याची मदत करावी लागेल. तो अमेरिकेत आहे. न्यूयॉर्कला."

"अब्दुल्ला अमेरिकेत काय करतोय?" किम अनवधानाने झटकन मागे वळत उद्गारली.

"तो तिथे बेकायदा राहतोय."

"पुन्हा... त्यात नवल ते काय?"

"थोड्या दिवसांपूर्वी काही एफ.बी.आय.ची माणसं त्याच्या घरी येऊन थडकली. त्यांनी दार ठोठावलं तशी ह्याने खिडकीमधून धूम ठोकली... त्याने त्या लोकांना येताना बघितलं."

इथे रझा बोलत असताना समोर प्रांगणाच्या एका कोपऱ्यात 'हमवीचे' दिवे लावून कशाबशा तयार केलेल्या मैदानावर 'नाईट क्रिकेट'ची जोरदार तयारी चालली होती. हॅरी त्यामधला एकमेव असा होता जो टी.सी.एन. नव्हता. थोडे कंत्राटदार बाजूला उभे राहून हॅरीला विकेटसाठीची लाकडी खुर्ची ओढत आणताना आणि उर्दूमध्ये भरभर फर्मान सोडताना पाहत हसत उभे होते.

"तुला हे सगळं कसं माहिती?" समोरच्या बाजूला येऊन उभ्या राहिलेल्या टॅक्सीतल्या चालकाकडे निरखून बघता-बघता किमने रझाला विचारलं. जणू ती लागलीच ओळखणार होती अब्दुल्लाला!

कुठल्याही गुप्त-कार्यात समोरच्याला कमीत कमी माहिती उघड करावी, हे रझा हॅरीकडून फार पूर्वी शिकलेला. हॅरीप्रमाणेच हा धडा त्याच्या वैयक्तिक आयुष्यातही लागू झालेला होता.

"ते महत्त्वाचं नाही. महत्त्वाचं हे आहे की, तो प्रचंड घाबरलेला आहे. तो एक असा अफगाण आहे, जो एफ.बी.आय.च्या तावडीतून निसटलाय. आजच्या काळात तुमच्या अति-चिकित्सक देशाला असं वाटतं की माणूस घाबरून पळाला, म्हणजे तो अतिरेकीच असणार!"

किम ताठ उभी राहिली आणि कानावरून फोन काढून डोळ्यांसमोर धरत, संतापाने आणि निराशेने त्याकडे पाहू लागली. 'अति-चिकित्सक?' पूर्ण देश भीतीने थरथर कापत होता आणि रझा अश्रफ महाशयांना त्यावर फालतू टिप्पण्या करणं सुचत होतं. आणि दशकभर मायागीमध्ये राहून नागरिकत्वासाठी अर्ज केलेला ग्रीन-कार्डधारक असताना अचानक अमेरिका फक्त 'आमचा देश' कसा काय बनला बुवा?

"तो बिनडोक माणूस पळालाच का? एफ.बी.आय. म्हणजे काही आय.एन.एस. नाहीये काही. त्यांना काही फरक पडत नाही की तो कायदेशीरपणे राहतोय की बेकायदा. त्याला म्हणावं निमूट परत जा आणि त्यांना म्हणावं, सॉरी– मी पळालो... घाबरलो होतो."

"सॉरी, मी पळालो?" उच्चाराची अचूक नक्कल करत रझा उद्‌गरला. "तू खरंच असं काही म्हणालीस, का माझे कान वाजत आहेत? तू 'स्वदेशाभिमान कायदा' वाचलायस का कधी? अर्थात, त्यांना फरक पडतो तो कायदेशीरपणे राहतोय की नाही, ह्यामुळे. त्यांना जर कुठल्या व्यक्तीचा इतकासासुद्धा संशय आला ना, तर ते अगदी फुटकळ व्हिसाचा कायदेभंग केल्याच्या वगैरे निमित्ताने त्याला आगर्याद काळासाठी आत टाकू शकतात!" समोरून काही प्रतिक्रिया येत नाही, असं पाहून रझा बोलला, "समजलं. तू स्वदेशाभिमान कायदा वाचलेला दिसत नाहीयेस."

"आपण ही चर्चा तरी कशासाठी करत आहोत?

"तो आता अमेरिकेत राहू शकत नाही आणि त्याला कॅनडामार्गे अफगाणिस्तानात परत जाण्याचा मार्ग आहे. तुला फक्त त्याला त्या सीमेच्या पार न्यायचंय. तू चालवत असलेल्या गाडीला कुठेही अडवलं जाणार नाही. न्यूयॉर्कमधले त्याचे कुठलेच मित्र तुमच्यासारखे दिसत नाहीत."

"मी हे संभाषण इथेच थांबवते आहे–" असं ठामपणे म्हणत किमने बोलणं थांबवलं आणि परत कामावर जाण्यापूर्वी पुन्हा रझाने फोन करू नये, म्हणून आपला फोन बंदच करून टाकला. एफ.बी.आय.पासून पळालेल्या अफगाणांबद्दल तिला

खूपच अस्वस्थता वाटू लागली होती आणि ह्या प्रकरणापाठी नक्कीच काहीतरी काळंबेरं आहे, ह्या बळावत जाणाऱ्या संशयामुळे तर ती अस्वस्थता वाढीला लागली होती.

शिट्! रझा अश्रफ! काय हक्क होता त्याला तिला असा अनाहूतपणे फोन करून असं अस्वस्थ करण्याचा? हो, तो अगदी हॅरीसारखा होता. स्वत:ची जबाबदारी दुसऱ्यावर ढकलायची आणि आपण ती नाकारायचा प्रयत्न केला की, आपल्यालाच अपराधी वाटायला लावायचं!

तिथे अफगाणिस्तानात रझा नाराज झालेला; पण त्याला आश्चर्य वाटत नव्हतं. 'ठीक आहे... प्लॅन बी वापरायला लागेल,' हॅरीची आळसावलेली बॉलिंग बघता-बघता त्याच्या मनात आलं. त्याला नेमकं माहिती होतं की, 'मला तातडीने अब्दुल्लाला सोडवायला न्यूयॉर्कला जायचंय', असं सांगितल्यावर काय होईल ते. हॅरी म्हणेल की, 'तू भावनेच्या भरात वाहत चाललायस; मूर्खपणा करतोयस.' तो एफ.बी.आय.च्या कुचकामी व्यवहाराला, राजकारण्यांच्या हास्यास्पद कारभाराला, बेअक्कल बनवलेल्या कायद्यांना... सगळ्यांना कचकचून शिव्या घालेल... पण मग हे पण दाखवून देईल की, अब्दुल्ला निर्दोष असला तरी, दहशतवादी म्हणून संशयित असलेल्या माणसाला मदत करणं, हे रझासाठी शहाणपणाचं ठरणार नाही. आणि मग जेव्हा रझा त्याचं ऐकणार नाही; तेव्हा म्हणेल, 'मग मी सुद्धा येणार तुझ्यासोबत! तू काही पूर्ण अमेरिकन दिसत नाहीस; तुला सीमेवर नक्कीच आडवलं जाईल.'

रझा हसला आणि मजेत आळस देत इथे-तिथे बघू लागला. 'थोड्या वेळासाठी का होईना, पण अमेरिकेत जायला मिळतंय, हे काय कमी आहे?' त्याला एकदम मस्त शॉवर-अंघोळ करायची लहर आली आणि त्याचबरोबर मनात विचार चमकून गेला की, 'आपण किम बर्टनची माफी मागायला हवी का?' समोर हॅरीचा खेळ अगदी रंगात आला होता. बॅट्समनने चौका मारल्यावर हॅरीच्या जोरदार आरडाओरड्यामुळे रझा धावत परत खोलीबाहेर आला. तो बॉल नेमका त्याच्या पायाशी येऊन थांबला. फिल्डरला 'मी देतो' अशी खूण करत रझा जेव्हा बॉल उचलायला वाकला, तेव्हाच त्याला वर पहारेकऱ्याच्या मनोऱ्यावर काहीतरी हालचाल दिसली.

हॅरी तोपर्यंत रझाकडे वळाला होता आणि सुंदर, प्रेमळ स्मित करत त्याने बॉलसाठी हात पुढे केला होता. तितक्यात... मनोऱ्यावरच्या त्या अनोळखी माणसाने अतिशय 'तालबद्ध'पणे आपली कॅलाश्निकोव्ह उजवीकडून डावीकडे वळवली... आणि निमिषभरात हॅरी मूकपणे जमिनीवर कोसळला... त्याचा रक्ताळलेला शर्ट 'हमवी'च्या प्रकाशात चमचमत!!

३४

मातीचे धुरळे गोल-गोल फिरत उठत होते... रझा बधिर मनाने आणि गोठलेल्या नजरेने त्याकडे बघत कोपऱ्यात थरथरत बसला होता. वाऱ्याचा झोत अगदीच असह्य झाला, तेव्हा त्याने फक्त आपले हात उंचावून स्वत:चा बचाव करण्याचा प्रयत्न केला. अखेर बऱ्याच वेळाने ते चॉपर हॅरी बर्टनच्या शवाला आणि दोन जखमी कंत्राटदारांना घेऊन जमिनीपासून विलग होऊन आभाळात तरंगायला लागलं.

चॉपरचा आवाज कमी-कमी होत गेला तसा रझाला इथे एका गाडीचं इंजिन सुरू केल्याचा आवाज ऐकू आला. तीन पाकिस्तानी 'थर्ड कंट्री नॅशनल्स' ऊर्फ टी.सी.एन्स.चे शव घेऊन एक जीप कुठल्याही अधिकाऱ्याशिवाय सीमेकडे जायला निघत होती. दुसऱ्या जीपमध्ये एका अफगाणाचं न धुतलेलं शव, त्याचे पाय त्या जीपच्या पुढच्या दांड्याला बांधून, तसंच ठेवलं होतं; ती जीप पहाटेपर्यंत तिथेच ठेवली जाणार होती आणि सकाळी आजूबाजूच्या गावांमध्ये फिरवली जाणार होती. धोक्याचा इशारा म्हणून दोन बांगलादेशी टी.सी.एन्स.ची शवं साठवणुकीच्या खोलीत तशीच पडून होती. काबूलमध्ये बांगलादेशाचा दूतावास नसल्यामुळे त्या शवांचं काय करावं, ह्याचा निर्णय होईना. दूरवर कुठेतरी कबर खोदली जात होती. रझाला ती दिसत नव्हती. फक्त जमीन खणण्याचा आवाज येत होता. ती एका श्रीलंकन माणसासाठी खोदली जात होती. त्याची कुठलीच ओळखपत्रं सापडेनात, तेव्हा त्याला पुरण्याचा निर्णय घेण्यात आला.

अखेर रझा उठून उभा राहिला. त्याचे कपडे सुकलेल्या रक्ताने माखल्यामुळे कडकडीत झाले होते. तो कसाबसा त्या अफगाणाला बांधलेल्या जीपजवळ आला आणि किमान त्याच्या हाडांचा तरी आवाज ऐकता यावा म्हणून त्याचा पाय उचलायचा प्रयत्न करू लागला. पण, तो विफल ठरला. कारण रझाला एकदम

भडभडून आलं आणि गर्रकन वळून उकिडवं बसून तो भडाभडा ओकायला लागला!

कुणाला तो अफगाण ह्यापूर्वी पाहिल्याचं स्मरत नव्हतं. बहुधा तो त्याच घोळक्याचा भाग असावा, जो अमेरिकेशी मैत्री करायला आला होता. सगळे लोक चर्चेत गुंतले असताना तो गुपचूप त्या मनोऱ्यावर चढला असेल आणि तिथल्या श्रीलंकन पहारेकऱ्याचा गळा दाबून त्याला मारून टाकलं असेल.

त्या टोळक्याच्या म्होरक्याने अगदी ठासून सांगितलं की ते ह्या माणसाला ओळखत नव्हते. त्याला ह्याआधी कधी बघितलंसुद्धा नव्हतं. "पण तो तर असंच म्हणणार ना?"– स्टीव्हचा प्रश्न.

रझ्झाने आपलं रक्ताने माखलेलं जाकीट उतरवून जमिनीवर भिरकावलं. आता ती खोली फक्त त्याची उरलेली... हॅरी तर नव्हताच! त्या मारेकऱ्याला खरंतर फक्त अमेरिकनांनाच मारायचं होतं. जे टी.सी.एन. मारले गेले ते हॅरी आणि त्या दोन कंत्राटदारांना मारण्यासाठी जी गोळ्यांची बेदरकार फैर झाडली गेली, त्याच्यामध्ये अनाहूतपणे सापडले गेल्यामुळे. पण ते दोघं वाचले होते, ते त्यांनी कपड्यांच्या आत परिधान केलेल्या चिलखतामुळे. खरंतर हॅरीनेसुद्धा ते परिधान केलं असायला हवं होतं. ए अॅन्ड जीच्या नियमावलीत हे स्पष्ट नमूद केलं की, सर्व कर्मचाऱ्यांनी त्यांना दिलं गेलेलं ते चिलखत सतत घालावं. पण टी.सी.एन.ना चिलखत देणं कंपनीला परवडत नव्हतं आणि त्यांच्यासोबत जेवायला बसताना एकटंच त्या चिलखताच्या वजनाखाली वाकून जेवणं रझ्झाला पटेना, म्हणून तो चिलखत घालायचा नाही. रझ्झा घालत नाही म्हटल्यावर हॅरीने ते घालण्याचा प्रश्नच उद्‌भवत नव्हता.

खोलीत गेल्यावर रझ्झा हॅरीच्या पलंगावर बसला आणि तो वाचत होता ते पुस्तक हातात घेऊन निरखू लागला. 'मदर गूसेस नर्सरी ऱ्हाइम्स'. हॅरी म्हणाला होता की हीच पुस्तकं इथे माणसाला वेड लागण्यापासून वाचवू शकतील.

रझ्झाने डोळे मिटले आणि हॅरी बर्टनच्या सुपरिचित सुगंधात स्वत:ला झोकून दिलं. त्याला घरी जावंसं वाटत होतं. मायामीला नव्हे, वीस वर्षांपूर्वीच्या कराचीला. तेव्हाच्या कराचीला– जेव्हा नागरी हिंसाचाराने नझीमाबादचं रणांगण बनवून त्याच्या सगळ्या मित्रांना इतर शहरांकडे किंवा गल्फ, कॅनडा, अमेरिकेकडे पलायन करायला लावलं नव्हतं. मात्र त्याचं ते घर– जे सज्जाद आणि हिरोकोने इल्सेचा हार विकून घेतलं होतं– ते आता पाडून त्या जागी भलीमोठी इमारत उभी केली होती.

"तुला ते कपडे बदलायला हवेत. प्रचंड दर्प सुटलाय त्यांचा." रझ्झाने बद्दडपणे वर बघितलं, तसा त्याला खोलीत आलेला स्टीव्ह दिसला. त्याने रझ्झाचं जाकीट पलंगावर भिरकावलं.

"इथून न्यूयॉर्कला जाण्याची सगळ्यात जलद सोय कुठली?" रझ्झाने विचारलं.

"किमने मला सांगितलं की, मी तिथे पोहोचेपर्यंत ते अंत्यविधी लांबणीवर टाकतील." खरंतर हे किम म्हणाली नव्हती– त्याने हिरोकोला फोन करून घडलेला वृत्तांत सांगितलेला.

"...पण तू अफगाणिस्तानात का आहेस?"

"अम्मी, ॲम सॉरी. मी तिथे आल्यावर सगळं समजावून सांगीन तुला–" रझा, तू ह्या युद्धात सामील आहेस का?–आय ॲम सॉरी– शू! रडू नकोस.... नाही, रड. पाहिजे तेवढा रड. आणि लवकरात लवकर इथे ये. आम्ही अर्थातच थांबू तुझ्यासाठी. हॅरीलासुद्धा तेच पाहिजे असतं. ओ! रझा! तो मेलेला कसा असू शकतो रे? मी किमला सांगू तरी काय? आणि कसं?...

"मूर्खासारखं काहीतरी बोलू नकोस. तू कुठेही जाणार नाही आहेस. हॅरी बर्टनचा मारेकरी कोण, ह्याचा शोध घ्यायला आपण गेल्या चोवीस तासांत ह्या प्रांगणात आलेल्या प्रत्येक अफगाणाची कसून चौकशी करणार आहोत आणि तू त्यांच्या गलिच्छ तोंडातून बाहेर पडणाऱ्या प्रत्येक शब्दाचा अनुवाद करणार आहेस!"

"मी 'ए ॲन्ड जी'साठी काम करतो." हॅरीच्या चष्म्याशेजारी ते पुस्तक ठेवत रझा शांतपणे म्हणाला. "मी काय करावं, हे तू मला सांगू नकोस. खरं म्हणजे, मला आता असं वाटतं की, मीच इथला सगळ्यात मुख्य कर्मचारी आहे. पुढे काय करावं, ह्याचे सगळे निर्णय मलाच घ्यावे लागणार."

"जरा हा आगाऊपणा कमी केलास, तर तुझाच फायदा होईल." स्टीव्ह रझाच्या पलंगावर बसत तितक्याच शांतपणे बोलू लागला. "हे विसरू नकोस की, तुझ्या मालकांना काम देणारे आम्ही, म्हणजे पर्यायाने मीच आहे. खरं तर मी नुकतंच त्यांच्याशी फोनवर बोलून येतोय. पर्यायी व्यवस्था होईपर्यंत त्यांनी इथला सगळा कारभार माझ्या हातात सोपवला आहे. स्पष्टच सांगायचं तर, ही माझी 'रंगीत तालीम' आहे. त्यांना माझं काम आवडलं, तर हॅरी बर्टनची जागा मीच भरणार आहे. अगदी तुझ्या शेजारी येऊन बसणार आहे. समजलं?"

"मग मी माझ्या राजीनाम्याचं पत्र लिहायला घेतो."

"अरे वा! उत्तम. घे ना! पण ते कबूल केलं जाण्याआधी तुला तीन महिन्यांचा 'प्रतीक्षा-काळ' भोगावा लागेल, ह्याची फक्त आठवण ठेव. ह्याचाच अर्थ, जर किम बर्टन तू तिथे पोहोचेपर्यंत थांबायला तयार असेल, तर तिला म्हणावं– हॅरीचं शव व्यवस्थित ठेवायला एप्रिलपर्यंत पुरेल एवढा बर्फ गोळा करून ठेव!"

रझाने हताशपणे डोळे मिटले आणि स्टीव्हला विनंतीच्या सुरात म्हणाला, "प्लीज! तुमच्याकडे इतरही चांगले अनुवादक आहेत की! मला फक्त अंत्यविधींसाठी जाऊ द्या. हॅरी माझ्यासाठी...." तो पुढे बोलू शकत नव्हता.

स्टीव्ह रझाच्या पलंगावर ऐसपैस पसरला; एका बाजूला ठेवलेल्या कंदिलाची

वात मोठी केली... ज्यामुळे अवती-भवतीच्या भिंतींवर आणि वरच्या छतावर भेसूर सावल्या नाचू लागल्या.

"मी हॅरीचा निरतिशय आदर करायचो." स्टीव्ह बोलू लागला. "त्याला हे ठाऊक नव्हतं. तो एक ध्येयवादी द्रष्टा होता...पण, आता तो काय बनून उरला? सडणाऱ्या मांसाचा तुकडा!"

"प्लीज, मला हॅरीच्या अंत्यविधीला जाऊ द्या."

"पण फक्त एका बाबतीत तो द्रष्टा नव्हता– टी.सी.एन्स.च्या बाबतीत. मी त्याला समजावण्याचा खूप प्रयत्न केला. निश्चित ते स्वस्तात मिळतात; आणि त्यांच्या राष्ट्रांना, त्यांच्याबरोबर काय होतंय ह्याची मुळीच पर्वा नसते. पण त्यांच्या एकनिष्ठतेबद्दल कोण ग्वाही देणार?" इतकं बोलून स्टीव्ह पुन्हा त्या वातीशी खेळू लागला... सावल्या लहान-मोठ्या होत नाचत राहिल्या. रझाला घाम फुटू लागला. घाम आणि त्यामुळे भिजत जाणाऱ्या रक्ताचा एक तीव्रसा दुर्गंध पसरू लागला. स्टीव्ह अखेर पुन्हा रझाकडे वळला आणि म्हणाला, "ह्या प्रश्नात उत्तर अभिप्रेत नाही. मला तुझं मत हवंय."

"त्यांना पैशांची गरज असते." छातीत पाय दुमडत रझाने बारीक आवाजात उत्तर दिलं. स्टीव्हला म्हणायचं तरी काय होतं? की एखाद्या टी.सी.एन.ने त्या अफगाणाला इथे गुपचूप सामील केलं? "त्यांची एकनिष्ठता त्यांच्या दर महिन्याला मिळणाऱ्या पगाराच्या चेकच्या गरजेपोटी असते. आणि एकमेकांप्रति असलेल्या गाढ बंधुभावापोटी."

रझाने डोळे मिटले. त्याच्या मिटल्या डोळ्यांसमोर स्वतःचं चित्र तरळलं. हुसेन आणि अल्तमाशच्या एका दुकानाच्या गल्ल्यापाशी तो उभा आहे. दुधाच्या पाकिटावरचं बारकोड तपासत; पैसे मोजत; पीठ कुठे ठेवलंय, हे सांगत. किती शांततेचं चित्र होतं ते! त्याला त्या क्षणी समजलं की तो फक्त ए ॲन्ड जी पासून मुक्त होणार नव्हता; पण हे आयुष्यच त्यागून देणार होता. तसंपण हॅरीशिवाय ह्या आयुष्याला अर्थ उरला नव्हता.

"पण तुला तर त्या चेकची गरज नव्हती ना – किंबहुना नाहीये ना – रझा अश्रफ ऑफ कराची ॲन्ड हाजरा! तू तर त्या असंतुष्ट माणसांपैकी नाहीयेस, ज्यांना आपण जरापण चूक केली, तर त्यांची जागा घ्यायला धडपडणारे सतराशे उंदीर पुढे सरसावतील, ह्याची सतत धास्ती असते. तू तर फार चमत्कारी मुलगा आहेस. अनुवादनाचा देव! तू तर दुनियेभरच्या कुठल्याही कंपनीत जाऊन पाहिजे ती किंमत ठणकावून मागू शकतोस! आणि तुझे तर कुणाशीच भावनिक लागेबांधे असण्याचा प्रश्न येत नाही."

"माझे लागेबांधे हॅरीशी होते. त्याचं आणि माझं कुटुंब..." परत रझाला पुढे

बोलवेना. त्याने जेव्हा हिरोकोला सांगितलं की, तिला हॅरीच्या मुलीला त्याच्या मृत्यूबद्दल सांगावं लागेल, तेव्हा त्याला त्या कधीही न भेटलेल्या अमेरिकन मुलीची खूप आठवण आली– जी कदाचित 'हुसेन ॲन्ड अल्तमाश ऑफ अश्रफ स्टोअर्स, दुबई'पेक्षाही त्याच्या जवळची होती.

"मी तिथे होतो, रझा. वीस वर्षांपूर्वी, पाकिस्तानमध्ये. जेव्हा तू तुझ्या वडिलांच्या मृत्यूचा ठपका त्याच्यावर ठेवून हॅरी बर्टनला आपल्या घरातून हाकलून दिलंस."

"मी हॅरीवर प्रेम करत होतो!" रझा ठाम, पण हळू आवाजात बोलला. त्या साध्याशा वाक्यातलं निर्मळ सत्य त्याला आजच्याइतकं ठळकपणे कधीच जाणवलं नव्हतं.

"म्हणूनच तू त्या मारेकऱ्याला खूण केलीस का, बंदूक चालवण्याची?"

"मी.... काय?"

स्टीव्हने रझाच्या जाकिटातून त्याचा सॅटफोन काढला आणि रझासमोर नाचवत बोलला, "आणि म्हणूनच तू काही दिवसांपूर्वी काबूलमधल्या, तालिबानच्या एका नावाजलेल्या कार्यकर्त्याला फोन केलास का?"

सगळीकडे रक्त आणि भेसूर सावल्या! कमांडर?

"मला माहिती नव्हतं..."

"आणि तू मला हा शोध घेण्याचा त्रास घ्यायला लावणार आहेस, की हॅरी मरण्याआधी काही मिनिटांपूर्वीच तुला कंदाहारच्या – तालिबानचं मुख्य स्थळ असलेल्या कंदाहरच्या – पी.सी.ओ. अर्थात सार्वजनिक टेलिफोनबूथवरून कोणी फोन केला होता? की आपल्या दोघांचा किमती वेळ न दवडता तू स्वत:च मला त्याचं नाव सांगणार आहेस, रझा हाजरा?"

"मी गेल्या वीस वर्षांत ते नाव वापरलेलं नाहीये. लहान मुलगा होतो मी तेव्हा!"

"यू फिल्दी लायर! खोटारड्या! मी तुझ्या शेजारी उभा होतो. काही तासांपूर्वी तो फोन आला, तेव्हा मला समोरच्या माणसाचा आवाज स्पष्ट ऐकू येत होता. 'रझा हाजरा' असंच म्हणाला तो." स्टीव्ह उठला. मदर गूसचं पुस्तक, हॅरीचा सॅटफोन आणि त्याच्या पलंगाशेजारच्या ड्रॉवरमधलं पिस्तूल घेऊन बाहेर पडू लागला. "हम्टी डम्टी!" जाता-जाता अगदी गमतीने म्हणावं असं म्हणून, त्याने दरवाजा उघडला. दरवाज्याबाहेर पहारा देत उभ्या असलेल्या दोन कंत्राटदारांकडे स्टीव्हने निर्देश केला. हे तेच होते, ज्यांना काही दिवसांपूर्वी रझाने 'भाडोत्री नोकर' म्हणून उडवून लावलं.

"मला माझा फोन देता का?" रझाने हात पुढे करत विचारलं आणि त्याला सुटलेलं कंपन पाहून झटकन मागे घेतला. "मला ए ॲन्ड जीला फोन करायचाय.

त्यांच्या वकिलांना ह्याची माहिती हवी की, तू माझ्यावर दोषारोपण करतो आहेस.''

स्टीव्हने परत दरवाजा बंद केला आणि गंमतशीरपणे बघत रझाकडे चालत आला.

''तुला खरंच असं वाटतं का, की ए ॲन्ड जी ह्या क्षणी सी.आय.ए.शी वकिली डावपेच लढवायला आतूर होतील, जेव्हा त्यांना अवघ्या दशकभराने ते डोळ्यांत तेल घालून वाट पाहतायत ती गोष्ट मिळतेय– सरकारी यंत्रणेत हंगामा? आणि तेसुद्धा तुझ्यावरून?''

''तुझ्याकडे काही पुरावा नाहीये. मी त्या फोनवरच्या संभाषणाचं सविस्तरपणे विवेचन करू शकतो.''

''अरे, तू उत्तम विवेचन करू शकशील, ह्याबद्दल मला मुळीच शंका नाही. पण तुझ्यासाठी एक वाईट बातमी आहे. ती अशी : मी तुला त्या मारेकऱ्याला खूण करताना आणि त्याने गोळ्या झाडायला सुरुवात केली तेव्हा दडून बसताना बघितलं आहे. माझ्या दुनियेमध्ये तेवढा पुरावा पुरेसा होतो!'' स्टीव्हने रझाच्या खांद्यावर सलगीने हात टाकत म्हटलं, ''मला तू काय आहेस, हे नीट ठाऊक आहे. आणि मला तुझ्या भित्रेपणावर विश्वास आहे. प्रकरण अजून चिघळण्याआधी ह्या कटात कोण-कोण सामील आहे, हे निमूट सांगून टाक.'' स्टीव्ह मागे सरला. ''मी तुला विचार करायला वेळ देतोय. कदाचित, तुझ्या डोक्यात प्रकाश पडेल.''

शांतपणे दरवाजा लावत स्टीव्ह निघून गेला.

रझाच्या मेंदूच्या एका भागात ठरावीक माहितीचं सडेतोड, व्यवहारी विश्लेषण चालत होतं. हा तोच भाग होता, जो रझा ए ॲन्ड जीच्या सभांमध्ये अहवाल वाचताना वापरायचा– कारण त्या अहवालांमधून स्पष्ट लक्षात यायचं की ए ॲण्ड जी खुनी, लुटेऱ्यांशी सूत जुळवून राहिली आहे. त्याच्या मेंदूच्या त्याच भागाने रझाला एकदा एका अशा सभेत शांतपणे बसू दिलं होतं ज्यामध्ये ए ॲण्ड जीच्या एका नव्या गिऱ्हाइकाने 'बलात्कार' हे युद्धामध्ये किती उपयुक्त अस्त्र आहे, ह्याचं गुणगान केलं! रझाने भावनाविरहितपणे त्याचा शब्दन्‌शब्द अनुवादित केला. सभेनंतर हॅरीने रझाला ए ॲन्ड जीच्या ऑलिम्पिक आकाराच्या तरणतलावात जोरजोरात हात-पाय मारत पोहताना बघितलं आणि म्हणाला, ''मी त्यांना स्पष्ट सांगून आलोय की, मी ह्या कंत्राटात मुळीच भाग घेणार नाहीये.'' रझाने उत्तर दिलं– ''जे काय! पण मी मात्र ह्या वेळी नक्कीच राजीनामा देतो आहे. आणि असं अजिबात समजू नका की, माझा पगार वाढवून दिलात, तर मी विचार बदलीन!'' ह्यावर हॅरीने तरणतलावाच्या काठाशी उकिडवं बसून रझाच्या ओल्या केसांवर हात फिरवत म्हटलं, ''मी तुझ्याशिवाय कसं राहू शकेन, मला समजत नाहीये बाळा!'' आणि मग रझा थांबला.

हॅरीच्या पाण्याच्या बाटलीमधल्या पाण्याने आणि एका स्वच्छ फडक्याने अंगावरचं रक्त पुसून स्वच्छ सलवार-कमीज चढवताना रझाने त्याच सडेतोड, व्यवहारी भागाचा आसरा घेतला. इतर मोठ्या खोल्या सोडून हॅरीने त्याच्या व रझासाठी ह्या लहानशा खोलीची निवड केली ती एका विशिष्ट कारणासाठी. रझाने आपला पलंग सरकवला आणि जमिनीवर थापट्या मारू लागला. अखेर, त्याला पाहिजे होता तो पोकळ जागेमधून उमटणारा आवाज ऐकू आला! हॅरीने एकदा त्याला त्या मेलेल्या मुलाच्या अचानक गायब झालेल्या कुटुंबाचं रहस्य समजावताना ही संकल्पना समजावलेली. ("त्या मेलेल्या मुलाचं काय?" रझाने विचारलं. "तो मेलेलाच होता!" हॅरीने उत्तर दिलं.)

रझाने भराभरा त्या खोलीमधून त्याच्या उपयोगाच्या वस्तू उचलल्या. एक मोठी बॅग, मिनरल पाण्याची मोठी बाटली, विजेरी, ग्रनोला बार्स, एक चावी, त्याचा पाकिस्तानी पासपोर्ट आणि त्याचं अमेरिकेचं ग्रीन कार्ड. बॅगेत जी काही जागा उरली, त्यामध्ये रझाने ते सगळे पैसे ठासून भरले, जे हॅरीने अफगाणांना चारण्यासाठी सोबत आणले होते. हिरोको, इल्से आणि किमचा न्यूयार्कमध्ये काढलेल्या एका तसबिरीवर त्याचा हात अडखळला खरा; पण लागलीच त्याने आपल्या भावनांना आवर घातला. त्याला आपल्यासोबत भावनांमध्ये गुंतवणारी एकही वस्तू नको होती. सरतेशेवटी त्याने हॅरीचं बॉम्बर जाकीट घेतलं– त्याचं स्वत:चं जाकीट खूपच डागाळलेलं होतं आणि त्याच्या वासाने हिंस्र श्वापद आकृष्ट होण्याची खूप शक्यता होती.

ते भुयार खूपच चिंचोळं आणि घुसमटवणारं होतं. त्याचं छत इतकं खाली आलं की, उभं राहून चालणं केवळ अशक्य होतं. रझाला हॅरीची आठवण आली. काही आठवड्यांपूर्वीच तो विचित्रपणे वाकून ह्या भुयाराचं निरीक्षण करत होता. "मला त्या घरात अडकलेल्या ॲलिस इन वंडरलॅन्डसारखं वाटतंय!" हॅरी कुरकुरलेला... आणि बारीक शरीरयष्टीमुळे त्यात लीलया शिरू शकणाऱ्या रझाने हसून म्हटलं होतं की, गरज पडलीच तर तोच ह्या भुयारात प्रथम जाईल, कारण हॅरी त्यात अडकणार, हे निश्चित!

"मग काय? तू मला तसाच सोडून निघून जाणार काय?" हॅरीने मागे वळत रझाला विचारलं आणि तितक्यात एका दगडावर ठेचकाळल्यामुळे भिंतीवर आपटून, हॅरीच्या डोक्याला खोक पडला होती. आता विजेरीच्या प्रकाशात रझाला त्याचं सुकलेलं रक्त दिसलं! डोळ्यांतून ओघळणारे अश्रू पुसत रझाने त्या डागावर आपला गाल घासला. मग, भावना अनावर होऊन कशीबशी आपली मान वेडीवाकडी करत त्याने त्या डागावर ओठ टेकले. पण तरीही त्याला हॅरीची उणीव तितक्याच तीव्रतेने जाणवली– जेवढी आतापर्यंत जाणवत होती.

सुमारे तासाभराने रझा त्या भुयाराच्या दुसऱ्या बाजूने एका बिनछताच्या खोलीमध्ये बाहेर पडला. त्या खोलीत गुराढोरांचा गंध येत होता, पण माणूस मात्र एकही दिसेना. थोड्याच वेळात रझाच्या लक्षात आलं की, तो गंध बकरीच्या विष्ठेने भरलेल्या एका ताडपत्रीतून येत होता आणि त्या ताडपत्रीखाली होती एक जीप!

रझाने ताडपत्री खेचून काढली, हॅरीच्या खणामधून काढलेल्या चावीने जीप सुरू केली आणि त्या ओसाड खोलीमधून जीप बाहेर काढली. अंधारामधून त्याला लांबवरच्या डोंगरांच्या धूसर रूपरेषा दिसत होत्या. तीच होती सीमारेषा... आणि पाकिस्तान. रझाने जीप थांबवली आणि आपलं जी.पी.एस. यंत्र वाचू लागला. 'कदाचित आपण सीमेवरच्या लष्करी शिपायांना कॅप्टन सज्जाद अश्रफना फोन लावून त्याच्याकडून हमी मिळवण्याचा प्रयत्न करू शकतो की आपण– म्हणजे रझा– असाच एक पाकिस्तानी नागरिक आहे, ज्याच्याकडून आपलं काम साधलं गेल्यावर, अमेरिकन त्याच्यावर उलटले आहेत.' पण त्याहीपेक्षा मोठी समस्या आहे ती सीमेवर घबाडाच्या शोधात फिरत असणाऱ्या 'शिकाऱ्यांची'. ते सततच शत्रूच्या बाजूच्या योद्ध्यांच्या शोधात असत.

रझा जीपमधून उतरला आणि बटण दाबून जीपचं छत उघडं टाकलं. चांदण्यांची चमचम त्याला कधी नव्हे तो भीतिदायक वाटली. स्टीव्हचा एक फोन– जो कदाचित त्याने केलाही असेल– आणि रझा जगभराच्या माहिती-यंत्रणेत, संशयित अतिरेकी म्हणून गणला जाऊ लागेल. त्याची बँक खाती गोठवली जातील; त्याच्या आईचा फोन सतत पोलीस तपासाखाली राहील. त्याचे ई-मेल, फोन संभाषण, क्रेडिट कार्डाच्या पावत्या... काहीच नेहमीप्रमाणे साधं-सरळ राहणार नाही. ह्यापैकी काहीच त्याला स्वस्थपणे भूतकाळातल्या सुंदर गोष्टींची आठवण काढू देणार नाही. मार्गोला पहाटे ३.१३ वाजता केलेला फोन, आलियाला ई-मेल केलेली कविता, नतालीला पाठवलेली मायामीची डबाभर वाळू– ह्या आणि अशा सगळ्याच निरागस, निर्हेतुक गोष्टींकडे संशयित नजरेने बघितलं जाईल.

तो हॅरी बर्टनचा खुनी असू शकेल, ह्याचा पुरावा देणारी एकही गोष्ट नाहीये, ह्या गोष्टीमुळे हायसं वाटण्यापेक्षा रझाला चिंता होती ती 'तो खुनी नाही,' हा निष्कर्ष लागेपर्यंत 'ते' त्याच्या आयुष्याचं मातेर करू शकतील, ह्याची. अर्थात ते सुद्धा तो खुनी नाहीये, हा निष्कर्ष लागेपर्यंत ते थांबले तर! आजतागायत कधीही रझाला आपण पाकिस्तानी असल्यामुळे इतकं दुर्बल, इतकं हताश, इतकं असहाय्य वाटलं नव्हतं!

'कदाचित आपण परत जावं – ह्याच भुयारातून – स्टीव्हकडे. त्याला त्या क्रिकेट बॉलबद्दल, अब्दुल्लाबद्दल, कमांडरबद्दल नीट समजावून सांगावं. कदाचित किम बर्टन ह्याची ग्वाही देऊ शकेल की, रझाने तिला अब्दुल्लाबद्दल बोलण्यासाठी फोन केला होता.

'आणि ह्यामधून निष्कर्ष काय लागणार? एवढंच की, रझाला एका अशा माणसाची मदत करायची होती, जो वीस वर्षांपूर्वी त्याचा मित्र होता आणि आता एफ.बी.आय.पासून लपत इथे-तिथे पळत होता? जर स्टीव्हला पुष्टी हवी होती की, रझाचे कुठल्यातरी जिहादी गोटाशी लागेबांधे आहेत, तर ती पुष्टी त्याला अगदी विनासायास किम बर्टनच्याच तोंडून मिळेल!'

रझा सगळ्या बाजूंनी अडकला होता– इथे डोंगर, तिथे दरी, अशी त्याची अवस्था झाली होती. त्याच्या गळ्यातून हतबल हुंदका बाहेर पडला.

पण, थोड्याच वेळात त्याने स्वत:ला सावरलं आणि निश्चय केला की, 'नाही, मी परत जाणार नाही. ना त्या प्रांगणात आणि ना त्या आयुष्याकडे.'

रझाने बॅग उघडली आणि आपला पासपोर्ट व ग्रीनकार्ड– त्याला कायदेशीरपणा बहाल करणाऱ्या दोन्ही महत्त्वाच्या वस्तू– वाळूत भिरकावून दिल्या!

पुढचे काही क्षण तो वाळवंटातली खारी हवा आपल्या छातीत भरत राहिला. त्याच्या अवती-भवतीचं सगळं अतिप्रचंड आणि अलिप्त होतं आणि थोड्या वेळासाठी रझाला आपल्या गमावलेल्या ओळखीशिवाय भीती वाटली.

पण मग, तो निर्धाराने उठला आणि जीपकडे जात जीपीएस यंत्रणेवर आपला पुढचा मार्ग आखू लागला.

३५

न्यूयॉर्कच्या टॅक्स्यांमध्ये हिरोको न चुकता चालकाशेजारच्या प्रवाशासाठीच्या सीटच्या बरोबर मागच्या बाजूला बसत असे. असं केल्यामुळे ती त्या चालकाशी त्याच्या आयुष्याबद्दल बोलत असताना तो वळून तिच्याकडे बघू शकत असे. टॅक्सी चालक हिरोकोशी नेहमी मनमोकळेपणाने गप्पा मारत– दूरच्या देशांत सोडून आलेल्या कुटुंबांशी दिवसेंदिवस त्यांची वाढत जाणारी ताटातूट; त्यांचं न्यूयॉर्कमधलं स्त्री-विरहित आयुष्य; ते करत असणाऱ्या संपांमधले विविध घटक जसे टी.एल.सी, टी.डब्ल्यू.ए, दलाल, गॅरेजमालक इत्यादी. त्यांच्या ह्या संभाषणातून हिरोकोला ह्या विविधरंगी स्थलांतरित कामगारांबद्दल बऱ्याच गोष्टी समजू लागल्या. जसं की– त्यांच्या दळणवळणाची निरनिराळी साधनं– उदाहरणार्थ सीबी रेडिओ, मोबाईल फोन इत्यादी, पार्किंगच्या अधोरेखित ठिकाणांवर मारल्या जाणाऱ्या गप्पा, चालक-कल्याण संस्था, टॅक्सी-चालक संघ इत्यादी.

ह्या दळणवळणप्रणालीच्या उत्कृष्ट कारभारामुळे आणि गुजरानवालाच्या ओमरच्या विशेष मदतीमुळे– हॅरी बर्टनच्या मृत्यूच्या अवघ्या चार दिवसांत हिरोको न्यूयॉर्क सार्वजनिक ग्रंथालयाच्या वाचन-कक्षात येऊन ठेपू शकली.

पिवळ्या दिव्यांच्या सोनेरी प्रकाशात न्हाऊन निघालेला आणि उत्तमोत्तम पुस्तकांनी काठोकाठ भरलेला तो वाचन-कक्ष बघून तिच्यातली शिक्षिका आनंदाने डोलू लागली. पुस्तकांवर गहनपणे वाकलेली डोकी, शब्दांशी मूकपणे बांधली जाणारी नाती, आतूर बोटांमध्ये सळसळ करत उलटणारी पानं... सगळंच त्या कक्षाला एक भारदस्तपणा देत होतं. हिरोको त्या भल्यामोठ्या मेजांमधून, झुंबरांच्या प्रकाशाने सोनसळी नदीसारख्या दिसणाऱ्या वाटेवरून शांतपणे चालू लागली.

कक्षाच्या अर्ध्यावर आल्यावर तिला एक माणूस दिसला– रुंद खांद्यांचा, काळ्या दाट केसांचा; जाडसर हिरव्या रंगाचा स्वेटर घातलेला तो मनुष्य एका

खुर्चीवर ताठ बसून, हलक्या हाताने पानं उलटत होता. त्याच्या चष्म्याच्या पुलवर बांधलेल्या निळ्या चिकटपट्टीच्या खुणेवरून हिरोकोने ओळखलं की, आपल्याला पाहिजे तो मनुष्य हाच!

हिरोको त्या माणसाच्या शेजारच्या खुर्चीवर बसली. तशी, त्याच्या नजरेतली प्रश्नार्थक अपेक्षा क्षणार्धात अस्वस्थतेत बदलली आणि तो आपलं पुस्तक उचलून अधिक मोकळ्या ठिकाणी बसायला गेला.

हिरोकोसमोर बसलेल्या वृद्ध माणसाने भुवया उंचावून अभिप्राय दिला– "अफगाण लोक! हं! स्त्रिया आवडतच नाहीत त्यांना!"

हिरोकोने त्यावर मंद स्मित केलं आणि त्या अफगाण माणसाशेजारी बसायला गेली. ह्या वेळी तिच्या लक्षात आलं की, त्याचे डोळे मधाळ रंगाचे आणि हनुवटी इतर चेहऱ्यापेक्षा जरा जास्त गोरी आहे. त्या माणसाने हिरोकोकडे दुर्लक्ष केलं आणि आपल्या हातातल्या जाडजूड पुस्तकातल्या सुंदर फळबागेच्या चित्रावर नजर गाडून बसला.

"अब्दुल्ला, मी... रझाची अम्मी!"

क्षणार्धात तो माणूस चटका लागल्यासारखा जोरात खुर्ची मागे ढकलत ताडकन उठून उभा राहिला. हिरोकोने त्याच्या हातावर हात ठेवत त्याला थांबवलं तसा तो थबकला आणि तिच्या चेहऱ्यात रझाच्या चेहऱ्याला शोधू लागला.

"रझा, हाजरा नाही. मी जपानी आहे आणि त्याचे वडील पाकिस्तानी होते. मूळचे दिल्लीचे. मी आणि ते ४७ मध्ये कराचीला राहायला आलो."

हिरोकोचे उच्चार– कराचीमिश्रित काहीतरी असे– तिच्या बोलण्याचं समर्थन करत होते. आणि अब्दुल्लाने त्या माणसाचे शब्द ऐकले होते– अफगाण आणि स्त्रियांबद्दल– आणि आता त्याच्या हातावर ठामपणे असलेल्या हातामुळे त्याला हे लक्षात येत होतं की, हिरोकोने त्या विवेचनाला फारसं महत्त्व दिलं नव्हतं.

अब्दुल्ला बसला आणि आपली खुर्ची पुढे सरकवत म्हणाला, "पण, रझा तर अफगाणिस्तात आहे; हो ना?"

"हो."

"का?"

हिरोकोने मुग्धपणे मान डोलावली आणि त्यात अब्दुल्लाला ना फक्त तिचं नकारार्थी उत्तर दिसलं– पण अपयशसुद्धा. तिला स्वप्नातही असं वाटलं नव्हतं की, तिचा मुलगा कधी युद्धात भाग घेईल.

अब्दुल्ला जेव्हा तिच्याकडे अशा संशयाने पाहू लागला– जो त्यालाही खोटाच ठरावा, असं वाटत होतं– तेव्हा विषय बदलायचा म्हणून हिरोको एका चित्राकडे पाहत उद्गारली, "बघ! किती सुंदर आहे हे!"

"कंदाहार... युद्धापूर्वीचं!" अब्दुल्लाने हळुवारपणे त्या फोटोवरून हात फिरवला जणू त्याच्यातील पिकलेल्या डाळिंबांचा सुखद स्पर्श खरंच त्याच्या हाताला होत असावा.

"आधी ते झाडं तोडतात. मग सगळीकडे सुरुंग पेरतात. आणि आता..." त्याने मुठी आवळत त्वेषाने म्हटलं, "क्लस्टर बॉम्ब!"

त्याने पान उलटलं. तिथे एका वृद्ध जोडप्याचं चित्र होतं– त्यातल्या स्त्रीचे कपडे तर विलक्षण रंगीबेरंगी होते. तिचा नवरा मात्र साध्याशाच वेषात होता. आपल्या बायकोचा खांदा धरून तो तिच्यासोबत वाळवंटातून जात होता; जणू तिची साथ सोडली, तर वाळवंटाच्या रूक्ष रेतीत हरवून जाईल. आकाशाची निळाई तर विलक्षण होती.

"प्रकाश!" अब्दुल्ला पुटपुटला, "अफगाणिस्तानातल्यासारखा प्रकाश इतरत्र विरळा!"

हिरोकोने मान डोलवत अब्दुल्लाप्रमाणेच आदराने त्या पानाला स्पर्श केला. बॉबपूर्वीच्या नागासाकीचे फोटो मिळणं कठीण होतं; पण किमने तिला बर्टन कुटुंबाकडे जोपासलेल्या जॉर्ज बर्टनच्या संग्रहातले काही फोटो भेट म्हणून दिले होते– अझालिया मॅनोर, भरतीच्या वेळचा मेगानेबाशी इत्यादी. ती चित्रं बघितल्यावर हिरोकोला आश्चर्य वाटलं, तिच्या वृद्ध मनावर तिच्या बालपणीच्या स्मृतींची पकड किती घट्ट आहे, हे बघून.

अब्दुल्ला पानं उलटत राहिला. काही चित्रांवर जरा वेळच थांबत, काहींवर बराच वेळ... अधेमधे तो हिरोकोला एखादा बारकावा दाखवून द्यायचा. मागच्या दोन पायांवर नर्तकीसारखी उभी असलेली बकरी, हिरव्या रंगाच्या घुमटावर उडणारा त्याच रंगाचा पतंग... मध्येच तो एखाद्या वस्तूकडे निर्देश करून त्याचं पुश्तूमधलं नाव सांगायचा. हिरोको तो शब्द पुन्हा उच्चारायची; उर्दूशी आणि विशेषत: ती अबोत्ताबादमध्ये शिकलेल्या हिंदकोशी काही साम्य जुळलं, तर आनंदाने खुलून यायची.

पुस्तक वाचून संपलं तसं अब्दुल्लाने ते शांतपणे बंद करत हळू आवाजात म्हटलं, "मला अशा ठिकाणी राहायचं आहे."

"अफगाणिस्तानात?"

"तिथे तसं मिळत असेल तर, हो, अफगाणिस्तानात."

त्यानंतर अब्दुल्ला फारच कमी बोलला आणि कलणाऱ्या दुपारच्या मावळत्या प्रकाशात हिरोको अखेर ग्रंथालयाबाहेर पडली. बाहेर, हवेतल्या गारव्यात नेहमीचा बोचरेपणा नव्हता. तरीही अब्दुल्लाने डोक्यावर मोठी टोपी ओढली आणि गळ्याभोवती मोठा मफलर लपेटला.

"तो अफगाणही नव्हता आणि तरीही तो आमच्यासोबत लढायला आला. तो पश्तून नव्हता आणि तरीही त्याला आमची भाषा ठाऊक होती. आणि इतकं सगळं असूनही मी त्याला घालवून दिलं." हिरोकोला समजेना की, तो कोणाबद्दल बोलतोय. "पण तरीही माझा तिरस्कार करण्याऐवजी तो माझी मदतच करतोय."

हिरोकोला आता कुठे त्याच्या बोलण्याचा अर्थ उमगला... तसं तिने तोंड फिरवलं. तिच्या मनात आलं– 'अब्दुल्लाच्या मनातल्या उदात्त प्रतिमेशी साम्य असलेल्या मुलाला मी जन्म दिला असता तर किती बरं झालं असतं!'

आपण हे अब्दुल्लाला सांगावं की नाही, हे हिरोकोला समजेना की तिचा मुलगा प्रत्यक्षात केवळ पैशाच्या लालसेने काम करणारा भाडोत्री सैनिक होता! अब्दुल्लाला मदत करण्याच्या आविर्भावात त्याने फक्त एका अशा मुलीला केवळ एक फोन केला होता– जिला तो आजतागायत भेटलासुद्धा नाही; इतकंच नव्हे, तर त्याने आपली सगळी जबाबदारी त्या मुलीच्या खांद्यावर देऊ करायचा प्रयत्न केला होता. त्याहीउपर, हजार वचनं देऊनही तो हॅरीच्या अंत्यविधीसाठी आला नव्हता आणि त्याची कुठली कारणमीमांसा देण्याचीही त्याला गरज वाटली नव्हती.

ह्या अखेरच्या अपयशाने तिच्या ह्या दाव्यावर शिक्कामोर्तब केलं की, तिचं आपल्या मुलाशी असलेलं नातं केवळ असत्यावर आधारित आहे. ह्या क्षणीही त्यांच्या शेवटच्या संभाषणाची आठवण जागृत होताच हिरोकोच्या मनातला विश्वासघाताचा सल ठसठसू लागे. हॅरीच्या मृत्यूनंतर काही तासांनीच रझाने हिरोकोला फोन करून शब्द दिला होता– "अम्मी, मला त्यांचे अंत्यसंस्कार करायला तिथे यायचं आहे. तुला भेटायचं आहे. मला तुला भेटायचंच आहे!" किती विश्वास वाटला होता त्याचा तो आवाज ऐकून! पण थोड्याच वेळाने सगळा डोलारा कोसळला जेव्हा किमने तो किती वाजताच्या विमानाने पोहोचतो आहे, हे विचारण्यासाठी रझाच्या सॅटफोनवर फोन केलेला... स्टीव्ह नावाच्या माणसाने तो फोन उचलला आणि किमला सांगितलं की रझा न्यूयॉर्कला अंत्यविधींसाठी किंवा त्यानंतरही लगेच येत नाही. कारण काय? सुरक्षेचं कारण... इतकंच सांगितलं स्टीव्हने, बाकी काही नाही.

किमने हताशपणे मान डोलवत फोन ठेवून दिला आणि म्हणाली, "डॅडने रझाला अगदी स्वतःच्या साच्यात उतरवलेलं दिसतंय; नाही?"

हिरोकोने विरोध दर्शवण्याचा प्रयत्न केला, म्हणाली, "वेगळं काहीतरी कारण असेल. थोड्याच वेळापूर्वी तर रझाने मला वचन दिलं की, तो इथे येणारच म्हणून..." तेव्हा शेवटी किमने हिरोकोला संगणकासमोर बसवून इंटरनेटवरून ए ॲन्ड जी च्या खऱ्या धंद्यांबद्दल माहिती दिली. त्यातून हिरोको आपल्या मुलाच्या आयुष्याचा खासगी लष्करी कंत्राटदारांच्या विश्वाशी संदर्भ लावत असतानाच किम

सहजपणाचा आविर्भाव आणत म्हणाली, "आणि ह्या सगळ्यावर कडी म्हणजे त्याने मला एका अफगाणाला सीमेबाहेर नेण्याची विनंती केली!"

"मी जेव्हा माझ्या भावाला म्हणालो की रझाला– त्याचं खरं नाव रझाच आहे ना?– विचार, कोणी मला सीमेपार जायला मदत करेल का, तेव्हा त्याने आपल्या आईला विचारावं, असा हेतू नव्हता माझा." एका दगडी सिंहाची पाठ थोपटत अब्दुल्ला बोलला. "मला तुम्हाला कुठल्याही त्रासात अडकवायचं नाहीये."

"तू तसं काही करत नाहीयेस." हिरोको त्याला धीर देत म्हणाली. तिला ह्या क्षणी परत आतल्या पुस्तकांच्या कुशीत शिरून बसावंसं वाटत होतं. तिने आयुष्यातले इतके दिवस 'व्हिलेज'च्या अवती-भवती घालवलेले की 'मिड-टाऊन'मधली गर्दी, गोंगाट आणि इथून-तिथून पळणारे रस्ते तिला गरगरवून टाकत होते.

"तुला काही माहितेय का, की तुझ्या भावाने रझाला पुन्हा फोन केला का नंतर..." हिरोकोला तिला खरंतर विचारायचं होतं की 'हॅरी मेल्यानंतर'; पण तिने स्वत:ला आवरलं आणि म्हणाली, "नंतर म्हणजे, पुन्हा कधी... पुन्हा बोलला का तो कधी रझाशी?"

"मला माहीत नाही. मी त्याला तीन दिवसांनंतर फोन करणार आहे." दिलगिरीच्या सुरात अब्दुल्ला म्हणाला. "त्याच्याकडे फोन नाहीये. तो आठवड्यातून एकदा 'कॉल ऑफिस'ला जातो." आपल्या खिशातून मोबाइल फोन बाहेर काढत अब्दुल्ला मग दूरवर बघत बोलला, "अशा किती वस्तू आहेत, ज्यांची आपण आपल्याला सवय न लागू द्यायचं वचन घेतो.... आणि ते वचन कधी तुटतं, हे समजतसुद्धा नाही."

"तू न्यूयॉर्कमध्ये किती वर्षं झाली राहतो आहेस?" हिरोकोला इथे येताना माहिती नव्हतं की, तिला भेटणारा माणूस कुठल्या प्रकारचा असेल. तिला फक्त आपण आपल्या मुलाच्या आयुष्याचा अज्ञात भाग मिळवणार आहोत, एवढं ठाऊक होतं. पण आता हिरोकोला समोर असा मुलगा अजिबात दिसेना, ज्याने रझाला हिंसेकडे वळायला भाग पाडलं. उलट, समोरच्या माणसाला तर गमावलेला स्वदेश आणि परतण्याच्या इच्छेमधला फोलपणा– दोन्ही समजत होतं. तो कंदाहारच्या फळबागांच्या चित्रांकडे त्याच अनिमिष नेत्रांनी बघत होता, जसा सज्जाद दिल्लीच्या त्याच्या मोहल्ल्याच्या चित्रांकडे बघत असे.

"सोव्हिएत लोक जाईपर्यंत मी मुजाहिदीनांबरोबरच होतो. पण मग शांती कधी आलीच नाही. अफगाण अफगाणांशी लढू लागले. हाजरा पश्तूनांसोबत लढू लागले. मग मी कराचीला परत गेलो. हो, चार वर्षांसाठी." अब्दुल्ला उर्दूत बोलू लागला. "मी तिथे ट्रक चालवायचो. प्रत्येक वेळी मासे-बंदरावर गेलो की, सतत रझा हाजराचा शोध घेत राहायचो. पण मग माझ्या भावाने टूम काढली की,

आमच्यापैकी एकाला अमेरिकेला जाऊन पैसा कमवावा लागेल. मीच सगळ्यात धाकटा होतो आणि धडधाकटसुद्धा. मलाच सगळ्यात जास्त शक्य होतं एवढा मोठा प्रवास करणं. त्यातही माझं नुकतंच लग्न झालं होतं. त्यामुळे मागे फक्त बायकोला सोडून यायचं होतं. मुलंबाळं कोणी नाही.''

''तुला बायको आहे?''

''हो.'' अब्दुल्ला म्हणाला आणि लांब ढांगा टाकत हिरोकोकडे झेपावणाऱ्या एका दारुड्याला चक्क उचलून बाजूला ठेवून दिलं. त्याला समजलं नाही; पण त्याच्या ह्या एका कृतीने हिरोकोला त्याच्या खऱ्या रूपाचं दर्शन घडवलं.

''तिला सोडून येणं एवढं सोपं नव्हतं... पण माझे इतर भाऊ लढत तरी होते, नाहीतर सुरुंग चुकवत शेती तरी करायचा प्रयत्न करत होते. कराचीमधली माझी कमाई सर्वांसाठी अपुरी पडू लागली. म्हणून मग १९९३ मध्ये मी इथे आलो. आणि तेव्हापासून मी त्या कोणालाही बघितलं नाहीये. माझे भाऊ, माझी बायको... मी तिचा निरोप घेतल्याच्या सहा महिन्यांनंतर आम्हाला मुलगा झाला. मी निघण्याच्या वेळी तिला ठाऊक होतं की, ती गरोदर आहे... पण मला सांगितलं, तर तिथून माझा पाय निघाला नसता, म्हणून तिने सांगितलंच नाही. म्हणून मग आता... परत जाणं चांगलंच ठरेल की! मी माझ्या बायकोला भेटू शकेन, मुलाला बघीन... अफगाणिस्तानातला प्रकाश... इतका पण वाईट नाहीये. हो ना?''

अब्दुल्लाने प्रश्नार्थक नजरेने हिरोकोकडे बघितलं... हिरोकोला अश्रूंचा बांध फोडून ढसाढसा रडावंसं वाटत होतं.

३६

तीन दिवसांपूर्वी कंदाहारच्या जरा बाहेरच दोन पठाणी माणसं जीपमधून उतरल्याबरोबर जमिनीला स्पर्श करण्याआधी त्यांच्या आसनाखाली ठेवलेल्या बंदुका घेण्यासाठी झेपावली. जीपच्या मागच्या बाजूला मानेला झटके देत असलेल्या प्रवाशाला समोरची माणसे विखुरल्यासारखी दिसत होती. याचा प्रभाव जितका गोंधळून टाकणारा होता तितकाच त्रासदायकही होता.

दुपारच्या तळपत्या उन्हात जीप चालवत पोहोचलेल्या प्रांगणाकडे त्यातल्या एका माणसाने सावध नजर टाकली. मनाप्रमाणे पडताळा झाल्यावर त्याने आवाज दिला– ''सुरक्षित आहे.''

तशी ती बुरखा पांघरलेली व्यक्ती धडपडत जीपच्या बाहेर पडली. अधीरपणे ते निळं पांघरूण अंगावरून हिसकावून काढताना ती व्यक्ती धाडकन त्या मातीच्या जमिनीवर आडवी झाली.

''अरे, जरा धीराने घे!'' त्यातला एक मनुष्य हसत म्हणाला. ''दहा तास सहन केलंस... अजून काही सेकंदं सहन केलंस, तर मरणार नाहीस काही.''

जमिनीवरच बसल्या-बसल्या रझाने तो बुरखा अखेर हिसकावून काढलाच. डोक्याभोवती त्याला घट्ट बसवण्यासाठी बांधलेले फास काढून भिरकावून दिले आणि पाठीवर पहुडून भरभरून मोकळा श्वास घेऊ लागला. इतक्या वेळाने ताज्या हवेत श्वास घेतल्याने त्याला बरं वाटलं. खरंतर श्वास कोंडल्यागतच होत होता, पण तरीही रझा तसाच पडून राहिला.

''चल, चहा घे थोडा–'' प्रांगणातल्या मातीच्या घरात जाता-जाता त्यातला उंचाड्या माणूस म्हणाला. ''नको नको, मला वेळ नाहीये.'' असं म्हणत रझा उठला आणि तो बुरखा त्यातल्या बुटक्या माणसाला देत म्हणाला, ''ह्याच्यासाठी आभारी आहे.''

"आम्हाला इथे पोहोचवल्याबद्दल तुझे आभार!" तो माणूस उत्तरला. मग बुरख्याकडे निर्देश करत म्हणाला, "ठेव तुझ्याजवळच. पुढे लागू शकतो तुला."

"धन्यवाद!" रझाने बुरखा खांद्यावर पांघरत म्हटलं. "अर्थात मला असं वाटू लागलंय, हे भयंकर प्रकरण घालायला लागण्यापेक्षा मला अमेरिकनांनी पकडलेलं परवडलं!"

इतक्यात, जरा वेळापूर्वी रझाने घातलेला तसाच बुरखा पांघरून एक स्त्री रझाकडे मान कलती करून बघत तिच्या घराबाहेर पडली. रझानेसुद्धा तिच्याकडे बघितलं. तिच्या डोळ्यांसमोरच्या चौकड्यांमधून आपण तिला कसे दिसत असू, ह्याचा विचार केला. काही वेळापूर्वी त्याला बुरखा काढून भिरकावताना तिने बघितलं असेल का, असंही त्याला वाटून गेलं... तिलाही क्षणभर तसंच करावंसं वाटलं असेल का? मात्र, लगेचच तिने त्याच्या टक लावून बघण्याचा 'वेगळा' अर्थ काढण्याआधी रझाने आपली नजर हटवली. त्याला आता वाटू लागलं की, आता लवकरच आपण एखाद्या स्त्रीचा आवाज ऐकला नाही किंवा चेहरा बघितला नाही, तर आपल्याला वेड लागेल!

"तू चहा प्यायल्यानंतर मी तुला इथल्या दर्ग्यात नेऊ शकतो." त्याच्या शेजारी बसलेला माणूस म्हणत होता. "हाजरा लोक इथे फारसे कुणाला आवडत नाहीत– अगदी तुझ्यासारखे उत्कृष्ट पुश्तू बोलणारे हाजरासुद्धा."

त्यांच्या आतापर्यंतच्या संभाषणात प्रथमच 'हाजरा' हा शब्द आला होता. रझाने प्रवास सुरू केल्यानंतर थोड्याच वेळाने त्याला ही दोन माणसं गाडी सोडून हळूहळू चालत असताना दिसलेली. त्यांची गाडी एका खड्ड्यात अडकली होती. रझाने त्यांना कंदाहारबाहेरच्या त्यांच्या घरापर्यंत सोडायची तयारी दर्शवली. थोड्याच वेळाने रझाला उमगलं की, त्या दोघांशी मैत्री करण्यासाठी त्यांना इतकं सांगणं पुरेसं होतं की, तो अमेरिकनांपासून पळतो आहे.

"तुम्ही बराच वेळ प्रवास करता आहात," रझा बोलला "पण मी रात्री तुमच्याकडे जेवणाचा पाहुणचार घ्यायला येणार आहे."

काही मिनिटांनी– हिरव्या चहाचा कप रिकामा करून (पठाणी आग्रह टाळण्याचा प्रयत्न करण्यापेक्षा तो चहा रिचवणं सोपं) रझा चुरचुरणाऱ्या घशाने आणि जिभेने त्या प्रांगणाबाहेर येऊन कंदाहारपासून दूर जाऊ लागला. वीस वर्षांपूर्वी सोहराब गोथमध्ये, ढाब्यांमध्ये, त्याच्या ट्रकमध्ये बसून इथे-तिथे फिरताना रझाने अब्दुल्लाला सतत त्याच्या ह्या शहराचे गोडवे गाताना ऐकलं होतं– वाळवंटातला पाचू, ज्याच्या फळझाडांना कवितांचं पीक येतं; ज्याच्या भाषेत पिकल्या अंजीराचा गोडवा होता... पण रझाने आतापर्यंत जे थोडंफार कंदाहार बघितलं; त्यात त्याला फक्त धूळ-माती, भयावहपणा आणि तालिबानच्या अपयशानंतर फक्त डोक्यापासून पायापर्यंत बुरख्यात

लपेटलेल्या स्त्रिया बघायला मिळाल्या.

बाबा वालींच्या दर्ग्यापर्यंतचा रस्ता कंदाहारच्या बाहेर निघणाऱ्या रस्त्यापेक्षाही खडतर होता. त्याला कुणी 'स्त्री' पाहशील की अमेरिकेतल्या सारखा महामार्ग, असा कुणी प्रश्न विचारला असता, तर त्याने कशाची निवड केली असती, हे रझाला उमजेना.

सगळीकडे अमेरिकन बॉंबने माजवलेल्या हाहाकाराच्या खुणा विखुरलेल्या होत्या. विटांच्या शेतामध्ये जादूने उगवल्यासारखा दिसणारा एकुलता एक दरवाजा; रस्त्याला पडलेले लहान-मोठे खड्डे, जणू त्यांवर उल्कांचा वर्षाव झाला असावा... एखाद्या ठिकाणी रस्त्याच्या मधोमध रुतून राहिलेला धातूचा मोठा तुकडा... अशाच प्रकारे रझा कंदाहारच्या रस्ताभर सतत आपल्या अम्मीच्याच विचारात गढलेला होता. कुठेतरी हॅरीला गमवण्यातल्या दुःखात तिच्याबद्दलचं दुःखही सामील होतं. अर्थात, दोन्ही गोष्टींचा परस्परसंबंध काय, हे रझाच्या लक्षात येईना.

ते दर्ग्याजवळ पोहोचल्यावर रझाने प्रथम काय केलं, तर जमिनीवर चक्क लोळण घेतली... गवत! हिरवंगार लुसलुशीत गवत! त्याने मूठभर गवत उपटून मनसोक्तपणे आपल्या अंगा-खांद्यावर, चेहऱ्यावर पुसलं आणि मगच निळ्या घुमटांच्या त्या दर्ग्याच्या संगमरवरी चढणीवर पाऊल ठेवलं. इथे होतं ते... त्या सुंदर विश्वातला नखाएवढा भाग, ज्याची अब्दुल्ला नेहमी रसभरीत वर्णनं करायचा, ज्या गमावलेल्या सौंदर्याला परत मिळवण्याच्या आशेने तो हिंसेचा थयथयाट तग धरू शकला होता.

रझाचं प्रत्यक्ष त्या विविध फरशांच्या दर्ग्याकडे फारसं लक्ष नव्हतं– खरंतर, अब्दुल्ला ह्याच फरशांबद्दल बोलायचा... तो त्याच्या कुटुंबासोबत दर शुक्रवारी ह्याच दर्ग्याला यायचा. आता त्यातल्या बऱ्याचशा फरशा सोव्हिएतांनी उखडून टाकल्या होत्या... त्या नितांत आदरणीय संताच्या समाधीला उघडं-बोडकं पाडलं!

पण, अब्दुल्ला त्याहीपेक्षा बोलायचा ते आजूबाजूच्या भरल्या फळबागांबद्दल, समोरून झुळझुळू वाहणाऱ्या नदीबद्दल, त्याहीपाठच्या पर्वतांबद्दल... आणि रझाची नजर सतत ह्या सगळ्याचा शोध घेतच भिरभिरत होती.

रझाने आपले बूट-मोजे काढले आणि त्या संगमरवरी फरशांवरून दर्ग्याकडे पाठ करत त्याच्या समोर असलेल्या अर्घनदाब नदीकडे चालू लागला. कंदाहारच्या तुलनेत पूर्वीच्या वैभवाच्या इथे अधिक खुणा होत्या. हिरवी तपकिरी शेतं, सोनसळी नदी आणि ढगांविरहित आभाळात दुपारच्या लख्ख प्रकाशात दिमाखाने उभे असलेले पर्वत.

एक पोलिस रझाजवळ आला आणि 'तू कोण, कुठला' अशी त्याची चौकशी करू लागला.

रझाने त्याला सांगितलं, "ज्या मुजाहिदीनाने मला बंदूक चालवायला शिकवली,

तो बाबा वालींचा मोठा भक्त होता.''

पोलिसाने मान डोलावली आणि निघून गेला.

थोड्या वेळाने एक माणूस रझाजवळ येऊन ठेपला. त्याचा अर्धा चेहरा पोकळ होता. ना तिथे मांस होतं, ना हाड!

''तू इथे आलेल्या एका मुजाहिदीनाला ओळखत होतास?''

''हो. तुम्ही मला त्याच्या कुटुंबीयांचा ठावठिकाणा सांगू शकाल का? मला त्याच्याकडून घेतलेल्या ऋणाची परतफेड करायची आहे.''

त्या माणसाने उरलेल्या गालावरून हात फिरवत रझाला बराच वेळ निरखलं आणि अखेर बोलला, ''कदाचित तू हाजरा आहेस का?''

''नाही. मी अफगाण नाही.''

तो माणूस नि:शब्दपणे तसाच उभा राहिला– रझा अजून काय सांगतो ह्याची वाट बघत. रझाने त्या माणसावरून नजर हटवली आणि दूरवर टक लावत, स्वत:शीच बोलल्यागत सांगू लागला, ''त्याचं कुटुंब इथे जवळच शेती करायचं. दर शुक्रवारी ते ह्या दर्ग्याला यायचे. त्या माणसाचं नाव होतं अब्दुल्ला दुर्रानी, हाजी महम्मद दुर्रानींचा मुलगा. पाच भाऊ होते ते. सगळे मुजाहिदीन. सगळ्यात मोठा भाऊ, सोव्हिएत इथे आल्याच्या पहिल्याच वर्षी शहीद झाला. तो वाहून नेत असणाऱ्या शस्त्रास्त्रांवर मिग हल्ला झाला.'' रझाला समजत होतं की, तो समोरच्या माणसाला स्वत:बद्दल काहीच सांगत नव्हता. पण सध्या त्याला कुठलाच धोका पत्करायचा नव्हता. त्यामुळेच तो नीट विचार करून सुरक्षित अशीच माहिती देत होता.

तो माणूस निघून गेला आणि रझा त्या दर्ग्याच्या एका थंड कोपऱ्यात हॅरीचा विचार करत बसून राहिला.

त्या पोलिसाने त्याला थोडं पाणी प्यायला दिलं.

रझाच्या समोरून एक कोळी तुरूतुरू पळत गेला– तसं त्याला आठवलं की, कसं हॅरीने त्याला इस्लाममधल्या कोळ्याची गोष्ट सांगायला विनवलं. तीच गोष्ट– जी सज्जादने कोनरॅडला, कोनरॅडने हिरोकोला आणि हिरोकोने इल्सेला आणि तिने हॅरीला सांगितली. रझा त्या आठवणींमध्ये रमला असतानाच कोणीतरी त्याला हाक मारली. बघतो, तर वाकड्या नाकाचा, कडकडीत केसांचा आणि छातीवर दाढी रुळवणारा एक मनुष्य त्याला हाका मारत होता.

''रझा हाजराऽऽ'' त्या माणसाने पुन्हा म्हटलं, तसं त्याच्या थकल्या पण हसऱ्या चेहऱ्यातलं चिमूटभर उरलेलं तारुण्य ओळखून रझाला तो कोण आहे, हे लक्षात आलं. वीस वर्षांपूर्वी जेव्हा त्याने ह्या दोन पोरांना जीपमधून छावणीमध्ये नेलं तेव्हा तो खूपच तरुण होता. आता मात्र त्याच्या अंगावर चेहऱ्यावर वार्धक्याच्या

खुणा ठायी-ठायी दिसू लागल्या होत्या. "तू त्या माणसाला हे का सांगितलंस, की तू अफगाण नाहीस?"

"अमेरिकन लोक तुझा माग काढत आहेत." रझा उभा राहत बोलला. आपण अब्दुल्लाच्या ह्या भावापेक्षा (काय नाव आहे बरं ह्याचं?) बरेच उंच आहोत, हे बघून रझाला थोडा धीर आला. "म्हणजे... ते त्या माणसाचा माग काढत आहेत, ज्याने मला काल फोन केला होता." एवढं सगळं अवघ्या चोवीस तासांपूर्वी घडलं, हे रझाला खरंच वाटेना. "त्यांना असं वाटतंय की, तो मनुष्य– म्हणजे तू– एका अमेरिकन माणसाच्या हत्येच्या कटात सामील आहेस."

हे ऐकून तो माणूस खो-खो हसू लागला.

"अफगाणिस्तानात त्यांना पाहिजे ती माणसं शोधण्यात अमेरिकेला कधीच यश येत नाही. का वाटतंय त्यांना असं? तूसुद्धा त्या कटात सामील आहेस का?"

रझाच्या डोळ्यांसमोर हॅरीचं चित्र तरळलं. तो आणि रझा अंगावर सतत चिलखत घालून फिरणाऱ्या कंत्राटदारांना नेहमी हसायचे. ते कंत्राटदार फक्त उन्हाळी-स्नान करताना ती चिलखतं उतरवायचे आणि त्या वेळी मनोऱ्यावरच्या रखवालदारांची संख्या नेहमी दुप्पट केली जायची.

"हो." रझा म्हणाला

"उत्तम! तू मला हे सांगायला शोधत आलास, की ते माझा शोध घेत आहेत? काही काळजी करू नकोस. मी सार्वजनिक फोन कार्यालयामधून फोन केला होता तुला– तिकडचा अधिकारी माझा जुना मित्र आहे. आम्ही कैक युद्धांचे व्रण एकत्र झेलले आहेत. आणि तसंही हे कंदाहार आहे. इथे कोणीही अमेरिकन लोकांना मदत करणार नाही. आम्ही तुम्हा हाजरांसारखे नाही."

"तू तालिबान आहेस?" रझाच्या तोंडून रोखठोक आणि बऱ्याच अंशी आरोपकारक प्रश्न बाहेर पडला.

त्या माणसाने उत्तर न देता फक्त खांदे उडवले– अगदी अब्दुल्लाच्या लकबीने.

"नाही, मी त्यांच्यासाठी वीस वर्षांनी मोठा आहे. मी शेतकरी आहे. थांब इथे." तो माणूस दर्ग्यामध्ये गेला आणि तिकडच्या सूफी संताच्या समाधीसमोर मनोभावे नतमस्तक झाला. त्याला पाहून रझासुद्धा नतमस्तक होऊन 'सुराह फतेहा' जपू लागला. पण हजारो वर्षांपूर्वी मृत झालेल्या कुणासाठी नव्हे!

"तुला माहितेय, हे ठिकाण कुणाचं सर्वांत आवडीचं आहे ते?" त्या माणसाने, 'इस्माईल! इस्माईल नाव आहे ह्याचं!' रझाला विचारलं. "अब्दुल्लाचा मुलगा!"

"अब्दुल्लाला मुलगा आहे?"

"त्याचं नाव रझा आहे!" इस्माईलने होकारार्थी मान डोलवत सांगितलं.

रझाच्या चेहऱ्यावर पसरलेला गोंधळ बघून पुढे म्हणाला, "हो, त्याने आपल्या

मुलाला त्याच मित्राचं नाव दिलंय, ज्याला अब्दुल्लाने कैक वर्षांपूर्वी दगा दिलेला. लहान होता तो. इतकी समज होती कुठे? रझा – आमचा रझा – त्याने आपल्या वडिलांना आजतागायत बघितलं नाही. पण महिन्यातून एकदा जेव्हा ते फोनवर बोलतात, तेव्हा अब्दुल्ला त्याला नेहमी सांगतो, "तुझा हात बाबा वालीच्या सगळ्या मोठ्या डाळिंबाला पकडण्याइतका मोठा झाला की, मला सांग." इस्माईलने समोर पसरलेल्या डाळिंबांच्या बागांकडे निर्देश करत म्हटलं. "म्हणून मग आमचा रझा दर आठवड्याला इथे येतो. खरंतर ती नालायक माणसं सत्तेवर आल्यावर रझाला इथे एकटं सोडण्यात अर्थ उरला नाहीये. कोणी ना कोणीतरी नेहमीच त्याच्या सोबत इथे येतं. पण कधी कधी तो सगळ्यांचा डोळा चुकवूनही पळून येतो इथे. खूप गोंडस पोरगा आहे तो. देव त्याचं भलं करो! पण आजच्या युगात असलं सौंदर्य शापच म्हणायचं!"

"शाप? का?"

"आमचा नवा प्रशासक आणि त्याची ती माणसं! तालिबानांनी इथे येऊन आम्हाला त्यांच्या तावडीतून वाचवण्यापूर्वी त्यांचीच तर सत्ता होती. तरुण स्त्रिया, मुलं कोणीच त्यांच्या अमलात सुरक्षित नव्हतं. मग तालिबानी आले आणि पळवून नेलेल्या स्त्रियांना सोडवून आणलं; एका तरुण पोरावरून भर बाजारात कडाकडा भांडत असणाऱ्या म्होरक्यांना हुसकावून लावलं."

"म्हणजे मग तुम्ही त्यांच्या बाजूने होता का? तालिबानांच्या?" रझा अंदाज घेऊ पाहत होता की, अब्दुल्ला जो त्याच्या ह्या भावाला खूप मानायचा, कुठल्या प्रकारचा पुरुष बनला असेल आतापर्यंत?

"मी आधीच सांगितलं तुला, मी शेतकरी आहे. मला शेती करायची आहे. फळं, पिकं उगवायची आहेत. समजतंय का तुला? त्यासाठी मला शांती हवी आहे. सुरक्षा हवी आहे. त्या बदल्यात मी बरंच काही द्यायला तयार आहे." इस्माईलने हताशपणे दर्ग्याच्या भिंतीवर हात टेकले. "मी ह्याच्यासाठीच लढलो. त्या हक्कासाठी– ज्यामुळे मी इथे माझ्या कुटुंबासोबत येऊ शकलो; बाबा वालीच्या आश्रयाखाली शेती करू लागलो; दर शुक्रवारी त्यांच्या समाधीला भेट देण्याचा माझ्या कुळाचा पिढ्यान् पिढ्यांचा रिवाज पुढे सुरू ठेवू शकलो. मला माझ्या मुलांना डाळिंब हाताळताना बघायचं होतं, हातबाँब नव्हे! पण हे तालिबानी! त्यांना कुठली समज आली आहे? ना सूफी, ना फळबागा... त्यांना कशाचंच सोयरसुतक नव्हतं. ते वाढले निर्वासितांच्या छावण्यांमध्ये. त्यांना कुठून असणार धरणीचं नातं वगैरे भावना? त्यांना कुठल्याच गोष्टीशी बांधिलकी नव्हती, आपुलकी नव्हती... प्रेम तर मुळीच नाही! त्यांना फक्त नास्तिक व बंडखोर, पाखंडी लोकांशी लढावं कसं; एवढंच ठाऊक होतं. म्हणून मग जेव्हा ते आले, तेव्हा, आम्ही ज्यात वाढलो त्या नियमांपेक्षा सर्वस्वी निराळे

नियम घेऊन आले. त्यामुळे झालं काय? तर, फुटबॉल बंद केला गेला. चला, मी एकवेळ फुटबॉलशिवायही जगू शकतो. मग संगीत बंद केलं गेलं! खूप त्रास होतो त्याचा... पण मग मी माझ्या शेतात डोलणारी पिकं बघतो किंवा माझ्या मुलांना निर्धास्तपणे फिरताना बघतो, माझ्या हृदयात मात्र संगीत निनादू लागतं आणि त्यावर तर कोणीच बंदी घालू शकत नाही!''

''आणि तुमच्या मुलींचं काय?''

''हाजरा! माझ्या मुलींशी तुझं काही देणं-घेणं नाही; समजलास?''

रझाने निर्विकारपणे इस्माईलकडे बघितलं आणि मग उलट फिरून निघून जाऊ लागला. तालिबान– स्त्रियांच्या इज्जतीचे रक्षणकर्ते! मरू दे! मी माझं काम केलं, इस्माईलला धोक्याची सूचना दिली. आता स्टीव्हने त्याला गाठलं, तर ती माझी जबाबदारी नाही!

आता रझा शांत चित्ताने त्याच्या त्या दोन पठाण मित्रांच्या मदतीने हद्दपार जाऊ शकणार होता. त्यांनी रझाला वचन दिलं होतं की, तालिबान सैनिक वापरत असलेल्या बिनरखवालीच्या एका मार्गावरून ते त्याला निर्धास्तपणे पाकिस्तानात पोचतं करतील. अर्थात, पाकिस्तानात गेल्यावर आपण काय करणार आहोत, ह्याची रझाला सुतराम कल्पना नव्हती.

'मी अब्बांच्या थडग्याला भेट देईन; तितकं तर नक्कीच करू शकतो मी.'

''रझा हाजरा!'' इस्माईलने रझाचा हात पकडत म्हटलं, ''कृपा करून जाऊ नकोस. मला माझ्या भावाबद्दल सांग. त्याला कॅनडात पोहोचवण्याचा काही मार्ग सापडला का तुला?'' रझाकडून काही उत्तर न आल्यावर इस्माईल मागे सरला आणि ताठ उभा राहिला– ज्याला भीक तर मागायची आहे, पण तसं करणं जमत नाहीये, अशा माणसाच्या आविर्भावात.

''तू म्हणालास की अब्दुल्लाने १० फेब्रुवारीपर्यंत कॅनडात पोहोचणं गरजेचं आहे. असं का?

''कारण, जहाज सुटणार आहे त्या दिवशी.''

''जहाज?''

''हो. युरोपसाठीचं. तिथून तो रस्त्याचा प्रवास करून इराणला पोहोचेल आणि तिथून वाळवंटामार्गे घरी. एरवी माझी अफूची पिकं उलट मार्गक्रमण करत तिथे जातात; आता माझा भाऊ इथे येईल.''

''कदाचित तू...?'' रझा थांबला. 'विचार करून बोलत जा'... हॅरीचा कानमंत्र त्याच्या डोक्यात पिंगा घालू लागला. त्या पठाणांनी त्याला पाकिस्तानात पोहोचण्याचा जिम्मा उचलला, तेव्हा आधी रझाला खूप आनंद झाला. त्याचे सगळे संशय झुगारून रझा जायलासुद्धा तयार झाला. पण लागलीच त्याला जाणवलं की, त्याचा

आधीचा कयास योग्य होता. स्टीव्हला नक्कीच खात्री असणार की, तो पाकिस्तानला जाईल– कराचीला आपल्या वडिलांच्या थडग्याच्या ठिकाणी आणि लाहोरला त्याच्या काकाच्या घरी; अमेरिकेशी त्यांच्या असलेल्या निष्ठेची खातरजमा करायला. आय.एस.आय.ला रझाला शोधून काढण्याचे आदेश दिले जातील. आय.एस.आय.ला रझाचा काहीच उपयोग नसल्याने ते आदेश इमानेइतबारे पाळले सुद्धा जातील. आणि ते त्याला शोधून काढू शकतील, हेही नक्की. अखेर ते आय.एस.आय. होते. त्यांना मुश्किल ते काय? (ए ॲन्ड जीशी त्याच्या सगळ्या कारभारात रझाला इतकं कोणीच घाबरवलं नाही जितकं गुलाबी टिश्यू पेपर फडकावणाऱ्या माणसांनी!)

रझाने हताशपणे एका खांबावर डोकं टेकलं. त्याला प्रकर्षाने वाटलं की आता इथे हॅरी हवा होता– योग्य मार्ग कुठला, ह्याची निवड करून द्यायला. इस्माईलचा हात रझाच्या पाठीवर फिरत होता.

"बरं वाटत नाहीये का?"

रझाने हात वर करत नकारार्थी मान डोलावली आणि विचार करू लागला. त्याचा शाळासोबती बिलाल कॅनडामध्ये राहत होता. टोरॉन्टोमध्ये इंजिनिअर म्हणून काम करत होता. त्याचे आई-वडीलसुद्धा तिथेच होते; बिलाल आणि त्याच्या बायको-मुलांसोबत राहत होते. हिरोकोला जेव्हा दर सहा महिन्यांनी आपल्या व्हिसावर शिक्कामोर्तब करून घ्यावं लागायचं, तेव्हा ती नेहमी हद्दपार जाऊन बिलालच्या आईला, म्हणजेच आपल्या जुन्या शेजारणीला आणि जीवश्च-कंठश्च मैत्रिणीला भेटून यायची. तिने तसं पुन्हा करण्यात काहीच संशयास्पद, निराळं वाटणार नव्हतं. आणि रझालाही बिलाल आनंदाने घरात घेईल ह्याची रझाला खात्री होती. ते काही वर्षांपूर्वी मायामीला भेटले होते आणि बिलालने रझाच्या खांद्यावर हात टाकून जेव्हा त्याला सांगितलं की, "माझ्या बहिणीने मला सांगितलंय सगळं... ती तुझ्याशी त्या वेळी किती वाईट वागली ते. तिने त्या प्रागमधल्या टॅटू-बहाद्दर ढोल-ताशे बडवणाऱ्या माणसापेक्षा तुझ्याशी लग्न केलं असतं, तर किती बरं झालं असतं!" तेव्हा त्यांची मैत्री पुन्हा घट्ट झाली होती. अर्थात, रझाने बिलालचं शेवटचं वाक्य फारसं मनावर घेतलं नव्हतं!

रझाने इस्माईलकडे वळून बघितलं.

"तू मला कॅनडामध्ये शिरकाव करून देऊ शकतोस का?"

"का?"

का? कसं सांगणार ह्या माणसाला, की माझ्या आईला भेटण्यासाठी किती आसुसलोय मी ते? असं वाटत होतं की, त्याच्या आयुष्यातल्या सगळ्या गोष्टी लुप्त झाल्या आहेत; उरली आहे फक्त अम्मी... एक दीपस्तंभ, एक ताईत. पळत राहण्यापेक्षा जिच्या कुशीत शिरून राहावं– असं एक स्थान बनून!

"जगात अशी एकच व्यक्ती उरली आहे, जी माझ्यावर अजूनही प्रेम करतेय. मी तिथे गेलो, तर मी मला भेटायला येऊ शकते." तिला बघितल्यावर, भेटल्यावर पुढे करायचं ते रझा नंतर ठरवणार होता. पण आधी त्याला फक्त तिला डोळे भरून बघायचं होतं; बाकी काही नाही! बाकी कोणी नाही!

इस्माईलने अनपेक्षितपणे रझाला मिठी मारत म्हटलं, "फक्त एक? बाकी सगळे गेले? अल्ला! का आम्हा अफगाणांना इतकं दुःख देतोस रे?"

रझाने मूकपणे इस्माईलच्या खांद्यावर डोकं टेकवलं. त्याला आतापर्यंत मिळालेल्या सगळ्या मिठ्यांमधून ह्या मिठीसाठी तो सर्वांत कमी लायक होता.

३७

ब्रिकेल अॅव्हेन्यूवरील पेंटहाऊसच्या एका कोपऱ्यात अनेक पेट्यांच्या पसाऱ्यात स्कॉचने भरलेला पेला आपल्या गुडघ्यावर तोलून धरत किम बर्टन जमिनीवर बसली. ती कधी स्कॉच प्यायची नाही; दिवसाच्या ह्या प्रहरी तर अजिबातच नाही. पण हॅरी जेव्हा ह्या घरातून तिला फोन करायचा, तेव्हा हा स्कॉचचा प्याला हातात घेऊन आणि तिलाही तसंच करायचा आग्रह करतच! त्यामुळेच तिच्या डॅडच्या ह्या घरातल्या तिच्या पहिल्याच भेटीमध्ये स्कॉच पिऊन त्यांचं स्मरण करण्यापेक्षा अपरिहार्य गोष्ट नव्हती!

लवकरच हॅरीचं सगळं सामान कोठारात न्यायला लोक येणार होते. कदाचित एक दिवस, ती वेळ काढून त्या सामानामधून काय ठेवायचं-काय टाकयचं, हे ठरवू शकेल. पण आता तिला त्यासाठी वेळ नव्हता. आता किम आपल्यासोबत फक्त हॅरीचा लॅपटॉप नेत होती, ज्यामध्ये किमचे फोटो, तिचे व्हिडिओ, तिच्या पत्रांचे स्कॅन्स, तिच्या प्रगतिपुस्तकांचे स्कॅन्स इत्यादी भरले होते. किम आणि हॅरीचा एकत्र असा सगळ्यात नवा फोटो आठ वर्षांपूर्वीचा होता– जो इल्सेच्या आग्रहामुळे काढला गेला होता.

हॅरीचं घर किमच्या कल्पनेतल्यापेक्षा खूपच वेगळं होतं. आपल्या डॅडना स्थापत्यकलेत रुची असेल, असं तिला कधीच वाटलं नव्हतं. तिला वाटलं होतं की, त्यांच्या घरात मोठ्या लेखकांच्या पुस्तकांनी खच्चून भरलेले खण असतील; अद्ययावत, पण वैशिष्ट्यहीन टेबल-खुर्च्या असतील, रिकामा फ्रिज असेल, ओक्याबोक्या भिंती असतील; पण प्रत्यक्षात मात्र हॅरीचं घर फारच सुंदर सजवलेलं होतं. सुंदर नक्षींनी सजवलेल्या उशा, पर्शियन गालिचे, भिंतीवर दिमाखाने उभी असलेली कुठल्याशा राजाची तलवार; निरनिराळे सॉस, मसाले, चीझ इत्यादींनी भरलेला फ्रिज... इंग्रजी, जर्मन व उर्दूमधील वाङ्मय व कवितांनी नटलेली पुस्तकं असलेली

कपाटं आणि आश्चर्य म्हणजे, 'मदर गूजेस नर्सरी ऱ्हाइम्स'ची आठ पुस्तकं– ह्या सगळ्यामुळे हॅरीच्या घराला एक विशिष्ट सौंदर्य प्राप्त झालं होतं.

अर्थात, आता ह्या सगळ्या गोष्टी लहान-मोठ्या पेट्यांमध्ये बांधून टाकल्या होत्या.

किमला समजेना की, आता तिचे डॅड वारल्यानंतर तिच्या व्यक्तिमत्त्वातल्या कुठल्या गोष्टी गळून पडतील. इल्से वारल्यानंतर किमला माहिती होतं की, फक्त इल्सेच्याच सान्निध्यात उभारी घेणारी तिची बिनधास्त, जराशी हट्टी, संरक्षक बाजू गळून पडेल. तिला हेही माहिती होतं की, जी संभाषणं ती फक्त इल्सेसोबत करायची, तीही बंद होतील. पण हॅरीला गमावल्याच्या तिच्या दुःखात सगळंच अस्पष्ट आणि तरीही खूप जोरकस होतं. किमने वैतागून लॅपटॉप लाथाडला! किती जुनी खोड होती ही हॅरीची. स्पष्ट लक्ष देण्यापेक्षा, आपलं लक्ष आहे, हे दाखवून देण्यासाठी पुरावे गोळा करत बसायचं!

पेटाऱ्यांच्या ढिगांमधून वाट काढत येणाऱ्या कोणाचीतरी पावलं वाजू लागली, तशी किम ताठरली. 'कोणी दाढीवाला कॅलाश्निकोव्ह मिरवत इथपर्यंत तर पोहोचला नाही ना?'

"मिस बर्टन?" टॉम– त्यांचा डोअरमन आला होता. "मी फोन करण्याचा प्रयत्न करत होतो." तेवढ्यात मुख्य फोनपासून विलग, लोंबकळलेल्या रिसीव्हरकडे त्याची नजर गेली. जवळच पडलेल्या स्कॉचच्या चषकाकडे त्याने विनम्रपणे दुर्लक्ष करत म्हटलं, "सामान न्यायला आले आहेत. त्यांना वर पाठवू का?"

"हो." टॅन्क-टॉप आणि कार्गो पॅन्टवरून धूळ झटकत उठत किम म्हणाली. "सॉरी टॉम!"

"इट्स ओ.के. मिस बर्टन. मिस बर्टन. तुम्हाला माहितेय, माझा भाऊ ए ॲन्ड जीमध्ये नोकरीला आहे. हॅरीसाहेबांनीच कामाला लावलेलं त्याला. तो मला म्हणाला की, तुमचे वडील आफगाणिस्तानमध्ये ओसामाचा शोध घेताना शहीद झाले. तुम्हाला त्यांचा अभिमान वाटायला हवा!"

अभिमानामुळे दुःख कमी होतं का? तिला डॅड जिवंत असायला हवे होते. हा मनुष्य इथे उभा राहून अशा पद्धतीने का बडबडत होता; जेणेकरून अमुक-अमुक पद्धतीने माणूस मेल्यावर त्याचं मरणं सुसह्य होतं!

"टॉम, तुझा भाऊ ए ॲन्ड जीमध्ये काम करतो ना? तर, त्याला तिकडच्या एखाद्या अधिकाऱ्याला मला फोन करायला सांगू शकशील का? करू शकेल तो हे?"

हॅरीच्या मृत्यूला पाच दिवस उलटल्यानंतरही रझाकडून काहीच खबरबात समजली नव्हती. हिरोकोने किमला सांगितलं की, सज्जादच्या मृत्यूनंतर रझा तसा

बनला होता– सतत इथे-तिथे पळून जाणारा. "माझ्याकडूनच आलेला दिसतोय तो गुण त्याच्यात!" हिरोको म्हणाली. पण, हॅरीच्या ह्या मायामीच्या घरात आल्यापासून किमला प्रकर्षाने रझाशी बोलावंसं वाटत होतं.

तो एकटाच होता, जो तिला हॅरीच्या शेवटच्या क्षणांबद्दल काही सांगू शकत होता. किंबहुना, तो एकटाच होता, जो हॅरीच्या आयुष्याबद्दल तिला काही सांगू शकत होता! किमने कालचा पूर्ण दिवस, आजचाही पूर्ण दिवस रझाच्या सॅटफोनवर संपर्क साधण्याच्या प्रयत्नात घालवला होता. काहीच उत्तर मिळत नसल्यामुळे आता तिची अस्वस्थता वाढू लागली होती. म्हणजे फोन उचलला गेला होता; पण रझाने नव्हे, स्टीव्हनं! कोण हा स्टीव्ह? त्याने रझाचा फोन का उचलला? किम ह्याबद्दल हिरोकोला काहीच बोलली नव्हती. पण तिने ए ॲन्ड जी मध्ये सतत फोन करून हॅरीच्या अंत्यविधीच्या वेळी तिचं मनापासून सांत्वन करणाऱ्या लोकांकडे रझाची खबरबात कळवण्यासाठी तीन निरोप ठेवले होते.

टॉम मुस्कटात मारल्यागत गप्प बसला अन् अखेर हळू आवाजात म्हणाला, "तो तिथे फक्त ड्रायव्हर आहे मिस बर्टन. इतक्या वरपर्यंत पोहोचू शकणार नाही."

"मला माफ कर टॉम. आय ॲम रिअली सॉरी. मी फक्त... यू नो? प्रचंड संतापलेली आहे."

"आम्ही सगळेच संतापलोय मिस बर्टन."

हॅरीचं सामान हलवलं जात असताना किम व्हरांड्यात जाऊन उभी राहिली. जवळच तिला ए ॲन्ड जीच्या कार्यालयाची इमारत उभी दिसत होती. हॅरीने किमला एकदा सांगितलं की, त्याला हा परिसर 'मिलियनेअर्स रो' अजिबात आवडत नाही. जेम्स बर्टनच्या मुलामधील लब्धप्रतिष्ठितपणाला, श्रीमंतीच्या ह्या बीभत्स दिखाव्याची किळस यायची. पण हॅरीच्या साहेबांनीच त्याला इथे राहण्याचा आग्रह केला. शेवटी, कामातून कसाबसा वेळ काढून तासा-दोन तासांसाठी झोपायला घरी जायचं, तर कार्यालयापासून लांब राहण्यात काय शहाणपणा होता?

आणि मग रझा त्या इमारतीच्या दुसऱ्या मजल्यावर राहायला आला होता आणि त्याला हा परिसर फारच आवडलेला. त्यानंतर मात्र हॅरीने कधी हे घर बदलण्याची गोष्ट केली नव्हती.

किमने हॅरीच्या खणात 'R' अशी खूण असलेली किल्ली वापरून रझाच्या घरात प्रवेश मिळवला. तिने तसं का केलं, हे तिने स्वतःला विचारण्याचं धाडस केलं नाही. फक्त तसं केलं खरं. तिथे तिला तिच्या कल्पनेतल्या हॅरीच्या घराचं वातावरण दिसलं– रुक्ष, सुष्क फक्त दोन कोल्ह्यांच्या एका चित्राने 'सजलेल्या' हिरोकोच्या खोलीबद्दल विचार केला, तेव्हा किमला वाटलं की, ही कदाचित रझाच्या जपानी सौंदर्यदृष्टीची परिणती असेल. तिचे हे विचार वर्णभेदात्मक होते

का, ह्याची काळजी करण्याची किमच्या अंगात शक्तीच उरली नव्हती!

किमने रझाच्या कपाटाचा दरवाजा उघडला आणि सर्वांत पुढे तिला दिसलं ते कॅश्मियरचं एक सुंदर जाकीट. किमने त्या रेशमी कापडावरून बोटं फिरवली आणि स्वत:च्या अंगावर चढवलं. तिला ती नेमकं झालंदेखील– फक्त त्याच्या बाह्या जरा लांब होत्या. तिने त्या जाकिटाच्या खिशात हात टाकले. तेव्हा मात्र त्या रेशमी खिशात अनपेक्षितपणे हाताला लागलेल्या खरखरीतपणाने ती जराशी शहारली. पुन्हा हात टाकून खिशात काय आहे, हे बघितलं तर तिच्या ओंजळीत सुकलेल्या गुलाबाच्या पाकळ्या भरून आल्या. किमच्या डोळ्यांसमोर अनाहूतपणे चित्र तरळलं– आठवडाभरापूर्वी ऐन बहरात असलेल्या गुलाबाची फुलं वेचून, त्यांच्या मऊसूत, सुगंधी पाकळ्या आपल्या खिशात भरणाऱ्या रझाचं! किती छान वाटलं असेल त्याला प्रत्येक वेळी खिशात हात टाकल्यावर मिळणाऱ्या ह्या रेशमी स्पर्शाच्या अनुभवाने?

मग अचानक किमला आपल्या वागण्यातल्या वैचित्र्याची जाणीव झाली. तसं तिने ते जाकीट उतरवलं आणि पुनश्च कपाटात ठेवून रझाच्या घराबाहेर पडली.

पुन्हा स्वत:च्या (अर्थात, हॅरीच्या) घरात आल्यावर किमची नजर गेली समोरच्या मायामी बीच व त्याइथल्या पाण्याकडे. तुळई व शिळांनी बांधलेल्या मॅकआर्थर कॉजवेने मायामी बीच परिसराला डाऊनटाऊनशी जोडलं होतं. त्याचा पाया, ८४ इंच खोल रुतवलेले दांडे त्यांचा उर्वरित ४८ इंचांचा भाग भूमीवर; त्यावर एखादं विमान कोसळलं तर? छातीशी सुरुंग लावून कोणी माथेफिरू घुसले तर? एके-४७ घेऊन एखादा अफगाण तिथून गोळ्या झाडू लागला तर? नाही; तो माणूस फारसं नुकसान नाही करू शकणार. कॉजवे कोसळू नाही शकणार त्यामुळे.

सामान न्यायला आलेल्यांपैकी एका माणसाने किमला येऊन वर्दी दिली की त्यांचं काम आटोपलं होतं. सगळं सामान हलवलं गेलं होतं.

"तुम्ही कोणी व्हिस्की पिता का? स्वयंपाकघराच्या ओट्याखाली दोन-चार बाटल्या पडल्या आहेत. मला नको आहेत त्या. घेऊन जा हवं तर."

त्या माणसाने अनाहूतपणे दोन पावलं मागे जात जोरजोरात नकारार्थी हातवारे केले. "नो– नो– नो!"

किमने त्याच्याकडे निरखून बघितलं. आधी तिला वाटलं की, तो मेडिटरेनियन असावा; पण जवळून बघितलं, तर अरब दिसत होता.

"तू मुस्लीम आहेस का?" किमला आपल्या स्वरातूनच त्याला सांगायचा प्रयत्न करायचा होता की, तो मुस्लीम असला तरी ठीक होतं. ती ते त्याच्या विरुद्ध धरणार नाही. खरंतर सगळ्यांनीच झेललेल्या गेल्या काही विचित्र महिन्यांसाठी ती सगळ्यांप्रतीच दिलगीर होती.

तो माणूस जरासा हसला.

"नाही. तसं म्हणू नका... तसं म्हणू नका. आम्ही जिथे काम करतो, त्या घरातून काही घेण्याची आम्हाला मुभा नसते. अगदी त्या घरातल्या लोकांनीच देऊ केलं, तरीही. म्हणून नेऊ शकत नाही मी. मी अरब दिसतो का? खरंतर मी इटालियन आहे."

"माझी चूक झाली." किमने कबूल केलं.

"इतर कोणी ही चूक करायचं धाडस करू नये."

"सगळेच अरब वाईट असतात, अशातली गोष्ट नाही." किम बोलून गेली आणि असं आपण का बोललो, ह्याचा विचार करू लागली.

"हे! मी वंशद्वेष्टा नाही! पण आधीच, बऱ्याचदा क्यूबन समजलो जातो मी, त्यात आणखी अरबाची भर नको! देवा! आणि गिटमो अगदी पलीकडेच आहे त्यातून!"

मायामीच्या इतक्या दिवसांच्या वास्तव्यात किमला कधीच ही गोष्ट लक्षात आली नव्हती.

न्यूयॉर्कला परतण्यासाठीच्या विमानात बसली असताना किमच्या लक्षात आलं की, तिला एकांताची, शांततेची खूप गरज होती. आणि त्यासाठी तिच्या आईच्या ॲडिरॉनडॅक्समधल्या घराला तोड नव्हती! तिथे तरी हॅरीच्या आठवणी तिच्याभोवती पिंगा घालायला येणार नाहीत!

किमला ते घर खूप आवडायचं. कॉलेज संपेपर्यंतच्या तिने आपल्या बऱ्याचशा उन्हाळी सुट्ट्या इथे घालवल्या. इथेच तिने एका मुलाबरोबर प्रथमच नृत्य केलं; डोंगराच्या टोकावरून अवघ्या विश्वाकडे बघितलं, हशीशचे झुरके घेतले, हाफ-मॅरेथॉनमध्ये भाग घेतला, आपलं कौमार्य एका मुलाला देऊन टाकलं... एक ना, अनेक चांगल्या आठवणी दडल्या होत्या किमच्या तिथे!

आता तिची आई तिथे राहत नव्हती– ती फक्त उन्हाळ्यात किंवा शिशिराच्या सुरुवातीला पॅरिसहून इथे दोन-चार दिवस घालवायला यायची– पण त्यातच मजा होती. मोठमोठ्या पर्वतराजींच्या कुशीत, बर्फाची पिसं पडताना बघत, शेकोटीजवळ एकटीने बसून टीव्ही बघण्याचा आनंद काही औरच होता! तिची आई तिला सतत सांगायची की, कदाचित वयाच्या साठीनंतर तिला असलं निवांत आयुष्य भुरळ पाडू शकेल. त्यावर किम नेहमी फक्त हसायची. आता ती स्वत:, वयाच्या अवघ्या पस्तिशीला त्या विश्वात हरवून जाण्याचा विचार करत होती.

'हिरोको कदाचित तिथे भेटायला येईल मला–' मर्सर स्ट्रीटच्या तिच्या घरापर्यंतच्या लिफ्टमधून वर जातानाही किमच्या डोक्यातली चक्रं सुरूच होती. 'कदाचित हिरोको एकटीच अशी आहे, जिचं आगमन तिथे आपल्याला क्लेशकारक ठरणार नाही.'

घराचा दरवाजा उघडून हिरोकोला आपल्या योजनेबद्दल सांगण्याच्या उत्साहानेच किम आत शिरली; तशी तिची नजर सर्वांत आधी गेली ती सोफ्यावर बसलेल्या आणि किमला पाहून ताड्कन उठून उभ्या राहिलेल्या मधाळ डोळ्यांच्या, रुंद खांद्याच्या माणसाकडे.

"ठीक आहे, ठीक आहे–" हिरोको म्हणाली. "कोणी नाही, किम आहे. किम, हा अब्दुल्ला आहे."

किम धक्का बसल्यागत त्या माणसाकडून हिरोकोकडे आलटून-पालटून पाहू लागली. जरा भानावर आल्यावर तिने त्या अफगाणासमोर हात पुढे केला. त्याने तो घ्यावा की नाही, ह्या द्वंद्वात इतका वेळ घालवला की, किमने वैतागून हात पाठी घेतला.

"हा इथे का आलाय?" किमने हिरोकोला स्पष्टच विचारलं.

"तुमच्या वडिलांबद्दल समजलं. मी खूप दिलगीर आहे." अफगाण म्हणाला. "पण ते आता अल्लाजवळ आहेत."

"अल्ला नास्तिकांना जवळ करतात का?" किमने फटकारत विचारलं, तशी अब्दुल्लाने मान खाली घातली.

"तू इतक्या लवकर परत येशील, असं वाटलं नव्हतं मला!" हिरोको शांत आवाजात म्हणाली. मग ती त्या माणसाशी काहीतरी उर्दूत बोलली. त्यावर त्याने उर्दूतच उत्तर दिलं आणि निमूट निघून गेला– किमच्या नजरेला एकदाही नजर न भिडवता.

"काय?" किमने हैराण आवाजात विचारलं, "काय चाललंय काय तुमचं? काय सांगितलंस तू त्याला?"

"तू त्या भानगडीत पडण्याचं कारण नाही." टेबलावरचं पुस्तक उचलून त्यात डोकं खुपसत हिरोको म्हणाली.

"त्याला कॅनडात पोहोचविण्यासाठी तुला कुणीतरी सापडलंय; हो ना?"

हिरोकोने पुस्तकातलं डोकं वर काढायची तसदी घेतली नाही. किमने संत्रस्तपणे हात वर केले. हिरोकोच्या मित्रपरिवारापैकी कुणाला जर ह्या वेडसरपणात सामील व्हायची दुर्बद्धी सुचली असेल, तर त्याला किम काहीच करू शकत नव्हती. तिला आता ह्या क्षणी छान गरम पाण्याच्या अंघोळीची आणि त्यानंतर मस्त वाईनची नितांत गरज होती.

काही क्षणांतच हिरोकोच्या हातातलं पुस्तक हिसकावत किम तिच्यासमोर एका गाडीची चावी गरागरा फिरावत उभी राहिली.

"हे काय आहे?"

"मला काय माहिती?"

किमनं आपला दुसरा हात उंचावत भाडेतत्त्वावर गाड्या देणाऱ्या कंपनीची कागदपत्रं हिरोकोसमोर नाचवली.

"इथे तुझी सही आहे! पाकिस्तानी चालक-परवाना असणाऱ्या सत्तर वर्षांच्या वृद्धेला कोण गाडी देतं?"

"हे न्यूयॉर्क आहे," हिरोको अभिमानाने उत्तरली. "इथे पैसे मोजले की काहीही मिळू शकतं."

"अरे देवा! हिरोको! तू त्याला घेऊन जायचा तर विचार करत नाही आहेस ना?"

"तू ह्यामध्ये पडू नकोस किम."

"तुझ्याकडे पाकिस्तानी पासपोर्ट आहे. तुला काय वाटलं, ते तुला हद्दीवर हसत-हसत पुढे जाऊन देतील का?" किमचा आवाज आता घबराटीने कातर बनला होता. "तू कधी रस्त्याच्या उजव्या बाजूने गाडी चालवली आहेस का? आणि महामार्गावर चालविण्याचा तर तुला काहीच अनुभव नाही! मला एकदा नीट सांगून टाक, तू किती वेडसरपणा करण्याची क्षमता ठेवतेस?"

"तुम्हा अमेरिकन लोकांच्या किनई, वेडसरपणाच्या कल्पना फार भ्याड असतात."

"भ्याड?" किमने ती चावी आपल्या जाकिटाच्या खिशात टाकली. "तू जर तू नसतीस ना हिरोको, तर मला नक्कीच फसवाफसवीचा संशय आला असता!"

"फसवाफसवी? कसली? ती चावी मला दे किम बर्टन!"

"नाही. मी नेईन त्याला! तू इथेच थांबणार आहेस. आणि नाही; माझ्याशी वाद घालण्याचा मुळीच प्रयत्न करू नकोस, हिरोको अश्रफ! माझ्यासारख्या दिसणाऱ्या कोणा मुलीला गाडी चालवताना बघून ते गाडी अडवणार नाहीत!"

हिरोकोने किमकडे अत्यंत साशंक नजरेने बघितलं.

"तू काय त्याला गुपचूपपणे हद्दीबाहेर काढण्याच्या विचारात आहेस की काय?"

किमच्या बघण्यात हिरोको ही अशी पहिली व्यक्ती होती, जिला असा ठाम विश्वास होता की, ती एका अशा विश्वात राहते– जिथे सगळी निदर्शनं, विरोध दर्शविण्याच्या इतर पद्धती कायद्याच्या परिघात राहून केल्या जाऊ शकतात. त्या परिघामधून बाहेर पडून काही करणं म्हणजे आठवं आश्चर्यच!!

"मी जर तुला वचन दिलंय की मी त्याला नेईन, तर मी त्याला नेईन. मग मी ते कसं करते, ह्याच्याशी तुला काय देणं-घेणं?"

"तुला तुझ्या तत्त्वांविरुद्ध जायला भाग पाडण्यासाठी मला जबाबदार व्हायचं नाहीये."

आपल्या राष्ट्रीय तत्त्वांना मनापासून पाळणाऱ्या लोकांबद्दल हिरोकोला तसंच वाटायचं, जसं कुठल्या धार्मिक तत्त्वांना मनापासून पाळणाऱ्या लोकांबद्दल वाटे. तिला ते सगळं अतिशय गोंधळून टाकणारं, कारणमीमांसांच्या पल्याडचं वाटे; पण

तरीही त्यांना त्या सुरक्षित कवचांपासून ओढून काढायला जबाबदार व्हायला ती तयार नसायची.

"तू तसं काहीच करत नाहीयेस." किमने हिरोकोला खोटा दिलासा देत म्हटलं.

"आता मला सांग, तुला तो सुरक्षितपणे कॅनडामध्ये पोहोचायला हवा की नकोय?" त्यांचा वाद पुढे बराच वेळ सुरू राहिला, तरी त्याच क्षणी आपण जिंकलोय, हे किमला समजलं होतं. अर्थात, किमला हे कधीच समजलं नाही की, दुसऱ्या सकाळी हिरोको उठली ती एका अस्वस्थ हुरहुर मनात घेऊनच. सज्जाद अली अश्रफला दिल्ली सोडून इस्तंबूलला जाण्यासाठी तयार करायला जेम्स बर्टनने कधी काळी असेच शब्द वापरले होते!

३८

मस्कतला पोहोचेपर्यंत रझाला खात्री पटली की, रक्ताळलेल्या डोळ्यांचा तो मनुष्य म्हणाला, ते खरं होतं. ह्या प्रवासासाठी लागणारी मानसिक शक्ती रझामध्ये नव्हती. त्याचं मन फारच दुर्बल झालेलं होतं.

"असं!" टेबलावर एक डाळिंब चिरडत त्या माणसाने रझाला समजावलं. फुटलेल्या डाळिंबामधून माणकासारखा चमकणारा एक दाणा काढून त्या माणसाने रझासमोर धरला. त्यामुळे त्याच्या डोळ्याच्या पांढऱ्या भागावर निर्माण झालेली रक्ताची गुठळी झाकली जाऊन रझाला त्यासमोर तो दाणाच दिसू लागला.

"तो अब्दुल्लाला कॅनडात पोहोचवण्यासाठी मदत करणार आहे." इस्माईल बोलला. कंदाहारच्या मुख्य बाजारातल्या ह्या भकास खोलीमध्ये रझाला घेऊन आल्यापासून तो खूप अस्वस्थ झाला होता.

त्या लाल डोळ्यांच्या माणसाने वैतागल्यागत हातवारे करत इस्माईलचं बोलणं मध्येच तोडत म्हटलं, "मला त्यात रस नाही. अब्दुल्लाने एकदा तो प्रवास केलेला आहे; नशिबात असेल तर पुन्हाही करेल. पण हां... ह्याची गोष्ट वेगळी आहे. तू ह्याला माझ्याबरोबर जरा एकटं सोड."

इस्माईल बाहेर पडल्यावर त्या माणसाने रझाला बसायला सांगितलं.

"तू ज्या प्रकारे ती पिशवी कवटाळून बसला आहेस, त्यावरून मला वाटतंय की, त्यात भरपूर पैसे तरी असावेत किंवा प्रेमपत्रं तरी. तुझ्यासाठी मला अशी अशा आहे की, माझा पहिला अंदाज खरा ठरावा. दारिद्र्यात हलाखीच्या परिस्थितीत प्रवास करायला तयार होण्याइतपत लाचार तर तू मला दिसत नाहीयेस."

आता रझा जरासा सैलावला. आता तो त्याच्या परिचयाच्या विश्वात होता– जिथे किंमत मोजली की, काहीही मिळणं शक्य होतं.

"मात्र, इराण ते मस्कत हा प्रवास तुला त्यांच्याप्रमाणेच करावा लागेल..."

चहाचे बरेच कप रिते केल्यानंतर त्या माणसाने तो इतस्ततः भिरकावत असलेले डाळिंबाचे दाणे उचलत असणाऱ्या माणसाला जवळ बोलावलं. मग त्याच्यात आणि रझात पैशावरनं बराच वेळ हुज्जत झाल्यानंतर तो माणूस रझाला म्हणाला, "तू नुकताच इराणसाठीचा प्रथम श्रेणीचा प्रवास चुकवलास. अर्थात, अजून काही आठवडे थांबलास तर..."

"नाही." आपली पिशवी उचलून रझा ठामपणे म्हणाला. इथे येताना होती त्यापेक्षा ती पिशवी आता कैक पटींनी हलकी झाली होती. तरीही त्यात उरलेलं 'वजन' पाहूनही त्या माणसाचे डोळे विस्फारल्यावाचून राहिले नाहीत.

"मी आताच निघतो. इराण ते मस्कतचं अंतर काही फार मोठं नाही."

त्या माणसाने रझाकडे हसून बघितलं.

"केवळ तो समुद्र पार करणंसुद्धा, तू आतापर्यंत आयुष्यात केला नसशील, इतका मोठा प्रवास वाटेल," त्या माणसाने रझाला सावध करत त्याचा निरोप घेतला.

रझाने एका ट्रकमधून दुसऱ्या पहाटेच कंदाहारचा निरोप घेतला. चालक आणि बंदूकधारी शिपायाच्या मध्ये दाटीवाटीने बसून त्याला तो प्रवास करावा लागणार होता. स्वतःची जीप त्याने इस्माईलजवळ ठेवून दिली आणि त्याचबरोबर त्याला वचनही दिलं की, तो अब्दुल्लाला कॅनडामध्ये घेऊन जाण्याचा कुठला ना कुठला मार्ग नक्कीच शोधून काढेल. अर्थात, त्या वचनावर दोघांचाही टोकाचा विश्वास होता आणि अविश्वासही. इस्माईलने रझाला रात्री आपल्या घरात राहण्याचं निमंत्रण दिलं खरं; पण रझाने ते नाकारत, त्या दोन पठाणांसोबत राहणं पसंत केलं. त्या लाल डोळ्यांच्या माणसाने रझाला हसत-हसत नमूद केलं की, अब्दुल्लाच्या परतीच्या प्रवासाचे पैसे जमा करण्यासाठी इस्माईलने घरातली एकन्‌एक वस्तू विकली होती– अगदी उशा-चादरींपर्यंत. म्हणूनच मग रझाने जीपच्या एका खणात हजार डॉलर ठेवून दिले. रक्कम मोठी असली तरी त्यामुळे रझाच्या पिशवीच्या वजनात फारसा फरक पडत नव्हता.

ट्रकचालक व शिपाई दोघे फारच मितभाषी होते. त्यांना बोलतं करण्याचा रझाचा प्रयत्न फोल ठरत होता. ते रझाच्या बडबडीकडे तितकंच कमी लक्ष देत होते जितकं शेजारून गडगडत जाणाऱ्या नाटोच्या वाहनांकडे. जरा वेळाने रझा झोपला. जाग आली, तेव्हा समोर रस्ताच दिसेना. फक्त वाळू आणि एकसमान दिसणारी निळ्या काचांची डझनभर वाहनं. जादूची कांडी फिरवल्यागत चटाचट काही बंदुकधारी शिपाई येऊन त्या वाहनांमध्ये बसले आणि सगळ्या गाड्या तुफान वेगाने धावू लागल्या– जणू अशा विश्वात निर्माण झालेले जीव असावेत जिथे महत्त्वाचे असतात फक्त पाठलाग आणि सुटका!

"हे सगळं माझ्यासाठी?" रझाने शेजारी बसलेल्या शिपायाला विचारलं. त्या शिपायाने गाडीच्या मागच्या भागात पोत्यांवर बसलेल्या शिपायांच्या जथ्थ्याकडे निर्देश केला. ते दृश्य बघून रझाला त्या चरस-गांजाची आठवण झाली, जे तो स्वत: दुबईच्या हॉटेलांमधल्या महत्त्वाच्या गिऱ्हाइकांकडे पोहोचवत असे; त्यांनी पुन्हा पुन्हा यावं, ह्याची तजवीज म्हणून!

बराच वेळ जेव्हा रझाला वाटलं की, आपल्याला वाळूशिवाय काहीच दिसणार नाहीये, तितक्यात एक चमत्कार घडला. त्यांच्या शेजारून भटक्या लोकांचा एक जथ्था चालत गेला आणि महदाश्चर्य म्हणजे, त्यामध्ये चक्क स्त्रिया होत्या! न झाकलेले चेहरे, रंगीबेरंगी कपडे, हातभर बांगड्या घातलेल्या स्त्रिया ज्यांच्याबद्दल रझाला नेहमी वाटायचं की... ह्या बायका सुंदरच असणार. एका जालिम कटाक्षाने वा मधाळ हास्याने वाळवंटात हिंडणाऱ्या राजपुत्रांना घायाळ करणाऱ्या. आता मात्र त्या फक्त 'होत्या', हेच रझासाठी पुरेसं होतं.

"थांबाऽऽ" त्याने चालकाला ओरडून सांगितलं. पण अर्थात कोणीच ऐकलं नाही आणि काही क्षणातच पुन्हा फक्त वाळूच वाळू दिसू लागली. त्या एका झलकीने रझाला खोल विषण्णतेच्या गर्तेत ढकललं. नव्हे, विषण्णता नव्हे, उलझन! त्याच्या भावना आता उर्दूच्या प्रांगणात खेळू लागल्या. विषण्णता आणि बेचैनपणा एकमेकांशी झोंबू लागले. रझाच्या मनात त्या माणसाचा विचार आला– ज्याचं नाव तो अजूनही पूर्णपणे आपलंसं करू शकण्यात यशस्वी झाला नव्हता. त्याच्या आईचा जर्मन वाग्दत्त वर, जो एका नव्या देशात स्थायिक होऊन, निर्धाराने तिकडची भाषा शिकून त्या देशाशी एकरूप झालेला. रझाला माहिती होतं की, त्या कोनरॅडने काहीही करून ह्या वाहनचालकाला थांबायला लावलं असतं. त्याने नक्कीच त्या वाळवंटाकडे 'समुद्राशिवायचा किनारा' म्हणून बघितलं नसतं. त्याने नक्कीच अफगाणिस्तानातला एक महिना त्याच्याशी इतकं विलग राहून काढला नसता.

रझाच्या हे लक्षातही आलं नाही की, तो ह्या सगळ्याचा विचार करत असतानाच ते अफगाणिस्तानच्या हद्दीजवळ येऊन ठेपलेसुद्धा! त्यांची गाडी एका वाळूच्या उंचवट्यावर चढली आणि रझाला दुसऱ्या बाजूला असलेली वाळूच्याच रंगाच्या घरांची वस्ती दिसली.

"उतर इथे–" रझाकडे बघत एका शिपायाने आदेश दिला आणि समोरून चालत येणाऱ्या लोकांकडे निर्देश करत म्हणाला, "आता ते नेतील तुला पुढे."

आतापर्यंत त्या शिपायाने रझाच्या सगळ्या प्रश्नांना फक्त मान डोलवून किंवा फारतर एखादा शब्द उच्चारून उत्तरं दिली होती; पण आता त्याने रझाकडे सहानुभूतीने बघत म्हटलं, "एवढंच लक्षात ठेव, हे कधी ना कधी संपेल. आणि ह्यापुढचा प्रवाससुद्धा."

दुसऱ्या सकाळपर्यंत रझा ते वाक्य अक्षरशः जपत चालला होता. आपल्याला वेड लागू नये, ह्यासाठी!

आता तो एका वेगळ्या गाडीत होता. ती मागच्या बाजूने पूर्णपणे बंद होती. आतापर्यंत त्याचा प्रवास ज्या चकचकीत वाहनांमधून झाला होता, त्यांच्या तुलनेत हे वाहन कैक दशकं जुनं वाटत होतं. जमेची बाजू म्हणायची तर इतकीच की, ही गाडी बरीचशी त्या गाडीसारखी होती, जिच्यातनं रझा त्या पठाण चालकासोबत शाळेमधून ये-जा करायचा. रझा नेहमी पुढच्या बाजूला पठाणासोबत बसून पुश्तू शिकत प्रवास करायचा आणि मागच्या दोन फळकुटांवर दाटीवाटीने बसणाऱ्या पोरांची खिल्ली उडवायचा. ती पोरंदेखील हसत-हसत त्याच्या नावाने बोटं मोडायची.

रझाच्या मनात आलं– जर मी पुढे बसून हट्टाने पुश्तू शिकण्याऐवजी मागे बसून प्रवास केला असता, तर ना मला पुश्तू आलं असतं, ना मी कधी अब्दुल्लाशी बोललो असतो आणि ना ह्या सगळ्या घटना घडल्या असत्या– ज्यामुळे मी आज ह्या कोंदट गाडीमध्ये, पुठ्ठ्याच्या डब्यामधून पठाणी पोरं माझ्यावर लादण्यासाठी फेकत असणारे कोबीचे गड्डे झेलत इथे बसलो आहे!

"फक्त भाज्यांना कागदपत्रांशिवाय हद्दीबाहेर ने-आण करण्याची मुभा असते. त्यामुळे तू भाजी बनूनच पुढचा प्रवास करशील." एका माणसाने रझाला समजावलं. मात्र, त्याच्या पायांपासून छातीपर्यंत आणि छातीपासून डोळ्यांपर्यंत जसा तो ढीग वाढू लागला, तसा रझाला घाम फुटला.

"मी इथे घुसमटून जाईनऽऽ" त्याने ओरडून सांगितलं.

"तू पहिलाच असशील तसा!" त्याला उत्तर देणाऱ्याच्या आवाजात मिश्किलपणा होता.

पुढचा बराचसा प्रवास रझाने उभ्यानेच केला– छातीपर्यंत असलेले गड्डे सरकवत, टपाला डोकं आपटू नये म्हणून विचित्रपणे वाकत.. पण हद्द दिसू लागली तसं चालकाने मधल्या काचेवर जोरात थाप दिली आणि रझाला पुन्हा त्या जीवघेण्या ढिगाऱ्यात लपावं लागलं. काही क्षणांतच गाडीने पुन्हा वेग पकडल्यावर कोबीचे गड्डे रझाच्या अंगा-खांद्यावर येऊन पडले आणि त्यामुळे पसरलेल्या काळोखात व हवेसाठी तडफडतच रझा इराणमध्ये दाखल झाला!

ह्यापूर्वी, काळ कधी इतक्या धीम्या गतीने चालताना जाणवला नव्हता. हद्दीवरचे शिपाई त्या गाडीपर्यंत पोहोचायला बराच वेळ लागला. कोबीच्या गड्ड्यांमुळे रझाच्या छातीची धडधड सोडल्यास सगळे आवाज लपले गेले.

गाडी पुन्हा सुरू झाली तसं रझाला प्रकर्षाने उभं राहावंसं वाटत होतं; पण त्याने तशी हिंमत केली नाही. चालकाने त्याला स्पष्ट बजावलेलं होतं की, त्याने इशारा देईपर्यंत उभं राहायचं नाही! पण रझा हवेअभावी घुसमटू लागला होता.

अखेर बऱ्याच वेळाने चालकाने इशारा दिला... तसा रझा झटकन उभा राहिला आणि गपागपा श्वास घेऊ लागला! त्याच्या अशा उठण्यामुळे इतस्तत: विखुरलेल्या गड्ड्यांकडे रझाने साफ दुर्लक्ष केलं. इतकंच नव्हे, तर त्या चालकाच्या रझाच्या करामतींवरच्या गडगडाटी हास्याकडेही त्याने दुर्लक्ष केलं आणि एखाद्या पोहऱ्यासारखा त्या गड्ड्यांच्या वरून सूर मारत बाहेर पडला!

"मजा आली?" रझाला हात देत चालकाने विचारलं. "रात्रीच्या जेवणासाठी कोबीचं सूप आवडेल का?"

लाल डोळ्यांच्या माणसाच्या शिपायानंतर अहमद नावाच्या ह्या चालकासोबत प्रवास करणं, हा मजेशीर अनुभव होता. रझाला आपल्या शेजारी बसवून दक्षिणेकडच्या किनारपट्टीचा प्रवास करता-करता त्याने रझाला आपली जीवनगाथा ऐकवली. अहमदचं कुटुंब भटक्या जमातीचं होतं. पण युद्ध आणि दुष्काळाच्या तडाख्यांमुळे त्यांना आपली पिढ्यान्‌पिढ्या चालत आलेली जीवनशैली आणि व्यवसाय त्यागून हद्दीजवळ कायमचं वास्तव्य करावं लागलं होतं. आता त्यांची मुलं सुदैवी असतील, तर वाहनचालक आणि नसतील, तर दगडउचले बनली असतील.

"सुरुंग सगळ्यात वाईट!" अहमद रझाला सांगत होता. रझा मात्र 'दगड-उचले' हा पुश्तूतला एखादा अनौपचारिक शब्दप्रयोग आहे का, ह्याचा विचार करत होता. "पूर्वी आम्ही मोठमोठे जथ्थे करून चालायचो. पण मग, तीन-चारच्याच गटांनी प्रवास करू लागलो. का माहिती आहे? म्हणजे, एखाद्या गटापैकी कुणाचा सुरुंगावर पाय पडला, तर तेवढेच कमी मृत्यू होतील आणि त्यांची शवं किंवा लगेच येऊन टपकणारी गिधाडं पाहून मागचे लोक सावध होऊन चालू शकतील!" अहमद हे सगळं एखादी कथा सांगितल्यागत हसतमुखाने सांगत होता आणि त्याच्यावर विश्वास ठेवावा की नाही, हे रझाला उमजत नसलं तरी त्याच्या मैत्रीबद्दल रझाला कृतज्ञता वाटत होती.

रझाला अहमदला खूप प्रश्न विचारावेसे वाटत होतं... जसं– तुझ्या लोकांचं घर कुठे किंवा काय आहे? पण बाकीचे शब्द येत असले तरी पुश्तूमधला घरासाठीचा शब्द मात्र त्याला अजिबात आठवेना. अहमदला आपला प्रश्न कसा समजवावा ह्याचा विचार करता-करता त्यातला मथितार्थ विरून गेला.

अहमदशी बोलण्यामध्ये रझा इतका मग्न होता की, भौगोलिकरीत्या अफगाणिस्तानाप्रमाणेच दिसणारं इराण तरीही वेगळंच का वाटत होतं, हे समजायला रझाला अंमळ उशीरच झाला.

"युद्ध नाही..." सूर्यास्ताच्या वेळी जेव्हा त्याला अखेर कारण समजलं, तेव्हा रझाने ते अहमदला सांगितलं.

पहिल्यांदाच कुठला विनोद न करता अहमदने गंभीरपणे मान हलवली. दाश्त-

ए-मार्गोमध्ये (मृत्यूचं वाळवंट) रझाने तिकडचे विषारी साप चुकवत केलेल्या प्रवासाबद्दलच्या चर्चेत मध्येच युद्धाचा विषय कुठून आला, हे विचारण्याची अहमदला गरज पडली नाही.

रात्री ते एका हॉटेलात उतरले. हॉटेलमालकाशी बोलताना रझाने दाखवलेल्या फारसीवरच्या प्रभुत्वाने अहमद चकित झाला. सकाळी ते पुढचा प्रवास करू लागले. जरासंच अंतर गेले असतील, इतक्यात त्यांच्या शेजारून एक गाडी चालू लागली. त्यामध्ये डोक्यावर रुमाल बांधलेल्या व उन्हाचे चष्मे घातलेल्या पाच-सहा सुंदर तरुणी होत्या. रझाला तर वाटू लागलं, ह्या सगळ्या हॅरीला आवडायच्या त्या हॉलिवूडच्या नट्याच असल्या पाहिजेत. काही वेळासाठी ती गाडी आणि ह्यांचा ट्रक बाजू-बाजूनेच चालत होते. अहमद त्या मुलींना खेळकर प्रश्न विचारत होता आणि रझा ते प्रश्न (व त्या मुलींची उत्तरं) अनुवादित करण्यात गुंतला होता. "तुमच्यापैकी माझी बायको कोण बनेल? माझ्या ह्या मित्राशी कोण लग्न करेल? तुम्ही रस्त्यावरून का जात आहात; पऱ्या तर आभाळात उडतात ना?" त्या मुलीही काही कमी नव्हत्या. "आम्हाला कोबीचा वास येणारे नवरे नकोत! मुली तर पऱ्यांपेक्षाही श्रेष्ठ असतात; परी म्हणून आमचा अपमान करू नका." रझाकडे बिनदिक्कत बघत त्यांची टकळी सुरू होती. थोड्या वेळाने अहमद आणि रझाकडे फ्लाइंग किस फेकत एका वळणावर त्या पऱ्यांनी त्यांचा निरोप घेतला तसा रझा पुटपुटला, "आय लव्ह इराण!"

रझाला वाटू लागलं की, प्रवासातला खडतर भाग संपला होता. त्याला वाटू लागलं की कोबीच्या ढिगाऱ्यांमधून लपून येणं, हेच ह्या प्रवासातलं सगळ्यात मोठं दिव्य होतं. त्या प्रसंगाच्या आठवणीने, हॅरीच्या मृत्यूनंतर, रझाला प्रथमच हसू फुटलं. वाळवंट मागे टाकून त्यांना बराच वेळ लोटला आणि समुद्राचं दर्शन होताच रझा आनंदाने ओरडू-गाऊ लागला. कराची, दुबई, मायामीसारख्या सागरी शहरांमध्ये राहूनही रझाला इराणमधला हा समुद्र बघेपर्यंत त्याचं कधीच इतकं महत्त्व वाटलं नव्हतं.

पण जसजसे ते समुद्राजवळ येऊ लागले, तसातसा अहमद अंतर्मुख होत गेला. "तू इथेच का राहत नाहीस?" समुद्राच्या खाऱ्या वाऱ्याचा गंध येऊ लागण्याइतपत बंदराजवळ पोहोचत असताना अहमद रझाला म्हणाला, "तू जर अमेरिकनांपासूनच आश्रय शोधत असशील, तर इराणसुद्धा चांगलीच जागा आहे की राहायला . तू तर इथली भाषासुद्धा बोलू शकतोस. शिवाय इकडच्या बायका सुंदर आहेत आणि शियासुद्धा... तुम्हा हाजरांप्रमाणेच."

अहमद एवढी काळजी का करत होता, हे रझाला खूप वेळेपर्यंत समजलं नाही. त्याने अहमदला घट्ट मिठी मारत त्याचा निरोप घेतला– हे वचन देऊन की, सगळं

स्थिरस्थावर झाल्यावर तो पुन्हा येईल आणि ते दोघं आशिया खंडामध्ये भरपूर प्रवास करतील– फक्त कोबीच्या गड्ड्यांशिवाय! मग, अहमदने रझाला एका जहाजाच्या कप्तानाकडे सुपूर्द केलं. त्या कप्तानाने रझाला यंत्राने चालणाऱ्या एका लाकडी नावेकडे नेलं. रझाने त्याला "मी कुठे बसू?" असं विचारल्यावर कप्तानाने पायाखालच्या लाकडी फळ्यांकडे निर्देश करत म्हटलं, "त्या खाली." त्यावर रझा हसला, पण कप्तानाच्या चेहऱ्यावरची रेषही हलली नाही.

"लघवी केली आहेस का?" कप्तानाने रझाला विचारलं.

"काय?"

"लवकर करून घे– नावेच्या कडेला जाऊन. मस्कत येईपर्यंत बाहेर यायला मिळणार नाहीये तुला. आणि त्या पिशवीसाठी आत जागा नाहीये."

रझाने पिशवीला घट्ट कवटाळलं.

"त्यामध्ये काही पवित्र वस्तू आहेत. मी माझ्या आईला वचन दिलेलं..."

कप्तानाला त्याच्या बडबडीत रस नव्हता.

"चल, लवकर आटप."

रझाने समुद्रात लघवी करेपर्यंत कप्तानाने काही फळकुट्या वर उचलल्या. रझाला माणसांच्या बोलण्याचा आवाज ऐकू येऊ लागला. खाली लोक तरी किती होते!

खूप! भरपूर! रझाने नावेच्या अंतर्भागात डोकावून बघितलं तसे त्याला कैक मलूल, थकलेले चेहरे त्याच्याकडे बघत असताना दिसले. फळ्या सरकवल्या गेल्या तसे त्यापैकी बरेच जण फारसीमध्ये, पुश्तूमध्ये कोलाहल करू लागले.

"नाही, अजून कुणाला पाठवू नका. इथे मुंगी शिरायलाही जागा उरली नाहीये. कृपा करा!"

"चल जा, जा." कप्तानाने त्या विव्हळणाऱ्या लोकांकडे दुर्लक्ष करत, रझाला आत ढकलत म्हटलं, "आधीच तुझ्यामुळे खूप उशीर झाला आहे!"

रझाने आत निरखून बघितलं. माणसं एकमेकांना खेटून आडवी पडली होती. ते दृश्य त्याला फार बघितल्यासारखं वाटत होतं. 'पण कुठे?' रझाला कशाचीतरी प्रकर्षाने आठवण होत होती– कसली ते त्याला नीटसं लक्षात येत नव्हतं... त्याच्यामुळे जागृत झालेल्या कसल्याशा अस्वस्थतेमुळे कप्तानाने रझाला शिव्या हासडल्या आणि त्याला अजून जोराने धक्का देत खाली ढकललं. कसं कुणास ठाऊक, पण रझाला कशीबशी दोन पुरुषांच्या मध्ये नखभर जागा मिळाली... आणि अजूनच आखडलेल्या जमावामध्ये पसरलेल्या हताश सुस्काऱ्यांत रझाचाही सुस्कारा मिसळला.

अखेर, जेव्हा कप्तानाने रझासाठी उखडलेल्या फळकुट्या पुन्हा बंद केल्या

आणि परिणामी खाली काळामिट्ट अंधार पसरला, तेव्हा रझाला एकदम लक्षात आलं की ते दृश्य कशासारखं दिसत होतं– कोसोवोमधल्या सामूहिक थडग्यांसारखं!

तेवढ्यात रझाच्या डावीकडच्या माणसाने रझाचा हात पकडत विचारलं, "अजून किती वेळ लागेल?"

रझाने उत्तर दिलं नाही– त्याला भीती होती की, आपण तोंड उघडलं तर तेलाच्या, दमट लाकडाच्या आणि कैक आठवडे अंघोळ न केलेल्या लोकांच्या संमिश्र दर्पाने त्याला भडभडून उलटी होईल. तो ज्या फळकुटांवर पडला होता, त्या गुळगुळीत होत्या– त्या तशा समुद्राच्या पाण्याने झाल्या आहेत की आणखी कशाने, हे रझाला मुळीच जाणून घ्यायचं नव्हतं.

नाव जसजशी पुढे जाऊ लागली, तसतशी परिस्थिती बिकट होऊ लागली. आधी समुद्राच्या लाटांमुळे हेलकावे खाणाऱ्या नावेमुळे लोकांची डोकी एकमेकांना आपटत होती, पण मग जेव्हा ती नाव बंदरापासून लांब समुद्राच्या आत-आत जाऊ लागली तशी लाटांचा फटकारा इतका वाढला की एकेक करून सगळी माणसं उठून बसू लागली. थोड्याच वेळात त्या सगळ्यांना बकाबका उलट्या होऊ लागल्या. त्या कोंडवाड्यामध्ये ओकारीच्या दर्पामुळे अजूनच नकोसं व्हायला लागलं. रझाशेजारच्या अफगाण मुलाची तब्येत तर सगळ्यांपेक्षा जास्त बिघडली होती. तो सतत रडत होता आणि आपल्या आईच्या नावाचा धोशा लावत होता.

रझाने डोळे मिटले. गेली कित्येक वर्षं त्याने शेकोटीभोवती बसून टी.सी.एन्स.कडून त्यांच्या सुटकांच्या कथा ऐकल्या होत्या; पण त्या सुरस कथांच्या पटलाखाली इतके विदारक अनुभव दडले असतील, असं त्याला कधीच वाटलं नाही. आणि अब्दुल्ला? अब्दुल्लाने असा प्रवास एकदा केला होता; कदाचित पुन्हाही करणार होता. ॲटलान्टिक महासमुद्रावरून... अशक्य आहे ते! कोणीच असा प्रवास करू शकत नाही. असं कुठलं विश्व होतं, जे माणसांना असल्या भयानक अनुभवांतून जायला लावतं?

रझाने आपल्या डोक्याखाली पिशवी ठेवली आणि त्या ओकणाऱ्या मुलाला उचलून आपल्या अंगावर झोपवलं– लाटांपासून त्याचं जरा तरी रक्षण व्हावं, ह्या हेतूने. त्या मुलाला हायसं वाटलं आणि तो रझाच्या छातीवर डोकं ठेवून पडून राहिला.

घड्याळाचा काटा अत्यंत धीम्या गतीने पुढे सरकत होता. कोणी काही बोलत नव्हतं– जणू ह्या विश्वात संभाषण अशक्य होतं. दुपारपर्यंत तो कोंडवाडा भट्टीप्रमाणे धगधगू लागला. बऱ्याच लोकांची शुद्ध हरपली होती. रझाच्या अंगावरचा मुलगाही मृतवत निपचित पडला होता. पण रझाने त्याला अंगावरून उतरवण्याचा प्रयत्न केला नाही. 'मी ह्या मुलासाठी जे करतोय, ते हॅरीने माझ्यासाठी बिनदिक्कतपणे केलं

असतं'... रझाच्या मनात आलं. 'पण मुळात हॅरीने मला अशा जागेत पोहोचूच दिलं नसतं.'

प्रवासातल्या एका क्षणी रझाला खात्रीच पटली की, आता त्याचं वाचणं शक्य नव्हतं. त्याच्या डोक्यात फक्त त्याच्या अम्मीचा विचार तरळत होता. तो मेला तर तिला समजणारही नव्हतं. एवढ्या लोकांमध्ये गुरा-ढोरांची मौत मेलेल्याची कोण ओळखबिळख लावण्याची तसदी घेणार? मग त्याची आई त्याच्याबद्दलच्या बातमीची वाट बघत बसणार. पण किती वेळ? किती काळ जाईल तिला समजेपर्यंत की तिच्या जवळची अजून एक व्यक्ती यमाच्या तावडीत सापडलीये? अम्मीच्या विचाराने रझाला हुंदका फुटला.

शेवटी बऱ्याच वेळाने जेव्हा पुन्हा एकदा फळकुट्या काढल्या गेल्या आणि आतल्या अंधारामध्ये चंद्रप्रकाशाचे झोत शिरले, तेव्हा नेमकं काय चाललंय, हे रझाला बराच वेळ लक्षात आलं नाही. मग कप्तानाने आत डोकं घातलं आणि आतून वाढत जाणाऱ्या आनंदी आवाजांना दरडावून गप्प करत म्हणाला, "गप्प बसा. रझा हाजरा ऽऽ कुठे आहेस तू? बाहेर ये. बाकीचे सगळे इथेच थांबा. अजून पोहोचलेलो नाही आहोत आपण."

ह्या क्षणापर्यंत, जेव्हा रझा सगळ्यांना त्या नरकात सोडून एकटा बाहेर पडणारा माणूस ठरला, तोपर्यंत त्याइतकं लज्जास्पद व घात करणारं त्याच्या आयुष्यात काहीच ठरलं नव्हतं! रझाच्या अंगावर पडलेल्या मुलाला तोपर्यंत शुद्ध आली होती आणि रझाला जाताना पाहून त्याने रझाचा शर्ट हातात घट्ट पकडत विनवलं, "मला पण तुमच्याबरोबर न्या ना!" रझाचं काळीज तीळ-तीळ तुटत होतं, पण तो काहीच करू शकत नव्हता. "आय ॲम सॉरी!" त्या रडण्या-भेकणाऱ्या मुलाकडे बघत रझाने खजील आवाजात म्हटलं. मग, काहीतरी सुचल्यागत रझाने आपल्या पिशवीत हात घातला आणि शंभर डॉलरच्या नोटांचा एक जुडगा काढून त्या मुलाच्या हातात कोंबला. "ह्याबद्दल कोणाला काही सांगू नकोस." इतर माणसांच्या अंगावरून झेपावून वर उभ्या असलेल्या कप्तानाला हात देण्याआधी रझा त्या मुलाच्या कानात कुजबुजला. क्षणभर रझाला वाटलं की, आपली पिशवी खाली भिरकावून द्यावी; पण त्याला माहिती होतं की, त्याला अजूनही कशासाठी तरी पैसे लागणार होते. म्हणून मग फळकुटं खाली येण्यापूर्वी अधाशासारखे हवा आणि चंद्रप्रकाश पिणाऱ्या लोकांकडे कठोर मनाने दुर्लक्ष करत रझा बाहेर पडला.

नावेच्या बाजूला एक लहानशी होडी उभी होती. त्यांतून एक खुसफुसणारा आवाज आला– "रझा हाजरा? चल लवकर. तुझ्यासाठी थांबवलेल्या विमानाला आधीच उशीर होतो आहे." रझा त्या होडीमध्ये उतरला, पण खाली बसणार इतक्यात नावाड्याने वल्हं भिरकावत रझाला पाण्यात पाडलं. नशिबाने पाण्यात

पडता-पडता रझाला आपली पिशवी होडीत भिरकावण्याचं सुचलं म्हणून बरं!

नाकातोंडात गेलेलं पाणी फुरफुरत, थंडीने कुडकुडत रझा कसाबसा पाण्याबाहेर डोकं काढून तरंगू लागला. नावड्याने त्याला एक पिशवी हातात दिली. "त्यात कपडे आहेत. तू घातले आहेस, ते कपडे काढून टाक. आणि हे पण वापर–" त्याने रझाकडे साबणाची वडी फेकली. प्रवासाचा पुढचा टप्पा गाठण्याची जीवघेणी घाई असूनही नावाड्याने रझाला त्या थंडगार पाण्यात पूर्ण नग्नावस्थेत तरंगत आभाळाची खोली मोजायला काही क्षण दिले.

'मी पुन्हा कधीच पूर्वीप्रमाणे बनणार नाही...' रझाच्या मनात येत होतं. त्याने आपल्या ओकारीने माखलेले कपडे समुद्रात सोडून दिले. फक्त हॅरीचं जाकीट ठेवलं. पण मग अखेर त्यालाही जाऊ दिलं. 'मला पुन्हा कधीच पूर्वीप्रमाणे व्हायचं नाहीये.'

होडीमध्ये पाणी, खायचे पदार्थ आणि एक सलवार-कमीज एवढ्या वस्तू ठेवलेल्या होत्या. सलवार-कमीज खरंतर त्याच्या मापापेक्षा जरा मोठाच होता; पण ह्या घडीला रझाला इतक्याही सुखसोई अतीव वाटत होत्या. ह्यापेक्षा अधिक तो सहनही करू शकला नसता.

पुढच्या पहाटेला त्यांची होडी किनाऱ्याला येऊन पोहोचली. पुन्हा रझासाठी तिथे एक चकचकीत निळा ट्रक हजर होता. ह्या वेळी रझाने ट्रकचालकाशी किंवा आतल्या शिपायांशी गप्पा वगैरे मारण्याचा प्रयत्न केला नाही. त्याला सतत आपल्या छातीवर झोपलेल्या मुलाची आठवण येत होती आणि त्याच्या मनाला रुखरुख लागून राहिली होती की, आपण त्याला हुसेन आणि अल्तमाशचा संपर्क द्यायला पाहिजे होता. मस्कतपासून दुबई फारसं दूर नव्हतं.

ताडाच्या झाडांनी दुतर्फा मढलेला एक सुंदर रस्ता एका खासगी धावपट्टीपर्यंत गेला होता. धावपट्टीवर एक विमान उभं होतं.

ट्रकमधल्या एका शिपायाने रझाला विमानापर्यंत नेलं आणि विमानाचं दार उघडता-उघडता दात विचकत म्हणाला, "वेलकम टू द झू!" विमानामधून चित्रविचित्र आवाज येत होते.

रझा दबकतच आत शिरला.

एका निळ्या बगळ्याने आपले सुंदर पंख फडकवले; एका पांढऱ्या मोराने आपल्या पिसाऱ्याचा पंखा मिटला; रंगीबिरंगी काकाकुवांनी एकच गलका सुरू केला; एक लहानगं अँटईटर आपल्या आईच्या पाठीवरून खाली पडलं आणि जोरजोरात ओरडू लागलं; आफ्रिकन रानटी कुत्री आपले अणकुचीदार दात विचकू लागले; एका काळ्या चादरीखाली कुठलेतरी पक्षी बाहेर पडण्याची फडफड करू लागले; मिरकॅट आपल्या दोन पायांवर बसून तमाशा पाहू लागले आणि एका

बाजूला ह्या सगळ्या कलकलाटात एक लहानगा गोरिल्ला सुस्तपणे झोपला होता!!

शिपायाने गोरिल्लाच्या पिंजऱ्याकडे निर्देश करत म्हटलं, "तू त्या गोरिल्लाच्या आतून प्रवास करणार आहेस!"

आणि त्या क्षणी रझाच्या लक्षात आलं की, लाल डोळ्यांचा माणूस म्हणाला ते खरं होतं– त्याचा मेंदू खरोखरीच फुटून विखुरला होता.

३१

भाड्याने घेतलेली एस.यू.व्ही. जशी हद्दीवरच्या चेकनाक्याकडे येऊ लागली तसे किमच्या मनात, गाडीमध्ये गोधड्यांखाली ट्रंकेमध्ये लपलेला अफगाण सापडला गेलाच, तर तिला कशाकशाला तोंड द्यावं लागेल ह्याची भीतिदायक चित्रं तरळू लागली. मग तिला काय होईल किंवा त्याला काय होईल, ह्या प्रश्नापुढे जाऊन किमच्या डोक्यात अशा विश्वाची चित्रं तरळू लागली, ज्यामध्ये प्रत्येक चेकनाक्यावर सगळ्या लोकांचं 'राजकीय रेखाचित्र किंवा वर्गभेद' करणं सक्तीचं केलं गेलं असून तिथल्या अधिकाऱ्यांना प्रचंड अपराधी भावनेने वावरणाऱ्या अमेरिकन लोकांना निवडू काढण्याचं खास प्रशिक्षण दिलं असावं.

किमने गाडीच्या खिडकीची काच खाली केली आणि आपलं सर्वांत मोहक हास्य फेकत समोरच्या कॅनेडियन पोलिसाला आपला परवाना सुपूर्द केला.

"फोटो तुमच्या सौंदर्याला न्याय देत नाहीये!" गंभीर आवाजात, पण मिश्किल डोळ्यांनी त्या पोलिसाने टिपण्णी केली. "बराच वेळ वास्तव्य आहे?

"नाही. काही तासच."

"काय! तुम्ही पण?" तो म्हणाला, "आम्ही तुमच्या अमूल्य वेळेच्या त्यापेक्षा थोडे का होईना, पण जास्त लायक आहोत."

"जानेवारीत नव्हे. त्यात काही अर्थ नाही. मी वसंतात पुन्हा येईन."

"मी वाट पाहत असेन!" डोळे मिचकावत त्याने किमचा परवाना तिच्या हातात दिला आणि तिला पुढे सोडण्याचा इशारा केला.

'पण मी हे सगळं अपराधी भावनेपोटी करत नाहीये'... किमच्या मनात आलं. तरीही पूर्ण प्रवासभर तिला सतत एका गोष्टीची टोचणी लागून राहिली होती की कसा तिने कुठल्याही देशांमध्ये आत-बाहेर करण्याचा आपला अधिकार नेहमीच गृहीत धरलेला. ज्या देशांमध्ये अमेरिकन नागरिकांना व्हिसा काढण्याची सक्ती

होती, तिथे ती जाण्याचंच टाळायची. किती सोप्पं! गेल्या वर्षी जेव्हा तिने हिरोको आणि इल्सेला स्वत:बरोबर पॅरिसला येण्याचं आमंत्रण दिलं तेव्हा, हिरोकोला व्हिसा मिळवण्यासाठी किती दिव्यातून जावं लागेल, हे ऐकून किमला धक्काच बसला. "इतका ताप करून जाण्यात काय मजा?" असं म्हणून हिरोकोने जड मनाने तो विषय बंद करून टाकला होता.

"तू आता बाहेर येऊ शकतोस." हद्दीच्या पल्याड बऱ्याच अंतरावर पोहोचल्यानंतर आणि आजूबाजूला बर्फाच्छादित शेतं दिसू लागल्यानंतर किमने अब्दुल्लाला वर्दी दिली. अब्दुल्ला लागलीच मागच्या सीटवर येऊन बसला.

"मी मागेच बसू की, पुढे आलो तर चालेल?" त्याच्या रांगड्या व्यक्तिमत्त्वाला अजिबात न शोभणाऱ्या विनम्रपणाने अब्दुल्लाने विचारलं.

किमनं गाडी थांबवली आणि अब्दुल्लाला पुढे येण्याची खूण केली. अब्दुल्ला खाली उतरला आणि अचानक खालच्या बर्फामध्ये जोरात ठोसा मारला. खरंतर हे पाहून किमला क्षणभर गाडी घेऊन अब्दुल्लाला तिथेच सोडून पळून जावंसं वाटलं, पण तिने स्वत:ला आवरलं.

शेवटी एकदाचा अब्दुल्ला गाडीमध्ये येऊन किमच्या शेजारी कोपरापर्यंत बर्फाने भरलेला हात धरून बसला.

"खोल आहे." तो किमकडे न बघता बोलू लागला. "गेल्या वर्षी मी आणि माझ्या मित्रांनी सेंट्रल पार्कमध्ये बर्फाचे बाहुले बनवले होते."

"तू कधी न्यूयॉर्कबाहेर फिरायला गेला आहेस का?" किमने विचारलं. मॉंट्रियलजवळच्या फास्ट-फूड हॉटेलात– जिथे अब्दुल्लाला न्यायला एक माणूस येणार होता– पोहोचायला अर्धा तास तरी लागणार होता. एका अफगाण माणसासोबत बंदिस्त गाडीमध्ये तीस मिनिटं काढायची? किमने जरा बिचकून शेजारी हातमोज्यातरना बर्फ पुसत बसलेल्या अब्दुल्लाकडे बघितलं आणि ठरवलं की, त्याला घाबरण्याचं काहीच कारण नव्हतं.

"एकदा–" अब्दुल्ला थांबत-थबकतच बोलत होता; जणू योग्य त्या शब्दांची निवड करत असावा किंवा त्याला त्याच्या उच्चारांबद्दल खात्री नसावी. "केमाल नावाच्या माझ्या एका मित्राने भाड्याने गाडी घेतली आणि रमझानच्या वेळी आम्हा सात-आठ मित्रांना मॅसाच्युसेट्समधील एका मशिदीला घेऊन गेला. आमच्यातले दोन जण तुर्की होते, एक अफगाण, एक पाकिस्तानी, दोन इजिप्तचे व दोन मोरोक्कोचे– सगळे अमेरिकेला येऊन सहप्रवासी बनले होते."

"फक्त एकदाच? दहा वर्षांच्या वास्तव्यात फक्त एकदाच असा फिरायला गेलास तू?" किमने विचारलं आणि मग सुट्ट्या किंवा प्रवासाशिवायच्या आयुष्याची कल्पना करण्याच्या स्वत:च्या असमर्थतेबद्दल तिलाच लाज वाटू लागली.

"हो! न्यूयॉर्क शहराबाहेरची अमेरिका ज्या प्रकारे वाहनं चालवते, ते बघून खूप छान वाटलं." नशिबाने, राग न मानता मनापासून हसत अब्दुल्लाने उत्तर दिलं. "आणि तिथल्या रस्त्यांवर ठिकठिकाणी दिसणारे फलक आणि निशाण्या बघून तर आम्ही पोट धर-धरून हसलो."

'रस्त्यावरच्या पाट्यांमध्ये हसण्यासारखं काय असू शकतं?' किमलाही खरंतर अब्दुल्लासोबत उगीच हसावंसं वाटत होतं; पण त्या गोष्टीत विनोदच तिला समजेना; त्याला ती तरी काय करणार?

"सगळ्याचसाठी– म्हणजे सगळं जे कधी घडलेलं आहे किंवा घडू शकतं ह्यासाठी तुमच्याकडे एकतरी पाटी असतेच. 'हरीण आडवं येईल', 'मूस आडवा येईल', 'वृद्ध व्यक्ती पुढे चालत असतील', 'मुलं खेळत आहेत', 'दगड पडेल'... फक्त एकच दगड? ते एक मला समजलंच नाही."

ह्यावर मात्र किम सगळा सावधपणा झुगारून खळखळून हसली, तेव्हाच तिच्या लक्षात आलं की, तणावामुळे तिचे खांदे किती आखडून गेले होते. सैलावलेल्या मन:स्थितीत किम सिसायफसबद्दल काहीतरी विनोद करणारच होती, पण तितक्यात तिने मनाला लगाम घातला.

तेवढ्यात अब्दुल्लाला समोर अजून काही पाट्या दिसल्या, ज्या त्याने किमला वाचून दाखवल्या. 'पुढे पूल आहे', 'पुढे बंदिस्त पूल आहे', 'पुढचा रस्ता निमुळता आहे', 'पुढे रस्ता मोठा होत आहे'... "माझा मित्र केमाल, तो तुर्की आहे आणि खूप शिकलेलासुद्धा आहे. तो एकदा मला म्हणाला की, किती छान गोष्ट आहे अशा देशात राहणं– जिथे सगळ्या संभाव्य घटनांची वर्दी आधीच, वेळीच, ठळक, चमचमत्या अक्षरांमध्ये दिली जाते. अशा देशात कधी जर अनाहूतपणे कुठल्याही वर्दीशिवाय एखादी घटना घडलीच, तर काय होईल, ह्या विचाराने त्या वेळी आम्ही दोघंही बुचकळ्यात पडलो होतो."

किम झटकन मान फिरवून अब्दुल्लाकडे निरखून पाहू लागली; पण तो अगदी निरागसपणे हातावरचा बर्फ घालवण्यात गुंतला होता. आय-८७ पर्यंत येताना किमला रस्त्यावर कुठल्याच पाट्या दिसल्या नव्हत्या, पण ठिकठिकाणी झेंडे मात्र दिसले. गेल्या काही महिन्यांत ते दृश्य तिच्या अंगवळणी पडलं असूनही आता त्या झेंड्यांची भरघोस संख्या पाहून किमला जरा धक्काच बसला. गाडीच्या मागच्या काचांवर डकवलेले झेंडे, गाड्यांच्या बंपरवर चिकटवलेले झेंडे, आरशांच्या मागून लहानशा दंडुक्यांवरून फडकणारे झेंडे, जाहिरात फलकांवर रंगवलेले झेंडे (अर्थात त्याखाली जाहिरात करणाऱ्या कंपनीने स्वत:चं नाव 'सार्थ देशाभिमानाने' रंगवलं होतंच)... त्या जाहिराती किमला 'गॉड ब्लेस अमेरिका' ह्या ब्रीदवाक्याचं स्मरण करून देत होत्या. ते वाक्य इल्सेला फार हास्यास्पद वाटायचं. ('मुलांनो, तुमच्या

शाळेत लागणारं लेखनसाहित्य इथे खरेदी करा', 'मातांनो, तुमच्या बाळांना हार्टी सूप देऊन प्रेमाचा आहेर बहाल करा'– गॉड ब्लेस अमेरिका!) इल्सेला हे ब्रीदवाक्य फारच 'जाहिरातीचं', 'व्यावसायिक' वाटायचं. आणि तरीसुद्धा – जरी किमला माहिती होतं की हिरोको आणि इल्सेने इथे दिसणाऱ्या राष्ट्राभिमानाच्या देखाव्यावर नाकं मुरडली असती – तरीही किम त्यामुळे जराशी हळवी बनली होती, हे खरं. पण किमला समजेना की तिच्या अफगाण सहप्रवाशाला त्याबद्दल काय वाटत होतं?

"मग आम्हाला आमचं उत्तर सापडलं." अब्दुल्ला म्हणत होता, "...असं काही अनपेक्षित, अनाहूत घडलं; तर अमेरिका काय करेल, ह्याचं."

"हो. नक्कीच मिळालं, नाही का?" किमला जाणवत होतं की तिचा पूर्वीचा सगळा तणाव तिच्या जबड्यांमध्ये एकवटून आला आहे. किमला ते तेवढे शब्दही उच्चारताना प्रचंड कष्ट पडले.

ह्या वेळी मात्र अब्दुल्लाने किमकडे थेट रोखून बघितलं.

"नाही. माझ्या म्हणण्याचा तो अर्थ..." अब्दुल्लाने कष्टी चेहऱ्याने मान हलवली. त्याचा चेहरा बघून किमला खूप अपराध्यासारखं वाटू लागलं आणि तसं वाटतंय म्हणून वैतागल्यागत झालं! "त्या रात्री न्यूयॉर्कहून परतताना मी तसा झोपेतच होतो. पण तेवढ्यात लक्षात आलं की, पुढच्या सगळ्या गाड्या आपला वेग कमी करत होत्या, कशालातरी वळसा घालून जात होत्या. मी खडबडून जागा झालो. मला वाटलं की, खूप मोठा अपघात झालाय आणि पुढे कुणाचंतरी विद्रूप प्रेत पडलं आहे. पण मग केमाल हसू लागला. समोर काय होतं? तर, निळ्या व गुलाबी रंगाचे खेळण्यातले ससे व टेडी बेअर्स!"

आगल्या मऊसूत आताजात अब्दुल्लाचं वर्णन सुरू असताना किमच्या डोळ्यांसमोर ते दृश्य उभं राहत होतं. काळजीने वेग कमी करणारी वाहनं, एखाद्या निळ्या शेपटीवरून वा गुलाबी कानांवरून आपल्या गाडीची चाकं जाऊ नयेत म्हणून वळसा घालून जाणारी वाहनं... किमला समजत होतं की तो क्षण कोणाच्याही नकळत त्यांना त्या अंधाऱ्या रात्री सुनसान रस्त्यावर एकत्र आणणारा ठरला असेल!

"आणि केमालनेसुद्धा वळसा घातला!" किम उद्गारली.

अब्दुल्लाने बाहेरच्या शुभ्र दृश्याकडे रोखलेली नजर पुन्हा आत फिरवून उत्तर देईपर्यंत, तो खरंतर प्रश्नही नव्हता.

"केमालने सरळ त्या ढिगाऱ्यामध्ये गाडी घातली होती!"

किमला ते वर्णन बीभत्स वाटलं; पण तिला ठाऊक होतं की, तसं दर्शवणं म्हणजे अमेरिकनांनी जपलेल्या सहानुभूतींच्या विचित्र कल्पनांना खतपाणी दिल्यासारखंच होतं. 'अफगाणांना ठार मारलंत तरी चालेल, पण त्या गोंडस खेळण्यांना कृपा

करून इजा करू नका!

'आपण हिला सांगावं का?' अब्दुल्लाच्या मनात विचार आला, 'की आपणच केमालला त्या खेळण्यांच्या शक्य तितक्या जवळ गाडी न्यायला सांगितली. त्यांच्या गाडीतल्या सगळ्या पुरुषांनी त्या ढिगाऱ्यात उड्या मारून अधाशासारखे हातात मावतील इतके ससे व टेडी बेअर उचलले. त्या खेळण्यांच्या मऊ स्पर्शाने ती सगळी माणसं अक्षरश: मोहरून गेली. कित्येक वर्षांत त्यांनी इतक्या मुलायम वस्तूला धूसरसाही स्पर्श केला नव्हता! प्रत्येकाच्याच घरी लहान मुलं, भाचे-भाच्या आदी होते. पुढच्या वेळी त्यांच्यापैकी कोणी नशीबवान आपल्या मायदेशी परतायला सज्ज झाला की, ते ती खेळणी त्या माणसासोबत भेट म्हणून आपल्या लहानग्यांना पाठवणार होते. अब्दुल्लाचा मुलगा आता रोज एका निळ्या सशाला कवेत घेऊन झोपत होता. त्याने कधीही न बघितलेल्या त्याच्या अब्बांनी पेशावरमधल्या एका टॅक्सीचालकासोबत तो ससा पाठवून दिला होता.

पण अब्दुल्लाला धास्ती होती की, त्याने हे सगळे किम बर्टनला सांगितलं, तर ती त्याला– त्या सगळ्यांनाच चोर समजेल.

"तुझं इंग्रजी–" जरा वेळ शांततेत गेल्यावर किम बोलू लागली, "खूप चांगलं आहे. कुठे शिकलास?"

"अमेरिकेत आल्यावर मला आधी फक्त रझाच्या शिकवणीमध्ये शिकलो तेवढं येत होतं. पण मग मी जर्सी सिटीच्या एका मशिदीत गेलो, तेव्हा तिकडच्या इमामाला मला एखाद्या इंग्रजी शिक्षकाची गाठ घालून द्यायला सांगितलं. त्याने मला अफगाणिस्तानचा एक निवृत्त शाळामास्तर शोधून दिला. तो मला म्हणाला की, तुला शिकवणं, मी माझा फर्ज मानतो. फर्ज ह्या शब्दाचा अर्थ माहितेय तुम्हाला किम? नाही? त्याचा अर्थ आहे, धार्मिक कर्तव्य. आमच्यासाठी खूप महत्त्वाचा शब्द आहे तो. तो मला म्हणाला की, मुजाहिदीनाला शिकवणं, हा त्याचा फर्ज आहे. सगळेच विसरून गेले नव्हते– आम्ही अफगाणिस्तानासाठी, पूर्ण जगासाठी काय काय केलं, ते सगळेच विसरून गेलेले नव्हते."

"मला खरंच कल्पना करता येत नाही की त्या वेळची काय परिस्थिती असेल." किम काळजीपूर्वक म्हणाली. आपला प्रत्येक शब्द, प्रत्येक वाक्य उच्चारण्यापूर्वी ती मनातल्या मनात दहा दहा वेळा पडताळून पाहत होती. आपल्याकडून चुकूनही कुठला उपमर्द होऊ नये, ह्या खबरदारीने. "इतकी वर्षं सोव्हिएतांशी लढा देणं..."

"नाही. ती कल्पना कोणीच करू शकत नाही. युद्ध एखाद्या रोगासारखं असतं. तुम्हाला स्वत:ला जोपर्यंत तो होत नाही तोपर्यंत तुम्हाला त्यातली व्यथा समजत नाही. पण नाही. ती तुलना फारशी योग्य नाही. किमान रोगाबद्दल प्रत्येकाच्या मनात

काहीतरी असतंच – विचार म्हणा, भीती म्हणा – की कधी ना कधी तो आपल्याला होईल. आपल्याला कुठेतरी दुखू लागतं, कुठेतरी सूज येते. कधीतरी सर्दी होते आणि जातच नाही. मग आपल्याला त्यातलं गांभीर्य लक्षात येऊ लागतं. पण युद्ध– तुमच्या देशासारखे देश युद्ध तर नेहमीच खेळतात, पण दुसऱ्याच्या अंगणात! रोग नेहमी दुसऱ्या कुणालातरी होतो; तुमचा देश स्वत:ला संसर्ग न होऊ देण्याची पुरेपूर काळजी घेतो. म्हणूनच खरंतर सर्वांत जास्त युद्ध तुमच्या देशासारखे देश खेळतात– कारण युद्धाची समज तुम्हाला सर्वांपेक्षा कमी आहे. तुम्ही युद्धाबद्दलची स्वत:ची समज खूप वाढवली पाहिजे.''

एस.यू.व्ही.च्या बंदिस्त शांततेमध्ये किमच्या लक्षात आलं की, अब्दुल्लाचं बोलणं तिला किती अस्वस्थ करत होतं... जास्त करून जेव्हा तिला त्याला फटाकारून प्रत्युत्तर देणं जमेना की, 'म्हणजे तुला म्हणायचंय तरी काय? की युद्ध संपवण्याचा सगळ्यात सोपा मार्ग म्हणजे सगळ्यांनीच त्यात भाग घेणं?'

पण तिला अस्वस्थ वाटायचं कारणच काय होतं? ती ह्या माणसासाठी इतका त्रास घेत होती आणि त्याला मात्र असं वाटत होतं की, आपण ह्या मुलीचं काहीच देणं लागत नाही– किंबहुना, तो तसाच वागत होता. त्या सकाळी जेव्हा तो किमला एका पूर्वनियोजित जागी भेटला, तेव्हा त्याने खूप विनम्रतेने तिचे आभार मानले आणि अश्वासन दिलं होतं की, ते अमेरिकेत असेपर्यंत तो निमूट गाडीच्या मागच्या बाजूला घोंगड्यांखाली लपून राहील; त्यातून हद्दीवर गाडीची तपासणी झालीच तर 'गाडीचा पाठचा दरवाजा उघडा दिसला म्हणून मी आय-८७ च्या सर्व्हिस स्टेशनवर गाडीत चढून लपलो', असं सांगेल. पण त्याउपर अब्दुल्लाने किमला काहीच देऊ केलं नव्हतं– त्याने ह्या गोष्टीचीही दखल घेतली नव्हती की, किम त्याला मदत करण्यासाठी आपल्या देशाचे फार महत्त्वाचे कायदे तोडत होती; तेसुद्धा एका अशा माणसासाठी, ज्याच्या निर्दोषपणाबद्दल निर्धास्त राहण्याचं तिच्याकडे काहीच ठोस कारण नव्हतं.

अब्दुल्लाच्या जाकिटावरच्या बर्फाचं पाणी बनलं होतं; तो त्या पाण्याचा डाग रुमालाने पुसून काढण्याच्या प्रयत्नात गुंतला होता. इस्माईलने रझाला सांगितलेल्या गोष्टीवर विश्वास ठेवण्यात काय अर्थ होता? त्यांना कसं माहिती की, एफ.बी.आय. त्याच्या दाराशी आली ती तो फक्त अफगाण होता म्हणून आणि बाकी कुठल्या कारणाने नव्हे? त्यांना कसं माहिती की, तो पळून गेला तो बाकी कुठल्याही कारणाने नव्हे, तर फक्त त्याचं अमेरिकेतील बेकायदा वास्तव्य उघडकीला येण्याच्या भीतीने? तो अफगाण होता म्हणजे तो धोकेबाज आणि दहशतवादी असेलच, असं नाही. मुळीच नाही. पण असं न मानणंही हास्यास्पदच नव्हतं का? किंबहुना, तो मूर्खपणाच नव्हता का, की तो अफगाण होता म्हणून धोकेबाज किंवा दहशतवादी

असूच शकत नाही? त्याची बाजू जर खरी होती, तर त्याने सरळ एफ.बी.आय. समोर जाऊन उभं राहायचं होतं. सुरक्षा यंत्रणा कितीही कडक बनली असली, तरी कोणीही, अगदी कोणीही मनुष्य बेकायदा वास्तव्य करत असल्याबद्दल आयुष्यभरासाठी कैदेत डांबला जाऊ शकत नव्हता. अहो, तसं करता आलं असतं तर न्यूयॉर्क शहराची यंत्रणा दोन दिवसांत ढेपाळली असती! आणि जरी समजा एफ.बी.आय.ने अब्दुल्लाला आय.एन.एस.च्या हवाली केलंच असतं, तर काय झालं असतं? त्याला अफगाणिस्तानला धाडलं गेलं असतं, ते पण छान विमानातून!

किमने गाडीची खिडकी उघडी टाकली आणि जरा वारा खेळू दिला. त्यावर अब्दुल्लाने मात्र आपला कोट अजून घट्ट गुंडाळून घेऊन, कानांवर हात ठेवले– थंडीपासून बचावण्यासाठी की आवाजापासून, हे किमला समजलं नाही.

सगळं किती वेगाने घडत गेलं होतं! त्यांची पहिली भेट होऊन ते न्यूयॉर्क सोडेपर्यंत सगळं अवघ्या दहा तासांत घडलं होतं.

"थांबून काय फायदा?" एवढी घाई करण्याची काय गरज, असं किमने विचारल्यावर हिरोकोने समजावलं, "अब्दुल्ला ज्या गॅरेजमधली गाडी चालवतो आणि तीच टॅक्सी जो माणूस रात्रपाळीत चालवतो, अशा दोन्ही ठिकाणी तो कोठे आहे माहिती आहे का याची चौकशी करण्यासाठी एफ.बी.आय. आधीच पोहोचली आहे. आज दुपारी अब्दुल्लाने त्या कॅनडातल्या माणसाला फोन करून सांगितलंय की, तो त्याला उद्या भेटेल... म्हणून त्याला उद्या जावंच लागेल. मी म्हटलं ना तुला, तू काळजी करू नकोस; मी नेईन त्याला."

हिरोको सगळ्यालाच अपरिहार्य बनवून ठेवत होती– हा प्रवास, त्याचं वेळापत्रक, अब्दुल्लाचा निर्दोषपणा. आणि म्हणूनच मग किम तिच्या प्रशिक्षणाच्या सगळ्या नियमांविरुद्ध जाऊन, अब्दुल्लाच्या कहाणीत कुठल्या कमकुवत जागा आहेत ह्याचाही विचार न करता, हिरोकोने अब्दुल्लाला घेऊन जाण्याची परवानगी दिल्यावर सरळ निद्राधीन झाली होती. आता ह्या क्षणी मात्र किमच्या लक्षात आलं की, हिरोकोला हे 'धाडसी' कृत्य करण्यापासून परावृत्त करण्याच्या नादात तिने इतर सगळ्या महत्त्वाच्या बाबींकडे सपशेल दुर्लक्ष केलं होतं.

"हिरोको काही औरच आहे, नाही का?" त्या दोघांमध्ये क्षुल्लक कारणांवरून वाद होऊ नयेत, म्हणून खिडकी बंद करत किम म्हणाली.

"त्यांच्यामुळे रझाची स्वर्गातली जागा पक्की आहे!" अब्दुल्ला म्हणाला. "किती सुखद भावना आहे ही– पूर्ण आयुष्य ह्या खात्रीने काढणं, की शेवटी आपण स्वर्गात जाणार आहोत."

"मी समजले नाही?"

"हिरोकोने इस्लाम धर्म स्वीकारला आहे. जे इतरांचं धर्मांतर करू शकतात,

त्यांना स्वत:साठी आणि आपल्या पुढच्या सात पिढ्यांसाठी स्वर्गात स्थान मिळतं. मला वाटतं की, फक्त रझाच्या वडिलांचं – ज्यांनी हे धर्मांतर केलं – कौतुक करणं अन्यायी ठरेल. ज्यांनी धर्मांतर करून घेतलं आहे, त्यांचंही कौतुक झालं पाहिजे. रझाचं स्वर्गातलं स्थान निश्चित आहे ते फक्त त्याच्या वडिलांमुळे नव्हे, तर आईमुळेही. त्याचं आणि त्याच्या मुलांचं, नातवंडाचंही... जिहादमध्ये प्राणांची आहुती देणारेसुद्धा आपल्या कुटुंबीयांसाठी इतकं करू शकत नाहीत. कुराणमध्ये लिहिलंय तसं.''

''तू कुराण वाचलं आहेस का?''

''अर्थातच!''

''तुला समजेल अशा कुठल्या भाषेत वाचलं आहेस का?'' नशिबाने तोपर्यंत आजूबाजूला रहदारी वाढली होती. लोकांच्या वाढलेल्या संख्येने किमला मनातलं स्पष्ट बोलायचा धीर आला. हिरोको आपल्या नवऱ्या-मुलासाठी 'स्वर्गाचा जिना' बनली आहे आणि एवढं करून ह्या वेडसर अफगाण खुळचट कल्पनांनुसार तिला स्वत:ला मात्र अशी कुठली जागा मिळाली नाहीये, हे सगळं ऐकून किम संतापाने थरथरू लागली.

''मला इस्लाम समजतं.'' अब्दुल्ला ताणल्या आवाजात म्हणाला.

''त्याचा अर्थ मी 'नाही' असा घेते. मी कुराण वाचलंय, इंग्रजीमध्ये. विश्वास ठेव, कुराण असं काहीही सांगत नाही. आणि स्पष्टच बोलायचं तर, ज्या स्वर्गाला पोहोचायला असे सोपे आडमार्ग आहेत, तो स्वर्ग तरी कसला? सात पिढ्या? कसलं काय!''

''कृपा करून असं काही बोलू नका.''

''मला एक गोष्ट सांग– एकच गोष्ट.'' आता तर किमच्या रागाचा पारा कुठल्याही क्षणी फुटून बाहेर येईल, इतका चढला होता. ''जर एखादा अफगाण त्याच्या देशात धर्मांधांचा नायनाट करताना स्वत: मृत्युमुखी पडला, तर त्याला लगेच स्वर्ग प्राप्त होतो का?''

''ते लोक जर घुसखोर किंवा हल्लेखोर असतील, तर हो; त्यांना मारणारा शहीद ठरतो.''

किती अनिच्छेने तिच्या मुठीमधून हॅरीच्या थडग्यावर पहिली मूठभर माती पडलेली. तोच तो क्षण होता, जेव्हा तिच्या हृदयाला हे पहिल्यांदा जाणवलं की, त्यांच्या नात्याची वीण अधिक घट्ट करण्यासाठी आखलेल्या सगळ्या योजना दिल्लीची सैर, मनमोकळ्या गप्पा, एकमेकांच्या आयुष्याबद्दल जाणून घ्यायचे प्रयत्न– हे सगळं फोल ठरलं. का? तर, फक्त एका बंदूकधारी माथेफिरूमुळे. किमला नेहमी वाटत आलं की, हॅरीला मोडायला त्यापेक्षा खूप जास्त काहीतरी

लागेल! पण नाही; एक बंदूकधारी अफगाण हॅरी बर्टनसाठी पुरेसा झाला. एक असा अफगाण– ज्याच्या मते हॅरी फक्त एक धर्मांध घुसखोर होता आणि त्याच्या मृत्यूने त्या अफगाणाला स्वर्ग प्राप्त होणार होता.

"तो शहीद नव्हे, खुनी ठरतो आणि तुमचा स्वर्ग घृणास्पद!"

"मला वाटतं, आपण ह्यापुढे एकमेकांशी न बोललेलं बरं."

"नक्कीच!"

त्यानंतर किम आणि अब्दुल्लामध्ये एका शब्दाचीही देवघेव झाली नाही. दोघांमधला तणाव घुसमटवून टाकणारा होता. अखेर ते त्या पूर्वनियोजित फास्टफूड हॉटेलच्या प्रांगणात शिरले. गाडीतून उतरताना मात्र अब्दुल्ला अरबी भाषेत काहीतरी पुटपुटला. किमला त्यातला फक्त 'अल्ला' हा शब्द समजला. सरतेशेवटी अब्दुल्ला तिला इंग्रजीत म्हणाला "तू जे केलंयस, ते मी कधीच विसरणार नाही."

'मी काय केलंय?' किमच्या मनात आलं.

तिने अब्दुल्लाला हॉटेलाच्या दरवाज्यातून आत जाताना बघितलं; त्याची चाल स्वातंत्र्याकडे झेपावणाऱ्या माणसाची चाल होती. त्यांच्यापाठोपाठ दोन लहान मुलांसह एका कुटुंबानेही त्या हॉटेलमध्ये प्रवेश केला.

४०

तो झोपलेला गोरिल्ला म्हणजे अक्षरश: कलेचा नमुना होता. त्याच्या केसाळ अंगाखाली एक बटण होतं, जे दाबलं की, त्याची छाती धपापू लागे; त्याचा एक हात वर जाऊन आतली पोकळी दिसू लागे. रझाला फक्त अधेमधे इंधनासाठी विमान थांबवलं गेलं की आणि मॉंट्रियलला विमानतळावर विमान उतरवताना त्या गोरिल्लामध्ये लपावं लागलं. इतर सगळा प्रवास त्याने कुवेती वैमानिकांसोबत कॉकपिटमध्ये बसून त्यांच्या सौदी मालकांच्या लहरीपणाचे किस्से ऐकत मजेत केला.

मॉंट्रियलच्या धावपट्टीजवळ जेव्हा विमान लागलं, तेव्हा त्या गोरिल्लाच्या पिंजऱ्याला उचलायला एक यंत्र सज्ज झालं. पिंजरा उचलला गेला तसं रझाने इतर प्राण्या-पक्षांचा चिवचिवाट, किरकिराट सुरू झालेला ऐकला; पण एकाही माणसाचा आवाज ऐकू येईना.

आपल्या वडिलांच्या रागापासून बचावण्यासाठी जवळच शेताडात दडून बसलेल्या तेरा वर्षांच्या पोराशिवाय अजून कोणीही घडला प्रकार बघितला नाही. गोरिल्लाच्या पिंजऱ्याला विमानामधून उतरवून ज्या गाडीत टाकलं, त्या गाडीचा चालक खाली उतरला आणि पिंजऱ्यात शिरून एक हात गोरिल्लाच्या छातीवर ठेवत दुसऱ्या हाताने त्याच्या बगलेत दाबून गोरिल्लाचे दोन तुकडे केले.

त्या अजब शक्तिशाली माणसाकडून पकडलं जाण्यापेक्षाही आतलं भयानक दृश्य दिसायला नको म्हणून तो मुलगा घाबरून गवतामध्ये दडी मारून बसला. थोड्या वेळाने बघितलं, तर गोरिल्ला निष्प्राण होऊन पडलेला आणि त्याच्या शेजारी एक देखणा माणूस उभा होता. त्या मुलाने ह्याबद्दल कधीच वाच्यता केली नाही.

''तू मला उरलेले दहा टक्के देणं बाकी आहे.'' रझाला गाडीत आपल्या शेजारी बसवून त्या शेताडातून बाहेर पडल्यावर जॉन– त्या गाडीचा चालक– बोलला.

"मी तुला फक्त ते दहा टक्के देऊ शकतो किंवा..." खडतर प्रवासात जीर्ण झालेल्या आपल्या पिशवीत हात घालत आणि तेवढी रक्कम हातात काढून उरलेल्या नोटांची पुडकी जॉनला दिसतील ह्याची काळजी घेत रझा म्हणाला, "त्याहीपेक्षा मी तुला ह्या पिशवीमधल्या सगळ्या नोटा देऊ शकतो."

"बोलत राहा–"

"माझा एक मित्र आहे– अब्दुल्ला. तो पुढच्या महिन्यात जहाजाने कॅनडा सोडणार आहे. लाल डोळ्यांच्या माणसाने सगळी तजवीज केली आहे."

"लाल डोळ्यांच्या माणसाने फक्त तुझ्या मित्राच्या कुटुंबाकडून पैसे वसूल केले; तजवीज मात्र मी केली!" जॉनने रझाची चूक सुधारत म्हटलं.

"छान!" रझा शांतपणे पुढे बोलू लागला. "मग आता तू अब्दुल्लाला ह्या गोरिल्लामधून उडून न्यायची सोय कर."

जॉनची नजर पुन्हा रझाच्या पिशवीकडे गेली.

"हं! कदाचित मी तसं करू शकेन. उद्या त्याला भेटल्यावर सांगेन मी त्याला तसं किंवा तूच माझ्याऐवजी जा आणि त्याला सांग." जॉनने मग रझाकडे क्षणभर बघितलं आणि हसत म्हणाला, "आश्चर्यचकित केलं मी तुला; हो की नाही, तालिबानी?"

म्हणून मग अशा प्रकारे अब्दुल्ला जेव्हा त्या हॉटेलात शिरला, तेव्हा त्याने एका नारंगी रंगाच्या खुर्चीत बसलेलं बघितलं– कुणाला? तर, रझाला!

"रझा हाजरा!" अब्दुल्ला अगदी मृदू आवाजात म्हणाला, पण त्यातूनही प्रेम ओथंबून वाहत होतं. त्याने रझाला कडकडून मिठी मारली. थोडा वेळ दोघंही काही बोलण्याच्या मन:स्थितीत नव्हते– डोळे बारीक करून समोरच्या नव्या माणसात जुन्या मित्रामधली काही खूण सापडते का, हे निरखण्याचा प्रयत्न करत होते. मग अब्दुल्लाने रझाचा कान पकडून जोरात ओढला.

"मला अजिबात कल्पना नव्हती की, तू इथे असशील. दोघींपैकी कोणीच मला तसं सांगितलं नाही."

"दोघींपैकी? कोण दोघी?" ह्याचा आवाज भारदस्त झालाय; पण डोळे आणि हसणं आहे तसं आहे– रझाच्या मनात आलं.

"तुझी अम्मी आणि किम बर्टन. तुला माहीत नव्हतं? तीच तर मला इथे सोडून गेली, आत्ता, पाच मिनिटांपूर्वी." अब्दुल्लाने खिडकीतून डोकावलं आणि मान डोलवली. "नाही, गेलेली दिसतेय ती. तुला खरंच माहिती नव्हतं?"

'किम बर्टन?' रझाने मान डोलावली. गेल्या सहा दिवसांत रझाने हजार वेळा ह्या गोष्टीवर विचार केलेला की, तिला काय सांगितलं गेलं असेल; तिने कशावर विश्वास ठेवला असेल?

"तिच्याकडे फोन आहे. तू तिला फोन करू शकतोस." आपल सेल फोन रझाच्या हातात देत अब्दुल्लाने सुचवलं.

"तुझ्याकडे तिचा नंबर आहे का?" रझाने विचारलं.

किम बर्टन! त्यांनी तिला काहीही सांगितलं तरी ती ह्यावर कधीच विश्वास ठेवणार नाही की हॅरीच्या खुनात रझाचा काही हात असू शकतो! त्याला ह्याची खात्री होती.

रझाच्या डोक्यात पुन्हा त्या कोळ्याची कथा येऊ लागली. पैगंबर जेव्हा मक्केपासून मदिनेला लपत-छपत येत होते, तेव्हा अबू बक्र नावाच्या त्यांच्या मित्राला साप चावल्यामुळे ते दोघं रात्री एका गुहेमध्ये आराम करण्यासाठी थांबले. गुहेत बसलेल्या पैगंबरांना हे माहिती होतं की, त्यांच्या मागे लागलेले मारेकरी त्यांचा माग काढत नक्की इथपर्यंत पोहोचतील. तेवढ्यात त्यांना एक कोळी तुरूतुरू पळताना दिसला. थोड्याच वेळाने गुहेबाहेर पावलं वाजली आणि मारेकऱ्यांपैकी एक जण म्हणाला, "नाही, इथे असू शकत नाहीत ते. इथे तर बऱ्याच दिवसांत कोणी आलेलं दिसत नाही. बघा ना..." आणि इतक्यात चंद्राच्या प्रकाशात पैगंबरांना दिसलं की, गुहेच्या तोंडावर कोळ्याने मोठ्ठं जाळं विणून ठेवलं होतं.

ही गोष्ट त्यांच्या दोघांच्या कुटुंबांच्या तीन पिढ्यांपर्यंत झिरपली होती. हॅरीनेच रझाला हे अफगाणिस्तानमध्ये असताना निदर्शनास आणून दिलं आणि म्हणाला, "तू ही गोष्ट किमला सांगायला हवीस. वेईस-बर्टन आणि तानाका-अश्रफ आपण एकमेकांचे कोळी आहोत."

मग त्याने आणि हॅरीने आपापल्या कुटुंबांच्या कहाण्या एकमेकांना वर्णन करून सांगितल्या– दिलेल्या संधींच्या कहाण्या (कोनरॅडमार्फत सज्जादला आपल्या पारंपरिक उद्योगातून बाहेर पडायची संधी मिळाली), केलेल्या एकनिष्ठतेच्या कहाण्या (तिच्या विश्वात तो शत्रू ठरला तरी हिरोकोने कधीच कोनरॅडकडे पाठ फिरवली नाही), दिलेल्या आसऱ्याच्या कहाण्या (इल्सेने हिरोकोला तीनदा आसरा, नव्हे, घर दिलं. दिल्ली, कराची, न्यूयॉर्क); दिलेल्या शक्तीच्या, आधाराच्या कहाण्या (हिरोकोची साथ नसती तर इल्सेने तिला आवडत नसलेलं विश्व सोडण्याची कधीच हिंमत केली नसती); दूर वळवलेल्या संकटांच्या कहाण्या (जेम्स आणि इल्सेने प्रयत्नपूर्वक सज्जाद व हिरोकोला फाळणीपासून दूर ठेवलं) आणि सरतेशेवटी हे तर हॅरी आणि रझाला बोलून दाखवायचीही गरज नव्हती– दिल्या गेलेल्या दुसऱ्या संधींच्या कहाण्या (चांगला पिता, चांगला पुत्र होण्यासाठी). आता किमसुद्धा त्या कहाण्यांचा एक भाग बनली होती. त्याला काहीही झालं, तरी रझाला खात्री होती की, किम त्याच्या वृद्ध आईची नीट काळजी घेईल आणि अशा प्रकारे कोळ्याचं कार्य चालूच राहील!

पण अब्दुल्ला म्हणाला, "किमचा नंबर? नाही, माझ्याकडे नाहीये." रझाने

अब्दुल्लाला हाताला धरून खुर्चीत बसवत आपली नाराजी लपविण्याचा प्रयत्न केला.

"तू माझ्या अम्मीला भेटलास का?"

"हो, रझा अश्रफ. त्यांनी मला शोधून काढलं. तुझे डोळे थेट त्यांच्यासारखे आहेत. त्यांना बघितल्यानंतर मला सतत आश्चर्य वाटतं आहे की, मी तुला हाजरा समजलो तरी कसा?"

"मला माफ कर, मी त्या वेळी तुझ्याशी खोटं बोललो; अफगाण असण्याचं नाटक केलं. मला फार अलीकडे हे समजलं की, तसं करण्यात मी किती मोठी चूक केली ते."

अब्दुल्लाने ती गोष्ट विचारात घेतली नाही असे नाही; परंतु हवेत हात हलवत काही क्षणांसाठी ती गोष्ट बाजूला सारत रझाला म्हणाला, "बाकी काही सांगण्या-बोलण्याआधी मला सांग की, आपण दोघं एकाच वेळी ह्या ठिकाणी कसे? हा योगायोग असूच शकत नाही."

रझाने मग अब्दुल्लाला घडल्या घटनांचं संक्षिप्त निवेदन केलं. त्याचं बोलून झाल्यावर अब्दुल्ला हसला.

"तुझ्या आईने मला तुझ्या आयुष्याबद्दल– खऱ्या आयुष्याबद्दल– थोडक्यात सांगितलं. तुझ्या आईने बॉम्बहल्ल्यामध्ये आपलं सर्वस्व गमावलं; तुझ्या वडिलांना त्यांच्या पूर्वजांच्या गावापासून, तिथल्या संस्कृतीपासून नियतीने निर्दयपणे उखडून काढलं; तुला तुझ्या वडिलांसारख्या असलेल्या जिवलग व्यक्तीला अफगाणिस्तानमध्ये ठार मारण्यात आलं; तू एका नावेच्या फळकुट्यांखाली प्रवास करून यायचं धाडस केलं आहेस– हे ठाऊक असूनही की, तू मेलास तर कुणाला थांगपत्ता लागणार नाही; घर ही तुझ्या स्मरणातली गोष्ट आहे– तू ज्यात राहतोस ती नव्हे; आणि तू इतकं धाडस करून सुरक्षित ठिकाणी पोहोचल्यावर तुझा पहिला ध्यास काय असतो, तर वीस वर्षांनी भेटलेल्या मित्राला मदत कशी करता येईल हा... आणि तुझ्या कथेमध्ये ह्या गोष्टीचा उल्लेख सगळ्यात कमी होतो. रझा, माझ्या भावा, आता तू खरोखरचा अफगाण ठरलास रे!"

रझाने अब्दुल्लाच्या हातावर हात ठेवत म्हटलं, "मी ओळखत असलेल्या वीस वर्षांपूर्वीच्या अब्दुल्लाने इतक्या पटकन मला माफ केलं नसतं."

"तो अब्दुल्ला खूप तरुण, असमंजस होता आणि खूप मूर्खही. त्याला वाटायचं की, रक्ताळलेली प्रेतं ही ट्रक सजवण्यासाठी सगळ्यात सुंदर गोष्ट आहे!" असं म्हणत अब्दुल्लाने दूरवर नजर रोखली. "रझा, मला फार वाईट वाटतंय. तुझी मैत्रीण किम, तिने माझी एवढी मदत केली आणि मी... मी तिच्याशी खूप अयोग्य वागलो."

"माझी मैत्रीण किम?" रझाने मान डोलावली. "आम्ही कधीच भेटलो नाही आहोत. फक्त गेली कित्येक वर्षं एकमेकांच्या आयुष्यामध्ये अदृश्य अस्तित्व बनून वावरत आहोत. तू काय बोललास तिच्याशी? कशी दिसते ती?"

"तिचे केस अगदी बारीक आहेत; एखाद्या मुलासारखे."

"आणि आम्हा सगळ्यांना माहिती आहे की, तुम्हा पठाणांना तुमची सुंदर मुलं किती आवडतात ते, काय वॉलनट?" रझाने खो-खो हसत विचारलं.

अब्दुल्लाने रझाच्या गालावर हलकेच चापट मारली.

"आहे तसाच आहेस तू अजून रझा. मी तिच्याशी काय बोललो, ते मला अजिबात लक्षात नाही. हसू नकोस, मी असं बोलतोय म्हणून; पण तिच्या चेहऱ्यामध्ये, व्यक्तिमत्त्वामध्ये काहीतरी खूप उघड, बिनधास्त असं आहे. काही अमेरिकनांचं वैशिष्ट्यच असतं ते. तुम्हाला वाटतं की, तुम्ही त्यांच्याशी वाट्टेल त्या विषयावर बोलू शकता. आणि आम्ही दोघं गाडीच्या पुढच्या सीटवर शेजारी-शेजारी बसलो होतो. दहा वर्षं रोजचे बारा तास टॅक्सी चालवत आलो आहे, पण हा अनुभव नवीनच होता."

"यू हिट ऑन हर?" रझाने इंग्रजीत विचारलं, तसा अब्दुल्ला आधी जरासा अवाक झाला आणि मग बोलला, "तुला मी कुठल्या प्रकारचा माणूस वाटतो?"

"मी ज्या प्रकारचा आहे, त्याच! सांग आता, काय केलंस तू?"

"मी तिच्याशी बोललो– एका अमेरिकन स्त्रीशी ह्याआधी कधीही बोललो नाही, अशा प्रकारे बोललो. मला तिला काहीतरी समजावून सांगायचं होतं. काय ते, नीटसं माहीत नाही. पण इथे अफगाणाचं आयुष्य कसं असतं ह्याबद्दल काहीतरी. युद्धाबद्दल काहीतरी. परत-परत होणाऱ्या युद्धांबद्दल काहीतरी रझा! आणि मग... मग काय झालं, मला समजलंच नाही.... तिने अचानक इस्लामवर हल्ला केला. असे लोक आजकाल सर्वत्र पसरले आहेत. टीव्हीवर, रेडिओवर, तुमच्या टॅक्सीमध्ये प्रवास करत; त्या सगळ्यांना तावातावाने तुम्हाला हेच सांगायचं असतं की, त्यांना इस्लामबद्दल किती माहिती आहे; काय-काय माहिती आहे. तुम्हाला काय माहिती आहे? तुम्ही तर फक्त एक आयुष्यभर मुसलमान म्हणून जगला आहात... तेवढ्याने तुम्हाला काय समजणार इस्लामबद्दल?"

रझाने अब्दुल्लाला अडवत सावध केलं. "शांत हो, शांत हो अब्दुल्ला! लोकं आपल्याकडे बघायला लागले आहेत. आणि अब्दुल्ला, किम तशी नाही. मला माहितेय. ती तशी असूच शकत नाही."

"ती म्हणाली की, स्वर्ग घृणास्पद आहे, कारण माझा भाऊ तिथे आहे!" अब्दुल्लाने आपल्या ओंजळीमध्ये चेहरा लपवला. "आता तुम्हाला सगळीकडे त्यांचाच आवाज ऐकू येतो. ते शीतयुद्ध कसे जिंकले, ह्याचा बडेजाव करत... ते

हे युद्धसुद्धा कसे जिंकतील ह्याच्या फुशारक्या मारत. माझा भाऊ त्यांच्या शीतयुद्धात वीरगतीला प्राप्त झाला. आता त्याच्या अस्तित्वामुळे स्वर्ग घृणास्पद बनतो काय?''

"तू थकलेला आहेस.'' अब्दुल्लाचा हात हातात घेत रझा मृदू आवाजात त्याला समजावू लागला. "माझ्याबरोबर चल. गाडी बाहेरच आहे. तू विमानात झोप काढ. आज अब्दुल्ला, तू तुझ्या घरी– परतीच्या प्रवासाला लागणार आहेस.''

"माझं घर न्यूयॉर्कच आहे.'' अब्दुल्ला रडवेल्या आवाजात म्हणाला. "न्यूयॉर्कच माझं घर आहे आणि इथले टॅक्सीचालक माझं कुटुंब आहेत.''

त्याच्या दयनीय अवस्थेतही रझाला अब्दुल्लाचा हेवा वाटला.

"मला माहितेय की, परिस्थिती बिकट होती; पण कदाचित तुला पळून जाण्याची गरज नव्हती. आताही कदाचित फारसा उशीर झाला नसेल. किम आणि माझी अम्मी मदत करतील. ते तुला उत्तम वकील गाठून देतील. ह्या गोष्टींचा अजूनही उपयोग होतो– झालाच पाहिजे.''

"तू निराळ्याच जगात वावरतोयस, रझा. माझा मित्र केमाल– त्याला दहा दिवसांपूर्वी उचललं गेलं. ताकास तूर लागलेला नाहीये त्याच्याबद्दल! न्यूयॉर्क आता जाळंच टाकून बसलं आहे, प्रत्येक मुसलमानाला टिपून काढून अडकवण्यासाठी!''

अब्दुल्लाच्या बोलण्यामुळे रझाने नकळतच मागे वळून खिडकीतून बघितलं. जाळी नव्हती; पण काही मिनिटांपूर्वी तिथे नसलेली पोलिसांची एक जीप मात्र होती खरी. त्यातले दोन पोलिसवाले बारीक लाल केसांच्या स्त्रीशी बोलत उभे होते... अगदी मुलासारखे केस होते तिचे. ती स्त्री वळाली आणि हॉटेलाकडे निर्देश करत...

रझाने अब्दुल्लाची कॉलर पकडली आणि त्याला काही समजण्याआधी खाली ओढलं; जेणेकरून दोघेही बाहेरून दिसू नयेत. रझाने अब्दुल्लाच्या हातात गाडीच्या किल्ल्या ठेवल्या.

"मागच्या दरवाज्याने निघ पटकन. चंदेरी रंगाची माझदा गाडी आहे. ती घे आणि पळ लवकर. ऐक माझं–'' त्याने अब्दुल्लाला खुर्चीतून ढकलत विनवलं.

"रझा, अरे काय...?''

"तुझ्या मुलासाठी कर एवढं. लवकर नीघ– प्लीज.'' रझाने टेबलावर पडलेली बेसबॉल कॅप अब्दुल्लाच्या डोक्यावर घट्ट बसवली आणि स्वत:चं– हॅरीचं– जाकीटही घालायला दिलं. तसंच अब्दुल्लाने उतरवून ठेवलेला कोट स्वत:च्या हातात घेतला.

"अल्ला तुझं रक्षण करो!'' अब्दुल्ला गदगदत्या स्वरात म्हणाला आणि झरझर पावलं टाकत दरवाज्याकडे चालू लागला.

पण तरीही त्याच्यापेक्षा पोलीसच चपळ होते. त्यांपैकी एकाने अब्दुल्लाकडे निर्देश केला, तसं त्याच्या साथीदाराने त्याला "सर?'' अशी हाक मारत हटकलं.

इतक्यात अब्दुल्लाचा कोट चढवून रझा सगळ्यांना ऐकू जाईल इतक्या मोठ्याने 'अल्लाहू अकबर' असं म्हणत उभा राहिला. त्याच्या अवती-भवतीचे लोक रझाकडे भेदरल्या नजरेने पाहू लागले; एका माणसाने आपल्या मुलाला छातीशी कवटाळलं; अजून कोणीतरी पोलिसांना हाक मारली.

हॉटेलच्या बाहेर एका गाडीमागे किम बर्टन लपून बसली होती. गाडीच्या आरशामधून, तिला पकडलं जाण्याची भीती न बाळगता, हॉटेलात घडणाऱ्या घटनांवर नजर ठेवता येत होती. किमला अब्दुल्लाला पकडवूनही द्यायचं नव्हतं; पळूनही जाऊ द्यायचं नव्हतं. तिला ह्या दोहोंपैकी कुठल्याच गोष्टीची जबाबदारी स्वत:वर नको होती.

शेवटी जेव्हा राखाडी रंगाचा कोट घातलेल्या अब्दुल्लाला हातकड्या चढवून पोलीस बाहेर पडले, तेव्हा किमला आनंदही झाला आणि घृणाही वाटली.

आणि मग... किमचं लक्ष त्याच्या खांद्यांकडे गेलं... त्या मोठ्ठाल्या कोटात ते फारच लहानसे वाटत होते.

४१

दोन्ही पोलिसांची पकड सारखीच घट्ट होती... व्यावसायिक दृष्ट्या अगदी चोख. एक पोलिसवाला डावखोरा होता, तर दुसरा त्याविरुद्ध. रझाच्या मनात विचार आला की, ह्यांच्या जोड्या बनवताना ह्या बाबींचाही विचार केला जातो का? क्रिकेटमधल्या बॅट्समनसारखे पोलिसवालेही अशा डाव्या-उजव्यांच्या जोडीने चांगली कामगिरी बजावू शकतात का?

भरून आलेल्या आभाळामधून बर्फाचे तुकडे पडत होते. रझाला आपण हॉटेलाच्या आत नाही. ह्याचा आनंदच झाला. आतल्या वातावरणातली भीती वितळून त्याची जागा थराराने घेतली होती. हॉटेलातल्या लोकांनी काहीतरी चित्तथारक गोष्ट बघितली होती. रात्रीच्या बातम्या त्याच्यानेच भरल्या असतील; ते त्यांच्या मित्र-मैत्रिणींना ह्या घटनेचं रसभरीत वर्णन करू शकतील.

हॉटेलाच्या आवारामधली एक गाडी पूर्णपणे बर्फाने झाकली गेली होती. ती इथे काल रात्रीपासून होती. रझाच्या मनात आलं की, कदाचित ह्या गाडीच्या मालकाने आदली रात्र हॉटेलात लपून काढली होती... रात्रपाळीचे कामगार निघून जाईपर्यंत बाथरूममध्ये लपला असेल आणि मग मध्यरात्री स्वयंपाकघरात खुडबुड करत बसला असेल; पण त्याच्या हाती फक्त मसाले लागले असतील. बिच्चारा! किंवा मग कदाचित असंही असू शकतं की, त्या गाडीत कुणाचंतरी प्रेत असेल– वसंताने येऊन बर्फाला पळवून लावलं की कुणालातरी त्याचा शोध लागेल.

रझाचा चेहरा खाली असल्याने किमला तो नीटसा दिसत नव्हता. रझा खरंतर त्या गाडीकडे असं पाहत नव्हता– त्याला फक्त आठवत होतं की, हॉटेलात येताना त्याने ती गाडी बघितली होती, पण तिच्याकडे फारसं लक्ष दिलं नव्हतं. आता त्याचं लक्ष होतं ते फक्त प्रत्येक कृतीने वितळणाऱ्या बर्फाकडे. बुटांखाली चिरडला जाऊन, दगडांवर आपटून... कुठल्याही प्रकारच्या स्पर्शाने...

"थांबा!" रझाने तिला ओरडताना ऐकलं. त्यासरशी पोलीस थांबले आणि तिच्याकडे बघू लागले.

तिथे होता तो कोळी आणि इथे त्याची सावली. दोन कुटुंबं, कोळ्याच्या नर्तनाचे दोन प्रकार. अश्रफ-तानाका आणि वेईस-बर्टन त्यांची कहाणी एकत्र विणली गेली होती ती बॉम्बहल्ल्याने गमावलेल्या वतनांनी, बंदरावर ठार झालेल्या माणसाने, न घातलेल्या चिलखताने, जगातल्या आद्यशक्तीपासून दूर पळून जाण्याच्या प्रयत्नाने.

अजूनही त्याने वर बघितलं नव्हतं; पण तिच्या पावलांच्या आवाजाने त्याला अंदाज येत होता की, ती लांब ढांगा टाकत त्याच्या जवळ येत होती. त्या आवारामध्ये किर्र शांतता पसरली होती. मागच्या महामार्गावरून धावत जाणाऱ्या गाड्यांचाच काय तो आवाज होता आणि आधारही. आतापर्यंत अब्दुल्ला महामार्गावर पोहोचला असला पाहिजे; त्याने जॉनला फोन करून भेटायची जागा ठरवली असेल. पण त्याने फक्त इतपत दूर जाणं पुरेसं नव्हतं. त्याला त्याहीपेक्षा खूप दूर जायला लागणार होतं आणि त्यासाठी त्याला वेळ द्यावा लागणार होता. त्यांनी एका रुंद खांद्याच्या, मधाळ डोळ्यांच्या अफगाणाचा शोध घेतला पाहिजे, असं कुणाच्या लक्षात येण्याआधी अब्दुल्लाला पळून जायला वेळ मिळायला पाहिजे होता.

"मला खात्री करायची आहे की, हा तोच मनुष्य आहे!" त्याने किमला म्हणताना ऐकलं.

रझाने वर बघितलं आणि गरजला, "चू ऽ ऽ प!" ...शब्दाचा शेवटचा भाग वेदनेने घुसमटला गेला, कारण तोपर्यंत एका पोलिसवाल्याने त्याच्या डोक्यावर जोर देऊन रझाला गुडघ्यांवर बसायला लावलं.

त्याने किम बर्टनच्या डोळ्यांत आपण काय बघतोय, ह्याबद्दल अविश्वास दाटून आलेला बघितला. तिचा चेहरा लालबुंद झाला आणि क्षणभरासाठी ती संतप्त दिसली. हॅरीचा राग तिच्यात बरोबर उतरला होता, जणू नियती तिच्याशी एक असा विनोद करू पाहत होती, जो तिला कणभरही गमतीशीर वाटत नव्हता. मग किमने रझाला स्पर्श करण्यासाठी हात पुढे केला; तसा रझा एकदम मागे सरला.

"पुढे येऊ नका–" एका पोलिसवाल्याने सूचना केली. पण किमने ते ऐकलंय ह्याची रझाला खात्री नव्हती. ती त्याच्याकडे मंत्रमुग्ध होऊन पाहत बसलेली, जणू एखाद्या युनिकॉर्न किंवा तत्सम दंतकथेतील पात्राला बघितल्याप्रमाणे– ज्याच्या अस्तित्वावर तिने सतत विश्वास ठेवलेला, पण प्रत्यक्षात बघायला मिळेल, असा स्वप्नातही विचार केला नव्हता.

इतर कुठल्या परिस्थितीत त्यांची भेट झाली असती, तर रझानेही तिच्याकडे तितक्याच मंत्रमुग्धपणे पाहिलं असतं. हॅरीने त्याच्या हातात मार्शमॅलो ठेवत किम

रझाची कोणी गर्लफ्रेंड आहे का, अशी चौकशी करत होती, असं सांगितल्यापासून गेली वीस वर्षं रझा त्याच्या आणि किमच्या पहिल्या भेटीची निरनिराळी स्वप्नं, दृश्यं रंगवत आला होता. मात्र, आपली कल्पनाशक्ती किती थिटी पडली, ह्या जाणिवेने रझा कडवटपणे हसला!

त्याच्या चेहऱ्यावरच्या त्या भावाने किमला वर्तमानात खेचून आणलं. तिने मागच्या हॉटेलच्या खिडकीकडे बघितलं, मग त्याने घातलेल्या कोटाकडे आणि जराशी हबकली. रझाने बरोबर ओळखलं की, ती विचार करत असेल की, रझाने तिला कट रचून फसवलं आहे– अगदी अफगाणिस्तानातून केलेल्या त्या पहिल्या फोनपासून. तो तिच्या स्पर्शानं एवढा शहारला का होता? आणि तो 'चूप' का म्हणाला होता; किंबहुना म्हणून गेला होता? हॅरीचा तो उर्दूमधला लाडका शब्द होता. तो बऱ्याचदा आपल्या बोलण्यात त्या शब्दाचा वापर करायचा. रझाला खात्री होती की, शब्दाचा अर्थ 'गप बस' असा होतो, हे किमला नक्की माहिती असेल. ती काय म्हणणार होती, असं त्याला वाटलं होतं? रझाने किमच्या चेहऱ्यात हॅरीची तल्लख बुद्धी नेमकी हेरली होती. ती सगळ्या गोष्टींचा नीट पडताळा करत विचार करत होती.

किमच्या लाल केसांमध्ये शुभ्र बर्फ भुरभुरत येऊन वितळत होता. क्षणभर, रझाचा निर्धार ढासळला. त्याने फक्त तिला बोलायची परवानगी देण्याचा अवकाश होता– कदाचित जर ती म्हणाली की, 'हा तो माणूस नाहीये–' तर पोलीस त्याला सोडून देतील. आणि मग अश्रू असल्यासारखा बर्फाचा एक दाणा वितळत खाली ओघळला. तो आणि किम बर्टन– अखेर समोरासमोर बसून मनसोक्त गप्पा मारू शकतील– हॅरीबद्दल, हिरोकोबद्दल, इतरही भरपूर गोष्टींबद्दल.

पण काहीही झालं तरी तो अब्दुल्लाशी प्रतारणा करणार नाही. आजचा हा रझा कोनरॅड अश्रफ– ज्याने एका अफगाण मुलाला छातीवर पेलून, नावेच्या गर्भातून जीवघेणा प्रवास केला होता; समुद्राच्या बर्फाळलेल्या पाण्यामध्ये तरंगत नभात चमचमणाऱ्या चांदण्यांकडे बघत वचन दिलं होतं की, तो पुन्हा कधीही पूर्वीसारखं वागणार नाही– अब्दुल्लाशी प्रतारणा करूच शकणार नाही. प्रत्येक संधीला, प्रत्येक क्षणी तो अब्दुल्लाला शक्य तितकी मदत करण्याचा प्रयत्न करेल.

रझाने पुन्हा त्या बर्फाच्छादित गाडीकडे नजर टाकली– तिच्या उद्ध्वस्त अवस्थेकडे बघून उसासा टाकला आणि स्वत:ने पांघरलेल्या शूरवीराच्या वेषाकडे मनातल्या मनात निरखून बघितलं. खरं सांगायचं तर, असं पळून-बिळून जाण्यासाठी जी एक मानसिक जडणघडण लागते, ती त्याच्याकडे मुळीच नव्हती. त्यामुळे तो पळून गेलाच, तर लगेच पकडला जाईल ह्याची रझाला खात्री होती. कदाचित ते बिलालला किंवा हिरोकोलाही रझाचे साथीदार असल्यासाठी आत टाकतील. आणि

जर किम बर्टनही त्याच्यासोबत तिथून निघाली, तर कदाचित तिलाही... तसं झालं तर किती छान होईल! कारण तेव्हा तो म्हणू शकेल की, त्याचं स्वातंत्र्य हिरावून घेणारा क्षण कुठल्यातरी बाबतीत सुदैवी ठरला.

"तोच आहे का हा?" पोलिसाने किमला विचारलं.

रझाने किमकडे थेट रोखून बघितलं.

"हां," रझा हळूच आवाजात पुटपुटला. "हां- हो- म्हण हो."

त्याला तिचा निर्णय तिच्या चेहऱ्यावर स्पष्ट दिसला. अर्थात, ती त्या निर्णयावर का पोहोचली, हे मात्र रझाला समजलं नाही.

"हो." किम म्हणाली.

पोलिसांनी मान डोलावली आणि रझाच्या मनगटावर हातकड्या अडकवल्या. हातकड्यांच्या खणखणाटाने किम व्यथित होऊन बोलू लागली, "मला नक्की असं माहिती नाहीये की, ह्याने काही गुन्हा केला आहे की नाही. मला तो फक्त जरा संशयित वाटला म्हणून मी तुम्हाला वर्दी दिली. माझे वडील काही दिवसांपूर्वीच अफगाणिस्तानमध्ये मारले गेले आहेत. त्यामुळे माझं चित्त थाऱ्यावर नाही. त्याने काहीच चूक केली नाहीये. प्लीज, त्याला सोडून द्या."

"काळजी करू नका-" भावनांचा उद्रेक होऊन विचित्र वागणाऱ्या स्त्रियांसाठी खास ठेवणीतल्या अशा शांत, स्तब्ध आवाजात पोलिसाने किमला धीर दिला. "आम्ही त्याला फक्त काही प्रश्न विचारणार आहोत आणि तुमच्या वडिलांच्या मृत्यूबद्दल आम्ही दिलगीर आहोत."

त्यांनी रझाला किमच्या समोरून ओढून नेत गाडीमध्ये डांबलं. तिच्या चेहऱ्यावरचे त्या वेळचे भाव आपण कधीही विसरू शकणार नाही, हे रझाला तेव्हाच लक्षात आलं. त्याला काहीही झालं, कोणी काहीही केलं, काहीही म्हणालं, त्याला मोडण्याचा कितीही प्रयत्न केला; तरी रझाच्या डोक्यात किम बर्टनच्या चेहऱ्यावरचे ते भाव... कुठल्याही भाषेतल्या शब्दांपेक्षा अधिक बोलके असे आणि तो कधी काळी सुटून आला तर त्या वेळच्या विश्वाचं वचन घेऊन येणारे असे... 'मला माफ कर' असं सांगणारे असे, आता कायमसाठी रुजले होते!

त्याने तसं केलंही असतं. त्याच्या अखत्यारित असतं तर त्याने किमच्या हातातून तिची चूक हिसकावून दूर भिरकावून दिली असती आणि तिला माफ केलं असतं. पण रझाला समजत होतं की, प्रत्यक्षात असं होत नसतं. तो फक्त एवढंच करू शकत होता... आणि त्याने एवढंच केलं की... त्याला घेऊन जायच्या ऐन क्षणी त्याने झुकल्या मानेने आणि कष्टी हास्याने किमला जाणवून दिलं की, तो अजूनही त्या कोळ्यालाच पाहत होता... आणि त्याच्या सावलीलासुद्धा.

४२

नारंगी रंगाच्या संध्याकाळच्या अस्मानाखाली वेस्ट साईड हायवेवरून मॅनहटनच्या गोंगाटात पुन्हा सामील होत असताना किम बर्टन घडल्या घटनांबद्दल तितकीच अस्वस्थ आणि संभ्रमित होती, जितकी ती सहा तासांपूर्वी त्या हॉटेलाच्या प्रांगणामध्ये झाली होती.

एका क्षणी तिला अब्दुल्ला निर्दोष वाटत होता. त्याने असं काय केलं-बोललं होतं, ज्यामुळे फक्त बेकायदारित्या अमेरिकेत राहणाऱ्या ह्या अफगाणामागे कायद्याने हात धुऊन मागे लागावं? एवढंच की, तो अशा गाडीत प्रवास करत होता, जिने कदाचित ते खेळण्यातले टेडी बेअर चिरडले असतील? की, तो असं म्हणाला म्हणून, की आपल्या मुलाला स्वर्गात जागा मिळवून दिल्याबद्दल हिरोकोचा सत्कार केला पाहिजे? का मग असं म्हणाल्याबद्दल, की आपल्या राष्ट्राला हल्लेखोरांपासून रक्षण करणारे वीरपुरुष असतात?

पण मग दुसऱ्याच क्षणी किमला तो धोकादायक वाटू लागला. सदाचाराचं मूल्यमापन फक्त स्वतःच्या धार्मिक समजुतींच्या संकुचित कवडशांतून बघून करणारा, अमेरिकनांना मारणाऱ्याला हुतात्मा ठरवणारा!

धोक्याचं योग्य ते मूल्यमापन करणाऱ्या तज्ज्ञांना अब्दुल्लाची भेट घडवून देणं गरजेचं होतं– त्यांनीच त्याच्याशी बोलून, ती घेऊ शकत नव्हती तो निर्णय घेण्याची गरज होती.

पहिल्या क्षणी ती रझाप्रति खूप कृतज्ञ झाली होती. इतक्या वर्षांच्या वाट बघण्यानंतर अखेर तो एकदाचा तिचे मनसुबे पूर्ण करण्यासाठी अवतरला होता खरा! अर्थातच, त्याला काहीही होणार नाही. तिचं चित्त थाऱ्यावर आल्यानंतर, शांतपणे सगळ्या गोष्टींचा पडताळा केल्यानंतर किमला ह्या विश्वासाने हायसं वाटू लागलं. नक्कीच रझाला काहीही होणार नाही. त्याबद्दल काही प्रश्न उद्‌भवण्याचा

संबंधच येत नाही. त्याची वागणूक कितीही विचित्र असली, तरी त्यात आणि त्याचं कॅनडामध्ये असण्यात बेकायदा असं काहीच नव्हतं. पोलिसांना हे समजण्याची काही गरज नाही, की त्याने अब्दुल्लाला निसटण्यासाठी मदत केली होती. त्यांना त्याच ग्रहावर ठाम राहू देत की, प्रत्येक मुसलमानाला धोकादायक समजणारी एक अमेरिकन स्त्री त्या माणसाला बघून भीतीने वेडीपिशी झाली!

पण मग दुसऱ्याच क्षणी किम इतकी संतापली की, तिला डोकं शांत करायला एके ठिकाणी गाडी थांबवावी लागली. रझाने अब्दुल्लाला निसटण्यासाठी मदत केली आणि आता ती रझाला त्याचा साथीदार असल्याचं दाखवण्याशिवाय काहीही करू शकत नव्हती. तिने कुठलीही मदत करायची म्हटली, काहीही चक्रं फिरवण्याची म्हटली; तरी रझाने अब्दुल्लाची साथ दिली, ही गोष्ट उघडकीला येणार आणि रझाच्या विरोधात जाणार, ही काळ्या दगडावरची रेघ.

आणि ती हे का करू शकत नव्हती?– हाच प्रश्न तिला छळत होता. रझाच्या नरडीचा घोट घ्यावा, इतका संताप आणत होता. रझामध्ये एक इतकं अजब आकर्षण होतं, त्याच्या डोळ्यांत एक इतका विशिष्ट अधीरपणा होता की, किमने नेमकं तेच केलं, जे ती सतत प्रकर्षाने टाळत आली होती. तिने आपली सुज्ञबुद्धी बाजूला ठेवून रझाचं ऐकलं.

तिला हॅरीची आठवण येत होती. इल्सेचीही. आधी विश्व जसं होतं, त्याचीही. पण तिच्या डोक्यात घुमणारा अब्दुल्लाचा आवाज तिला सांगत होता 'ते कधीच नव्हतं!'

अखेर जेव्हा किम एकदाची मर्सर स्ट्रीटवरच्या घरात शिरली, तेव्हा आतल्या गुडुप अंधाराने तिला सांगितलं की, हिरोको झोपून गेलेली आहे. खरंतर किम ॲडिरॉनडॅक्समध्ये न थांबता कॅनडाहून थेट इथपर्यंत आली ते हिरोकोला घडल्या घटनेबद्दल सांगायला; पण ह्या क्षणी तिला काही तासांसाठी का होईना, पण त्या जबाबदारीपासून मोकळीक मिळाल्याबद्दल हायसं वाटत होतं.

पण मग किमने दिवा लावला, तर समोरच्या सोफ्यावर हिरोको बसून होती– किमकडे एकटक पाहत.

"माझा मुलगा कुठे आहे, किम?"

"गॉड! हिरोको, तू! घाबरलेच मी."

"मी तुला फोन केले. बऱ्याच वेळा."

"बॅटरी संपली माझ्या फोनची." का कुणास ठाऊक, पण किमला आपल्या खिशातून मोबाइल फोन काढत हिरोकोला ते दाखविण्याची गरज वाटली.

"दुपारी खूप विचित्र गोष्ट घडली." हिरोको खिडकीशी उभी राहत सांगू लागली. "ओमरने मला फोन केला आणि खाली येऊन उभं राहायला सांगितलं."

"कोण ओमर?"

"ओमर–" हिरोको वैतागून किमकडे रोखून बघत म्हणाली, "तू डझनभर वेळा त्याच्या टॅक्सीतून प्रवास केला आहेस."

"सॉरी. हो, आलं लक्षात."

हिरोको क्षणभर तिच्याकडे बघत राहिली आणि मग चांदण्यांसारख्या चमचमणाऱ्या विलिसम्सबर्ग ब्रिजवरच्या रोषणाईकडे बघत थंड स्वरात सांगू लागली– "मी खाली गेले तेव्हा ओमरने मला त्याचा मोबाइल फोन दिला. आणि म्हणाला, 'अब्दुल्लाला बोलायचंय.' मला वाटलं, त्याच्याकडून माझा नंबर हरवला असेल; नाहीतर तो मला ओमरच्या फोनवर का संपर्क करेल? पण तसं नव्हतं. त्याला वाटलं की माझा फोन चौकशी यंत्रणेच्या रडारावर असेल– सी.आय.ए.च्या. तुझ्या वडिलांच्या मृत्यूच्या चौकशीसाठी."

"अब्दुल्लाला डॅडच्या मृत्यूबद्दल काय माहिती?" किमला एवढ्याही शब्दांची जुळवाजुळव करायला खूप कष्ट पडत होते.

"रझाने त्याला सांगितलं, तेवढंच." हिरोकोने खिडकीची काच उघडली आणि बाहेरच्या बोचऱ्या वाऱ्याला आत प्रवेश दिला. "तो पळतोय किम. मी तुला सांगितलं त्याप्रमाणेच. हॅरीच्या मृत्यूनंतर तो पळतच राहिला आहे. पण, मला वाटलं त्या कारणासाठी नव्हे; तो सी.आय.एय.पासून पळतोय. त्यांना वाटतंय की, हॅरीच्या खुनाचा कट रझाचा आहे. रझाच त्याचा खुनी आहे!"

खिडकीची काच थडथडू लागली. बर्फाचा बारीक शिडकावा होऊ लागला. "हा विनोद आहे का?" हिरोको उत्तर देईना, हे बघून किमने आवाज चढवला आणि विचारलं, "तुझ्या त्या अब्दुल्लाला माझ्या वडिलांचा मृत्यू हा विनोद वाटतो का?"

"अब्दुल्लाने मला फोन केला हे विचारण्यासाठी की, तो जर पोलिसांना स्वतःहून स्वाधीन झाला, तर रझाला त्याचा त्रास होईल की मदत? रझाला नेण्यापूर्वी त्याने तुला पोलिसांशी बोलताना बघितलं किम. काय बोलत होतीस तू किम बर्टन? आणि कशासाठी?" हिरोकोने खिडकी बंद केली. आता त्या मिणमिणत्या प्रकाशात त्या दोघी समोरासमोर उभ्या होत्या. "मला समजावून सांगशील का?"

किमला काही तासांपूर्वी वाटलं होतं की, हे जग विचित्र आणि चुकीचं आहे. आता कुठे तिला लक्षात आलं की, त्या वेळी ती हिमनगाचं फक्त टोक पाहत होती.

"रझा तिथे आहे, हे मला माहीत नव्हतं. हो, मी पोलिसांना घेऊन आले, हे खरं आहे. पण मी त्यांना अब्दुल्लाला पकडण्यासाठी बोलावलं."

"आणि ते का?" हिरोको अजूनही किमकडे पाठ करूनच उभी होती; पण आता किमची घुसमट होऊ लागली होती.

'त्याच्या गाडीने खेळण्यातल्या टेडी बेअरना चिरडलं होतं.' त्या अफगाणाच्या

मौनामधून किमच्या डोळ्यांसमोर उभ्या राहिलेल्या दृश्यातील भयानकता ती आता हिरोकोला वर्णन करून सांगू शकत नव्हती. अखेर ती हताशपणे म्हणाली, ''मी माझ्या प्रशिक्षणावर विश्वास ठेवला गं! समजतंय का तुला? तुम्हाला कुठे धोक्याची जाणीव झाली, तर तुम्ही तुमच्या मर्जीनुसार त्याकडे काणाडोळा करून चालत नाही. आणि मला खरंच, खरंच असं वाटतं की, आपण अशा विश्वात राहत असायला हवे होतो जिथे मुसलमानांबद्दलचा सगळा संशय पूर्वग्रहदूषितच असता; अजून काही नाही!''

''आह्! आता तू खरं काय ते बोलून गेलीस!'' किमकडे वळत हिरोको उद्गारली.

''नाही! उगीच काहीतरी निष्कर्ष काढू नकोस. असं कसं बोलू शकतेस तू? गेली तीन वर्षं आपण एकमेकींसोबत राहतोय, मनातल्या सगळ्या गोष्टी एकमेकींना सांगतोय आणि तरीही तुला वाटतं की, मी हटवादी आहे; धर्मांध आहे? मला माफ कर; पण ती विमानं उडवणारे बौद्ध नव्हते; तीन हजार अमेरिकन ठार झाल्यानंतर आनंद साजरा करणारे ज्यू नव्हते; माझ्या डॅडचा मारेकरी कॅथलिक नव्हता. हे सगळं ओळखल्यामुळे, जाणवल्यामुळे मी हटवादी, धर्मांध बनते का?''

''मला वाटतं की, तुला कुठलाही निवाडा करण्याची मुभा देण्यासाठी तू फार घाबरलेली आणि संतप्त आहेस. तू त्याच्याशी कशाबद्दल बोललीस? कंदाहारमधील फळबागांबद्दल? टॅक्स्यांच्या यशस्वी संपांबद्दल? आपल्या मागण्या पुऱ्या करून घेण्यासाठी हाच मार्ग योग्य कसा आहे, ह्याबद्दल? आपल्या मुला-बायकोसमोर तो किती व कसा अयशस्वी दिसेल, ह्याबद्दल?''

किम भिंतीशी पाठ टेकून मटकन खाली बसली.

''मी तुला ह्यापूर्वीही रागावलेलं बघितलं आहे, पण इतकं कधीच नाही.'' ती रडवेल्या आवाजात म्हणाली.

''मी ह्यापूर्वी कधी अशी असल्याचंच मला स्मरत नाही आणि मला ते आवडत नाहीये... मुळीच आवडत नाहीये ऽऽ'' किमसमोर रागारागाने आपल्या आवळलेल्या मुठी नाचवत हिरोको ओरडली. ''इल्सेने एकदा सज्जादवर बलात्कारी असण्याचा आरोप केला होता. अवघ्या दोन मिनिटांसाठी तिने तिची अक्कल गहाण ठेवली होती आणि आता तू, त्याच इल्सेची नात– तुला तर हे समजतसुद्धा नाहीये की, तू तुझी अक्कल गहाण ठेवली आहेस!''

''तू अशी तुलना कशी करू शकतेस? ती त्याला कित्येक वर्षांपासून ओळखत होती.''

''आणि तू त्याला अवघ्या पाच मिनिटांसाठी ओळखत होतीस! त्याने मला सांगितलं की, तुमचं संभाषण अवघ्या पाच मिनिटांचं होतं. खोटं सांगत होता का तो? नाही, तो खोटं सांगत नव्हता. बरोबर? मग अवघ्या पाच मिनिटांच्या

संभाषणावर तू एका मनुष्याचा तिरस्कार करू शकतेस? त्याला गुन्हेगार ठरवू शकतेस? एका अर्थी तुझा गुन्हाही तितकाच मोठा आहे, जेवढा इल्सेचा होता. पाच मिनिटं? मी त्याच्याशी दीड दिवस सतत बोलत होते, संपर्कात होते. तुला असं वाटलंच कसं की जर मला त्याच्याबद्दल काही संशय आला असता, तर मी तुला त्याच्यासोबत जाऊ दिलं असतं, म्हणून?'' हिरोकोचा आवाज रागाने आणि हताशपणाने थरथरू लागला होता. किम उठली आणि हिरोकोजवळ जात म्हणाली, ''मला जर त्याच्या चेहऱ्यात माझ्या डॅडच्या खुन्याचा चेहरा दिसला, तर ते समजण्यासारखं नाही का? ते योग्य आहे, असं मी मुळीच म्हणत नाही; पण किमान एवढं म्हण की, तू ते समजू शकतेस.''

''मी तुझ्या चेहऱ्यात हॅरी ट्रुमनचा चेहरा बघते, हे समजण्यासारखं आहे तुला?''

किमचे डोळे आधी आश्चर्याने मोठे झाले, मग बारीक झाले. हा हुकमाचा एक्का होता का? हास्यास्पद आणि अपमानास्पद. तिच्या स्वत:च्या कुटुंबातली व्यक्तीही नागासाकीत ठार झालेली; ती लहानपणापासून कोनरॅडच्या भयानक मृत्यूच्या कथा ऐकत वाढलेली.

''रझाला काहीही होणार नाही–'' हिरोकोकडे पाठ फिरवत किम निर्णयी स्वरात म्हणाली. ''ए ॲण्ड जीचे वकील आहेत त्याच्या बाजूने लढायला. तो कुठल्याही प्रसंगातून निसटू शकेल.''

''हॅरीच्या खुनाच्याही?''

''हिरोको, माझ्या अंगात आता ह्या सगळ्यासाठी खरंच त्राण नाहीये.'' स्वत:साठी स्कॉचचा चषक भरत किम कंटाळल्या स्वरात म्हणाली. अंघोळ, एक मस्त स्कॉच आणि भरपूर झोप... ह्या क्षणीही तिला तेच हवं होतं, जे चोवीस तासांपूर्वी हवं होतं– हिरोकोच्या ह्या मूर्ख योजनेत ओढलं जाण्याआधी.

''हॅरीच्या खुनात रझा सामील आहे ह्यावर कोणाचाही विश्वास बसणार नाही. तुझा तो अफगाण पक्का खोटारडा आहे. मला इतकंच समजतंय; अजून काही नाही.''

''माझ्याजवळ येऊन बस इथे.''

''मी तुझी दहा वर्षांची विद्यार्थिनी नाहीये, मिसेस अश्रफ!''

हिरोको पुन्हा बोलू लागली तोपर्यंत किम तिच्या खोलीच्या दरवाज्यापर्यंत पोहोचली होती.

''कोनरॅडने जेव्हा पहिल्यांदा छळ-छावण्यांबद्दल ऐकलं, तेव्हा तो म्हणाला होता की लोकांचं खच्चीकरण करायचं, तर त्यांच्याकडून त्यांचं मनुष्यपण हिरावून घेतलं पाहिजे. मला ते मान्य झालं नाही.''

'जा किम, पुढे चालत राहा' –किम स्वत:ला बजावत राहिली; पण प्रत्यक्षात

मात्र बेडरूममध्ये जाऊन दार न लावता, स्कॉचचा चषक सांभाळत जागीच उभी राहिली.

"तुम्ही फक्त त्यांना एका मोठ्या चित्राच्या लहानशा कोपऱ्यात ढकललं की, झालं काम! दुसऱ्या महायुद्धाच्या भल्यामोठ्या पटलावर पंचाहत्तर हजार मृत जपान्यांचं महत्त्व ते काय? ग्राह्य– तेच होतं ते. तसंच, अमेरिकेसमोर उभ्या ठाकलेल्या एवढ्या धोक्यांसमोर एका अफगाणाचं महत्त्व ते काय? नगण्य. तो दोषी असेल किंवा नसेलही; उगीच जोखीम कशाला? किम, तू खरंच एक खूप भली, उदार मनाची मुलगी आहेस. पण ह्या क्षणी तुझ्यामुळे मला आयुष्यात पहिल्यांदा समजतंय की, त्यांच्या सरकारने दुसरा अणुबॉम्ब टाकल्यावरही राष्ट्र त्यांचा उदो-उदो कशी काय करू शकतात!"

त्या दोघींमध्ये पसरलेली निःशब्द शांतता ही परक्या बनलेल्या स्वकीयांमधली शांतता होती. ते काळे पक्षी त्यांच्या मध्ये येऊन ठाकलेले... त्यांची जळलेली पिसं इतस्ततः भिरकावत!

किमने त्या शांततेचा भंग केला, मात्र हिरोकोशी बोलून नव्हे. तिने कॅनडाला फोन लावला. कुणाशीतरी बोलली. मग अजून कुणाशीतरी... आग्रह केला, विनंत्या केल्या, खूप वेळ फोन धरून ठेवला. अखेर तिला स्वतःचा नंबर देऊन फोनपाशी थांबून राहा, असं सांगण्यात आलं.

ती आणि हिरोको सोफ्यावर एकमेकींजवळ बसून राहिल्या– एक शब्दही न बोलता. अखेर फोन खणखणला. किमने लाऊडस्पीकर सुरू केला. समोर दुपारच्यातला एक पोलिसवाला होता.

"तुम्ही फोन केलात, ते बरं झालं." तो म्हणू लागला. "मला तुम्हाला शाबासकीच द्यायची होती. तुम्ही फार मोठं काम केलं आहे!"

"नाही," किम बोलू लागली. "त्याने काही गुन्हा केलेला नाहीये. खरंतर मीच कायदा तोडला आहे." किमने ठरवलेलं की, स्वतःला पोलिसांच्या सुपूर्द करायचं. ती सांगणार होती की, तिने त्यांना त्या माणसाबद्दल वर्दी दिली, त्याला खरंतर तिनेच बेकायदारित्या हद्द पार करून दिली होती. पण मग नंतर तिला भीती वाटू लागली की, तो माणूस जर पकडला गेला तर तो तिचंही दुष्कृत्य उघड करेल. म्हणूनच तिने ऐनवेळेला मुद्दामहून वेगळ्याच माणसाकडे निर्देश केलेला. खरंतर, पकडला गेलेला माणूस निर्दोष होता. तर, कृपा करून तिला त्याच्याशी प्रत्यक्षात बोलून त्याची माफी मागता येईल का?

"अंदाजावरून कुणाचीतरी वर्दी देणं, ह्याविरुद्ध आपल्याकडे कोणताच कायदा नाहीये मॅडम आणि तसाही तो निर्दोष आहे नाहीच मुळी!" पोलिसवाला तिला आनंदाने सांगू लागला– "मला खरंतर तुम्हाला हे सांगायची मुभा नाही. पण मला

वाटतं, तुम्हाला हे समजण्याचा अधिकार आहे. तुमचे सरकार केव्हापासून ह्या माणसाच्या शोधात आहे. तो अखेर सापडला, ह्याचा त्यांना फार आनंद होईल. मिस, तुमच्या वडिलांना तुमचा खरोखरीच अभिमान वाटेल!''

हिरोको उठली आणि धीम्या पावलांनी खिडकीपाशी जाऊन उभी राहिली. बाहेर तरी विश्व सुरूच होतं!!

■